இரட்டையர்

ஃபியதோர் தஸ்தயெவ்ஸ்கி
தமிழில்: எம்.ஏ. சுசீலா

நற்றிணை பதிப்பகம்

இரட்டையர் * நாவல் * ஃபியோதர் தஸ்தயெவ்ஸ்கி * தமிழில்: எம்.ஏ. சுசீலா * மொழிபெயர்ப்புரிமை: எம்.ஏ. சுசீலா * முதல் பதிப்பு: ஆகஸ்ட் 2018 * இரண்டாம் (குறும்) பதிப்பு ஆகஸ்ட் 2019 * வெளியீடு: நற்றிணை பதிப்பகம் (பி) லிமிடெட் * பிளாட் எண்: 45, சாய் கவின்ஸ் குமரன் அபார்ட்மெண்ட்ஸ், ஸ்ரீ தேவி கருமாரியம்மன் நகர், கிருஷ்ணா நகர் பிரதான சாலை, நூம்பல், ஐயப்பன் தாங்கல், சென்னை – 600 077.

நிஜங்களும் கற்பிதங்களும்

"துயரத்துடன் தனித்திருக்கும் மனித ஆன்மா, தனிமைப் பட்டிருக்கும் அகப்பிரக்ஞை, நிலவறைக்குள் தப்பித்து முடங்குதல் ஆகிய சிக்கல்களையே இரட்டையர் நாவலிலும் எதிர்ப்படுகிறோம்" என்கிறார் ஃபியதோர் தஸ்தயெவ்ஸ்கியின் வாழ்வையும் படைப்புக் களையும் விரிவாக ஆராய்ந்து நூலெழுதிப் புகழ் பெற்றிருப்பவரான கான்ஸ்டாண்டின் மோசுல்ஸ்கி.

இரட்டையர் குறித்த கதைகளும் கருத்தாக்கங்களும் மனிதகுலம் தோன்றிய நாள் தொட்டுத் தொடர்ந்து நிலவி வருபவை என்றபோதும் நவீன இலக்கியக்களத்தில் அதை அடிப்படையாகக் கொண்டு புனைவிலக்கியம் படைத்த முன்னோடிகளில் ஒருவராக எண்ணப்படுகிறார் தஸ்தயெவ்ஸ்கி.

மிகச்சாதாரண மட்டத்தில் ஓர் அரசு அலுவலக குமாஸ்தாவாகப் பணிபுரியும் யாகோவ் பெத்ரோவிச் கோலியாட்கின், தனக்கென எந்தத் தனி அடையாளமும் அற்ற சராசரிகளில் ஒருவர். சமூக வாழ்க்கையிலோ, காதலிலோ, அலுவல் களத்திலோ சொல்லிக்கொள்ளக் கூடிய அளவுக்கு எதையுமே சாதித்திராதவர். தன் நிழலை ஒத்த இரட்டை மனிதன் ஒருவனை அவர் எதிர்ப்படுவதும் அதைத் தொடர்ந்த சம்பவங்களுமே இந் நாவலின் உள்ளடக்கம்.

நாவலின் தொடக்கத்தில் மனச்சிதறல் நோய் கொண்டவரென மருத்துவரால் சந்தேகிக்கப்படும் கோலியாட்கின், இறுதியில் தன் சுயக்கட்டுப்பாட்டை முற்றிலும் இழந்த நிலையில் மனநோய் விடுதிக்கே இட்டுச்செல்லப்படுவதோடு நாவல் நிறைவு பெறுகிறது. இடையிலுள்ள அத்தியாயங்களில் அவர் எதிர்ப்பட நேரும் அந்த நிழல் மனிதன், இரத்தமும் சதையும் கொண்ட உண்மையான ஒரு நபர்தானா அல்லது அது அவரது மனமயக்கமா என்பதும், ஒருக்கால் அவன் உண்மையான நபராக இருந்தாலுமே கூட

உருவத்தில் அவன் அவரது இரட்டை போலத்தான் இருக்கிறானா அல்லது அது அவரது கற்பிதமா என்பதும் இலைமறை காயாக மட்டுமே இருப்பதே இந்த நாவலின் தனித்துவம். நாவலில் இடம்பெறும் பல பாத்திரங்களும் அந்த இரட்டை மனிதனைப் பார்த்தாலும், அவனோடு உரையாடினாலும் அவர்களது எதிர்வினைகள் நமக்கு வெளிப்படுவது கோலியாட்கினின் கண்கள் வழியாகத்தான்.

ரஷ்ய இலக்கியவாதிகளிடமும் கூட.. இந்த நாவலை சரியான படி உள்வாங்கும் முயற்சி கடந்த நூற்றைம்பது ஆண்டுகளுக்கும் மேலாக இன்னும் கூடத் தொடர்ந்துகொண்டு தான் இருக்கிறது.

குழப்பமான மனப்பிரமைகளுக்கு ஆட்பட்ட ஒரு மனிதரின் கதை இது என்பதே இந்த நாவல் குறித்த பரவலான கருத்து. தன் சுய அடையாளம் குறித்த தேடல், ஒருவரைத் தன்னையே தொலைத்துக்கொள்ளும் அளவுக்கு தூண்டிவிடுகிறது என்பதை இதன் சாரமாக்கிச் சொல்வதையும் ஒதுக்கி விட முடியாது. கதையின் பின்புலமாக வரும் காலகட்டத்தில் ரஷ்யாவில் நிலவிய கெடுபிடிகள் மிகுந்த இறுக்கமான சமூக அமைப்பும், அதன் அதிகாரப்படிநிலைகளும் பல நெருக்கடிகளை உருவாக்கியிருந்தன; அவற்றுக்குள் சிக்கிச் சிதறுண்டு போன மனிதர்களின் ஒரு 'மாதிரி'யாகவே கோலியாட்கினின் பாத்திர உருவாக்கம் முன்வைக்கப்படுகிறது.

எல்லா மனிதர்களோடும் இயல்பாக, கலகலப்பாகக் கலந்து பழகும் ஒரு சமூக மனிதனாக, பெண்களால் நேசிக்கப்படும் கவர்ச்சி கரமான ஓர் இளைஞனாக, வேலைத் தளத்தில் மேலதிகாரிகளிடம் சாமர்த்தியம் காட்டி மேன்மேலும் பதவி உயர்வு பெறும் அலுவலராக – இவ்வாறு பலவற்றையும் கோலியாட்கினின் ஆழ்மனம் விரும்பினாலும் நடைமுறையில் அவற்றை சாத்தியமாக்க அவனால் இயலாதபோது அத்தகைய இயல்புகள் கொண்ட ஒரு நிழல்மனிதனை அவரது உள்ளம் தானாகவே உருவாக்கிக்கொண்டு விடுகிறது; கூடவே அதனோடு இடையறாத போராட்டம் ஒன்றையும் நடத்துகிறது. மனப்பிரமைகள் வரம்பு மீறியதாய்க் கட்டற்றுப்பெருகும் நிலையில் எண்ணிக்கையற்ற நிழல் இரட்டையர்கள் தன்னைத் துரத்துவதான தீவிர உளச்சிக்கலுக்கு ஆளாகும் கோலியாட்கின் சராசரி வாழ்க்கையைக்கூடத் தொடர முடியாதபடி, மனநோய் விடுதிக்குச் செல்ல வேண்டிய கட்டாயத்துக்கு ஆளாகி விடுகிறார்,

இரட்டை என்பது மனிதர்களில் மட்டும் இல்லை. மருத்துவரோடான சந்திப்பு, அலமாரிக்குப்பின் கோலியாட்கின் ஒளிந்து கொள்ளல், அலுவலகக் காட்சி, வண்டிச்சவாரி என்று

நாவலின் பல சம்பவங்களும் இரண்டிரண்டு முறை நாவலில் இடம் பெற்றிருக்கின்றன.

இரட்டை மனிதன் உட்பட நாவலில் நடந்து கொண்டிருக்கும் சம்பவங்களில் உண்மை எது, கற்பிதம் எது என்று எதையுமே தெளிவுபட வரையறுத்துச் சொல்லாமல் வாசகர்களுக்கு மயக்கம் ஏற்படும் வகையில் உள்ளடங்கிய தொனியில் மட்டுமே இந்த நாவலின் தொனியை அமைத்துக்கொண்டிருக்கிறார் தஸ்தயெவ்ஸ்கி. அந்த முடிவுகளை வாசகர்களின் ஊகத்துக்கும் முடிவுக்கும் விடுவதற்கென்றே நுணுக்கமான மறை பொருளாக அவற்றை சொல்லியும் சொல்லாமலும் விட்டிருக்கிறார். இரட்டையர் நாவல், நம் முன் வைக்கும் சவால் அது என்பதோடு அதுவே இந்நாவலின் வெற்றியும் ஆகிறது.

ஆங்கிலத்தில் பெரும்பாலும் நிலவறைக் குறிப்புக்களோடு சேர்த்தே பதிப்பிக்கப்பட்டிருக்கும் இந்த நாவலை நான் மொழிபெயர்த்த நிலவறைக் குறிப்புக்களை அடுத்துத் தொடர்ந்து வெளியிட முன் வந்திருக்கும் யுகனுக்கும், நற்றிணை பதிப்பகத் தாருக்கும், ஆங்கில மொழியாக்கங்களோடு ஒப்பிட்டுப் பார்த்து செம்மை செய்து தகுந்த இடங்களில் விளக்கங்கள் கூறி இப்பணியில் என்னுடன் துணை நின்ற தோழி பேரா. காதம்பரி அவர்களுக்கும் என் நன்றி.

எம் ஏ சுசீலா
19/6/18

பாகம் – 1

1

*டிட்டுலர் கவுன்சிலரான யாகோவ் பெத்ரோவிச் கோலியாட்கின், தனது நீண்ட உறக்கத்திலிருந்து விழித்தபோது காலை எட்டு மணியை நெருங்கிக் கொண்டிருந்தது. ஒரு கொட்டாவி விட்டபடி சோம்பல் முறித்துக்கொண்ட அவர், ஒரு வழியாகக் கண்களை முழுமையாகத் திறந்து பார்த்தார். பிறகு மீண்டும் இரண்டு நிமிடங்கள் கொஞ்சம் கூட அசையாமல் படுக்கையில் அப்படியே படுத்துக் கிடந்தார். தான் விழித்திருக்கி றோமா அல்லது இன்னும்கூட உறக்கத்திலேதான் இருக்கிறோமா என்பதை அவரால் உணர முடியவில்லை. தன்னைச் சுற்றி இருப்பதெல்லாம் உண்மையா அல்லது தான் கண்டுகொண்டிருந்த குழப்பமான கனவுகளின் தொடர்ச்சியா என்பதைக் கூட உறுதிப் படுத்திக் கொள்ள முடியாதவரைப் போல அப்படியே படுத்திருந் தார். ஆனாலும் கோலியாட்கினின் உணர்வுகள் சீக்கிரமாகவே தெளிவடையவும், வழக்கமான, பழகிப் போன நடைமுறைகளை உள்வாங்கிக் கொள்ளவும் தொடங்கி விட்டிருந்தன.

அழுக்கேறிப்போன பாசிப்பச்சை நிறத்தில், தூசுபடிந்த சுவர் களோடு புகை மண்டிப்போன அவரது சிறிய அறை, அதில் மகோகனி மரத்தில் செய்யப்பட்டிருந்த இழுப்பறைகளுடன் கூடிய அலமாரி, நாற்காலிகள், மற்றும் சிவப்பு நிறம் பூசப்பட்ட மேசை, பச்சை வண்ணத்தில் சிறுசிறு பூக்கள் வரையப்பட்ட குருதிநிற அமெரிக்கத் தோல்உறை போர்த்தப்பட்ட சோஃபா, முதல் நாள் இரவு அதன் மீது அவசரமாகக் கழற்றிப் போடப்பட்டுக் கசங்கிய குவியலாய்க் கிடந்த துணிகள் இவை எல்லாமே அவரை நன்றாக அறிந்திருக்கும் பாவனையில் பார்த்துக்கொண்டிருப்பதைப் போலிருந்தது. முடிவில், ஈரப்பதத்தோடும், சொதசொதப்போடும்

---

*டிட்டுலர் கவுன்சிலர்: பீட்டர் பேரரசரால் உருவாக்கப்பட்ட அரசாங்க பதவித் தர வரிசைப் பட்டியலில் 9 ஆம் இடத்தில் உள்ள பதவி.

அழுக்கோடும் கூடிய அந்த இலையுதிர்காலத்தின் நாள், அவரது மங்கலான ஜன்னல் வழியே உள்ளே நுழைந்தபோதுதான் தான் இப்போது கனவுகளின் உறக்க உலகத்தில் இல்லை என்பதும், தான் இருப்பது, பீட்டர்ஸ்பர்க் நகரில் ஷெஸ்டிலாவோட்ச்னி தெரு விலிருக்கும் ஒரு பெரிய கட்டிடத்தின் நான்காவது மாடியிலுள்ள தன் குடியிருப்பில் என்பதும் கோலியாட்கினுக்கு சந்தேகமில்லாமல் விளங்கியது.

மிகமிக முக்கியமான இந்தக் கண்டுபிடிப்பைச் செய்த அடுத்த கணத்திலேயே பயந்து போனது போலக் கண்களை மூடிக் கொண்டார். தான் கண்டு கொண்டிருந்த கனவு நழுவிப் போய் விட்டதற்கு வருந்திய அவரது உள்ளம் மீண்டும் சிறிது நேரம் அதற்குள் செல்ல விரும்பியது. ஆனால் ஒரே நிமிடத்தில் தன்னை மீட்டுக் கொண்டு விட்ட அவர், சிதறுண்டு அலைந்து கொண் டிருந்த தன் எண்ணங்கள் எதை மையம் கொண்டிருந்ததோ அதைத் திடீரென்று நினைவு படுத்திக் கொண்டவராகப் படுக்கையை விட்டுக் குதித்து எழுந்தபடி, நேராகத் தன் அலமாரியின் மீதிருந்த முகம் பார்க்கும் கண்ணாடிக்கு அருகில் சென்றார்.

தூக்கக் கலக்கம் நீங்கியிராத கிட்டப்பார்வை கொண்ட முகமும், கிட்டத்தட்ட வழுக்கையாகிவிட்ட தலையும் கண்ணாடி யில் பிரதிபலித்தபோது எவரையும் கவரக்கூடிய எந்த சிறப்பான அம்சமும் அதில் இருப்பதாக முதல் பார்வையில் தெரியவில்லை, ஆனால் கண்ணாடியில் தன்னைப் பார்த்துக் கொண்ட நபர் என்னவோ தன் தோற்றத்தில் திருப்தி அடைந்தவரைப் போலத்தான் இருந்தார்.

'இன்று மட்டும் என் தோற்றத்தில் ஏறுமாறாக ஏதாவது ஆகிப் போயிருந்தால்? திடீரென்று என் முகத்தில் ஒரு பரு முளைத்து விட்டிருந்தால், அல்லது மற்றவர்கள் என்னைப் பார்த்து வெறுக்கும்படி ஏதாவது ஆகியிருந்தால்... எப்படி இருந்திருக்கும்? நல்ல வேளை எந்தக் கோளாறும் இல்லை; எல்லாம் சரியாகத்தான் இருக்கிறது'. அனைத்தும் ஒழுங்காக இருப்பதில் மிகவும் நிம்மதி அடைந்த கோலியாட்கின், கண்ணாடியை அதற்குரிய இடத்தில் வைத்துவிட்டுத் தன் அறையிலிருந்த சிறிய ஜன்னலருகே விரைந் தார். தான் காலணிகளை அணிந்திருக்கவில்லை என்பது பற்றியோ, இரவு படுக்கச் செல்லும்போது உடுத்தியிருந்த ஆடைகளிலேயே இன்னமும் இருக்கிறோம் என்பதைக் குறித்தோ அவர் சிறிதும் கவலைப்படவில்லை. தன் குடியிருப்பிலிருக்கும் ஜன்னல் வழியாகத் தெரியும் வீட்டின் முன்பகுதியை மட்டுமே ஏதோ ஒரு எதிர்பார்ப்புக் கலந்த ஆர்வ மிகுதியோடு அவர் பார்க்கத் தொடங்கியிருந்தார். எல்லாம் அவரது எதிர்பார்ப்பின்படியே இருந்தது அவருக்கு

நிறைவை அளித்தது; திருப்தியான ஒரு புன்னகையுடன் அவரது முகம் ஒளிர்ந்தது. பிறகு தடுப்புக்குப் பின்னால் இருந்த தனது பணியாள் பெட்ரூஷ்காவின் சிறிய அறைக்குள் முதலில் எட்டிப் பார்த்து, அங்கே அவன் இல்லை என்பதை உறுதிப்படுத்திக் கொண்டார். பூனை போல மெல்ல நடை போட்டுத் தன் மேசை அருகே சென்று அதன் இழுப்பறையைத் திறந்தார். அதன் மூலைக் குள் கையைவிட்டுக் குடைந்து தட்டுத் தடுமாறியபடி எதையோ தேடிய அவர், அதற்குள் குவிந்து கிடந்த பழைய மஞ்சள் தாள்கள், இன்னும் பல வகையான குப்பைகூளங்களுக்கு அடியிலிருந்து கோட்டுப் பாக்கெட்டில் வைத்துக்கொள்ளும் நைந்துபோன பச்சை நிற 'வாலட்' ஒன்றை வெளியில் எடுத்தார். மிகுந்த கவனத்தோடு அதைப் பிரித்தவர், அதன் உள்ளிருந்த மடிப்புகளுக்குள் ஆர்வத் தோடு ஒரு நோட்டம் விட்டார். பச்சை, சாம்பல், நீலம், சிவப்பு என்று பல வகை நிறங்களில் அதற்குள் சுருட்டித் திணிக்கப் பட்டிருந்த அந்தப் பண நோட்டுகளும் கூட அவரது செயலுக்கு ஒப்புதல்தரும் பாவனையுடன் கோலியாட்கினைப் பார்த்திருக்கக் கூடும். திறந்துகிடந்த அந்த 'வாலட்'டைத் தன்முன் கிடத்திக் கொண்டு, மகிழ்ச்சியால் பூரிக்கும் முகபாவத்தோடு அதிலிருந்த பணநோட்டுக்களின் மீது தன் விரல்களை வேகமாக ஓட விட்டார்; பிறகு இறுதியாக அவருக்குத் திருப்தி அளித்துக் கொண்டிருந்த அந்த நோட்டுக் கற்றைகளை வெளியில் உருவி எடுத்து எண்ணிப் பார்க்க ஆரம்பித்தார். தன்னுடைய பெருவிரலுக்கும், ஆட்காட்டி விரலுக்கும் இடையே ஒவ்வொரு நோட்டையும் பிடித்துக்கொண்டு, அதைச் சமன்படுத்தி நீவிக் கொடுத்தபடி அவர் பணத்தை எண்ணிக் கொண்டிருந்தார்.

"நோட்டாகவே 750 ரூபிள் இருக்கிறது" இரகசியம் பேசுவது போன்ற குரலில் இவ்வாறு சொல்லியபடி, ஒரு வழியாக அவற்றை எண்ணி முடித்தார் அவர்.

750 ரூபிள் என்பது, ஒரு கணிசமான தொகை. ஆமாம், உண்மையிலேயே இது ஒரு நல்ல தொகைதான்!' அளவுக்கு மீறிய திருப்தியால் இலேசாக நடுங்கும் பலவீனமான குரலில் தொடர்ந்து சொல்லியபடியே தன் விரல்களால் அந்த நோட்டுக் கற்றையை அழுத்தியபடி பொருள் பொதிந்த ஒரு புன்னகை செய்தார்.

'இது கணிசமான தொகை! மிகப்பெரிய தொகை இது என்பதை எல்லாருமே ஒப்புக்கொள்வார்கள். இதைப் போய் அற்பத் தொகை என்று எவனாவது சொல்லி விட முடியுமா? இப்படி ஒரு தொகையை வைத்துக்கொண்டு, செய்ய முடியாத ஏதாவது இருக்கிறதா என்ன? அப்படிச் சொல்வதில்தான் ஏதாவது அர்த்தம் உண்டா' என்று நினைத்துக் கொண்டபடி " இந்த பெட்ரூஷ்கா

எங்கே போனான்?” என்று தேடத் தொடங்கினார்.

இரவு உடையை இன்னும் அவர் மாற்றிக் கொண்டிருக்க வில்லை. திரும்பவும் அந்தத் தடுப்புக்குள் அவர் எட்டிப் பார்த்த போது, பெட்ரூஷ்கா அங்கே இருப்பதற்கான அறிகுறி எதுவுமில்லா மல் முன்போலவேதான் இருந்தது. தரையில் அடுப்பின் மேலிருந்த ‘சமோவர்’ மட்டும் அங்கே தனித்துக் கிடந்தபடி நுரையோடு பொங்கிக் கொண்டிருந்தது. எந்த நிமிடத்திலும் அதிலிருப்பது வழிந்து விடக் கூடும் என்று தோன்றும் வண்ணம் ‘சளசள’ப்பான சத்தத்துடன் அது கொதித்துக் கொண்டிருந்தது.

“ஐயா! நீங்கள் மிகவும் நல்லவரல்லவா? என்னைக் கொஞ்சம் கீழே இறக்கி வைக்கக் கூடாதா? நான் கொதித்துக் கொண்டிருக் கிறேன் பாருங்கள், நான் முழுமையாகத் தயாராகி விட்டேன்” என்று கோலியாட்கினிடம் மர்மமான ஏதோ ஒரு மொழியில் அது சொல்வதைப் போல் இருந்தது.

‘நாசமாய்ப் போகிறவன் சரியாக இந்த நேரத்தில் போய் ஊர்சுற்றப் போய் விட்டான்! அந்த முட்டாள் பயல் என்னை நிச்சயம் பொறுமை இழக்கச் செய்துவிடுவான்! எவராக இருந்தாலுமே அந்தச் சோம்பேறியால் பொறுமை இழந்துதான் போவார்கள்?’ என்று தனக்குள் நினைத்துக்கொண்டார் கோலியாட்கின். வெறுப்போடும் கோபத்தோடும் அந்த ஹாலை விட்டு அவர் வெளியே வந்தபோது, அவரது பணியாள், வராந்தா விலிருந்து வெளியே செல்லும் கதவருகே நின்றபடி ஏதோ கதையடித்துக் கொண்டிருந்தது அவர் கண்ணில் பட்டது. தாறுமாறான அந்தக் கும்பலில் பலதரப்பட்ட பணியாட்களும் இருந்தார்கள். அந்தக் கட்டிடத்திலுள்ள வீடுகளைத் தவிர வேறு வெளியிடங்களில் வேலை செய்பவர்களும் அந்தக் கூட்டத்தில் தென்பட்டார்கள். அவர்களுக்கு நடுவில் நின்றபடி பெட்ரூஷ்கா எதையோ சொல்லிக் கொண்டிருக்க, அவர்களெல்லோரும் அதைக் கேட்டுக் கொண்டிருந்தார்கள். அந்த உரையாடலின் மையப் பொருளையும் ஏன் அந்த உரையாடலையே கோலியாட்கின் விரும்பவில்லை. பெட்ரூஷ்காவைக் கூப்பிட்டபடி தன் அறைக்கு திரும்பிச் சென்ற அவர் இப்போது அதிருப்தியோடும், சற்றுத் தடுமாற்றத்தோடும் காணப்பட்டார்.

‘அரை ‘பென்னி’* க்காக எந்த மனிதனையும் ஏன் தன் எஜமானையுமே கூடக் காட்டிக் கொடுத்து விடுவான் அந்த மிருகம். ஏன் விற்றே விடுவான் போலிருக்கிறது அவன்’ என்று தனக்குத் தானே சொல்லிக்கொண்டார்.

“ஆமாம்! அவன் என்னை விற்றுத்தான் விட்டான்..! உண்மை

* பென்னி, ஃபார்திங் ஆகியவை ரூபிளை விட அளவில் குறைந்த பணத் தொகை.

யிலேயே விற்று விட்டான்! ஒரு 'ஃபார்திங்' * குக்காக அவன் என்னை விற்றிருப்பான் என்று என்னால் பந்தயம் கூடக் கட்டமுடியும்'

"சார்! அவர்கள் எனக்கான சீருடையைக் கொண்டு வந்திருந் தார்கள் சார்!"

"எங்கே அதைப் போட்டுக்கொண்டு இங்கே வா பார்ப்போம்!"

சீருடையை அணிந்து கொண்ட பெட்ரூஷ்கா, அசட்டுத் தனமாகச் சிரித்தபடியே தன் எஜமானரின் அருகே சென்றான். அவன் போட்டிருந்த உடை, நம்ப முடியாத அளவுக்கு வினோதமாக இருந்தது.

பணியாட்கள் அணிந்து கொள்வதற்கான அந்தப் பச்சை வண்ணச் சீருடை, மிக மிகப் பழையதாகவும், நைந்துபோயும் இருந் தது. அதன் விளிம்பில் இருந்த சரிகைக் கரையும் இற்றுப்போயிருந் தது. மேலும், உயரத்தில் பெட்ரூஷ்காவை விட ஒரு கஜமாவது கூட இருக்கும் வேறொரு மனிதனுக்காகத் தைக்கப்பட்டிருந்த உடை அது. பெட்ரூஷ்கா, தன் கையில் பிடித்துக் கொண்டிருந்த தொப்பியி லும் அதே போன்ற சரிகைக் கரையும், ஒரு இறகும் இருந்தது. அவனது இடுப்பிலிருந்த ஒரு தோல் உறைக்குள் குற்றேவல் செய்பவன் வைத்திருக்கும் வாள் இருந்தது. கடைசியாக இந்தச் சித்தரிப்பை முழுமைப்படுத்தும் வகையில் எப்போதும் எதிலும் அசட்டையாக இருக்கும் பெட்ரூஷ்கா, வெறும் கால்களோடு வேறு இருந்தான்.

பெட்ரூஷ்காவை எல்லாப் பக்கங்களிலிருந்தும் ஒருமுறை நோட்டம் விட்ட கோலியாட்கின் மிகவும் திருப்தி அடைந்தவரைப் போலத் தென்பட்டார். ஏதோ ஒரு முக்கியமான நிகழ்ச்சிக்காக அந்தச் சீருடை வாடகைக்குத் தருவிக்கப்பட்டிருந்தது. எஜமான் தன்னை மேற்பார்வையிட்டபோது, அவரது ஒவ்வொரு அசைவை யும் வினோதமான எதிர்பார்ப்போடும், ஆர்வத்தோடும் பார்த்துக் கொண்டிருந்தான் பெட்ரூஷ்கா; அது கோலியாட்கினுக்கு தர்ம சங்கடமாக இருந்தது.

"சரி, வண்டிக்கு என்ன ஆயிற்று?"

"வண்டி இங்கேதான் இருக்கிறது"

"முழு நாளைக்கும்தானே?"

"ஆமாம்! முழுநாளைக்கும்தான்! இருபத்தைந்து ரூபிள்கள்"

"பூட்ஸ் அனுப்பியிருக்கிறார்கள்தானே?"

"ஆமாம்"

"ஏ! முட்டாள்பயலே 'ஆமாம் ஐயா" என்று கூடவா உன்னால் சொல்ல முடியாது? ம், அதை இங்கே கொண்டுவா பார்ப்போம்"

பூட்ஸுகளும் பொருத்தமாக அமைந்ததில் திருப்தி அடைந்த கோலியாட்கின், பருகத் தேநீரும், முகச்சவரம் செய்துகொள்ளத் தண்ணீரும் கொண்டு வருமாறு உத்தரவிட்டார். மிகுந்த கவனத்தோடு முகச்சவரம் செய்து கொண்டு அதே அக்கறையுடன் முகத்தையும் கழுவிக்கொண்டவர், தேநீரை மிக விரைவாக உறிஞ்சிக் குடித்தார்; பிறகு மிகமிக முக்கியமானதும், கடைசி வேலையுமான உடை உடுத்திக்கொள்வதில் ஈடுபடத் தொடங்கினார். அதிகமாகப் பயன்படுத்தியிராத மிகப் புதிதான கால்சட்டைகளையும், பித்தளைப் பொத்தான்களுடன் கூடிய உள் சட்டையையும், பளீரென்ற நிறத்தில் பொருத்தமான பூவேலைப்பாடு செய்த மேல் கோட்டையும் உடுத்திக்கொண்டார். பல வண்ணங்கள் கலந்த கழுத்து 'டை' ஒன்றைக் கழுத்தைச் சுற்றிக் கட்டிக் கொண்டு, இறுதியாகக் 'கோட்'டையும் உடுத்திக்கொண்டார். கோட், மிகப் புதிதாகவும் சீராக 'பிரஷ்' செய்யப்பட்டும் இருந்தது.

உடை அணிந்துகொண்டிருந்த நேரம் முழுவதும் அடிக்கொரு தரம் தன் காலணிகளைப் பார்த்துக்கொண்டே இருந்தார் அவர். முதலில் ஒரு காலைத் தூக்கிப் பார்ப்பார்; பிறகு மற்றொன்றைத் தூக்குவார். அந்தக் காலணிகளின் வடிவமைப்பையும், பொருத்தத்தையும் ரசித்தபடி தனக்குத்தானே ஏதோ முணுமுணுத்துக் கொண்டும், முகத்தில் அது சார்ந்த பாவனைகளை வெளிப்படுத்திக் கொண்டும் இருந்தார் அவர். ஏனோ, அன்று காலை முதலே அவர் சிறிது கவனச்சிதறலோடு இருந்தார் என்றுதான் சொல்ல வேண்டும்; உடை அணிவதில் தனக்கு உதவி செய்து கொண்டிருந்த பெட்ரூஷ்காவின் முகத்தில் அரும்பிய சின்னச்சின்ன சேட்டைகளையும், புன்னகையையும் அவர் பார்க்கத் தவறியிருந்தது அதனாலேதான்.

ஒரு வழியாக எல்லா ஏற்பாடுகளையும் கச்சிதமாக முடித்துவிட்டு, ஆடையையும் சீராக உடுத்திக் கொண்ட பிறகு பர்ஸை எடுத்துக் கோட்டுப் பைக்குள் வைத்துக் கொண்டு, பெட்ரூஷ்காவை ரசிப்பது போன்ற பாவனையுடன் அவன் மீது கடைசியாக ஒரு முறை தன் பார்வையைப் படர விட்டார். அதற்குள் அவன் தன் காலணிகளை அணிந்து கொண்டு விட்டதால் இனிமேல் எதற்காகவும் காத்திருக்கத் தேவையில்லை என்பதையும், எல்லாமே ஆயத்தமாகி விட்டது என்பதையும் உறுதிப்படுத்திக் கொண்ட அவர், சற்று மிடுக்கான தோரணையுடன் படிகளை நோக்கி விரைந்தார். ஆனாலும் கூட அவரது இதயம் இலேசாகப் படபடத்துக் கொண்டுதான் இருந்தது.

அலங்காரமான மேல்கொண்டையோடு கூடிய அந்த வெளிர் நீல நிற வாடகை வண்டி, கடமுடவென்று சத்தத்தை எழுப்பிய

படி உருண்டோடி வந்து வாயிற்படியருகே நின்றது. தன் எஜமானர் வண்டியில் ஏறுவதற்கு உதவிசெய்து கொண்டே வண்டிக்காரரை யும், அங்கே வாயைப் பிளந்து பார்த்துக் கொண்டிருந்த கூட்டத்தையும் நோக்கி மெள்ளக் கண்ணடித்தான் பெட்ரூஷ்கா. அவனுக்குள் கிண்டலோடு கூடிய சிரிப்பு பொங்கியெழுந்து கொண்டிருந்தது. எத்தனை முயற்சி செய்தும் அதை அவனால் கட்டுப்படுத்திக் கொள்ள முடியவில்லை; அதனால் வேண்டு மென்றே 'ஓவ்...' என்று மிகையான ஓசையெழுப்பி செயற்கையாகக் கத்தியபடி வண்டியின் படிமீது தாவிக் குதித்து ஏறிக் கொண்டான். வண்டியும் சடசடவென்று குழப்பமான பல ஓசைகளை எழுப்பிய படி நெவ்ஸ்கி ப்ராஸ்பெக்டை நோக்கி ஓடத் தொடங்கியது.

நீலநிறத்திலிருந்த அந்த வண்டி, வீட்டு வெளிக்கதவைத் தாண்டிச் செல்லத் தொடங்கியதுமே ஏதோ வலிப்பு வந்தவரைப் போலத் தன் இரண்டு கைகளையும் ஒன்றோடொன்று இறுகப் பிசைந்து கொண்டார் கோலியாட்கின். மிகச் சிறப்பான செயல் ஒன்றை வெகு நேர்த்தியாகச் செய்து முடித்த குதூகலத்துடன் இருக்கும் ஒரு மனிதனைப் போலவும், தன்னுடைய வீர சாகசத்தைக் கண்டு தானே மகிழ்ந்து கொள்ளும் குத்துச் சண்டை வீரனைப் போலவும் தனக்குத்தானே உள்ளூரச் சிரித்து மகிழ்ந்து கொண்டிருந் தார் அவர். ஆனால் அதுவரை மகிழ்ச்சியோடு இருந்த அந்த முகத்திலிருந்த சிரிப்பு சட்டென்று மாறிப்போய் வினோதமான கவலை தோய்ந்த பாவம் ஒன்று அங்கே குடிகொண்டது.

புழுக்கமும் ஈரப்பதமும் கூடிய பருவநிலை இருந்தபோதும் வண்டியிலிருந்த இரண்டு ஜன்னல்களையும் கீழே இறக்கி மூடி வைத்தபடி, இடமும், வலமுமாகச் சென்று கொண்டிருக்கும் பாதசாரிகளை மிகுந்த கவனத்தோடு அலசி, ஆராய்ந்து பார்த்துக் கொண்டிருந்தார் அவர். தன்னை யாரோ பார்க்கிறார்கள் என்று தோன்றியதும் உடனேயே மிகமிக நிதானமான கண்ணியமான ஒரு முகபாவத்தை வருவித்துக் கொண்டுவிடுவார் அவர்.

லிடினி தெருவிலிருந்து நெவ்ஸ்கி ப்ராஸ்பெக்டுக்குச் செல்லும் திருப்பத்தில் சென்றபோது, எதையோ கண்டு 'திடுக்'கிட்டுப் போய் அருவருப்படைந்தவர், எதிர்பாராத வேளையில் யாரோ தன்னை நசுக்கி விட்டதைப் போல எரிச்சலடைந்தார். அபாயம் வரும் நேரத்தில், அவசரஅவசரமாக அடைக்கலம் தேடிக் கொள்வதைப் போலத் தான் இருந்த வண்டியின் இருட்டான மூலைக்குள் உடனே பதுங்கி ஒண்டிக் கொண்டார்.

கோலியாட்கின் பணியாற்றி வந்த அதே அரசு அலுவலகத்தில் அவரோடு வேலை பார்த்து வரும் இரண்டு பேர் – இரு இளம் குமாஸ்தாக்கள் – அவரது கண்ணில் பட்டிருந்தனர். அவர்களோடு

வேலை பார்க்கும் தன்னை அந்த இருவரும் அசாதாரணமான ஆச்சரியத்தோடு பார்ப்பதைப் போல அவருக்குத் தோன்றியது. அவர்களில் ஒருவன், உண்மையிலேயே அவரைச் சுட்டிக் காட்டிய படி மற்றொருவனிடம் பேசிக் கொண்டிருந்தான். அந்த இன்னொரு வன், தன்னைப் பெயர் சொல்லி அழைப்பதைப் போல அவருக்கு பிரமை தட்டியது; அப்படி ஒரு பொது இடத்தில் வீதியில் பெயர் சொல்லி அழைப்பதெல்லாம் நாகரிகமான வழக்கத்தில் இல்லா தவை. அவர்களுக்கு எந்த மறுமொழியும் சொல்லாமல் ஒளிந்து கொண்ட நம் கதாநாயகர் 'முட்டாள் பையன்கள்' என்று தனக்குள் முனகிக் கொண்டார்.

'இதில் ஆச்சரியப்படுவதற்கு அப்படி என்ன இருக்கிறது? ஒருவன் கோச் வண்டியில் போகிறான் என்றால் அவனுக்கு அது தேவையாக இருந்திருக்கிறது; வாடகைக்கு எடுத்திருக்கிறான் அவ்வளவுதானே? சும்மா வெறும் வெத்து வேட்டுப் பையன்கள்! ஆமாம்... எனக்கு நன்றாகத் தெரியும்! முட்டாள் பையன்கள்...! அவர்களை நன்றாக உதைக்க வேண்டும். இப்படி சோம்பேறித் தனமாய் சில்லறை பொறுக்கிக் கொண்டு ஊரைச் சுற்றித் திரிந்து கொண்டிருப்பதற்குத்தான் அவர்கள் சம்பளம் வாங்குகிறார்கள் போலிருக்கிறது. இருக்கட்டும். இருக்கட்டும்! அவர்களுக்கெல்லாம் நான் யாரென்று காட்டுகிறேன்.'

திடீரென்று இதயத்தில் ஒரு திகில் கவ்விக்கொள்ள அவரது சிந்தனையும் பாதியுடன் தடைப்பட்டுப்போயிற்று. அவருக்கு மிகவும் பழக்கமானதும் மிடுக்கான இரண்டு 'கசன்' குதிரைகள் பூட்டியதுமான மிக நாகரிகமான அந்த கோச் ('டிராஷ்கி')* வண்டி, அவரது வலது பக்கத்தில் விரைந்து கொண்டிருந்தது. அந்த வண்டியிலிருந்த பெரிய மனிதர், ஜன்னல் வழியே தற்செயலாகத் தலையை நீட்டிய போது, மின்னலைப் போல ஒரு கணம் ஒரே ஒரு கணம் கோலியாட்கினைப் பார்க்க முடிந்தது. எதிர்பாராமல் நேர்ந்த அந்த சந்திப்பு, அவருக்கும் கூட வியப்பை ஏற்படுத்தி இருந்தது. முடிந்த அளவுக்கு உடலை வளைத்து நெளித்துக் கொண்டு நம் கதாநாயகர் ஒண்டிக் கொண்டிருந்த வண்டியின் மூலைப் பகுதியை மிகுந்த ஆர்வத்தோடும் பரபரப்போடும் எட்டிப் பார்த்துக் கொண்டிருந்தார் அவர்.

'டிராஷ்கி'யில் சென்று கொண்டிருந்த ஆந்திரேய் ஃபிலிப் போவிச் என்ற அந்த கனவான், கோலியாட்கினின் அலுவலகத்தில் தலைமைப் பொறுப்பு வகிப்பவர். கோலியாட்கின் அங்கேதான்

---

* 'ட்ராஷ்கி' குதிரைகள் பூட்டப்பட்ட நான்கு சக்கர வாகனம்; இதில் போடப்பட்டிருக்கும் நீளமான பெஞ்சில் பயணிகள் அமர்ந்து செல்வது வழக்கம்.

தலைமைக் குமாஸ்தாவின் உதவியாளராக இருந்து வந்தார். ஆந்திரேய் ஃபிலிப்போவிச் தன்னை அடையாளம் கண்டு கொண்டதைத் தெரிந்து கொண்ட கோலியாட்கின். இனிமேலும் தன்னை மறைத்துக் கொள்ள முடியாது என்று உணர்ந்தவராய் விழிகளை அகல விரித்து அவரைப் பார்த்தார்; கூச்சத்தால் அவரது காது மடல்கள் சிவந்து போயிருந்தன.

'இப்போது வணக்கம் செலுத்தலாமா... வேண்டாமா, அவரைக் கூப்பிடுவது சரியா இல்லையா. அவரைத் தெரிந்த மாதிரி காட்டிக் கொள்வதா கூடாதா என்று இன்னதென்று சொல்ல முடியாத தவிப்போடு அலைபாய்ந்து கொண்டிருந்தார் நம் கதாநாயகர்.

'நான், நானில்லை, என்னைப் போலவே இருக்கும் வேறு யாரோ என்று நடித்து எதைப் பற்றியும் கவலைப்படாத மாதிரி காட்டிக் கொண்டு விடுவோமா? ஆமாம் இது, நான் இல்லை! நான் இல்லவே இல்லை. அவ்வளவுதான் விஷயம்' என்று தனக்குள் சொல்லிக் கொண்ட கோலியாட்கின், ஆந்திரேய் ஃபிலிப்போ விச்சைப் பார்த்துத் தன் தொப்பியைக் கழற்றி வணக்கம் செலுத்தினார். அப்போது அவரது கண்கள் ஃபிலிப்போவிச் மீது அழுத்தமாகப் பதிந்திருந்தன.

'நான் நான். இல்லை, எனக்கு ஒன்றும் இல்லை! எனக்கு ஒன்றுமே இல்லை' என்று தன் சக்தியையெல்லாம் திரட்டித் தனக்குத்தானே முணுமுணுத்துக் கொண்டார். 'நான் உண்மை யாகவே நன்றாகத்தான் இருக்கிறேன். இது நான் இல்லை, ஆமாம் இது நான் இல்லை! விஷயம் இவ்வளவுதான்"

அவர் அமர்ந்திருந்த வண்டியைத் தாண்டிக்கொண்டு 'டிராஷ்கி' கோச் வேகமாகச் சென்றது; அலுவலக மேலாளரின் காந்தப் பார்வையும் ஒரு முடிவுக்கு வந்தது. ஆனாலும் இன்னமும் கூடச் சற்றுக் கூச்சத்தோடு தனக்குள் சிரித்துக் கொண்டிருந்த கோலியாட்கின் ஏதோ முணுமுணுத்துக்கொண்டுதான் இருந்தார்.

'சே... அவரிடம் பேசாமல் போய்விட்டது பெரிய முட்டாள் தனம்' என்று கடைசியில் தனக்குத்தானே முடிவுகட்டிக்கொள்ளவும் செய்தார்.

'நான் சற்றுத் துணிச்சலை வரவழைத்துக் கொண்டு, கண்ணியமான ஒரு பெரிய மனிதனைப் போல வெளிப்படையாக சகஜமாக நடந்து கொண்டிருக்க வேண்டும்... 'ஆந்திரேய் ஃபிலிப் போவிச் அவர்களே... விஷயம் இதுதான், கேட்டுக் கொள்ளுங்கள்! நானும் இரவு விருந்துக்குத்தான் போய்க் கொண்டிருக்கிறேன். இதெல்லாம் அதற்காகத்தான்' என்று நான் சொல்லியிருக்க வேண்டும்'

ஃபியோதர் தஸ்தயெவ்ஸ்கி ◆ 15

தான் எப்படியெல்லாம் பயந்து ஒடுங்கிப் போயிருந்தோம் என்பது 'சட்'டென்று நினைவில் எழுந்தபோது நம் கதாநாயகரின் முகம் தீச்சுவாலை போன்ற வெம்மையோடு சிவந்தது. தன் பகைவர்கள் எல்லோரையும் ஒரேயடியாகச் சுட்டுச் சாம்பலாக்கி விடுவதைப் போன்ற கொடூரமான பாவனையுடன் வண்டியின் முன்புற மூலையைப் பார்த்தார் அவர். பிறகு திடீரென்ற தூண்டுதல் ஒன்றுக்கு ஆட்பட்டவராய் வண்டி ஓட்டியின் முழங்கையை ஒட்டியிருந்த கயிற்றைப் பிடித்திழுத்து வண்டியை நிறுத்தச் செய்தார். மீண்டும் லிடினி தெருவுக்கே செல்லுமாறு அவனைப் பணித்தார்.

தனது மருத்துவர் கிறிஸ்தியன் இவானோவிச்சிடம் உடனடியாகச் சென்று ஒரு சுவாரசியமான விஷயத்தைப் பகிர்ந்து கொள்ள வேண்டும் என்றும் தன்னுடைய மன சமாதானத்துக்காக வாவது அதை அவசியம் செய்தே தீர வேண்டும் என்றும் கோலியாட்கினுக்குத் தோன்றிவிட்டதே அதற்கான காரணம். கிறிஸ்தியன் இவானோவிச்சுக்கு மிக அண்மையிலேதான் அறிமுக மாயிருந்தார் கோலியாட்கின். ஒரே ஒரு முறை மட்டுமே. அதுவும் சென்ற வாரம்தான் தனக்கு ஏற்பட்ட ஏதோ ஒரு நோயின் அறிகுறி காரணமாக அவரைச் சென்று பார்த்திருந்தார் கோலியாட்கின். ஆனால், அதனால் என்ன? பொதுவாக மருத்துவர்களை மத குருவுக்கு நிகராகச் சொல்வதுதானே வழக்கம்? அவர் கண்ணில் படாமல் இருப்பதுதான் முட்டாள்தனம்; ஒரு மருத்துவரின் கடமை என்பதே, தன் நோயாளிகளைத் தெரிந்து வைத்திருப்பதுதான்.

'ஆனாலும் கூட இப்போது அப்படி செய்வது சரிதானா?'

வண்டியை லிடினி தெருவிலிருந்த அந்த ஐந்துமாடிக் கட்டிடத்திற்கு முன்பு நிறுத்தச் சொல்லி விட்டு அதிலிருந்து இறங்கி அருகே நெருங்கும் வரையிலும் கூட நம் கதாநாயகரின் உள்ளம் அவரிடம் இப்படிக் கேட்டுக் கொண்டே இருந்தது.

'இப்படிச் செய்வது முறையானதுதானா, சரிதானா? இது ஏற்புடையதுதானா? என்னதான் இருந்தாலும்...'

மூச்சு இரைக்க இரைக்கப் படிகளில் ஏறிச் சென்ற முழு நேரமும் இப்படியே எண்ணிக் கொண்டிருந்தார் அவர். அதோடு தன் இதயத்தின் படபடப்பைக் கட்டுப்படுத்திக் கொள்ளவும் முயன்று கொண்டிருந்தார். அந்நியர் வீட்டுப் படிகளில் ஏறும் சமயங்களிலெல்லாமே அத்தகைய படபடப்பு அவருக்கு ஏற்படுவது வாடிக்கையாகவே இருந்தது.

'சொல்லப் போனால் நான் என் சொந்த வேலைக்காகத்தான் இங்கே வந்திருக்கிறேன். அதில் தப்புக் கண்டுபிடிக்க எதுவுமே இல்லை. அவரைப் பார்க்காமல் ஒளிந்து கொள்வதுதான் முட்டாள்

தனம். நான் நன்றாகத்தான் இருக்கிறேன், ஏதோ இந்த வழியாகப் போக நேர்ந்ததால் அவரைச் சும்மா எட்டிப் பார்த்துவிட்டுப் போகலாமென்று வந்தேன் என்பது போல நடந்து கொள்ள வேண்டும். அப்படிச் செய்தால் எல்லாம் சரியாகத்தான் இருக்கிறது என்பதை அவரும் புரிந்து கொள்வார்.'

இவ்வாறு தானாகவே காரணம் கற்பித்துக் கொண்ட கோலியாட்கின், இரண்டாவது மாடியை நோக்கிச் சென்று, ஐந்தாம் எண்ணுள்ள குடியிருப்பின் முன் நின்றார். அந்த வீட்டுக் கதவில் பதிக்கப்பட்டிருந்த பித்தளைப் பெயர்ப் பலகையில்

கிறிஸ்தியன் இவானோவிச் ரூடென்ஸ்பிட்ஸ் – மருந்தியல் மற்றும் அறுவை சிகிச்சை நிபுணர் என்று பொறிக்கப்பட்டிருந்தது.

கதவருகே சற்றுத் தயங்கி நின்ற நம் கதாநாயகர், பதட்டத்தைத் தவிர்த்து விட்டு மரியாதையும், விநயமும் கூடிய தோரணையை வரவழைத்துக் கொண்டார்; பிறகு, அழைப்பு மணியை அடிக்க ஆயத்தமானார். அதற்குள் 'ஒருவேளை நாளைக்கு வந்தால் சரியாக இருக்குமோ... இப்போது அப்படி ஒன்றும் அவசரமான நெருக்கடி இல்லையே' என்று அவருக்குத் தோன்ற ஆரம்பித்து விட்டது. ஆனால் படிகளில் எவரோ ஏறிவரும் ஓசை திடீரென்று கேட்டதும் உடனடியாகத் தன் மனதை மாற்றிக்கொண்ட அவர், தீர்மானமான ஒரு முடிவுக்கு வந்து விட்டவராக கிறிஸ்தியன் இவானோவிச் வீட்டின் அழைப்பு மணியை அடித்தார்.

2

மருந்தியல் மற்றும் அறுவை சிகிச்சை நிபுணரான கிறிஸ்தியன் இவானோவிச் ரூடென்ஸ்பிட்ஸ், சற்று வயதானவராக இருந்தாலும் மிகவும் ஆரோக்கியமானவர். அடர்த்தியான புருவங்கள், அப்போது தான் நரைக்கத் தொடங்கியிருந்த மீசை. எந்த நோயாக இருந்தாலும் ஊடுருவிப் பார்த்து அதை நன்றாக அறிந்து கொண்டு விடும் தீட்சண்யமான பார்வை. அத்துடன் அவர் பெற்றிருந்த அரசாங்கத் தகுதிகளையும், விருதுகளையும் வெளிப்படுத்தும் சின்னங்கள் அவரது மார்பை அலங்கரித்துக் கொண்டிருந்தன.

அன்று காலையில் நோயாளிகளுக்கு சிகிச்சையளிக்கும் அறையில், வசதியான கைப்பிடி கொண்ட தனது நாற்காலியில் அமர்ந்திருந்தார் அவர். தன் மனைவி கொண்டு வந்து தந்த காப்பியைப் பருகியபடி இடையிடையே புகை பிடித்துக்கொண்டு தன் நோயாளிகளுக்கு அவ்வப்போது மருந்துக் குறிப்புகளையும் எழுதிக்கொண்டிருந்தார் அவர். மூலநோய் சிகிச்சைக்காகத் தன்னிடம் வந்திருந்த கிழவர் ஒருவருக்கு திரவமருந்து ஒன்றை எழுதிக் கொடுத்து விட்டு, அறையின் பக்கவாட்டுக் கதவு வழியே அந்த முதியவர் வெளியேறிச் செல்வதைப் பார்த்தபடியே அடுத்த நோயாளியின் வரவுக்காக அவர் காத்திருந்தபோதுதான் கோலியாட்கின் உள்ளே வந்தார். உடனேயே கிறிஸ்தியன் இவானோவிச் திடுக்கிட்டுப் போனதிலிருந்து கோலியாட்கினை அவர் சற்றும் எதிர்பார்த்திருக்கவில்லை என்பதும், உண்மையில் அந்த வருகையை அவர் விரும்பவில்லை என்பதும் வெளிப்படையாகத் தெரிந்தது. அவரையும் அறியாமல் அதிருப்தியோடு கூடிய ஒரு வித்தியாசமான பாவனை அவர் முகத்திலும் வெளிப்பட்டது.

அதற்குள் அங்கே நுழைந்து விட்டிருந்த கோலியாட்கினோ, அங்கே வந்ததற்கு சம்பந்தமே இல்லாமல் வெளியே திரும்பிச் செல்ல முயன்றபடி இருந்தார். அவருக்கு ஏதோ ஒரு குழப்பம் ஏற்பட்டிருப்பதைப் போலிருந்தது. தன்னுடைய அற்ப வேலைகளுக்காக வெளி மனிதர்களை அணுக நேரும்போதெல்லாம் அவருக்கு ஏற்படும் மிகக் கடுமையான தர்மசங்கடம் அப்போது அவரை ஆட்கொண்டிருந்தது. அந்த நேரங்களில் வாயில் வார்த்தை வராமல் தத்தளிப்பது அவரது வழக்கம். இப்போதும் கூட எப்படிப் பேச்சை ஆரம்பிப்பது என்பதை யோசித்துக் கொள்ளத் தவறியிருந்தார் அவர். மன்னிப்புக் கேட்பது போல ஏதோ முணுமுணுத்த பிறகு, அடுத்து என்ன செய்வது என்று தெரியாதவரைப்போல அங்கிருந்த நாற்காலியில் அமர்ந்து கொண்டார். ஆனால் தன்னை யாரும்

உட்காரச் சொல்லாமலே அப்படி உட்கார்ந்து விட்டோம் என்பதை உடனேயே உணர்ந்தவராய் அமர்ந்திருந்த இருக்கையிலிருந்து எழுந்து கொண்டார் பிறகு மீண்டும் ஒருமுறை யோசித்துப் பார்த்த போதுதான், அடுத்தடுத்து இரண்டு முட்டாள்தனங்களை செய்து விட்டது அவருக்கு விளங்கியது; தொடர்ந்து மூன்றாவதாக ஒரு முட்டாள்தனத்தையும் கூட உடனடியாகச் செய்ய முற்பட்டார் அவர்.

முதலில் தன்னை நிலைப்படுத்திக் கொள்ள முயல்வதைப் போல இலேசாகப் புன்னகை செய்தபடி ஏதோ முணுமுணுத்த அவர், பிறகு மிகப் பெரிய இக்கட்டுக்கு ஆளானவரைப் போல எதுவுமே பேசாமல் நாற்காலியில் அமர்ந்து கொண்டார்; அதற்குப் பிறகு அதிலிருந்து எழுந்து கொள்ள அவர் முயற்சிக்கவில்லை. தான் இப்படியெல்லாம் தாறுமாறாக நடந்து கொண்டுவிட்டதால் ஏற்பட்ட குளறுபடிகளிலிருந்து தன்னைப் பாதுகாத்துக் கொள்ளும் முறையில் எதிராளிகளின் மீது செலுத்தும் அகம்பாவமும், ஆணவ முமான பார்வையை மருத்துவர் மீதும் அவர் செலுத்தினார். பகைவர்களைச் சுட்டெரித்துச் சாம்பலாக்கி விடும் பாவனையில் கோலியாட்கின் எப்போதுமே கைக்கொள்ளும் பார்வை அது; அந்தப் பார்வையே தன் தனித்துவமான இயல்பைப் பிரதிபலிப்ப தாக எண்ணி அதை அடிக்கடி பயன்படுத்தி வந்தார் அவர். சரியாகச் சொல்லப் போனால்..

'நான் மிக மிக நன்றாக இருக்கிறேன்'

'எல்லோரையும் போலவே நானும் இருக்கிறேன்'

'எனக்கு எந்த விதமான மூளைக் கோளாறும் இல்லை'

என்றெல்லாம் காட்டிக் கொள்வதான பார்வை அது.

கோலியாட்கினின் வருகையையும், அவர் நடந்துகொண்ட முறையையும் அங்கீகரித்து விட்டது போன்ற பாவனையில் கிறிஸ்தியன் இவானோவிச் இலேசாகச் செருமினார்; தொண் டையைக் கனைத்துக் கொண்டார். தன்னைத் தேடி வந்திருப்ப வரின் பிரச்சினை என்னவென்று வினவுவதுபோன்ற பாவனை யுடன் உடலை இலேசாக முன்னோக்கி வளைத்துக் கொண்டார்.

"இரண்டாவது தடவையாக உங்களை சிரமப்படுத்த வந்து விட்டேன் கிறிஸ்தியன் இவானோவிச்" என்று ஒரு புன்னகையுடன் தொடங்கினார் கோலியாட்கின். "இந்த இரண்டாவது சந்தர்ப்பத்தி லும் நான் பேசுவதற்கு நீங்கள் கொஞ்சம் வாய்ப்பு தர வேண்டும்" வார்த்தைகளைத் தேடித் தடுமாறிக் கொண்டிருந்தார் அவர்.

புகையை சுருள்சுருளாக ஒருமுறை இழுத்து விட்டுவிட்டு,

சிகரெட்டை மேசை மீது வைத்த பின் "ம். சரி" என்றார் கிறிஸ்தியன் இவானோவிச்

"ஆனால், முதலில் உங்களுக்குத் தந்திருக்கும் சிகிச்சை முறை களை நீங்கள் பின்பற்ற வேண்டும். உங்கள் பழக்க வழக்கங்களில் நீங்கள் செய்துகொள்ள வேண்டிய மாற்றங்கள்தான் உங்கள் உடல் நலனுக்கு ஏற்றவை, நன்மை தரக் கூடியவை என்று முன்பே விளக்கிச் சொல்லியிருக்கிறேன். உதாரணமாகச் சொல்லப் போனால் நல்ல பொழுதுபோக்குகள். குறிப்பாக நண்பர்கள். உங்களுக்குத் தெரிந்தவர்களையெல்லாம் நீங்கள் போய்ப் பார்த்து விட்டு வர வேண்டும். குடிப்பதை வெறுத்து ஒதுக்கி விடக் கூடாது. அதே போல எப்போதும் கலகலப்பான சூழ்நிலையில் உங்களை வைத்துக் கொள்ள வேண்டும்."

அதைக் கேட்டதும் இலேசாகச் சிரித்துக்கொண்டார் கோலி யாட்கின்; தானும் மற்றவர்களைப் போலவே வாழ்க்கை நடத்துவ தாகச் சொன்னவர், அதை அவசர அவசரமாக நிரூபிக்கவும் முற் பட்டார்.

'அவர் தனியாக வாழ்ந்து வருகிறார்; எல்லோரையும் போலவே அவருக்கும் பொழுது போக்குகள் உண்டு; பிறரைப் போலவே அவருக்கும் வருமானம் வருவதால், அவராலும் நாடக அரங்குகளுக்குப் போகமுடியும்; பகலில் அலுவலகத்திலும் இரவில் வீட்டிலும் அவர் பொழுதைக் கழிக்கிறார்; அவர் முற்றிலும் சரியாகத்தான் இருக்கிறார்'

இப்படிச் சொல்லிக் கொண்டே வந்த கோலியாட்கின், தான் வசித்து வரும் குடியிருப்பில் தனக்குத் துணையாக பெட்ரூஷ்காவும் இருப்பதாகவும், எல்லோரையும் போல தானும் நன்றாக வாழ்ந்து வருவதாகவும் இடையில் குறிப்பிட்டார்.

ஒரு கட்டத்தில் சற்று தயங்கினாற் போலப் பேச்சை நிறுத்தினார் கோலியாட்கின்

"இல்லை இல்லை. நான் எதிர்பார்த்தது, இது இல்லை, இல்லவே இல்லை. உங்களிடம் நான் கேட்டதும் இதைப் பற்றி இல்லை. ஒரு மகிழ்ச்சியான; கலகலப்பான சூழ்நிலையில் இருப்பதில் உங்களுக்கு உண்மையிலேயே ஆர்வமிருக்கிறதா என்பதைத் தெரிந்து கொள்ளத் தான் நான் விரும்புகிறேன். விருந்துக் கொண்டாட்டங்கள் மாதிரி உள்ள நிகழ்ச்சிகளை அதற்காக நீங்கள் பயன்படுத்திக் கொள்வ துண்டா? நீங்கள் தனிமையில் இருந்தபடி விரக்தியுடன் வாழ்வை நகர்த்திக் கொண்டிருக்கிறீர்களா? அல்லது உற்சாகத்துடனும் குதூகலத்துடனும் வாழ்க்கையை எதிர்கொள்கிறீர்களா?"

"கிறிஸ்தியன் இவானோவிச், நான்"

"நான் சொல்வதை முதலில் கேளுங்கள்" என்றபடி இடைமறித்தார் டாக்டர்.

"வாழ்க்கையைப் பற்றிய உங்கள் கண்ணோட்டம் குறிப்பிட்ட ஒரு விதத்திலாவது அடியோடு மாறியாக வேண்டும்! உங்கள் ஆளுமைப் பண்பை நீங்கள் உடைத்து மாற்றியாக வேண்டும்! ('உடைத்து' என்பதற்குத் தனிப்பட்ட அழுத்தம் தந்ததோடு... அதற்கு ஒரு பொருள் தொனிக்கும் வகையில் சற்று இடைவெளி விட்டார் டாக்டர்.) மனதுக்கு மகிழ்ச்சிதரும் பொழுது போக்குகளிலிருந்து உங்களை விலக்கிக் கொண்டு ஒதுங்கி விடக்கூடாது; அப்படிப்பட்ட பொழுதுபோக்கு இடங்கள், 'கிளப்பு'கள் என்று எல்லாவற்றுக்கும் நீங்கள் போக வேண்டும்; குடிப்பதைத் தவிர்க்கவே கூடாது. வீட்டில் சும்மா உட்கார்ந்திருப்பது உங்களுக்கு ஏற்றதில்லை. அப்படி மட்டும் நீங்கள் ஒருபோதும் இருக்கக் கூடாது"

"எனக்கு அமைதியாக இருப்பது பிடித்திருக்கிறது கிறிஸ்தியன் இவானோவிச்" என்று டாக்டரைப் பார்த்துக் கொண்டே பதிலளித்தார் கோலியாட்கின். அவ்வாறு சொன்னபோது, தன் மனதிலுள்ள எண்ணங்களை சரியாக சொல்வதற்கேற்ற வார்த்தைகளை இன்னும் கூடத் தேடிக் கொண்டிருந்தார் அவர்.

"கிறிஸ்தியன் இவானோவிச், என் குடியிருப்பில் நானும் பெட்ரூஷ்காவும் இருக்கிறோம். அதுதான் நானும் என் ஏவலாளும். ஏதோ ஒருவழியில் எனக்கென்று உள்ள குறிப்பிட்ட ஒருவழியில் நான் போய்க் கொண்டிருக்கிறேன். வேறு யாரையும் சார்ந்திராமல் பார்த்துக் கொள்கிறேன் கிறிஸ்தியன் இவானோவிச். நான் நடைப் பயிற்சிக்குக் கூடப் போகிறேன் தெரியுமா?"

"என்னது நடைப்பயிற்சிக்கா? அதற்கு இது சரியான காலம் இல்லையே, பருவநிலை மிகவும் மோசமாக அல்லவா இருக்கிறது?"

"ஆமாம், நீங்கள் சொல்வது சரிதான். கிறிஸ்தியன் இவானோவிச். அது இருக்கட்டும்... முன்பே உங்களிடம் விளக்கமாகச் சொல்லியிருக்கிறேன், நான் ஒரு சமாதானப் பிரியன்தான் என்றாலும் என் வழிகள் வேறானவை கிறிஸ்தியன் இவானோவிச். நான் எனக்கென்று வகுத்துக் கொண்டிருக்கும் வாழ்க்கை முறைகள் பலவிதமானவை. நான்... என்ன சொல்ல வருகிறேன் என்றால், என்னை மன்னித்துக் கொள்ளுங்கள் கிறிஸ்தியன் இவானோவிச், தொடர்ந்து நீளமாகப் பேசும் அளவுக்கு என்னிடம் திறமை இல்லை!"

"சரி... இப்போது என்னதான் சொல்ல வருகிறீர்கள்?"

"நான் சொல்ல வருவது என்னவென்றால்.. கிறிஸ்தியன் இவானோவிச். முதலில் என்னை நீங்கள் மன்னிக்க வேண்டும்.

என்னைப் பற்றி நானே புரிந்து வைத்திருப்பதை வைத்துச் சொல்கிறேன். தொடர்ந்து அப்படி நீளமாகப் பேச என்னால் முடியவில்லை" தயங்கித் தயங்கி... திக்கித்திக்கி... சிறிது மனவருத்தத்தோடு இவ்வாறு சொன்னார் கோலியாட்கின்.

தொடர்ந்து ஒரு வித்தியாசமான புன்னகையுடன் இதையும் சேர்த்துக் கொண்டார்.

"கிறிஸ்தியன் இவானோவிச், அந்த வகையில் சொல்லப் போனால் நான் மற்றவர்கள் மாதிரி இல்லை. என்னால் அதிகம் பேச முடியாது. பேசும் வார்த்தைகளிலெல்லாம் இலக்கிய நயம் பூசியபடி, அலங்காரமாகப் பேசுவதற்கும் நான் கற்றதில்லை. ஆனால், என்னால் காரியத்தில் இறங்க முடியும் கிறிஸ்தியன் இவானோவிச்"

"அது எப்படி? என்ன காரியம் செய்வீர்கள் அப்படி" என்றார் கிறிஸ்தியன் இவானோவிச். அவர் இவ்வாறு கேட்டதைத் தொடர்ந்து அரை நிமிட நேரத்துக்கு அங்கே மௌனம் மட்டுமே நிலவியது. நோயாளியின் மீது நம்பிக்கை கொள்ளாவதவரைப் போல அவரை வினோதமாகப் பார்த்துக் கொண்டிருந்தார் அந்த மருத்துவர். தன் பங்குக்கு கோலியாட்கினும் டாக்டர் மீது அவநம்பிக்கையோடு கூடிய ஒரு பார்வையைச் செலுத்தினார்.

மருத்துவர் அளவுக்கு மீறிக் கடுமையாக நடந்து கொண்டிருந்த தால் எரிச்சலும் குழப்பமும் அடைந்திருந்த கோலியாட்கின், முன்பு பேசியதைப் போன்ற அதே தொனியில் பேச ஆரம்பித்தார்.

"கிறிஸ்தியன் இவானோவிச்! நான் அமைதியை நேசிப்பவன். இந்த உலகத்தில் காணப்படும் ஆரவாரம் மிகுந்த களியாட்டங்களை அல்ல. அதற்கு நடுவே அதாவது கூச்சல் நிறைந்த அந்த உலகத்துக்கு நடுவே இருந்தால், நடைபழகியே தரையைத் தேய்க்கத் தெரிந்தவனாக இருக்க வேண்டும். (அதைச் சொல்லும் போது தன் கால் விரல் நுனியால் தரையைத் தேய்ப்பது போல பாவனை காட்டினார் கோலியாட்கின்). அவர்கள் எதிர்பார்ப்பது அப்படிப் பட்டவனைத்தான்! இன்னும் கூட அவர்கள் எதிர்பார்ப்பது வாய்ச் சாதுரியம் மிகுந்த சிலேடையான பேச்சுக்களைத்தான். புகழுரைகள் சொல்லும் போது அதையும் கூட மணமூட்டிச் சொல்லத் தெரிந் திருக்கவேண்டும். அதைத்தான் அங்கே அவர்கள் எதிர்பார்க்கி றார்கள். ஆனால் நான் அதைக் கற்றுக் கொள்ளவில்லை. கிறிஸ்தியன் இவானோவிச், நான் ஒருபோதும் அப்படிப்பட்ட தந்திரங்களைத் தெரிந்து கொண்டிருக்கவில்லை. அதற்கு எனக்கு எப்போதுமே நேரம் இருந்ததில்லை. நான் ஒரு எளிமையான மனிதன். எந்த சாமர்த்தியமும் அற்றவன்; புறப் பூச்சுக்களோ பகட்டுகளோ இல்லாதவன். அந்த வகையில் பார்க்கப் போனால்

என் ஆயுதங்களைக் கீழே போட்டு நான் சரணடைய வேண்டியது தான் கிறிஸ்தியன் இவானோவிச்”

இவ்வாறெல்லாம் பேசிக்கொண்டு போனபோது அப்படிப் பட்ட தந்திரங்களைத் தெரிந்து கொள்ளாமல் போனதற்காகவோ, அந்தக் கோணத்தில் தான் தன் ஆயுதங்களைக் கீழே போட வேண்டி வரும் என்பதற்காகவோ நம் கதாநாயகர் வருத்தப்பட்டது போலத் தோன்றவே இல்லை. சொல்லப் போனால் அதற்கு நேர் எதிரான தோரணையோடுதான் அவர் இருந்தார். அவர் பேசுவதை சற்று அதிருப்தியோடும், முன்னெச்சரிக்கையான ஓர் உள்ளுணர் வோடும் கேட்டுக் கொண்டிருந்தார் கிறிஸ்தியன் இவானோவிச். தான் எண்ணியதையெல்லாம் கொட்டி முடித்து விட்ட கோலியாட் கின், எதனாலோ நீண்ட நேரம் மௌனமாகவே இருந்தார். முடிவாகச் சற்று அடங்கிய குரலில் “நாம் பேசிக் கொண்டிருந்த விஷயத்திலிருந்து நீங்கள் சற்று விலகிப்போய் விட்டதைப் போல எனக்குத் தோன்றுகிறது” என்றார் கிறிஸ்தியன் இவானோவிச்.

“இதோ பாருங்கள் கிறிஸ்தியன் இவானோவிச்! மடைதிறந்தது போலச் சொற்பொழிவாற்றுவதிலெல்லாம் எனக்குத் தேர்ச்சி இல்லை! அதை முன்பே நான் உங்களிடம் சொல்லியும் இருக்கிறேன்.” இந்தத் தடவை சற்றுக் கூர்மையாகவும், உறுதியான குரலிலும் இவ்வாறு பதிலளித்தார் கோலியாட்கின்.

“ம்”

“கிறிஸ்தியன் இவானோவிச்” என்று அழைத்தபடி, சற்று மெதுவான ஆனால் தீவிரமான தொனியில் பேசத் தொடங்கினார் கோலியாட்கின். அமைதியான முறையில் பேசியபோதும் தான் சொல்லும் ஒவ்வொரு விஷயத்துக்கும் அழுத்தம் தர அவர் தவறவில்லை.

“இங்கே வந்ததுமே என்னை மன்னித்துக் கொள்ளுங்கள் என்று கேட்டுவிட்டுத்தான் பேச்சையே ஆரம்பித்தேன் கிறிஸ்தியன் இவானோவிச், இப்போது மீண்டும் அதையே சொல்கிறேன். அதை நீங்கள் கொஞ்சம் கவனமாய்க் கேட்க வேண்டும் என்று வேண்டிக் கொள்கிறேன்.

”அந்த விஷயத்தை மறைக்க வேண்டிய தேவை எனக்கு சிறிதும் இல்லை கிறிஸ்தியன் இவானோவிச், நான் ஒன்றும் அவ்வளவு முக்கியமான நபர் இல்லை. அது உங்களுக்கே தெரிந்ததுதான்! ஆனால் நல்ல வேளையாக அதில் எனக்குக் கொஞ்சம் கூட வருத்தமில்லை. நான் முக்கியமில்லாத ஒருவனாக இருப்பது பற்றி நான் வருத்தப்பட்டதே இல்லை. உண்மையைச் சொன்னால் அதற்கு நேர் எதிராகத்தான் நினைத்திருக்கிறேன் கிறிஸ்தியன்

இவானோவிச்! இன்னும் கூட அதைச் சரியாகவும், வெளிப்படையாகவும் சொல்ல வேண்டுமென்றால் நான் ஒரு பெரிய மனிதன் இல்லை என்பதிலும் மிகவும் சாதாரணமான ஒரு மனிதன் என்பதிலும் எனக்குப் பெருமைதான், எனக்கு சதிவேலை எதுவும் தெரியாது.

அதிலும் பெருமைதான் எனக்கு. கபடமாக, மறைமுகமாக இப்படியெல்லாம் நான் செயல்படுவதே இல்லை. எந்தத் தந்திரத்தையும் கையாளாமல் எதையுமே வெளிப்படையாகச் செய்பவன் நான். என்னால் தீமை செய்வதற்கும் முடியும். அதை மிக அதிகமாகச் செய்யவும் முடியும். யாருக்கு எந்த அளவு எப்படிச் செய்வது என்பதும் உறுதியாகத் தெரியும். ஆனாலும் கூட நான் அப்படியெல்லாம் கீழ்த்தரமாக நடந்துகொள்ள மாட்டேன் கிறிஸ்தியன் இவானோவிச். அந்த மாதிரி விஷயங்களிலெல்லாம் பங்கு கொள்ளாமல் அவற்றைக் கை கழுவி விடுவேன்! ஆமாம். அந்த வேலையிலிருந்து நழுவி விடுவேன் கிறிஸ்தியன் இவானோவிச்." உணர்ச்சி மேலீட்டின் காரணமாக ஒரு கணம் பேச்சை நிறுத்தினார் கோலியாட்கின். அவரது பேச்சில் இலேசாக சூடு ஏறியிருந்தது.

"கிறிஸ்தியன் இவானோவிச்" என்று மீண்டும் அழைத்தபடி பேச்சைத் தொடர்ந்தார் நம் கதாநாயகர்.

"நான் என் வேலைகளை நேரடியாக, வெளிப்படையாக செய்பவன். எந்த மறைமுகமான வழிகளையும் நான் கையாளுவதில்லை; அவற்றை நான் வெறுக்கிறேன். அவை மற்றவர்களுக்கு உரியவை என்று நான் விட்டுவிட்டேன். ஒரு வேளை உங்களையும் என்னையும் விடக்கூட அவர்கள் பரிசுத்தமானவர்களாக இருக்கலாம். அவர்களை நான் அவமதிக்க முற்படவில்லை. இல்லை, நான் உங்களைச் சொல்லவில்லை கிறிஸ்தியன் இவானோவிச் என்னையும் அவர்களையும் பற்றித்தான் சொன்னேன்.

"மறைமுகமாகப் பேசும் வஞ்சனையான சொற்களை நான் விரும்புவதில்லை. பிறரை அபவாதம் செய்வது, பழிதூற்றுவது போன்றவற்றை நான் வெறுக்கிறேன். நடிக்கும்போது போடும் மாறுவேடத்தை மட்டும்தான் என்னால் ஒத்துக் கொள்ள முடியும்; ஒவ்வொரு நாளும் எல்லோரின் முன்பாகவும் மாறுவேடம் போட எனக்குப் பிடிக்காது. சரி அது இருக்கட்டும் கிறிஸ்தியன் இவானோவிச், நீங்கள் உங்கள் எதிரியை மிகமிக அதிகமாக வெறுக்கும் உங்கள் எதிரியை எப்படிப் பழி வாங்குவீர்கள்?" சவால் விடுவது போன்ற ஒரு பார்வையுடன் கிறிஸ்தியன் இவானோவிச்சைப் பார்த்தபடி தன் பேச்சை முடித்தார் கோலியாட்கின்.

தான் கூறிய ஒவ்வொரு வார்த்தைக்கும் அழுத்தம் கொடுத்தபடி தன்னம்பிக்கையான தோரணையுடன் மிகத் தெளிவாகப் பேசிய

போதும், அதே நேரத்தில் கிறிஸ்தியன் இவானோவிச்சை மிகமிகக் கவலையோடும், மிகமிகப் பதற்றத்தோடும் அவர் பார்த்துக் கொண்டிருந்தார். முகமெல்லாம் கண்ணாக எரிச்சலோடும், பொறுமை இல்லாமலும் டாக்டர் சொல்லப்போகும் பதிலை பயத்துடன் எதிர்பார்த்துக் கொண்டிருந்தார் அவர்.

ஆனால் நம் கதாநாயகருக்கு வியப்பும் திகிலும் ஏற்படும் வகையில் வாய்விட்டு எதுவும் பேசாமல் தனக்குத் தானே முனகிக்கொண்டார் கிறிஸ்தியன் இவானோவிச். பிறகு மேசையை ஒட்டித் தன் நாற்காலியை நகர்த்திக்கொண்டார். கோலியாட்கின் சொல்ல வருவது என்னவென்றே தனக்குப் புரியவில்லை என்றும், நோயாளிகளுக்கான தனது நேரம் மிகவும் முக்கியமானது என்றும் உணர்ச்சி வறண்ட ஆனால் மரியாதையான தொனியில் கூறிய அவர், முடிந்தவரை கோலியாட்கினைக் கவனிக்கத் தான் தயாராகவே இருந்தபோதும், தனக்கு சம்பந்தமில்லாத விஷயங்களில் தான் ஒருபோதும் தலையிடுவதில்லை என்றும் குறிப்பிடத் தவறவில்லை. பேசுவதை அதோடு நிறுத்திக் கொண்டு பேனாவையும், மருந்து எழுதுவதற்கான துண்டுச் சீட்டையும் கையில் எடுத்துக்கொண்டு அவருக்கு எந்த மருந்து தேவை, என்பதை உடனே எழுதித் தருவதாகச் சொன்னார்.

"வேண்டாம் கிறிஸ்தியன் இவானோவிச், அது தேவை யில்லை, அது தேவையே இல்லை" என்றபடி தன் இருக்கையி லிருந்து எழுந்து கிறிஸ்தியன் இவானோவிச்சின் வலது கையைப் பிடித்துக் கொண்ட கோலியாட்கின் "எனக்கு அவசியமானது அது இல்லை கிறிஸ்தியன் இவானோவிச்" என்றார். அவ்வாறு கூறிய போது வினோதமான ஒரு பாவனை அவர் முகத்தில் குடியேறி இருந்தது. அவரது சாம்பல் நிறக் கண்கள் வித்தியாசமாக ஒளிர்ந் தன; உதடுகள் நடுங்க ஆரம்பித்திருந்தன; கன்னத்துச் சதை கோணல் மாணலாய் இழுத்துக் கொள்ள, அவரது உடல் முழுவதுமே நடுங்கத் தொடங்கியிருந்தது.

டாக்டரின் கையைப் பிடித்துத் தடுத்த பிறகு அடுத்தாற்போல என்ன செய்வது என்று தெரியாததைப் போலவும் அதற்கு ஒரு புறத் தூண்டுதலை எதிர்பார்ப்பதைப் போலவும் அப்படியே அசை யாமல் ஸ்தம்பித்து நின்றார் கோலியாட்கின். அதை அடுத்தாற் போலத்தான் விபரீதமான அந்தக் காட்சி நடந்தேறியது.

குழப்பத்துக்கு ஆளாகியிருந்த கிறிஸ்தியன் இவானோவிச் முதலில் ஒரு கணம், விழிகளை விரித்து கோலியாட்கினையே பிரமிப்போடு பார்த்தபடி தன் நாற்காலியிலேயே கட்டிப் போட்டது போல அமர்ந்திருந்தார். அதே போலவே சிறிது கூட வித்தியாசமில் லாமல் கோலியாட்கினும் அவரைப் பார்த்துக் கொண்டிருந்தார்.

கோலியாட்கினின் கோட் விளிம்பைப் பிடித்துக் கொண்டபடி மெல்ல எழுந்திருந்தார் கிறிஸ்தியன் இவானோவிச்.

கொஞ்சநேரம் இருவரும் அப்படியே சிறிதும் அசையாமல் ஒருவர் கண்ணை அடுத்தவர் மீது பதித்தபடி அப்படியே நின்று கொண்டிருந்தனர். பிறகு முற்றிலும் வினோதமான வகையில் கோலியாட்கினின் இரண்டாவது இயக்கம் நடந்தேறியது.

சற்றும் எதிர்பாராத முறையில் தனது அடுத்த செயல் பாட்டை அரங்கேற்றினார் நம் கதாநாயகர். உதடுகள் துடி துடிக்க, தாடை முறுக்கிக் கொள்ள அவர் கண்ணீர் விடத் தொடங் கியிருந்தார். தலையைப் பக்கவாட்டில் ஆட்டிக்கொள்வது, வலக் கையால் மார்பில் அடித்துக் கொள்வது கண்ணீர் பெருக்குவது என்று பலவும் செய்து கொண்டிருந்தார் அவர். அவரது இடது கரம் டாக்டரின் கோட் விளிம்பைப் பற்றிக் கொண்டிருந்தது. ஏதோ சொல்லவும், விளக்கம் தரவும் அவர் முயன்றார். ஆனால் அவரால் ஒரு வார்த்தை கூடப் பேச முடியவில்லை.

இறுதியில் ஒரு விதமாகத் தன் வியப்பிலிருந்து விடுபட்டு சம நிலைக்கு வந்து சேர்ந்த கிறிஸ்தியன் இவானோவிச் "இதோ பாருங்கள், கொஞ்சம் உங்களைக் கட்டுப்படுத்திக்கொள்ளப் பாருங்கள்" என்றபடி கோலியாட்கினை நாற்காலியில் உட்கார வைக்க முயன்றார்.

"எனக்குப் பகைவர்கள் இருக்கிறார்கள் கிறிஸ்தியன் இவானோ விச், பகைவர்கள். கொடூரமான எதிரிகள்! என்னை அழிக்க வேண்டுமென்று உறுதியாக சபதம் எடுத்திருப்பவர்கள்" கிசுகிசுப் பான குரலில் இவ்வாறு பதிலளித்தார் கோலியாட்கின்.

"இதோ பாருங்கள், ஏன் இப்படியெல்லாம் எதிரி எதிரி என்று பேசுகிறீர்கள்? நீங்கள் இப்போது அப்படிப் பேசக் கூடாது, ஆமாம், கட்டாயம் அப்படியெல்லாம் பேசக் கூடாது. உட்காருங்கள். முதலில் உட்காருங்கள் சொல்கிறேன்" இவ்வாறு சொன்னபடி கோலியாட்கினை நாற்காலியில் உட்காரச்செய்தார் டாக்டர். அவர் மீது தன் கண்களை நிலையாகப் பதித்தபடியே கோலியாட்கினும் உட்கார்ந்து கொண்டார்.

பிறகு மிகவும் அதிருப்தியான முக பாவனையுடன், அறையின் ஒரு கோடிக்கும் இன்னொரு கோடிக்குமாய் நடந்து கொண்டிருந் தார் கிறிஸ்தியன் இவானோவிச். அங்கே நீண்டதொரு மௌனம் நிலவியது.

"நான் உங்களுக்கு நன்றிக் கடன் பட்டிருக்கிறேன் கிறிஸ்தியன் இவானோவிச். மிகவும் நன்றிக் கடன் பட்டிருக்கிறேன். குறிப்பாக இப்போது நீங்கள் எனக்கு செய்தது என்ன என்பதை நான்

மிகத்தெளிவாகவே உணர்ந்திருக்கிறேன். நீங்கள் என்னிடம் காட்டிய இந்த 'அன்'பை என்னால் ஒருபோதும் சாகும்வரை மறக்க முடியாது" நாற்காலியிலிருந்து எழுந்துகொண்ட கோலியாட்கின் புண்பட்ட தொனியில் பேசினார்.

"அட அதை விட்டுத் தள்ளுங்கள் சரிதான் விட்டுத் தள்ளுங்கள். நான்தான் சொல்கிறேனில்லையா?" கோலியாட்கினின் புலம்பலுக்குச் சற்றுக் கண்டிப்போடு உடனடியாக எதிர் வினையாற்றிய கிறிஸ்தியன் இவானோவிச், அவரை மறுபடியும் அழுத்திப் பிடித்து உட்காரச் செய்தார்.

"சரி என்னதான் விஷயம் இப்போது சொல்லுங்கள். உங்களை மனம் நோகச் செய்வது எதுவோ அதைப் பற்றி என்னிடம் சொல்லுங்கள்" என்ற கிறிஸ்தியன் இவானோவிச் "நீங்கள் பேசுவது எந்த எதிரிகளைப் பற்றி. அப்படி என்னதான் தவறாக நடந்தது?" என்றார்.

"வேண்டாம் கிறிஸ்தியன் இவானோவிச், அந்த விஷயத்தை இப்போதைக்கு நாம் விட்டுவிடுவதுதான் நல்லது" என்று தன் கண்களைத் தாழ்த்திக்கொண்டு பதிலளித்தார் கோலியாட்கின்.

"நாம் அதுபற்றி இப்போது பேச வேண்டாம் கிறிஸ்தியன் இவானோவிச். சரியான வசதியான இன்னொரு நேரம் வாய்க் கட்டும். அதற்குள் எல்லாவற்றையுமே கண்டுபிடித்து விடலாம். அப்போது சில முகங்களிலிருந்து முகமூடிகள் கழன்று விழுந்து விடக் கூடும். ஏதாவது ஒரு உண்மை வெளிச்சத்துக்கு வரும். ஆனால், நமக்குள் இப்படி என்னவெல்லாமோ நடந்து முடிந்து விட்ட இந்த வேளையில் இப்போது வேண்டாம். நீங்கள் இதை ஒத்துக்கொண்டே ஆக வேண்டும். உங்களுக்கு நன்றி செலுத்தி விடைபெற எனக்கு அனுமதி தாருங்கள்" கடுமையாகவும், உறுதியாகவும் இவ்வாறு சொல்லி முடித்த பின், தன் தொப்பியை எடுத்துக்கொண்டு எழுந்து நின்றார் கோலியாட்கின்.

"ஓ! அதற்கென்ன, உங்கள் விருப்பப்படி செய்து கொள்ளுங்கள்" என்ற கிறிஸ்தியன் இவானோவிச் கணநேரம் அமைதியாக இருந்த பிறகு "உங்களுக்கே தெரியும்! என் பங்குக்கு என்னால் என்ன முடியுமோ அதை நான் செய்கிறேன்! உங்கள் நன்மையை மட்டுமே விரும்புகிறேன்" என்றார்.

"நான் உங்களைப் புரிந்து கொள்கிறேன் கிறிஸ்தியன் இவானோவிச்! நன்றாகப் புரிந்து கொள்கிறேன், இப்பொழுது இன்னும் தெளிவாக, முழுமையாகப் புரிந்து கொண்டு விட்டேன். உங்களை நான் எந்த அளவு சிரமப்படுத்தி விட்டேன் என்பது தெரிகிறது. என்னை மன்னித்துக் கொள்ளுங்கள் கிறிஸ்தியன் இவானோவிச்"

"இல்லையில்லை, நான் அப்படியெல்லாம் எதுவும் நினைக்க வில்லை. உங்கள் விருப்பம் போல நடந்து கொள்ளுங்கள். முன் போலவே மருந்துகளை சாப்பிடுங்கள்"

"நீங்கள் சொன்ன மாதிரியே கட்டாயம் மருந்து சாப்பிடு கிறேன் கிறிஸ்தியன் இவானோவிச். தொடர்ந்து சாப்பிடுகிறேன். முதலில் வாங்கிய அதே மருந்துக் கடையிலேயே இப்போதும் மருந்து வாங்கிக் கொள்கிறேன் கிறிஸ்தியன் இவானோவிச். ம்... இப்போதெல்லாம் மருந்துக் கடை வைத்திருப்பது முக்கியமான ஒரு வியாபாரமாகிவிட்டது!"

"ஏன் அப்படி, எந்த அர்த்தத்தில் சொல்கிறீர்கள்?"

"அந்த மாதிரியெல்லாம் எதுவுமில்லை கிறிஸ்தியன் இவானோவிச்! சும்மா சாதாரணமாகத்தான் அதைச் சொன்னேன்! பொதுவாக இந்தக் காலத்தைப் பொறுத்தவரை உலகத்தின் போக்கு எப்படி இருக்கிறது என்று சொல்லத்தான் நான் நினைத்தேன்"

"ம்"

"மருந்துக் கடையில் வேலை பார்க்கும் பணியாள் மட்டும்தான் என்று இல்லை. முட்டாள்தனமான எல்லா இளைஞர்களுமே இன்றைக்கு மரியாதைக்குரிய மனிதர்கள் விஷயத்தில் மூக்கை நுழைத்துக் கொண்டுதான் இருக்கிறார்கள்"

"அப்படியா, எதை வைத்துச் சொல்கிறீர்கள்?"

"நான் அந்த மனிதரைப் பற்றி பேசிக் கொண்டிருக்கிறேன் கிறிஸ்தியன் இவானோவிச். அவர் நம் இருவருக்குமே தெரிந்தவர் தான்! அதுதான், அந்த விளாடிமீர் செமீனோவிச்சைப்பற்றித்தான் சொல்கிறேன்"

"ஓ"

"ஆமாம் கிறிஸ்தியன் இவானோவிச். எனக்கு சில பேரைப் பற்றித் தெரியும் கிறிஸ்தியன் இவானோவிச். உண்மையே பேச வேண்டும் என்ற பொதுவான தர்மத்தின்படி சிலநேரங்களில் அவர்கள் நடந்து கொள்வதில்லை"

"ஒ, அது எப்படி?"

"ஆமாம், அது அப்படித்தான் . அங்கிங்கெனாதபடி எல்லா இடத்திலுமே அது இருக்கிறது. முட்டையை மசாலாவுக்குள் நேர்த்தியாகப் பொதிந்து வைத்துப் பரிமாறும் கலையை அவர்கள் திறம்படச் செய்து கொண்டிருக்கிறார்கள்"

"என்னது, எதைப் பரிமாறுகிறார்கள்"

"'முட்டையை மசாலாவில் திணித்து என்று சொன்னேன் கிறிஸ்தியன் இவானோவிச். அப்படிச் சொல்வது ஒரு ரஷியச்

சொல் வழக்கு. சரியான சந்தர்ப்பத்தில் ஒருவரை எப்படிப் பாராட்டுவது, வாழ்த்துவது என்பதை அவர்கள் தெரிந்து வைத்திருக்கிறார்கள். அப்படியும் சில மனிதர்கள் இருக்கத்தான் செய்கிறார்கள்"

"என்னது வாழ்த்துச் சொல்வதா?"

"ஆமாம் கிறிஸ்தியன் இவானோவிச் வாழ்த்துச் சொல்வது தான், எனக்கு மிக நன்றாகத் தெரிந்த ஒருவர் அன்று செய்ததைப் போல..."

"உங்களுக்குத் தெரிந்தவர் அப்படி என்ன செய்தார், என்ன விஷயம் அது?" என்று கோலியாட்கினை கவனமாகப் பார்த்தபடி கேட்டார், கிறிஸ்தியன் இவானோவிச்.

"ஆமாம், எனக்குப் பழக்கமான ஒரு மனிதர் எனக்கு நன்றாகத் தெரிந்திருக்கும் வேறொரு மனிதரைப் பாராட்டினார்; தனது இதய பூர்வமான சகாவும், நண்பருமான அந்த இன்னொருவரை அவர் பெற்றிருந்த வேலை உயர்வுக்காகப் பாராட்டினார்; 'மதிப்பீட்டாளர்' என்ற தகுதியோடு பதவி உயர்வு பெற்றிருந்தவர் அவர். பாராட்டியது எப்படித் தெரியுமா? 'விளாடிமீர் செமீனோவிச்! நீங்கள் 'மதிப்பீட்டாளர்' என்ற தகுதி பெற்றுப் பதவி உயர்வு பெற்றிருப்பதில் நான் மிகவும் மகிழ்ச்சி அடைகிறேன், அதற்கு என் வாழ்த்துக்கள். வருங்காலத்தைப் பற்றிக் குறிசொல்லும் கிழவிகள் இருக்கிறார்கள் என்பது எப்படி இந்த உலகத்துக்கே தெரியுமோ அதைப்போல இதில் அதிக மகிழ்ச்சியடைபவன் நான்தான் என்பதும் தெரிந்ததுதான் என்றார் அவர்."

இந்த இடத்தில் சற்றுக் கபடமாகத் தலையசைத்துக் கண்களைச் சுருக்கிக் கொண்டபடி கிறிஸ்தியன் இவானோவிச்சைப் பார்த்தார் கோலியாட்கின்.

"ஓ அப்படிச் சொன்னாரா?"

"ஆமாம் கிறிஸ்தியன் இவானோவிச், அப்படிச் சொல்லி விட்டு உடனேயே நம் வசீகரமான இளவரசர் விளாடிமீர் ஃபிலிப்போவிச்சின் மாமாவான ஆந்திரேய் ஃபிலிப்போவிச்சைப் பார்த்தார் அவர். அதைப் பற்றி எனக்கென்ன கிறிஸ்தியன் இவானோவிச், அவர் மதிப்பீட்டாளரானால் எனக்கென்ன வந்தது? இன்னும் பால் குடி மணம் கூட மாறாமல் இருக்கிறார். அதற்குள் கல்யாணம் செய்து கொள்ள ஆசையாம், ஆமாம், உலக வழக்கில் சொல்வதைத்தான் நானும் சொல்கிறேன். யாரைப் பற்றித் தெரியுமா எல்லாம் அந்த விளாடிமீர் செமீனோவிச்சைப் பற்றித்தான். சரி, இப்போது உங்களிடம் எல்லாவற்றையும் சொல்லிவிட்டேன். அது விளாடிமீர் செமீனோவிச் என்பதையும் சொல்லி விட்டேன், ஆமாம் இப்போது எல்லாமே சொல்லி முடித்து விட்டேன். சரி, இனிமேல் நான் விடைபெற்றுக் கொள்கிறேன்"

“ம்”

“ஆமாம் கிறிஸ்தியன் இவானோவிச், இனிமேல் நான் விடைபெறவேண்டியதுதான். ஆனால், குறிசொல்லும் கிழவிகளை யும் இளைஞனையும் இணைத்துப் பேசியது போல நான் கிளாரா ஒல்சூஃபியேவ்னாவின் பக்கம் திரும்பி ஒரே கல்லில் இரண்டு பறவைகளை அடிக்கப்பார்த்தேன். (இதெல்லாம் ஒல்சூஃபி இவானோவிச் வீட்டில் முதல் நாள் நடந்தது) அவள் அப்போது தான் உணர்ச்சிகரமான ஒரு பாடலைப் பாடி முடித்திருந்தாள். நான் அவளிடம் இப்படிச் சொன்னேன். ‘மேடம் நீங்கள் என்னவோ உணர்ச்சிமயமாகத்தான் பாடினீர்கள், ஆனால் அவர்கள் அதைத் தூய்மையான உள்ளத்தோடு கேட்கவில்லை’ என்றேன். அப்படிச் சொல்வதன் மூலம் இப்போது அவர்கள் அவளுக்குப் பின்னால் ஓடுவதை மட்டும் குறியாகக்கொண்டிருக்க வில்லை என்பதையும், வேறு ஏதோ நோக்கம் அவர்களுக்கு இருக்கிறது என்பதையும் குறிப்பாக வெளிப்படுத்தினேன்”

“ஓ, அவர் என்ன சொன்னார்”

“பேச்சு வழக்கில் சொல்லப்போனால் அதைக் கசப்பு மாத்திரை மாதிரி விழுங்கிக் கொண்டார், அவ்வளவுதான் கிறிஸ்தியன் இவானோவிச்”

“ம்”

“ஆமாம் கிறிஸ்தியன் இவானோவிச். அந்தக் கிழவரிடம் நான் நேரடியாகவே சொன்னேன் ‘ஒல்சூஃபி இவானோவிச், உங்களுக்கு நான் எந்த அளவுக்கு நன்றிக்கடன்பட்டிருக்கிறேன் என்பது எனக்கு நன்றாகத் தெரியும். என் குழந்தைப் பருவத்திலிருந்து நீங்கள் என் மீது அன்பைப் பொழிந்து வருகிறீர்கள். அதை நான் மிக உயர்வாக நினைக்கிறேன். ஆனால்... கொஞ்சம் கண்ணைத் திறந்து சுற்று முற்றும் நன்றாகப் பாருங்கள் ஒல்சூஃபி இவானோவிச். வெளிப் படையாக.. ஒளிவுமறைவில்லாமல் செயலாற்றுபவன் நான் மட்டும் தான் ஒல்சூஃபி இவானோவிச்”

“ஓ உண்மையிலேயே அப்படிச் சொன்னீர்களா”

“ஆமாம் கிறிஸ்தியன் இவானோவிச் உண்மையாகத்தான்”

“அதற்கு அவர் என்ன சொன்னார்”

“வேறு என்னதான் சொல்ல முடியும் கிறிஸ்தியன் இவானோவிச்? ‘எனக்கு உங்களை நன்றாகத்தெரியும், மாண்புமிக்க பிரபு தாராள குணம் கொண்டவராக இருந்தார்’ என்றெல்லாம் ஏதேதோ முனகிக் கொண்டிருந்தார். ஆனால் ஒரு விஷயம்! வயது அதிகமாகிவிட்ட காரணத்தால் அவர் பேச்சில் கொஞ்சம் நடுக்கம் இருந்தது”

"ஓ இதுதான் இப்போதைய நிலவரமா..?"

"ஆமாம் கிறிஸ்தியன் இவானோவிச்! நிலைமை இதுதான்! பாவம் அந்த முதியவர், கல்லறைக்கு மிகச் சமீபமாக சென்று விட்டவர். உலக வழக்கில் சொல்வது போல் அங்கே வைக்கப்படும் மணப்பொருட்களைச் சுவாசிக்கத் தொடங்கிவிட்டாரென்று கூட சொல்லி விடலாம். அப்படி ஒரு நிலையில் இருப்பவர், ஊர்வம்பு பேசும் பெண்கள் அவிழ்த்து விடும் கதைகளைப் போல, அவர்கள் இட்டுக் கட்டிச் சொல்லும் கட்டுக் கதைகளுக்கெல்லாம் கவனமாய் செவி சாய்க்கிறார். அவருடைய துணை இல்லையென்றால் அவர்களால் அப்படிச் செய்ய முடியாது!"

"கட்டுக் கதை என்றா சொன்னீர்கள்?"

"ஆமாம் கிறிஸ்தியன் இவானோவிச், பெண்கள் மறைவாக அவதூறு பேசுகிற பாணியில் கைச் சரக்கு சேர்த்து தாங்களாக ஒரு கதையை அவர்கள் உருவாக்கியிருக்கிறார்கள். நம்முடைய 'கரடி'க்கும் கூட அதில் பங்கு உண்டு. அவனுடைய மருமகன் இருக்கிறானே, அந்த அழகான இளவரசன் அவனுக்கும் கூடத்தான். பொழுதுபோகாத கிழவிகளோடு கூட்டுச் சேர்ந்தபடி அவர்கள் இப்படி ஒரு விஷயத்தை உண்டாக்கி விட்டிருக்கிறார்கள். ஒரு மனிதனைக் கொலை செய்யக் கூடத் திட்டம் தீட்டியிருக்கிறார்கள்"

"என்ன, கொலை செய்வதற்கா"

"ஆமாம் கிறிஸ்தியன் இவானோவிச், ஒரு மனிதனை தார்மீக ரீதியாகக் கொலை செய்ய நினைக்கிறார்கள். அவனைப் பற்றி வதந்திகளைப் பரப்பி வருகிறார்கள். அந்த ஆளை எனக்கு நன்றாகத் தெரியும். அதனால்தான் என்னால் இதைச் சொல்ல முடிகிறது"

கிறிஸ்தியன் இவானோவிச் இலேசாகத் தலையாட்டினார்.

"அவனைப் பற்றி அவர்கள் பரப்பி வரும் வதந்திகளைத் திரும்பச் சொல்லக் கூட எனக்குக் கூச்சமாக இருக்கிறது கிறிஸ்தியன் இவானோவிச்"

"ம்"

"அவனுக்கு வேறொரு பெண்ணை மணம் பேசி நிச்சயமும் ஆகிவிட்ட நிலையில், இன்னொருத்தியை மணந்து கொள்ள அவன் வாக்களித்திருப்பதாக அவர்கள் வதந்தியைப் பரப்பி வருகிறார்கள்! அதுவும் கூட எந்த மாதிரிப் பெண்ணை என்று தெரியுமா? உங்களால் அதை நம்பக் கூட முடியாது"

"அப்படியா"

"அவள் ஒரு ஜெர்மானியப் பெண்; துளி கூட கௌரவமான நடத்தை இல்லாதவள், சமையற்காரி. தனக்கு வேண்டிய

சாப்பாட்டை அவளிடமிருந்துதான் அவன் பெற்றுக் கொண்டிருந் தான். அவளுக்குத் தர வேண்டிய தொகைக்குப் பதிலாக அவளை மணம் செய்து கொள்வதாகச் சொன்னானாம் அவன்”

“அப்படியா சொல்கிறார்கள்”

“உங்களால் நம்ப முடியவில்லை இல்லையா கிறிஸ்தியன் இவானோவிச். அவள் வெட்கம் கெட்ட, அருவருப்பான, கீழ்த்தரமான ஒரு ஜெர்மன் பெண், அதுதான் அந்த கரோலினா இவானோவ்னாவேதான்! ஆமாம் உங்களுக்கு அவளைத் தெரியுமா?”

“எனக்குத் தெரியாதென்றுதான் நினைக்கிறேன்”

“சரி சரி எனக்குப் புரிகிறது கிறிஸ்தியன் இவானோவிச், என்னைப் பொறுத்தவரை நான் என்ன நினைக்கிறேன் என்றால்...”

“அதிருக்கட்டும், நீங்கள் இப்போது எங்கே வசிக்கிறீர்கள்”

“இப்போது நான் வசிப்பது பற்றியா கேட்கிறீர்கள்”

“ஆமாம், ஆனால் இதற்கு முன்னால் நீங்கள் வேறெங்கேயோ இருந்ததாக..”

“ஆமாம் கிறிஸ்தியன் இவானோவிச், நான் ‘அந்த’ இடத்திலே தான் முன்பு வசித்து வந்தேன், ஆமாம் நிச்சயமாய் அங்கேதான்” தன் பதிலால் கிறிஸ்தியன் இவானோவிச்சைக் குழப்பி விடுவதைப் போல இலேசாகச் சிரித்துக் கொண்டு இவ்வாறு சொன்னார் கோலியாட்கின்.

“இல்லை இல்லை, நீங்கள் என்னைத் தவறாகப் புரிந்து கொண்டு விட்டீர்கள். நான் என்ன சொல்ல வந்தேன் என்றால்...”

“நானும் கூட அதையேதான் சொல்ல வந்தேன் கிறிஸ்தியன் இவானோவிச்” சிரித்துக் கொண்டே பேச்சைத் தொடர்ந்தார் கோலியாட்கின்.

“சரி நான் மிக அதிகமான நேரம் எடுத்துக் கொண்டு விட்டேன்! நான் விடைபெற்றுச் செல்ல அனுமதி கொடுங்கள்”

“ம்”

“ஆமாம் கிறிஸ்தியன் இவானோவிச், எனக்கு உங்களைப் புரிகிறது, இப்போது முழுமையாகப் புரிகிறது” என்ற நம் கதாநாயகர், கிறிஸ்தியன் இவானோவிச்சை நோக்கி நாடக பாணியில் கையசைத்தபடி

“சரி! இப்போது நான் விடைபெற்றுக் கொள்கிறேன்” என்றார்.

இந்தக் கட்டத்தில், பூட்ஸ் அணிந்த நுனிக்காலால் தரையை இலேசாக உரசியபடி, கிறிஸ்தியன் இவானோவிச்சை மிகப் பெரும்

வியப்புக்குள் ஆழ்த்திவிட்டு அறையிலிருந்து வெளியேறினார் நம் கதாநாயகர்.

டாக்டர் வீட்டுப் படிகளில் இறங்கிச் செல்லும்போது மிகுந்த மகிழ்ச்சியோடு காணப்பட்ட அவர், தன் கைகளைப் பிசைந்து கொண்டபடி புன்னகைத்தார். 'சட்'டென்று நல்ல காற்றை சுவாசிக்க முடிந்தது போன்ற ஒரு விடுதலை உணர்வுடன் தென்பட்டார் அவர்.

இந்த உலகத்திலிருக்கும் மனிதர்களிலேயே தான் மட்டும்தான் மகிழ்ச்சியானவன் என்று ஒத்துக் கொள்ளவும் நேராக அப்படியே அலுவலகத்துக்குச் செல்லவும் கூட அவர் தயாராக இருந்தார். கீழே இறங்கிய மறுநொடியிலேயே அவர் வந்த வண்டி வாயிலருகே வந்து நின்றது; அதைப் பார்த்ததும் பழையபடி எல்லாமே அவரது நினைவுக்கு வந்து விட்டது. வண்டியின் வாயிற் கதவைத் திறந்து விட்டுக் கொண்டிருந்தான் பெட்ரூஷ்கா. மிகவும் கடுமையான விரும்பத்தகாத ஓர் உணர்வின் பிடியில் ஆட்பட்டிருந்த அவர், கண நேரம் அதை எண்ணிக் கூச்சத்தால் முகம் சிவந்தார். தன்னை யாரோ வலுவாகக் குத்தி விட்டதைப் போலிருந்தது அவருக்கு.

வண்டியில் ஏறுவதற்காகப் படியில் கால் வைக்க முற்பட்டபோது திடீரென்று ஏதோ ஓர் உள்ளுணர்வின் உந்துதலால் கிறிஸ்தியன் இவானோவிச் வீட்டு ஜன்னல் பக்கம் திரும்பிப் பார்த்தார். ஆமாம், அவர் நினைத்தது போலவே தன் வலது கையால் மீசையை வருடி விட்டபடி நம் கதாநாயகரை விநோத மான ஆர்வத்துடன் பார்த்துக் கொண்டிருந்தார் கிறிஸ்தியன் இவானோவிச்.

"அந்த டாக்டர் சரியான முட்டாள்" என்று நினைத்துக் கொண்டே வண்டிக்குள் யார் பார்வையிலும் படாமல் தன்னைத் திணித்துக்கொண்டார் கோலியாட்கின்.

"மிக மோசமான முட்டாள், அவர் தன் நோயாளிகளுக்கு வேண்டுமானால் சரியான சிகிச்சை அளிப்பவராய் இருக்கலாம், ஆனாலும் கூட, தடிக்கம்பம் மாதிரி மூளையில்லாத ஒரு முட்டாள்தான் அவர்" என்று மனதுக்குள் எண்ணிக் கொண்டார்.

கோலியாட்கின் ஏறி அமர்ந்ததும் கிளம்புவதற்கு ஆயத்தமாக 'ஓவ்' என்று குரல் கொடுத்தான் பெட்ரூஷ்கா. வண்டி மீண்டும் நெவ்ஸ்கி ப்ராஸ்பெக்டை நோக்கிச் செல்லத் தொடங்கியது.

3

அன்று காலை முழுவதும் பல வினோதமான செயல்களில் ஈடுபட்டபடி பரபரப்பாக இருந்தார் கோலியாட்கின். நெவ்ஸ்கி ப்ராஸ்பெக்டை அடைந்ததும் கடைத்தெருவில் நிறுத்துமாறு வண்டி ஓட்டியிடம் உத்தரவிட்டார். வண்டியிலிருந்து குதித்திறங்கி, வரிசையாகக் கடைகள் அமைந்திருந்த பகுதியிலிருந்த நடை பாதையை நோக்கி நடக்கத் தொடங்கினார்; பெட்ரூஷ்காவும் அவருடன் கூடவே சென்றான்.

முதலில் தங்கம் வெள்ளிச் சாமான்களை விற்பனை செய்யும் கடைக்கு நேராகச் சென்றார். அவரது தோரணையைப் பார்த்தால் எக்கச்சக்கமாக வாங்கப்போவது போலவும், அந்த அளவு நிறைய பணம் வைத்திருப்பவரைப் போலவும் இருந்தது. உணவு மற்றும் தேநீர் பரிமாறுவதற்குரிய வெள்ளிப் பொருட்கள் முழுவதையும் ஆயிரத்து ஐநூறு ரூபிள் விலைக்கு பேசி முடித்தவர், அந்த விலைக் குள்ளேயே சிகரெட் கேஸ் மற்றும் வெள்ளியிலான சவரப் பொருட்கள் அடங்கிய பெட்டி ஆகியவற்றையும் பேரம் பேசி முடித் தார். இறுதியாக வீட்டு உபயோகத்துக்குத் தேவையான வேறு சில பொருட்களின் விலையையும் கேட்டுக் கொண்டவர், இன்று மாலையோ அல்லது மறுநாளோ அவற்றைத் தவறாமல் வந்து வாங்கிக் கொள்வதாகக் கடைக்காரரிடம் உறுதியளித்தார். சிறிய தொரு தொகையையாவது முன்பணமாகத் தருமாறு அந்தக் கடைக் காரர் வற்புறுத்தியபோது, அதைக் கவனமாய்க் கேட்டுக்கொண்ட கோலியாட்கின், முழுத்தொகையையும் சீக்கிரமே தந்து பொருட் களைப் பெற்றுக்கொள்வதாக பதிலளித்தார்.

அந்தக் கடைக்காரரை வியப்பில் ஆழ்த்தி விட்டு விடை பெற்றுக் கொண்ட அவரை, அருகிலிருந்த பல கடைக்காரர்களும் சூழ்ந்து மொய்த்தபடி தொடர்ந்து வரத் தொடங்கி இருந்தனர். நடைபாதையில் இருந்த புதுக் கடைகளை கவனமாகப் பரிசீலித்த தோடு பெட்ரூஷ்காவை அவ்வப்போது திரும்பிப் பார்த்துக் கொண்டே சென்று கொண்டிருந்தார் அவர்.

வழியில் நாணயமாற்று செய்யும் ஒரு கடைக்குள் சென்று, தன்னிடம் இருந்த அதிக மதிப்புள்ள பண நோட்டுக்களைக் குறை வான மதிப்புடையவைகளாக மாற்றிக் கொண்டார். அந்தப் பரி மாற்றத்தில் அவருக்கு இழப்புதான் என்றாலும் தனது பணப்பை இப்போது பருமனாகி விட்டதில் அவருக்கு அளவு கடந்த திருப்தி ஏற்பட்டிருந்தது.

பெண்களுக்கான ஆடைகள் வாங்கும் கடைக்குக் கடைசி

யாகச் சென்ற அவர், அங்கும் ஒரு பெரிய தொகைக்குப் பொருட்களைத் தேர்ந்தெடுத்து வைத்து விட்டுப் பிறகு வருவதாகக் கூறினார். முன்பணம் கேட்ட கடைக்காரரிடம் கடை எண்ணைக் கேட்டு வாங்கிக் கொண்டு, முன் பணம் மட்டுமல்லாமல் முழுப் பணத்தையுமே விரைவில் தந்து விடுவதாக உறுதியளித்தார். பிறகு மறுபடியும் அதே போலப் பல கடைகளுக்குச் சென்று பொருட்களை விலை பேசுவதும், கடைக்காரரோடு விலை குறித்து வெகு நேரம் விவாதிப்பதுமாக இருந்தார் அவர். சில வேளைகளில் குறிப்பிட்ட கடைக்கு வெளியே சென்று விட்டுப் பிறகு மீண்டும் அதே கடைக்குள் இரண்டு மூன்று முறை போவார்; அவரது அந்த நடவடிக்கைகள் மிகவும் வினோதமாக இருந்தன.

அந்தக் கடைவீதியிலிருந்து கிளம்பிய நம் கதாநாயகர், பிரபலமான ஒரு மரச்சாமான் கடைக்குச் சென்றார். ஆறு அறைகளுக்கான மேசை, நாற்காலி, கட்டில் ஆகிய பொருட்களைத் தேர்வு செய்து முடித்த பின், நவநாகரிக பாணியில் ஆனால் எளிமையான முறையில் வடிமைக்கப்பட்டிருந்த பெண்களுக்கான ஒப்பனை மேசை ஒன்றை மிகவும் ரசித்துப் பார்த்தார். வழக்கம் போலப் பொருட்களை விரைவில் வாங்கிக் கொள்வதாகவும், முன்பணமும் தருவதாகவும் சொல்லி விட்டுக் கடைக்காரரிடம் விடை பெற்றார். அடுத்தாற் போல இன்னும் ஓர் இடத்துக்குச் சென்று வேறு ஏதோ ஒரு சாமான் வாங்க விருப்பம் தெரிவித்தார். சொல்லப்போனால் அவர் அன்று மேற்கொண்டிருந்த அந்தச் செயல் முடிவே இல்லாமல் நீண்டு கொண்டே போவது போல் இருந்தது.

இறுதியில் ஒரு வழியாகத் தான் செய்த எல்லாக் காரியங்களிலும் கோலியாட்கினுக்கே மிகவும் சலிப்புத்தட்டிவிட்டது. எதனாலோ அவரது மனச்சாட்சியே அவரை வதைக்கத் தொடங்கியிருந்தது. ஆந்திரேய் ஃபிலிப்போவிச்சையோ கிறிஸ்தியன் இவானோவிச்சையோ பார்க்க வேண்டுமென்ற தூண்டுதல் இப்போது எதனாலும் அவருக்குள் எழ வாய்ப்பே இல்லை.

கடைசியாக, நகரத்து மணிக்கூண்டிலிருந்த கடிகாரம் மூன்று மணி அடித்தபோது, ஒரு வழியாக வண்டியில் ஏறி இருக்கையில் அமர்ந்து கொண்டார் கோலியாட்கின். அன்று காலையிலிருந்து அவர் வாங்கிய பொருட்களைக் கணக்குப் போட்டுப் பார்த்தால் உண்மையில் ஒன்றரை ரூபிள் மட்டுமே மதிப்புப் பெறக் கூடிய ஒரு ஜோடிக் கையுறைகள், ஒரு செண்ட் புட்டி இவற்றைத் தவிர வேறேதுமில்லை. இப்போதுமே கூட, விருந்துக்குத் தான் சற்று முன்கூட்டியே செல்வதாக அவருக்குப் பட்டதால் பிரபலமான உணவு விடுதி ஒன்றின் முன்பு வண்டியை நிறுத்துமாறு பணித்தார். நெவ்ஸ்கி ப்ராஸ்பெக்டில் இருந்த அந்த உணவு விடுதியைப் பற்றி

இதுவரை அவர் கேள்விப்பட்டிருக்கிறார், அவ்வளவுதான். வண்டியிலிருந்து இறங்கி உள்ளே சென்று மதிய உணவைச் சற்று மிதமாகச் சாப்பிட்டு விட்டு, இரவு விருந்துக்கான நேரம் நெருங்கும் வரை அங்கேயே காத்திருந்து ஓய்வெடுக்க எண்ணியபடி ஓட்டலுக்குள் விரைந்தார்.

மிக மிக விஸ்தாரமான ஓர் இரவு விருந்துக்குச் செல்லும் வாய்ப்பைப் பெற்றிருக்கும் ஒருவன் ஏதோ அப்போதைக்குப் பசியாற்றிக் கொள்வதற்காக மதியச் சாப்பாட்டைப் பெயருக்குச் சாப்பிடுவது போல, ஒரு சில தின்பண்டங்களைக் கொறித்து விட்டு சிறிய கண்ணாடிக் கோப்பை ஒன்றில் 'வோட்கா'வைப் பருகியபடி கைவைத்த நாற்காலியில் வசதியாக அமர்ந்து கொண்டார் கோலியாட்கின். சுற்றுமுற்றும் ஒரு முறை இயல்பாக நோட்டமிட்ட பிறகு, சாரமே இல்லாத மிகச் சாதாரணமான உள்ளூர் செய்தித் தாள் ஒன்றை எடுத்துக் கொண்டு, அமைதியாகப் படிக்கத் தொடங்கினார். ஓரிரண்டு வரிகளை மேலோட்டமாக மேய்ந்த பிறகு எழுந்து நின்று, அங்கிருந்த நிலைக் கண்ணாடியில் தன்னைப் பார்த்துத் தன் உடைகளை சீர்செய்து கொண்டார்; பிறகு தான் வந்த வண்டி அங்கேதான் நின்று கொண்டிருக்கிறதா என்று பார்ப்பதற்காக ஜன்னலருகே சென்றார். பிறகு மறுபடியும் முன்பு இருந்த இடத்திலேயே அமர்ந்தபடி செய்தித் தாளைக் கையில் எடுத்துக் கொண்டார். நம் கதாநாயகர் அவர் ஏதோ மிகப்பெரிய ஒரு பரபரப்புக்கு ஆட்பட்டிருக்கிறார் என்பது வெளிப்படையாகவே புலப்பட்டது.

தன் கைக்கடிகாரத்தைப் பார்த்து மணி மூன்றேகால்தான் ஆகியிருக்கிறது என்பதையும், தான் இன்னும் நிறைய நேரம் காத்திருக்க வேண்டியிருக்கும் என்பதையும் புரிந்துகொண்டார் அவர். அவ்வாறு எதுவும் செய்யாமல் சும்மா உட்கார்ந்திருப்பதும் சரியில்லை என்று அவர் கருதியதால் குடிப்பதற்கு சாக்லெட் பானம் ஒன்றை வருவித்துக்கொண்டார். அதை அருந்த வேண்டுமென்ற எண்ணம் அவரிடம் இல்லையென்றாலும் நேரத்தைப் போக்குவதற்காக அவ்வாறு செய்தார். அதைப் பருகி முடித்த பிறகு, கொஞ்ச நேரத்தை எப்படியோ நகர்த்தி விட்ட நினைப்புடன் கட்டணத் தொகையை செலுத்தச் சென்றார். அதற்காக அவர் திரும்பியபோது, அவருக்கு நேர் எதிரே அவரது அலுவலக சகாக்கள் இரண்டு பேர் அமர்ந்திருப்பது அவர் கண்ணில் பட்டது. அவர்களோடு நம் கதாநாயகருக்கு இருந்த உறவு இன்னதென வகுத்துச் சொல்ல முடியாததாக இருந்தது. அவர் அவர்களோடு நட்பாகவும் இல்லை; விரோதித்துக் கொள்ளவும் இல்லை. இரண்டு தரப்பினருமே ஒருவரோடொருவர் நாகரிகமாகத்தான் நடந்து

கொண்டார்கள்; ஆனாலும் அவர்களிடையே அதிக நெருக்கம் இருந்ததாகச் சொல்ல முடியாது; அப்படி இருக்கவும் வழியில்லை. அவர்களை இந்த நேரத்தில் இந்த இடத்தில் சந்திக்க நேர்ந்தது கோலியாட்கினுக்கு அத்தனை உவப்பானதாக இல்லை. முகத்தைச் சுளித்துக் கொண்ட அவர், கணநேரம் குழப்பமடைந்தவரைப் போல இருந்தார்.

"யாகோவ் பெத்ரோவிச் 'யாகோவ் பெத்ரோவிச்!"

அந்த இரண்டு ஆவண குமாஸ்தாக்களும் அவரை அழைத்தனர்.

"நீங்கள் இங்கேயா இருக்கிறீர்கள்? ஆமாம் நீங்கள் எப்படி இங்கே?"

"ஓ நீங்களா?" என்றபடி அவசரமாக அவர்களது பேச்சில் குறுக்கிட்டார் கோலியாட்கின். அந்த குமாஸ்தாக்கள் தன்னைக் கண்டு அப்படி ஆச்சரியப்பட்டதிலும், தன்னைப்பெயர் சொல்லி அழைத்ததிலும் ஏதோ ஒரு அவதூறுக்கு ஆளானவரைப்போல சற்று சங்கடப்பட்டுக்கொண்டார் அவர். ஆனாலும் கூட அவர் களது பேச்சுக்கு பதில் தந்தாக வேண்டிய கட்டாயம் இருந்ததால், தான் சற்றுவேடிக்கையான, இலகுவான மனநிலையில் இருப்பதைப் போலக் காட்டிக் கொள்ள முயன்றார் அவர்.

"சரிதான் போங்கள், நீங்கள் இரண்டு பேரும் என்னைக் கைவிட்டு விட்டீர்கள் இல்லையா." இலேசாக இளித்தபடி பேச்சைத் தொடங்கியவர், தன் கௌரவத்தைத் தக்க வைத்துக் கொள்ளவும் அதே நேரத்தில் இதுவரை வரம்பு மீறாமல் பழகிவந்த அந்த இளைஞர்களிடம் மனமிளகி இணக்கம் காட்டுவது போலவும் அவர்களில் ஒருவரது தோளைத் தட்டிக்கொடுக்க முயன்றார். ஆனால் இங்கிதமான நட்பை நாடி அவர் மேற்கொண்ட அந்த முயற்சி வெற்றி பெறவில்லை என்றே கூற வேண்டும். நாசூக்கான ஒரு சிறிய நகைச்சுவையாக இல்லாமல் அதற்கு நேர்மாறான விளைவைத் தோற்றுவிப்பதாகவே அது அமைந்து போயிற்று.

"அதிருக்கட்டும், நம் கரடி இருக்கிறாரே, அவர் இன்னும் கூட அலுவலகத்திலேதான் இருக்கிறாரா என்ன?"

"அது யார் யாகோவ் பெத்ரோவிச்?"

"ஏன் அது தெரியாதா, அந்தக் கரடிதான்! அது யாருடைய பெயர் என்று உங்களுக்குத் தெரியாதென்றா சொல்கிறீர்கள்?" சிரித்துக்கொண்டே சொன்னபடி கல்லாவிலிருந்தவரிடம் மீதித் தொகையைப் பெற்றுக் கொள்ளத் திரும்பினார் கோலியாட்கின்.

"அதுதான் அந்த ஆந்திரேய் ஃபிலிப்போவிச்சைப் பற்றித்தான் சொல்லுகிறேன் கனவான்களே" பாக்கி சில்லறையைப் பெற்றுக்

கொண்டு, குமாஸ்தாக்களின் பக்கம் திரும்பியபடி தீவிரமான முகபாவத்தோடு பேச்சைத் தொடர்ந்தார் கோலியாட்கின். அவர்கள் இருவரும் ஒருவருக்கொருவர் கண்ணடித்துக் கொண்டனர்.

"அவர் இன்னும் அலுவலகத்திலேதான் இருக்கிறார். நீங்கள் எங்கே போய் விட்டீர்கள் என்று கூடக் கேட்டார் யாகோவ் பெத்ரோவிச்" அவர்களில் ஒருவர் இவ்வாறு பதிலளித்தார்.

"என்ன இன்னும் அலுவலகத்திலேதான் இருக்கிறாரா? சரி சரி! இருந்தால் இருந்துவிட்டுப் போகட்டும்! ஆமாம் என்னைப் பற்றி வேறு கேட்டாராக்கும் ம்.?"

"அவர் உங்களைத் தேடிக் கொண்டிருந்தார் யாகோவ் பெத்ரோவிச். அதெல்லாம் இருக்கட்டும். ஆமாம்... நீங்கள் எங்கே இப்படி? செண்ட் அடித்து வாசனைத்தைலம் பூசித் தலை வாரி, இவ்வளவு நாகரீகத் தோற்றத்தில்...! என்ன விசேஷம்"

"அதெல்லாம் ஒன்றுமில்லை நண்பர்களே ஒன்றுமில்லை. சரி சரி விடுங்கள், போதும்!" என்று தன் புன்னகையைக் கட்டுப் படுத்திக்கொண்டு வேறுபக்கம் திரும்பியபடி பதிலளித்தார் கோலியாட்கின். அவர் புன்னகை செய்வதைப் பார்த்ததும் அந்த குமாஸ்தாக்களும் வாய்விட்டு சத்தமாகச் சிரித்தார்கள்; உடனே அவர் சிறிது புண்பட்டுப் போனார்.

"உங்களை நண்பர்களாக எண்ணி இதைச் சொல்கிறேன் கனவான்களே!" சிறிது நேரம் மௌனமாக இருந்த பிறகு, அவர்களிடம் எதையோ வெளிப்படையாகச் சொல்லிவிட முடிவு செய்தபடி இவ்வாறு கூறினார் நம் கதாநாயகர்.

"உங்களுக்கெல்லாம் என்னைப் பற்றித் தெரிந்திருந்தாலும், இதுவரையில் என்னுடைய ஒரே ஒரு பக்கத்தை மட்டும்தான் நீங்கள் தெரிந்து வைத்திருக்கிறீர்கள் கனவான்களே! அதற்காக எவரையும் குற்றம் சொல்வதற்கில்லை; தவறு என்னுடையதும்தான்! அதை நான் நன்றாக உணர்ந்திருக்கிறேன்" உதடுகளை அழுந்த மூடியபடி அந்த குமாஸ்தாக்களையே உற்று நோக்கினார் கோலியாட்கின். அவர்கள் மீண்டும் ஒருவரையொருவர் பார்த்துக் கண்ணடித்துக் கொண்டனர்.

"கனவான்களே! இதுவரை என்னைப் பற்றி நீங்கள் முழுமையாக அறிந்ததில்லை! இப்போது இங்கே, அதைப் பற்றி நானே விளக்குவதுதான் மிகவும் பொருத்தமாக இருக்கும். மிக மிக இலேசாக போகிறபோக்கில்தான் அதைப் பற்றி சொல்லப் போகிறேன்! சுற்றி வளைத்து மூக்கைத் தொடும் வழிகளை வெறுப்பவர்கள், வேடமணிந்து நடித்தாக வேண்டிய மேடைகளைத் தவிரப் பிற எங்குமே முகமூடி தரிக்காதவர்கள் அப்படிப்பட்ட

மனிதர்களெல்லாரும் கூட இங்கே இருக்கத்தான் செய்கிறார்கள் கனவான்களே. காரணமே இல்லாமல் ஒருவரையே சுற்றி வந்து வாலாட்டிக் குழைந்து கொண்டு, அவரது காலடியையே நக்கிக்கொண்டு கிடப்பதை வெறுப்பவர்களும் கூடத்தான். கூப்பிடாத இடத்தில் வேண்டுமென்றே மூக்கை நுழைப்பது பிடிக்காதவர்களும் இருக்கத்தான் செய்கிறார்கள்! கனவான்களே! உங்களிடம் கிட்டத்தட்ட எல்லாவற்றையுமே நான் சொல்லி முடித்து விட்டேன்! இனிமேல் என்னை விட்டு விடுங்கள்" பேச்சுக்குச் சிறிது இடைவெளி விட்டார் கோலியாட்கின். தாங்கள் விரும்பியது எதுவோ, அது தங்களுக்குக் கிடைத்துவிட்ட மகிழ்ச்சியில் அந்த குமாஸ்தாக்கள் இருவரும் கொஞ்சமும் நாகரிகமின்றி உரத்துச் சிரிக்கத் தொடங்கினர். அதைக் கண்டு கோபம் கொண்ட கோலியாட்கின், தனது சுயமதிப்பு காயப்பட்டு விட்டதில் வருத்தம் கொண்டார்.

"சிரியுங்கள் சிரியுங்கள்! இப்போதைக்கு நன்றாக சிரித்துக் கொள்ளுங்கள். நீண்ட ஆயுளோடு இருந்தால் உண்மை என்னவென்பதை நீங்களே பார்ப்பீர்கள்" என்று சொல்லி விட்டுத் தன் தொப்பியை எடுத்துக் கொண்டு கதவருகே சென்றார்.

"ஆனால், நான் நினைத்தால் என்னால் இன்னும் அதிகமாகக் கூட சொல்ல முடியும் கனவான்களே!" குமாஸ்தாக்களின் பக்கம் கடைசியாகத் திரும்பிப் பார்த்தபடி மீண்டும் பேச்சைத் தொடர்ந்தார் அவர்.

"ஆமாம் இன்னும் கூட சொல்ல முடியும் என்னால். இப்போது நீங்கள் இருவரும் என் எதிரிலேயே இருக்கிறீர்கள். கேட்டுக் கொள்ளுங்கள் நண்பர்களே! எனக்கென்று நான் வகுத்து வைத்திருக்கும் விதி இதுதான். தோற்றுப் போனால் நான் மனம் தளர மாட்டேன். வெற்றி கிடைத்தாலோ தொடர்ந்து செயல் படுவேன். எது எப்படி ஆனாலும், ஒளிவுமறைவான செயல்களை மட்டும் ஒரு போதும் நான் செய்யமாட்டேன். அப்படிப்பட்ட சதிவேலைகள் செய்பவனில்லை நான். அதில் எனக்குப் பெருமை தான். சாமர்த்தியமாக தந்திரமான வஞ்சகத்தோடு செயல்படக் கூடியவன் என்று என்னைப் பற்றி ஒரு போதும் நான் பெருமைப் பட்டுக் கொண்டதில்லை. 'பறவை, தானாகவே பறந்து போய் வேடனிடம் சிக்கிக் கொள்கிறது' என்று கூடத்தான் அவர்கள் சொல்கிறார்கள் கனவான்களே! அது உண்மைதான். அதை ஏற்றுக் கொள்ள நானும் தயாராகவே இருக்கிறேன். ஆனால்... இந்த விஷயத்தைப் பொறுத்தவரை பறவை யார், வேடன் யார்? இன்னும் கேள்விக்குரியதாக இருப்பது அதுதான் நண்பர்களே!"

இவ்வாறு சொல்லிவிட்டு, மிக நீண்ட மௌனத்தில் ஆழ்ந்து போன கோலியாட்கின், மிக மிக வித்தியாசமான தோரணையுடன் இதழ்களை இறுக்கி மூடிக்கொண்டு, புருவங்களை முடிந்தவரை உயர்த்தியபடி அந்த குமாஸ்தாக்களுக்கு வணக்கம் செலுத்தி விட்டு எல்லை கடந்த வியப்பில் அவர்களை ஆழ்த்தியபடி விடைபெற்று வெளியே சென்றார்.

“அடுத்ததாக என்ன உத்தரவு?” என்று முரட்டுத்தனமான கரகரத்த குரலில் வினவினான் பெட்ரூஷ்கா. குளிரில் விரைத்தபடி வண்டியில் தொங்கிக்கொண்டே வந்ததில் அவன் களைப் படைந்திருந்தான்.

“உங்கள் உத்தரவு என்ன சொல்லுங்கள்!” என்று கோலியாட் கினிடம் அவன் கேட்டபோது, சக்தியெல்லாம் வடிந்து போய் உலர்ந்து போன பரிதாபகரமான அவரது பார்வையை அவன் சந்திக்க நேர்ந்தது. அன்று காலையிலிருந்தே அந்தப் பார்வையைக் கொண்டுதான் இரண்டு தடவை தன்னைக் காப்பாற்றிக் கொண்டு வந்திருக்கிறார் நம் கதாநாயகர். இப்போது படியில் இறங்கிவரும் போதும் மூன்றாவது முறையாக அதையே மீண்டும் பற்றுக் கோடாகப் பிடித்துக் கொண்டார் அவர்.

“இசமைலாவ்ஸ்கி பாலத்துக்கு” என்றார் அவர்.

“ம்! இசமைலாவ்ஸ்கி பாலத்துக்கு வண்டி போகட்டும்” என்று கத்தினான் பெட்ரூஷ்கா.

‘அந்த விருந்து, எப்படியும் நான்கு அல்லது ஐந்து மணிக்கு முன்பு தொடங்கப் போவதில்லை’ என்று நினைத்துக் கொண்டார் கோலியாட்கின். ‘இப்போது போவது வெகு முன்னதாகவே போவதாக இருக்குமோ? சரி, அப்படி இருந்தால்தான் இருந்து விட்டுப் போகட்டுமே! நான் கொஞ்சம் முன்னாலேதான் போகிறேனே, அதில் என்ன இருக்கிறது? எப்படியோ இது ஒரு குடும்ப விருந்துதான்! கண்ணியமான மனிதர்கள் பங்கு கொள்ளும் அந்த விருந்தில் எந்த வகையான சம்பிரதாயமும் பாராட்டப் போவதில்லை என்று அந்தக் கரடி கூட என்னிடம் சொல்ல வில்லையா? நானும் அப்படியே இருந்துவிட்டுப் போகிறேன்!”

கோலியாட்கினின் மனம் முழுவதும் மேற்குறித்த எண்ணங்களே ஓடிக்கொண்டிருந்தன. கூடவே அவரது ஆர்வப் பரபரப்பும், மேன்மேலும் கூடிக்கொண்டே சென்றது. அவரைப் பார்த்தால் ஏதோ மிகப்பெரிய ஒரு செயலில் இறங்குவதற்காகத் தன்னை ஆயத்தப்படுத்திக் கொள்பவரைப் போலத்தான் தோன்றியதே தவிர அதை வேறெப்படியும் விளக்க முடியவில்லை. தனக்குத்தானே ஏதோ முணுமுணுத்துக் கொண்டும், வலது கையை ஆட்டி என்னென்னவோ அபிநயம் பிடித்துக் கொண்டும்

வண்டியின் ஜன்னலிலிருந்து தொடர்ந்து எட்டிப் பார்த்துக் கொண்டே இருந்தார் அவர். சுருக்கமாகச் சொன்னால் கோலி யாட்கினை அப்போது பார்ப்பவர்கள், அவர் ஒரு விருந்துக்காக அதிலும் குடும்ப வட்டத்திற்குள் நடக்கும் எளிமையான ஒரு விருந்துக்கு, எந்தச் சம்பிரதாயத்தையும் பார்க்காத கண்ணியமான மனிதர்களின் பாணியில் சென்று கொண்டிருப்பதாக நிச்சயம் சொல்ல முடியாது.

இறுதியாக, இசமைலாவ்ஸ்கி பாலத்தை நெருங்கியதும், அவர் ஒரு வீட்டைச் சுட்டிக் காட்டினார்; வண்டியும் பெருத்த ஓசை எழுப்பியபடி வலதுபுற முதல்வாயிலருகே நின்றது. இரண்டாவது மாடி ஜன்னலருகே ஒரு பெண்ணுருவம் தென்படுவதைக் கவனித்த கோலியாட்கின், அவளை நோக்கித் தன் கைகளால் முத்தமிடுவது போல சைகை செய்தார். உண்மையில் தான் என்ன செய்து கொண்டிருக்கிறோம் என்பது பற்றிய குறைந்தபட்ச சிந்தனையோ, தன்னுணர்வோ அற்றவராக உயிரற்ற ஒரு ஜடம் போலவே அப்போது இருந்தார் அவர். முகமெல்லாம் வெளிறிப்போய், கவனச் சிதறல் கொண்டவராகக் காட்சியளித்த அவர், வண்டியை விட்டிறங்கி வீட்டு வாயிற்படியில் ஏறியபடி, தன் தலைத்தொப்பியை அகற்றி விட்டு இயந்திரத்தனமாகத் தன்னை சரி செய்து கொண்டார். தன் கால்களில் சிறியதொரு நடுக்கத்தை உணர்ந்த அவர், அதனுடனேயே மாடிக்குச் சென்றார்.

கதவைத் திறந்தவரிடம் "ஒல்சுஃபி இவானோவிச் இருக்கிறாரா?" என்றார்.

"இல்லையே. அவர் வீட்டில் இல்லை! எங்கள் மரியாதைக் குரிய எஜமானர் இப்போது வீட்டில் இல்லை!"

"என்ன இது? நீ என்ன சொல்கிறாய் பையா? நான் விருந்துக் காக வந்திருக்கிறேன் தம்பி! என்னை உனக்குத் தெரியுமில்லையா?"

"உங்களை எனக்கு நன்றாகவே தெரியும். ஆனால் உங்களை உள்ளே அனுமதிக்கக் கூடாதென்பதே எனக்கு இடப்பட்டிருக்கும் உத்தரவு"

"நீயா இப்படிச் சொல்கிறாய்? நிச்சயமாக நீ செய்வது ஒரு குளறுபடிதான். வந்திருப்பது நான் தம்பி! அவர்கள்தான் என்னை விருந்துக்கு அழைத்திருக்கிறார்கள். நானும் அதற்காக வந்திருக் கிறேன்" என்று சொல்லிவிட்டு மிக இயல்பாகக் கோட்டைக் கழட்டியபடி எந்தத் தயக்கமும் அற்றவராய் வீட்டிற்குள் நுழை வதற்குத் தயாரானார் கோலியாட்கின்.

"ஐயா என்னைக் கொஞ்சம் பேச விடுங்கள்! நீங்கள் இப்போது உள்ளே போக முடியாது உங்களை உள்ளே விடக் கூடாதென்று

என்னிடம் சொல்லியிருக்கிறார்கள். உங்களுக்கு அனுமதி மறுத்து வெளியே அனுப்பிவிட வேண்டுமென்பதே எனக்கு இடப்பட்டிருக் கும் கட்டளை! ஆமாம் ஐயா, அதுதான் உண்மை!"

கோலியாட்கின் முகம் வெளிறிப் போயிற்று. சரியாக அதே நேரத்தில் உள் அறையின் கதவைத் திறந்துகொண்டு ஒல்சுஃபி இவானோவிச்சின் வயதான சமையற்காரரான ஜெராசிமிச் வெளியே வந்தார்.

"எமிலியான் ஜெராசிமிச் இதைக் கொஞ்சம் கேளுங்கள்! இந்த மனிதர் உள்ளே போக வேண்டுமென்று பிடிவாதம் பிடிக்கிறார். நான் என்ன செய்யட்டும்."

"ஏ முட்டாள் அலெக்ஸிச்! முதலில் நீ உள்ளே போ! அந்த ராஸ்கல் செமீனோவிச்சை இங்கே அனுப்பு" என்றவர் கோலியாட் கினைப் பார்த்துப் பணிவாக ஆனால் உறுதியாக இவ்வாறு கூறினார்.

"ஐயா நீங்கள் உள்ளே போக முடியாது! நிச்சயம் முடியாது! மரியாதைக்குரிய எங்கள் எஜமானர் உங்களிடம் மன்னிப்புக் கேட்டுக் கொள்வதாகச் சொன்னார். அவரால் இப்போது உங்களைப் பார்க்க முடியாது!"

"என்ன என்னைப் பார்க்க முடியாதென்றா சொன்னார்?" என்று இன்னும் கூடத் தன் சந்தேகம் விலகாதவராகக் கேட்டார் கோலியாட்கின்.

"ஜெராசிமிச்! திரும்பக் கேட்பதற்கு மன்னித்துக் கொள்ளுங் கள்! என்னை ஏன் பார்க்க முடியாது?"

"முடியாது என்றால் முடியாது! அவர்களிடம் நீங்கள் வந்திருப் பதைச் சொல்லியாயிற்று ஐயா! அவர்கள் உங்களிடம் மன்னிப்புக் கோருகிறார்கள்! உங்களை அவர்கள் பார்ப்பதாக இல்லை!"

"அதுதான் ஏனென்று கேட்கிறேன், எதனால் அப்படி?"

"ஐயா நான் சொல்வதைக் கொஞ்சம் கேளுங்கள்! தயவு செய்து கேளுங்கள்"

"ஏன் எனக்கு அனுமதி மறுக்க வேண்டும்? அப்படியெல்லாம் நடக்க வழியேயில்லை. நான் வந்திருக்கிறேன் என்று சொல்லுங்கள். அந்த மாதிரி எப்படிச் சொல்லலாம்? நான் வந்திருப்பது விருந்துக்காக இல்லையா?"

"ஐயா மன்னித்துக் கொள்ளுங்கள், தயவு செய்து மன்னித்துக் கொள்ளுங்கள்!"

"அட அது கிடக்கட்டும்! மன்னித்துக் கொள்ளச் சொல்வதெல் லாம் ஒரு பக்கம் இருக்கட்டும்! இப்போது என்னை உள்ளே செல்ல

விடுங்கள் ஜெராசிமிச். இது என்ன நியாயம் ஜெராசிமிச்?"

"மன்னித்து விடுங்கள் ஐயா! தயவு செய்து மன்னித்து விடுங்கள்" என்றபடி கோலியாட்கினின் கையை உறுதியாகப் பற்றி அங்கிருந்து அகன்று போகச் செய்தபடி அதே நேரத்தில் உள்ளே வந்து கொண்டிருந்த வேறு இரண்டு பெரிய மனிதர்களுக்கு வழி ஏற்படுத்திக் கொடுத்தார் ஜெராசிமிச். அந்த கனவான்கள் வேறு யாருமில்லை. ஆந்திரேய் ஃபிலிப்போவிச்சும் அவரது மருமகன் விளாடிமிர் செமீனோவிச்சும்தான். அவர்கள் இருவரும் கோலியாட்கினை வியப்போடு பார்த்தனர். ஆந்திரேய் ஃபிலிப்போவிச் அவரிடம் ஏதோ பேச முயன்றார்; ஆனால் அதற்குள் கோலியாட்கின் தன் மனதை மாற்றிக் கொண்டிருந்தார். கண்களைக் கீழே தாழ்த்திக் கொண்டு கூச்சத்தோடு புன்னகைத்தபடி ஒல்சுஃபி இவானோவிச்சின் வீட்டு வாயிலிருந்து கையாலாகாத திகைப்போடு வெளியே சென்று கொண்டிருந்தார் அவர்.

"நான் அப்புறம் வருகிறேன் ஜெராசிமிச்! அப்போது எல்லாவற்றையும் நானே விளக்கமாக சொல்லிக் கொள்கிறேன். உரிய நேரத்தில் அதில் தாமதம் ஏற்பட்டு விடாமல் விளக்க முடியுமென்று நம்புகிறேன்" என்றபடி நகர்ந்தார் அவர்.

"யாகோவ் பெத்ரோவிச்! யாகோவ் பெத்ரோவிச்!" என்று பெயர் சொல்லி அழைத்தபடி ஆந்திரேய் ஃபிலிப்போவிச்சின் குரல் தன்னைப் பின் தொடர்ந்து வருவது அவருக்கு கேட்டது. அதற்குள் முதல் தளத்தின் படிக்கட்டு ஏற்றத்தை நெருங்கி விட்டிருந்த அவர் 'சட்'டென்று ஆந்திரேய் ஃபிலிப்போவிச்சை நோக்கித் திரும்பினார்.

"உங்களுக்கு என்னதான் வேண்டும்?" என்று ஆந்திரேய் ஃபிலிப்போவிச்சிடம் சிறிது கடுமையான குரலிலேயே கேட்டார் அவர்.

"உங்களுக்கு என்ன ஆயிற்று யாகோவ் பெத்ரோவிச்? என்ன பிரச்சினை?"

"எதுவுமே இல்லை ஆந்திரேய் ஃபிலிப்போவிச். நான் என் சொந்த வேலையாக இங்கே வந்தேன். இது, என்னுடைய தனிப்பட்ட வாழ்க்கை சார்ந்தது ஆந்திரேய் ஃபிலிப்போவிச்!"

"என்ன அது?"

"ஆந்திரேய் ஃபிலிப்போவிச்! நான்தான் சொல்கிறேனே? இது என் தனிப்பட்ட வாழ்க்கையை ஒட்டியது! எனக்குத் தெரிந்தவரை, நான் இங்கே வந்ததில் அலுவலக ரீதியாக நீங்கள் குற்றம் கண்டு பிடிக்க எதுவுமில்லை என்றே நினைக்கிறேன்"

"அலுவலக ரீதியாகக் குற்றம் காண்பதா? என்ன சொல்கிறீர்கள் நீங்கள்? உங்களுக்கு என்னதான் ஆயிற்று நண்பரே?"

“ஒன்றுமில்லை ஆந்திரேய் ஃபிலிப்போவிச்! ஒன்றுமே இல்லை. துப்புக்கெட்ட ஒரு பெண்ணின் துடுக்கு மட்டும்தான்! வேறு எதுவுமே இல்லை!”

“என்ன. என்னது” என்று கத்தியபடி ஆச்சரியத்தில் திகைத்துப்போனார் ஆந்திரேய் ஃபிலிப்போவிச்.

தன் அலுவலக மேலதிகாரியான அவர், தன்னைப் பார்த்து இலேசாகச் சிரித்துக் கொண்டிருந்ததை முதலில் பார்த்தபோது, அவர் முகத்தில் பாய்ந்து ஒரு குத்து விடலாமா என்று கோலியாட்கினுக்குத் தோன்றிக் கொண்டிருந்தது. இப்போதோ தன்னையும் அறியாமல், அவரை நோக்கி ஒரு அடி முன் நகரத் தொடங்கி விட்டார் அவர். அதைக் கண்ட ஆந்திரேய் ஃபிலிப்போவிச் சற்றே குதித்துப் பின் வாங்கிச் சென்றார். கோலியாட்கின் சிறிது சிறிதாக அவரை நோக்கி நகர்ந்து கொண்டே இருந்தார். ஆந்திரேய் ஃபிலிப்போவிச் அவரைப் பதற்றத்தோடு பார்த்தார். மாடிப் படிகளில் கோலியாட்கின் விரைவாக மேலேறி வருவதைப் பார்த்து விட்டு அதைவிட வேகமாகப் பின் வாங்கிச் சென்று வீட்டுக்குள் நுழைந்து அவரது முகத்துக்கு நேராகக் கதவை அறைந்து சாத்தினார்.

தனித்து விடப்பட்டிருந்த கோலியாட்கினுக்கு கண்கள் இருட்டிக் கொண்டு வந்தன. செய்வதறியாது தயங்கி நின்று கொண்டிருந்த அவரைப் பார்த்த போது சற்று முன் நடந்து முடிந்த அறிவீனமான அந்தச் செயலை அசை போட்டுக் கொண்டிருந்ததைப் போலிருந்தது. ‘ஐயையோ‘ என்று தனக்குள் முணுமுணுத்த படி தர்மசங்கடத்தோடு புன்னகை செய்தார் அவர். அதே நேரத்தில் படிகளில் எவரோ ஏறிவரும் சத்தமும், அவர்களின் பேச்சுக் குரல்களும் கேட்டன. ஒல்சுஃபி இவானோவிச் வீட்டுநிகழ்ச்சிக்கு வருகை தரும் வேறு சில விருந்தாளிகளாக இருக்கலாம்.

அதற்குள் தன்னை ஓரளவு நிலைப்படுத்திக் கொண்டுவிட்ட கோலியாட்கின், ’ராகூன்’ தோலால் செய்யப்பட்ட கழுத்துப் பட்டையை நன்றாக இழுத்துவிட்டுக் கொண்டு, முடிந்தவரை அதற்குள் தன் முகத்தை மறைத்துக் கொண்டு கீழே இறங்கிச் செல்லத் தொடங்கினார். சின்னச்சின்னதாய் அடிவைத்துப் படிகளில் அவசரமாய்ச் சென்றபோது அவர் தடுக்கிக் கொண்டார்; தடுமாறவும் செய்தார். உடல் முழுவதும் மரத்துப் போயிருப்பதைப் போல மிகவும் பலவீனமாக உணர்ந்தார். குழப்பத்தின் உச்சத்தில் இருந்ததால் படிக்கட்டிலிருந்து வெளியே வந்ததும், வண்டி வருவதற்காகக் கூடக் காத்துக் கொண்டிருக்காமல் சகதிபடிந்த முகப்புப் பகுதியைக் கடந்து வண்டி நிறுத்தப்பட்டிருந்த இடத்திற்குத் தானே சென்றார். வண்டி அருகில் போய் அதில் ஏற

முற்பட்டபோது அந்த வண்டியோடு தானும் சேர்ந்து அப்படியே பூமிக்குள் மூழ்கிப்போய் விடலாமா அல்லது அப்படியே போய் ஏதாவது ஒரு எலிப் பொந்துக்குள் ஒளிந்து விடலாமா என்ற எண்ணம் அவரை ஆட்டிப் படைத்துக் கொண்டிருந்தது. ஒல்சுஃபி இவானோவிச்சின் வீட்டில் இருக்கும் ஒவ்வொரு ஜன்னலிலிருந்தும் அங்கிருக்கும் ஒவ்வொரு பொருளும் தன்னையே உற்றுப் பார்த்துக் கொண்டிருப்பதைப் போல அவருக்குத் தோன்றியது. மீண்டும் அங்கே திரும்பிப் போக நேர்ந்தால் தான் இறந்து போவது உறுதி என்று அறிந்திருந்தார் அவர்.

வண்டியில் ஏறுவதற்குத் தனக்கு உதவி செய்த பெட்ரூஷ்காவைப் பார்த்து

"ஏ மடையா எதற்காகச் சிரிக்கிறாய்?" என்று சிடுசிடுத்தார் அவர்.

"நான் ஏன் சிரிக்கப் போகிறேன்? நான் அந்த மாதிரியெல்லாம் எதுவுமே செய்யவில்லை! சரி அடுத்ததாக எங்கே போக வேண்டும்?"

"வீட்டுக்குத்தான்! வண்டியைக் கிளப்பு!"

"ம், நேராக வீட்டுக்குப் போகலாம்" என்று வண்டிக்காரருக்குக் குரல் கொடுத்துவிட்டுப் படியில் தொற்றிக் கொண்டான் பெட்ரூஷ்கா.

"காக்கைபோலக் கத்துகிறான் இவன்" என்று நினைத்துக் கொண்டார் கோலியாட்கின். அதற்குள் இசமைலாவ்ஸ்கி பாலத்திலிருந்து ஒரு கணிசமான தூரத்தைக் கடந்து சென்றிருந்தது வண்டி. தன் சக்தி முழுவதையும் பயன்படுத்தி வண்டிக் கடிவாளத்தைச் சட்டென்று பிடித்திழுத்தபடி, மீண்டும் பழைய இடத்திற்கே திரும்பச் செல்லுமாறு வண்டிக்காரரிடம் பணித்தார் நம் கதாநாயகர். வண்டிக்காரரும் குதிரைகளைத் திருப்பி இரண்டே நிமிடத்தில் மறுபடியும் ஒல்சுஃபி இவானோவிச்சின் வீட்டு வாசலைச் சென்றடைந்தார்.

"வேண்டாம் வேண்டாம்! ஏ முட்டாளே திரும்பிப்போ!" என்று கத்தினார் கோலியாட்கின். இப்படி ஒரு உத்தரவை முன்பே எதிர்பார்த்ததைப் போல எந்த பதிலும் சொல்லாமல் அந்த வீட்டு வாசலிலும் வண்டியை நிறுத்தாமல், முன்புறமாகச் சுற்றி வளைத்துக் கொண்டு மீண்டும் வீதியிலேயே செல்லத் தொடங்கினார் வண்டிக்காரர்.

ஆனாலும் கோலியாட்கின் நேராக வீட்டுக்குச் சென்று விடவில்லை. செமினோவ்ஸ்கி பாலத்தைத் தாண்டியதும், பக்கத்துத் தெரு ஒன்றில் இருந்த நடுத்தரமான ஒரு உணவு விடுதிக்கு முன்

வண்டியை நிறுத்துமாறு சொல்லி விட்டுக் கீழே இறங்கினார். வண்டிக்காரரின் கணக்கைத் தீர்த்து முடித்து, வண்டியை அனுப்பிவிட்டுத் தான் வீடு திரும்பும் வரை காத்திருக்குமாறு கூறி பெட்ரூஷ்காவையும் அங்கிருந்து அனுப்பினார். பிறகு விடுதிக்குள் சென்று தனி அறை ஒன்றை எடுத்துக் கொண்டு இரவு உணவு கொண்டுவரப் பணித்தார். நோயுற்றவரைப் போல மிகவும் களைத்துப் போயிருந்தார் அவர். குழப்பமும், கலவரமும் அவரது மூளையில் மண்டிக் கிடந்தன. அறையில், குறுக்கும் நெடுக்குமாகப் பதட்டத்துடன் நெடுநேரம் உலாவிக் கொண்டே இருந்த பிறகு, ஒரு வழியாக நாற்காலி ஒன்றில் சாய்வாக அமர்ந்து கொண்டார் அவர். தன் கைகளால் முகத்துக்கு முட்டுக் கொடுத்தபடி தன் தற்போதைய நிலை குறித்தும், அதை முடிவுக்குக் கொண்டு வருவது எப்படி என்பது பற்றியும் ஆலோசனையில் ஆழ்ந்தார்

4

சிவில் கவுன்சிலராகப் பணியாற்றும் பெரந்த்யேவின் ஒரே புதல்வியான கிளாரா ஓல்சுஃபியேவ்னாவுக்கு அன்று பிறந்தநாள். ஒரு காலத்தில் கோலியாட்கினின் நலம் விரும்பியாக இருந்த பெரந்த்யேவ், அவருக்குப் பல உதவிகளும் கூடச் செய்திருக்கிறார். பிறந்தநாள் விழாவை ஒட்டி, ஆடம்பரமான மிகப்பெரிய விருந்துக்கு ஏற்பாடு செய்யப்பட்டிருந்தது. இசமைலாவ்ஸ்கி பாலத்தை ஒட்டிய குடியிருப்புக்களில் வாழ்ந்து வந்தவர்கள், அப்படிப்பட்ட ஒரு விருந்தைக் கண்டு பல காலம் ஆகியிருக்கக் கூடும். அந்த விருந்து பாபிலோனியர்களின் மிகப் பகட்டான பாணியில், பால்தஸாரின் விருந்தை நினைவுபடுத்தும் விதத்தில் இருந்தது. மிகப் பிரபலமான 'லீவ் கிளிக்காட்' நிறுவனத்தின் ஷாம்பெயின் ஒருபுறம். *'எலிசெயேவ் மில்யுடின்'* கடையிலிருந்து தருவிக்கப்பட்டிருந்த சிப்பிகளும் பழவகைகளும் இன்னொரு புறம். விருந்துணவுக்காகவே பிரத்தியேகமாக வளர்க்கப்பட்டிருந்த கொழுகொழுப்பான கன்றுக்குட்டியின் இறைச்சி, அது ஒரு பக்கம். அரசுப் பணியின் எல்லாத் தரத்தில் வேலை பார்க்கும் அதிகாரிகளும் விருந்துக்காக அங்கே கூடி இருந்தார்கள்.

அந்தப் பிறந்தநாள் விழாக் கோலாகலம், ஓர் அற்புதமான நடனத்துடன் முடிவடைவதாக இருந்தது. சிறியதாக ஒரு பிறந்தநாள் நடனம். ஆனால் ரசனையிலும், தனித்தன்மையிலும், பாணியிலும் மிகப் பிரமாதமான ஒன்று. எப்போதாவது சில வேளைகளில் அப்படிப்பட்ட 'பால்' நடனங்கள் நிகழ்வதுண்டு என்றாலும் அந்த சந்தர்ப்பம் மிக அரிதாக மட்டுமே கைகூடக் கூடியது. அப்படிப்பட்ட 'பால்' நடனங்களில் நடனத்தின் சிறப்பை விட, குடும்பத்தினர் ஒன்று கூடி மகிழ்வதற்கே முக்கியத்துவம் இருக்கும். சிவில் கவுன்சிலர் பெரந்த்யேவின் இல்லத்தைப் போன்ற ஒரு சில குடும்பங்களில் மட்டுமே அப்படிப்பட்ட நடனங்கள் நிகழும்; அதிலும் கூட எல்லா சிவில் கவுன்சிலர்களின் வீடுகளிலும் அந்தமாதிரி நடனங்கள் நிகழுமா என்பதும் சந்தேகம்தான்.

ஐயோ, நான் மட்டும் ஒரு கவிஞனாக இருந்திருந்தால்? ஹோமரைப் போலவோ புஷ்கினைப்போலவோ நானும் ஒரு கவிஞனாக இல்லாமல் போய்விட்டேனே என்று பெரிதும் வருத்தமடைகிறேன். அவர்களுக்கு ஒப்பான ஆற்றல் இல்லாத எவராலும் அந்தக் காட்சியை வருணித்துவிட முடியாது. அதற்கான துணிச்சல் கூடப் பிறருக்கு ஏற்படாது. நான் மட்டும் அப்படிப்பட்ட கவிஞனாக இருந்திருந்தால் அற்புதமான அந்த நாளை சுதந்திரமான என் தூரிகை கொண்டு அருமையான வண்ணங்களால் ஒரு

சித்திரம் போல என் வாசகர்களுக்குத் தீட்டிக் காட்டியிருப்பேன்.

ஆமாம். என் கவிதையை விருந்து நிகழ்ச்சியிலிருந்துதான் நான் தொடங்கவேண்டும். அன்றைய விருந்தின் நாயகியை நோக்கி அவளது நன்மைக்காக அந்த முதல் கிண்ணம் எப்போது உயர்த்தப் பட்டதோ குறிப்பாக அந்தத் தருணத்தை, பொன்னான அந்தத் தருணத்தை நான் அழுத்தமாகப் பதிவு செய்ய வேண்டும். எல்லா விருந்தினர்களும் ஏதோ ஒரு எதிர்பார்ப்புடன் பரவசமான அமைதி யில் மூழ்கிக்கிடந்த அந்தத் தருணத்தை நான் உங்களிடம் விவரித் தாக வேண்டும். டெமாஸ்தனிஸின் அடுக்குமொழிச் சொற் பொழிவு பிரவாகமெடுப்பதைப்போல, அமைதி அங்கே பிரவாகமெடுத் திருந்தது.

விருந்துக்கு வந்தவர்களில் முதல் மரியாதைக்குரிய மூத்தவரும், அழகான நரைமுடியோடும், அந்த நரைமுடிக்குப் பெருமை சேர்க்கும் விருதுகள், பட்டங்களோடும் காட்சியளித்த ஆந்திரேய் ஃபிலிப்போவிச், தனது இருக்கையிலிருந்து எழுந்தபடி மதுவோடு பளபளத்துக் கொண்டிருந்த கண்ணாடிக் கோப்பையைத் தலைக்கு மேல் உயர்த்தி எவ்வாறு வாழ்த்துச் சொன்னார் என்பதையும் உங்களுக்கு நான் விவரித்தாக வேண்டும். இந்த விருந்துக் கோலா கலத்துக்காகவே ஏதோ தொலைதேசம் ஒன்றிலிருந்து வருவிக்கப் பட்டிருந்தது அந்த மது, அதை மது என்று சொல்வதை விடவும் வானுலக தேவர்கள் பருகிய அமுதத்தின் மிச்சம் என்று சொல்வது தான் பொருத்தமாக இருக்கும்.

மதுக்கோப்பையை ஆந்திரேய் ஃபிலிப்போவிச் உயர்த்தியதைத் தொடர்ந்து மற்ற விருந்தினர்களும், மிகுந்த மகிழ்ச்சியோடு இருந்த விழாநாயகியின் பெற்றோரும் அவரவர் கோப்பைகளை உயர்த்திய படி தங்கள் பார்வைகளை அவர் மீதே பதித்திருந்த காட்சியையும் நான் உங்களிடம் சித்திரித்தாக வேண்டும். எல்லோரது பேச்சிலும் மிகுதியாக இடம்பெற்ற பெருமகன் ஆந்திரேய் ஃபிலிப்போவிச், மதுக்கோப்பையில் தன் கண்ணீர்த் துளியையும் கூடவே சிந்தியபடி தன் பாராட்டுக்களையும் நல்வாழ்த்துக்களையும் தெரிவித்தார்; அந்தப் பெண்ணின் நலன் வேண்டி அதை அருந்துவதாகச் சொல்லியபடி அவர் விருந்தைத் தொடங்கி வைத்தார். அப்போது விருந்தின் நாயகியான கிளாரா ஓல்சுஃபியேவ்னா, வசந்த காலத்து ரோஜாமலரைப் போல முகம் சிவந்து, உள்ளடங்கிய ஆனந்தத் தோடு, பரவசச் சிலிர்ப்புடன் உணர்ச்சிவசப்பட்டவளாகத் தன் தாயின் மென்மையான தோள்களில் சரிந்தாள்; ஆனால் அந்தப் புனிதமான கணத்தை உள்ளபடி விவரிக்க என்னால் இயலவில்லை

* 'எலிசெயேவ் மில்யுடின்' – பீட்டர்ஸ்பர்க் நகரில் இருக்கும் புகழ்பெற்ற பலசரக்குக்கடை

என்பதை நான் ஒத்துக்கொண்டு தானாக வேண்டும். அந்தக் கணத்தில் அவளது பெற்றோர் ஆனந்தக் கண்ணீர் பெருக்கியதைப் பற்றியும் கூட என்னால் சரியாகச் சொல்ல முடியவில்லை. வணக்கத்திற்குரிய முதியவரும், சிவில் கவுன்சிலருமான ஓல்சுஃபி இவானோவிச்சின் நீண்ட கால சேவை காரணமாக அவரது கால்கள் செயலற்றுப் போயிருந்தன; ஆனாலும் ஈடுபாட்டோடு அவர் ஆற்றிய பணியின் பயனாக ஒரு வீடும், சில சிறிய தோட்டங்களும் அவருக்குக் கிடைத்திருந்தன. அழகான ஒரு மகளுக்குத் தந்தையான அவர், அந்தக் கணத்தில் ஒரு சின்னக் குழந்தையைப் போல விம்மியபடி மாண்புமிகு சிறப்பு விருந்தினரின் பெருந்தன்மையைப் பற்றிக் கண்ணீருக்கிடையே எவ்வாறு சொல்லிக்கொண்டிருந்தார் என்பதையும் என்னால் எடுத்துரைக்க முடியவில்லை. குறிப்பிட்ட அந்தத் தருணத்தில் அங்கிருந்த ஒவ்வொருவரின் உள்ளத்திலும் பொங்கித் ததும்பிக் கொண்டிருந்த உற்சாகத்தையும் கூட என்னால் சரிவர முன்வைக்க முடியவில்லை. கூட்டத்தில் இருந்த பதிவுக்குமாஸ்தா ஒருவரது பாவனைகள் (அந்த நேரத்தில் பதிவுக் குமாஸ்தாவைப் போல இல்லாமல் அவரும்கூட ஒரு சிவில் கவுன்சிலரைப் போலவே தோற்றமளித்தார்) அந்த உற்சாகத்தை மிகவும் துல்லியமாக வெளிப்படுத்திக் கொண்டிருந்தன. ஆந்திரேய் ஃபிலிப்போவிச்சின் வாழ்த்துரையைக் கேட்டுக்கொண்டே தானும் நெகிழ்ந்து போய்க் கண்ணீர் வடித்துக் கொண்டிருந்தார் அவர். அது போலவே, தான் ஒரு கொலிஜியேட் கவுன்சிலர்* என்பதையும், அரசுத்துறை ஒன்றின் தலைமைப் பொறுப்பில் இருப்பவர் என்பதையும் மறந்துவிட்டுப் பரவசமும், அமைதியும் நிறைந்த அந்தத் தருணத்தில் முழுக்க முழுக்க வேறு மாதிரி இருந்தார் ஆந்திரேய் ஃபிலிப்போவிச். அது எப்படி என்று என்னால் சொல்ல இயலவில்லை. ஆனால் அந்த இடத்தில் அவர் ஒரு 'கொலிஜியேட் கவுன்சி'லராக இல்லாமல், அதைவிட மிக உயர்ந்த ஒரு இடத்தில் அதற்கும் மேலான பெருமைக்குரிய ஒரு ஸ்தானத்தில் இருப்பவரைப் போலவே காட்சியளித்தார்.

இறுதியாகச் சொல்லப் போனால் மனித வாழ்க்கையின் இத்தகைய நேர்த்தியான, செறிவான கணங்களை இன்னும் விரிவாக வருணிக்கும் அளவுக்கு உயர்வான, திறமையான, உன்னதமான மொழிநடை என்னிடம் இல்லையென்றுகூடக் கூறிவிடலாம். சில நேரங்களில் மனிதர்கள் கொண்டிருக்கும் நன்றியில்லாத நடத்தைகள், தீய நோக்கங்கள், சுயநல எண்ணங்கள், பொறாமைகள் ஆகியவற்றை நன்னெறிகளும், அறமும் எவ்வாறு வெற்றிகொண்டுவிடுகின்றன என்பதைக் காட்டத்தான் இப்படிப்பட்ட தருணங்கள் உண்டாக்கப்படுகின்றனவோ என்றுகூடத் தோன்றுகிறது.

---

* கொலிஜியேட் கவுன்சிலர் – பீட்டர் பேரரசரால் உருவாக்கப்பட்ட அரசாங்க பதவித் தர வரிசைப் பட்டியலில் 6ஆம் இடத்தில் உள்ள பதவி.

நான், இப்போது எதுவுமே சொல்லப்போவதில்லை. வளவள வென்று பேசிக்கொண்டிருப்பதைவிட அமைதியாக இருப்பதே மேலானது! ஆனாலும்கூட அதிர்ஷ்டக்கார இளைஞனும், தனது இருபத்தாறாவது வசந்தத்தில் அடியெடுத்து வைத்திருப்பவனுமான ஆந்திரேய் ஃபிலிப்போவிச்சின் மருமகன் விளாடிமீர் செமீனோ விச்சை மட்டும் மௌனமாக உங்களுக்கு சுட்டிக்காட்ட ஆசைப்படு கிறேன். வாழ்த்துச் சொல்வதற்கான அவனது முறை வந்தபோது, தன் இருக்கையிலிருந்து எழுந்து அவன் பாராட்டிய கணத்தில் அந்தப் பெண்ணின் பெற்றோர், தங்கள் நீர்மல்கும் கண்களை அவன் மீது எப்படிப் பதித்திருந்தார்கள் என்பதையும் விழா நாயகி யின் அடக்கமான பார்வை, வந்த விருந்தினர்களின் அமைதியான பார்வை, இளைய கூட்டாளிகள் பலரின் பொறாமை நிறைந்த பார்வை இவையெல்லாம் அவன் மீது எப்படி லயித்துக் கிடந்தது என்பதை மட்டுமே நான் உங்களுக்குச் சொல்ல ஆசைப்படுகிறேன். மிகையாகவோ கூடுதலாகவோ நான் எதுவுமே சொல்லவில்லை. ஆனாலும் அந்த இளைஞனின் தோரணைகள் அனைத்துமே பக்குவமான முதிர்ச்சி பெற்றவரும் வயதில் மூத்தவருமான ஒருவரின் நடவடிக்கைகள் போலவே இருந்தன என்பதை என்னால் கவனிக்காமல் இருக்கமுடியவில்லை. அதை இங்கே ஒரு குறையாக முன்வைக்காமல் புகழ்ச்சிக்குரிய தகுதியாகவே குறிப்பிடுகிறேன். பூரித்துக்கிடந்த அவனது கன்னங்களில் தொடங்கி, அவன் அணிந் திருந்த மிகச்சிறப்பான தகுதியைக் காட்டும் விருதுப் பதக்கம் வரை அவை எல்லாமே நல்லொழுக்கமும், சிறந்த கொள்கைகளும் ஒரு மனிதனை எத்தனை உயரம் வரை கொண்டு செல்லக்கூடும் என்பதற்குக் கட்டியம் கூறியபடி இருந்தன. அரசுத்துறை ஒன்றின் தலைமை குமாஸ்தாவும், ஆந்திரேய் ஃபிலிப்போவிச்சின் தற்போதைய சகாவும் ஒல்சுஃபி இவானோவிச்சின் முன்னாள் சகாவும், கிளாரா ஒல்சுஃபியேவ்னாவின் ஞானத் தந்தையும் அந்தக் குடும்பத்தின் நண்பருமான ஆண்டன் அண்டோனோவிச் சியோடோட்ச்சின் என்ற தலை நரைத்த குள்ளமான கிழவர் வாழ்த்துச் சொல்லும் தருணத்தில், காக்கையைப் போலக் கத்தியபடி சின்னச்சின்ன நகைச்சுவைத் துணுக்குகளை எப்படிச் சொல்லிக் கொண்டிருந்தார் என்பதையும் இங்கே நான் விவரிக்கப்போவ தில்லை. அமைதியாக நடந்துகொண்டிருந்த அந்த விழாவின் சம்பிரதாயங்களையெல்லாம் வேண்டுமென்றே உடைத்துப் போடு பவரைப்போல அப்படிச்செய்த அவர், அங்கே கூடியிருந்தவர்களை யெல்லாம் கண்ணில் நீர்வழியச் சிரிக்கவைத்தது எப்படி என்பதை யும், தன் பெற்றோரின் இலேசான தலையசைப்பை சம்மதமாகக் கொண்டபடி அவரிடம் சென்ற கிளாரா, எல்லோரையும் மகிழ்ச்சியில் ஆழ்த்திய அந்த எளிமையான பண்புக்காக அவரை

முத்தமிட்டதையும் இவற்றையெல்லாம் கூட என்னால் முழுமை யாகச் சொல்லிவிடமுடியாது.

விருந்து முடிவடையும் கட்டம் வந்தபோது அங்கே கூடியிருந்த எல்லா விருந்தாளிகளுமே ஒருவர் மீது ஒருவர் அன்பு கொண்டவர் களாகவும், சகோதரர்களாகவும் தங்களை உணர்ந்தார்கள் என்பதை மட்டும் என்னால் சொல்ல முடியும். தனிப்பட்ட சமூக அந்தஸ்துப் பெற்றவர்களாயிருந்த சில மூத்த விருந்தாளிகள், இருக்கைகளிலிருந்து எழுந்துகொண்டபிறகு, சிறிது நேரம் நட்பு ரீதியில் இயல்பாகப் பேசிக் கொண்டிருந்தார்கள்; பிறகு அமைதியாக இன்னொரு அறைக்கு விலகிச் சென்றார்கள். விலைமதிப்பற்ற தங்கள் வினாடி களை வீணாக்கி விடாமல் தங்கள் தங்கள் தகுதிக்கேற்ற இடங்களில் குழுக்களாகப் பிரிந்து, அழுத்தமான பச்சைவண்ண விரிப்பு போடப்பட்டிருந்த மேசைகளின் அருகே அமர்ந்து கொண்டார்கள். அதேநேரத்தில், வரவேற்பறையில் இருந்த பெண்களும் கூட மிகவும் நெருக்கமும் ஒட்டுதலும் கொண்டவர்களாய் உடைகளைப் பற்றியும், வேறு பல பொதுவான விஷயங்களைப் பற்றியும் பேசத் தொடங்கி இருந்தார்கள்.

நேர்மையும் விசுவாசமுமான தன்னுடைய சேவையில் கால் களின் வலுவை இழந்தவரும், முன்பு குறிப்பிட்டதைப்போல அதற்காகவே பல வெகுமதிகளைப் பெற்றவரும் இந்த விருந்தை அளித்துக் கொண்டிருப்பவருமான மதிப்புக்குரிய குடும்பத் தலைவர், (பெரந்த்யேவ் ஒல்சுஃபி இவானோவிச்) விளாடிமீர் செமீனோவிச் மற்றும் கிளாரா ஒல்சுஃபியேவ்னா ஆகியோரின் துணையோடு தன் கட்டைக் கால்களை ஊன்றியபடி விருந்தினர் களுக்கு நடுவே நடந்துகொண்டிருந்தார். திடீரென்று தனக்குள் மிகையாகப் பொங்கிப் பிரவகித்த நேசத்தின் வெளிப்பாடாக செலவைக் கூடப் பொருட்படுத்தாமல், எளிமையான முறையில் உடனடியாக ஒரு சிறிய நடன நிகழ்ச்சிக்கு ஏற்பாடு செய்ய வேண்டு மென்று அவர் முடிவு செய்தார். சுறுசுறுப்பாகச் செயல்படும் துடிப்பான இளைஞன் ஒருவனிடம் (விருந்தின்போது சிவில் கவுன்சிலரைப் போன்ற முதிர்ச்சியோடு காணப்பட்ட அதே வாலிபனிடம்) இசைக் கலைஞர்களை அழைத்து வரும் பொறுப்பு ஒப்புவிக்கப்பட்டது. பதினோரு இசைக் கலைஞர்கள் உடனடியாக வந்து சேர்ந்துவிட மிகச்சரியாக எட்டரை மணிக்கு பிரெஞ்சு பாணியிலான குவாட்ரில்லா நடனத்துக்கான* தொடக்க இசை முழங்கத் தொடங்கியது. அதைத் தொடர்ந்து மேலும் பல நடனங்களும் கூட.

---

* குவாட்ரில்லா நடனம் 2 ஜோடிகள் சதுரமாகத் தங்களை அமைத்துக் கொண்டு ஆடும் ஒருவகை நடனம்.

முடிநரைத்த அந்த முதியவரின் தாராளமனத்தால், பெருந்தன்மையான விருந்தோம்பலால் நடந்தேறிய அந்த நடனத்தை உள்ளபடி விவரிக்க இயலாமல் என் எழுதுகோல் பலவீனமாக மந்தமாக சக்தியற்றுக் கிடந்தது என்பதை நான் சொல்லத் தேவையே இல்லை. கோலியாட்கினின் அனுபவங்களை அடுத்தடுத்து விவரித்துக் கொண்டு வரும் ஒரு எளிமையான கதைசொல்லி மட்டுமே நான்! ஒரு வகையில் பார்க்கப்போனால் அந்த அனுபவங்களுமே கூட மிகமிக சுவாரசியமானவைதான். ஆனாலும் கூட அங்கே காணப்பட்ட அதீதமான அபூர்வமான பல அழகுகளின் கலவையை நான் எப்படிச் சித்தரித்துவிட முடியும்? நடனங்களில் வெளிப்பட்ட பலவகையான அற்புதமான திறமைகள், பலதரப்பட்ட பாணிகள், உற்சாகம் கலந்த மகிழ்ச்சி, நாசூக்கோடு இயைந்த கண்ணியம், கண்ணியத்தோடு ஒருங் கிணைந்த நாகரிகம், வேடிக்கையும் விளையாட்டும், களிப்புமாய் அங்கு வந்திருந்த அதிகாரிகளின் மனைவிகளும், பெண்களும் அதில் கலந்துகொண்ட தன்மை இவற்றையெல்லாம் என்னால் எப்படிச் சொல்ல முடியும்? இளஞ் சிவப்பு நிறக் கன்னங்களும், இலேசான ஊதா நிறத்தோள்களும் கொண்ட அந்தப் பெண்களெல்லாம் சாதாரணப் பெண்களைப் போல அல்லாமல் தேவதைகளைப் போலல்லவா காட்சி தந்தார்கள். லாவகமாக வளைந்து நடமாடும் அவர்களது உருவங்கள், அதற்கேற்ப நெளிந்து கொடுக்கும் அவர்களது மென்மையான சின்னப்பாதங்கள்! இளமையும், மகிழ்ச்சியும் ஒரு பக்கம் ததும்பிவழிந்தாலும் தங்கள் கட்டுப்பாடு களை முற்றாக விட்டுக் கொடுத்துவிடாத குதிரைப்படை அதிகாரி கள், தங்கள் ஜோடிகளோடு இணைந்து ஆடிய அந்த அழகை என்னால் எப்படி விவரிக்க முடியும்? அவர்கள் அனைவருமே மிக உயர்ந்த குடும்பத்தைச் சேர்ந்தவர்கள்; உயர்ந்த பதவியிலும் இருப்பவர்கள். அவர்களில் சிலர் நடன இடைவேளைகளில் சற்றுத் தள்ளியிருந்த ஒப்பனை அறைகளுக்குச் சென்று புகை பிடித்துவிட்டு வந்தார்கள்; நடனங்களுக்கு நடுவில் புகைபிடிக்காமல் இருந்தவர் களும் கூட உண்டு. அவர்கள் எல்லோருமே மிகவும் நாகரிகமான வர்களாவும் கௌரவமானவர்களாகவும் இருந்தார்கள்; அவர்களது நடத்தைகள் அழகியல் உணர்வோடு இருந்தன. பெரும்பாலும் தங்கள் ஜோடிகளோடு பிரெஞ்சு மொழியிலேயே உரையாடிய அவர்கள், ரஷ்ய மொழியில் பேச நேரும்போதும்கூடத் தேர்ந் தெடுத்த, நாகரிகமான சொற்களையே பயன்படுத்தி அவர்களைப் புகழ்ந்தார்கள்.

புகைபிடிப்பதற்காக ஒதுங்கும் சமயங்களில் மட்டும் அது வரை தாங்கள் பயன்படுத்திய நாகரிகமான சொல்வழக்குகளைக் கொஞ்சம் விட்டு விட்டு நட்பின் உரிமையோடு "ஏ பீட்கா ராஸ்கல்,

அந்த போல்கா நடனத்தில் என்னை எப்படி ஒரு உதைவிட்டு விட்டாய் நீ'' என்றோ ''ஏ வாஸ்யா நாயே உன்னோடு ஆடிய அந்தச் சின்னப் பெண்ணை உன் விருப்பப்படியே சுழற்றி அடித்துவிட்டாய் போ'' என்றோ பேசிக் கொண்டார்கள் அவர்கள்.

என் அன்புக்குரிய வாசகர்களே! நான் முன்பே விரிவாக விளக்கி விட்டதைப் போல இதற்கு மேல் எதையும் விவரிக்க முடியாமல் என் எழுதுகோல் என்னைக் கைவிட்டு விட்டதால் நானும் இதோடு நிறுத்திக் கொள்கிறேன். இனிமேல் நம் கவனத்தை என்னுடைய உண்மையான கதையின் நிஜமான ஒரே நாயகரான கோலியாட்கினின் பக்கம் திருப்பிக் கொள்வோம்.

விஷயம் என்னவென்றால் இப்போது அவர் மிகமிக இக்கட்டான நிலையில் இருக்கிறார் என்பதுதான். கனவான்களே, அவர் அங்கேயேதான் இருந்தார். நடனத்தில் அவர் இல்லையே தவிர நடனம் நடைபெறும் இடத்துக்கு மிகவும் பக்கத்தில்தான் இருந்தார். "நன்றாகவே" கூட இருந்தார். "அவராகவே" யும் இருந்தார்! ஆனால் அந்தக் குறிப்பிட்ட கணத்தில் சற்று இசகு பிசகான இடத்தில் இருந்தார். ஓல்சுஃபி இவானோவிச்சின் குடியிருப்புக்குச் செல்லும் பின்வாசல் படிக்கட்டின் இறுதியிலுள்ள சிறிய தளத்தில் சற்று வித்தியாசமான ஒரு இடத்தில் அவர் அப்போது நின்று கொண்டிருந்தார். ஆனால் அவர் அங்கே நின்று கொண்டிருந்தது "சரியான காரியம்தான்". "மிகவும் வசதியாகவும்" கூட அவர் இருந்தார்.

அவர் நின்றிருந்த இடம் வெம்மையாக இல்லை; இருட்டாகவும், நெருக்கடி மிகுந்ததாகவும் இருந்தது. மிகப்பெரிய அலமாரியும் பழைய திரைச் சீலை ஒன்றும் அந்த இடத்தின் பாதிப் பகுதியை மறைத்துக் கொண்டிருந்தன. பல வகையான தட்டு முட்டு சாமான்கள், குப்பை கூளங்கள், கழித்துப் போடப்பட்ட பொருட்கள் இன்னும் இவை போலப் பல விதமான ஓட்டை உடைசல்கள் ஆகியவைகளுக்கு நடுவில் நின்று கொண்டிருந்தார் அவர். அவற்றுக்கு இடையே அப்போதைக்கு ஒளிந்து கொண்டபடி அங்கே நடப்பவைகளையெல்லாம் சுவாரசியமில்லாத ஒரு பார்வையாளனைப் போல கவனித்துக் கொண்டிருந்தார் அவர். இப்போது அவர் அவற்றை சும்மா பார்த்துக் கொண்டுதான் இருந்தார் கனவான்களே! அவரும் கூட உள்ளே போகலாம்தான். நிச்சயம் போகலாம்தானே கனவான்களே? அவர் ஏன் போகாமலிருக்க வேண்டும்? ஒரே ஒரு அடி எடுத்து வைத்தால் ஒரு அடி மட்டும் எடுத்து வைத்தால் போதும் அவரால் சாதுரியமாக உள்ளே போய்விட முடியும். கிட்டத்தட்ட மூன்று மணி நேரமாக அந்த அலமாரிக்கும் திரைக்கும் இடையே, எல்லா வகையான குப்பை கூளங்களுக்கும் தட்டு முட்டுப் பொருள்களுக்கும் நடுவே நின்று

கொண்டிருந்த அவர், தன்னைத் தானே நியாயப்படுத்திக் கொள்ளும் வகையில் பிரெஞ்சு அமைச்சரான வில்லிலே* குறிப்பிட்டிருக்கும் மறக்க முடியாத வாசகம் ஒன்றை இப்போது தனக்குள் சொல்லிக் கொண்டார். 'காத்திருக்கும் சக்தி எவனுக்கு உண்டோ, அவனுக்கு உரிய நேரத்தில் எல்லாமே வந்து சேரும்' என்ற வாசகம்தான் அது. வித்தியாசமான வேறொரு உள்ளடக்கத்தோடு கூடிய ஏதோ ஒரு புத்தகத்தில் கோலியாட்கின் எப்போதோ படித்திருந்த அந்த வரிகளை இப்போது தனக்குப் பொருத்தமான வையாக நினைவு கூர்ந்தார் அவர். அவருடைய தற்போதைய நிலைமைக்கு அது மிகமிகப் பொருத்தமானதாகத்தான் தோன்றியது; தன்னுடைய இந்தக் கொடுமையான அனுபவங்களெல்லாம் இனிமையான ஒரு முடிவுக்கு வந்துவிடக்கூடாதா என்று கிட்டத்தட்ட மூன்று மணிநேரமாகக் குளிரிலும், இருட்டிலும் தவித்தபடி விழித்துக் கொண்டிருக்கும் ஒரு மனிதனின் உள்ளத்தில் அப்படிப்பட்ட வாசகம் ஒன்று தோன்றக்கூடாதா என்ன?

பிரெஞ்சு அமைச்சர் வில்லிலேயின் அந்தத் தொடரை நினைவு படுத்திக்கொண்டபிறகு துருக்கியின் விசிர் மார்ட்சிமிரிஸையும் கூட நினைத்துப் பார்த்தார் கோலியாட்கின். புத்தகத்தில் தான் படித்திருந்த அழகி மார்க்ரேவின் லூயிஸாவின்** கதை கூட அவரது நினைவில் எழுந்தது. பிறகு ஏசுசபைத் துறவிகளை நினைவுகூர்ந்தார். முடிவை எட்டுவது சாத்தியமென்றால், அதற்கான எந்த வழிகளும் நியாயமானவை என்பதை விதியாகவே கொண்டிருப்பவர்கள் அவர்கள். இப்படிப்பட்ட வரலாற்றுத் தகவல்களால் தனக்குத்தானே தெம்பை வரவழைத்துக் கொண்ட கோலியாட்கின் தனக்குத் தானே இவ்வாறு சொல்லிக் கொண்டார். 'ஏசு சபைத் துறவிகள் என்ன அவ்வளவு பெரிய ஆட்களா? எல்லோரும் வெறும் முட்டாள்கள்! அவர்களையெல்லாம் விட நான் எவ்வளவோ திறமைசாலிதான்?' இந்த உணவு பரிமாறும் அறை மட்டும் ஒரு நிமிடம், ஒரே ஒரு நிமிடம் காலியாக இருந்தால் போதும்! (உணவு பரிமாறும் அறையின் கதவு, கோலியாட்கின் ஒளிந்திருந்த பின் பக்கப் படிக்கட்டுப் பாதைக்கு நேர் எதிராகத்தான் இருந்தது) பிறகு ஏசு சபைத் துறவிகளைப் பற்றியெல்லாம் நினைத்துக் கொண்டிருக்காமல் நேரே அதற்குள் போய் விடுவார் அவர்; பிறகு அங்கிருந்து தேநீர் வழங்கும் அறை, அடுத்ததாக எல்லோரும் சீட்டு விளையாடிக் கொண்டிருக்கும் அறை, பிறகு

---
* வில்லிலே காம்தே தெ வில்லிலே என்பவர் 1820களில் 18ஆம் லூயி அரசனின் ஆட்சிக் காலத்தில் கவுன்சில் தலைவராக இருந்தவர்

** மோர்க்ரேவின் லூயிஸா, மற்றும் விசிர் மார்ட்சிமிரிஸ் ஆகியோரின் அனுபவங்கள் குறித்து எம். கோமரோவ் (1782) எழுதிய புத்தகத்தின் அடிப்படையில்

அதையும் தாண்டிக் கொண்டு போல்கா நடனமாடிக் கொண் டிருக்கும் கூடத்திற்குள் பிரவேசித்து விடலாம். மெள்ள அதற்குள் நழுவிச் சென்று விட்டால் போதும் அவ்வளவுதான்! பிறகு யாருமே அவரைக் கவனிக்க மாட்டார்கள். உள்ளே மட்டும் போய் விட்டால் போதும் அப்புறம் என்ன செய்வதென்பது அவருக்குத் தெரியும்!

நம்முடைய உண்மைக் கதையின் கதாநாயகர் இப்போது இப்படிப்பட்ட ஒரு சூழ்நிலையில்தான் இருந்தார் ஆனாலும் கூட அந்தக் குறிப்பிட்ட கணத்தில் அவருக்குள் எந்த வகையான எண்ணங்கள் ஓடிக் கொண்டிருந்தன என்பதை வரையறுத்துச் சொல்வது கடினம்தான்! பின் வழியிலிருக்கும் படிக்கட்டு வழியாக எப்படியோ வந்து விட்ட அவர் அதன் வாயிலருகிலும் வந்து நின்று விட்டார். “ஆனாலும் கூட நான் ஏன் நேர் பாதையில் உள்ளே செல்லக்கூடாது? எல்லோரும் இப்படியா போகிறார்கள்” என்றும் அவர் மனம் எண்ணியது. ஆனால் அவ்வாறு செல்வதற்கு அவர் முயலவில்லை; அதற்கு அவர் துணியவில்லை என்பதுதான் உண்மை. “நான் ஒன்றும் எதைப் பார்த்தும் பயப்படவில்லை. எனக்கு விருப்பமில்லை அவ்வளவுதான், ஒளிந்து கொள்ள மட்டும் தான் எனக்கு விருப்பம்” என்று எண்ணியபடி உள்ளே நழுவிச் செல்லும் வாய்ப்பை எதிர்பார்த்துக் கிட்டத்தட்ட இரண்டரை மணி நேரத்துக்கும் மேல் காத்துக் கொண்டிருந்தார் அவர். “ஏன் அப்படிக் காத்திருந்தால் தான் என்ன? வில்லிலே கூடக் காத்துக் கொண்டிருக்கவில்லையா? சரி சரி இப்போது வில்லிலேயைப்பற்றி என்ன வந்தது ? அவரை ஏன் இங்கே இழுக்க வேண்டும்? ஆனால் நான் எப்படி இப்போது உள்ளே செல்வது, சே நான் ஒரு உதவாக்கரை” என்று நினைத்தபடியே, மரத்துப் போயிருந்த தன் விரல்களால் உணர்ச்சி மரத்துப் போன தன் கன்னத்தை ஒரு முறை கிள்ளி விட்டுக் கொண்டார் அவர்.

“நீ ஒரு முட்டாள், கிறுக்கு முட்டாளான கோலியாட்கின்* நீ! அந்தப் பெயர்... உனக்கு சரியானது தான்!” என்று தன்னைத் தானே கடிந்து கொண்டார்.

ஆனால் இப்படி அவர் தன்னைத் தானே தட்டியும் திட்டியும் கொடுத்துக் கொண்டபடி சொல்லிக் கொண்டிருந்தவை எல்லாம் ஏதோ போகிற போக்கில் சொல்லப்பட்டவைதானே தவிர அவற்றுக்கு எந்த அர்த்தமும் இல்லை. இப்போது முன்னால் நகர்ந்தபடி உள்ளே நழுவிச் செல்லும் தருணத்தைத்தான் அவர் எதிர்பார்த்துக்கொண்டிருந்தார். உணவு பரிமாறும் அறை

* கோலியாட்கா: ரஷ்ய மொழியிலுள்ள ‘கோலியாட்கா’ என்ற சொல்லிலிருந்து உருவானதே கோலியாட்கின் என்ற பெயர்; பிச்சைக்காரன் என்று பொருள்படுவது அது.

காலியாகத்தான் கிடந்தது; எவருமே அங்கு தென்படவில்லை. அங்கிருந்த சிறிய ஜன்னல் வழியாக அதைப் பார்த்து விட்ட கோலியாட்கின், இரண்டே எட்டில் கதவை நெருங்கினார்; கிட்டத்தட்ட அதைத் திறக்கவும் முனைந்து விட்டார். "உள்ளே போவதா... வேண்டாமா, உம், முடிவு செய், போகலாமா கூடாதா? இல்லை, நான் போகத்தான் போகிறேன்! ஏன் கூடாது? துணிச்சல் காரனுக்கு எல்லா வழிகளும் தானாகவே திறந்து கொள்ளும்" இவ்வாறு தனக்குத் தானே உறுதி செய்து கொண்ட நம் கதாநாயகர் முற்றிலும் எதிர்பாராத வண்ணம் திடீரென்று திரைக்குப் பின்னால் ஒளிந்து கொண்டபடி பின் வாங்கினார்.

"வேண்டாம், ஐயோ யாரோ இப்போது உள்ளே வந்து விட்டார்களே! ஆமாம் வந்துவிட்டார்கள்தான்! ஆள் நடமாட்டம் இல்லாதபோதே அங்கே போகாமல் நான் ஏன்தான் இழுத்தடித்துக் கொண்டிருந்தேனோ? சரி அப்படியே இருந்தாலும்தான் என்ன, நான் உள்ளே நழுவிப் போனால் என்ன ஆகிவிடும்? ஆனால் இப்படிப்பட்ட மனப்போக்குள்ள ஒரு மனிதனால் அப்படி நழுவிக் கொண்டு உள்ளே போவது முடியுமா என்ன? சே, நான் தான் எவ்வளவு மோசமாக இருக்கிறேன்? ஒரு பெட்டைக் கோழி போல நடுங்கிக் கொண்டிருக்கிறேன்! பயப்படுவது 'நம்'முடைய விசேஷ மான குணம் அது தான் எல்லாவற்றுக்குமே காரணம்! எல்லா சந்தர்ப்பங்களிலுமே கேவலமாக நடந்து கொள்வது அதுவும் நம்முடைய குணம்தான்! ஒரு தூணைப் போல அசையாமல் அப்படியே நிற்க மட்டும் தான் தெரியும், அவ்வளவுதான். சே, இப்போது வீட்டிலிருந்தால் தேநீர் பருகிக் கொண்டிருந்திருக்கலாம். ஒரு கோப்பை தேநீர் குடித்தால் எவ்வளவு நன்றாக இருக்கும்? நான் தாமதமாக வீட்டுக்குப் போனால் பெட்ரூஷ்கா வேறு முணு முணுப்பான். பேசாமல் வீட்டுக்குப் போய்விட்டால் என்ன? எது வேண்டுமானாலும் எக்கேடும் கெட்டுப் போகட்டும், நான் கிளம்பு கிறேன், அது தான் என் முடிவு."

தன்னுடைய நிலைமையைப் பற்றி இப்படியெல்லாம் சிந்தித்துப் பார்த்துக் கொண்டிருந்த கோலியாட்கின், தனக்குள்ளே இருந்து எவரோ ஒருவர் ஒரு விசையைச் செலுத்தியதைப் போல சட்டென்று முன்பக்கமாகப் பாய்ந்து சென்றார். இரண்டு அடி எடுத்து வைத்ததுமே உணவு அறைக்குள் நுழைந்து விட்ட அவர், தன் மேலங்கியையும் தொப்பியையும் கழற்றி அவற்றை அங்கேயே ஒரு மூலைப் பகுதியில் திணித்து வைத்தார். பிறகு தன்னைச் சற்று சீராக்கி ஒழுங்கு படுத்திக் கொண்டு, தேநீர் அறைக்கும் அங்கிருந்து அடுத்துள்ள அறைக்கும் பாய்ந்து சென்றார். அந்த அறையில் சீட்டு விளையாடிக் கொண்டிருந்தவர்கள் கிளர்ச்சியின் உச்சத்தில் இருந்த

தால் அவர்களுக்கு இடையே அவர் மெல்ல நுழைந்து சென்றதை அவர்கள் கண்டு கொள்ளவில்லை. பிறகு தன்னைச் சுற்றி நடப்பது எதுவுமே கோலியாட்கினின் மனதில் பதியவில்லை. அனைத்தையும் மறந்தவராய் வில்லிலிருந்து விடுபட்ட அம்பு போல நேரே வரவேற்பறைக்குள் புகுந்து விட்டார் அவர்.

அதிர்ஷ்டவசமாக அங்கிருந்த யாரும் அப்போது நடனமாடிக் கொண்டிருக்கவில்லை. கண்ணுக்குக் குளுமை தரும் அற்புதக் காட்சி போலப் பெண்களெல்லாம் கூட்டம் கூட்டமாக அறைக்குள் அழகாக வளைய வந்து கொண்டிருந்தார்கள். கனவான்களெல் லாம் இரண்டு மூன்று பேராகக் கூடிப் பேசிக் கொண்டோ, அறைக்குள் நடமாடியபடியே தங்கள் ஜோடிகளோடு உரையாடிக் கொண்டோ இருந்தார்கள். இவற்றில் எதையுமே கோலியாட்கின் கவனிக்கவில்லை. அவர் பார்த்தது கிளாரா ஓல்சுஃபியேவ்னாவை மட்டுமே. அவளுக்குப் பக்கத்தில் ஆந்திரேய் ஃபிலிப்போவிச், விளாடிமிர் செமீனோவிச் ஆகியோரும் இன்னும் இரண்டு மூன்று அதிகாரிகளும் கூட நின்று கொண்டிருந்தார்கள். இறுதியாக அவர்களோடு கூடவே இன்னும் இரண்டு மூன்று இளைஞர்களும் இருந்தார்கள். பார்த்த மாத்திரத்தில் கவனத்தைக் கட்டிப் போடும் வகையில் இருந்த அவர்கள் நிச்சயம் ஏதாவது சாதனைகள் செய்யக் கூடுமெனத் தோன்றியது; அல்லது அவர்கள் ஏற்கனவே சாதனை செய்தவர்களாகவும் இருக்கலாம். இவர்களோடு கூடச் சேர்த்து வேறு ஒருவரையும் பார்த்து விட்டார் கோலியாட்கின். ஒருவேளை அவர் யாரையுமே பார்க்கவில்லை என்று கூட வைத்துக்கொள்ள லாம். ஆனால் சற்று முன்பு எப்படிப்பட்ட விசை அவரை உந்தித் தள்ளியதோ, அழைப்பில்லாத அந்த நடன விருந்துக் கூடத்துக்குள் முண்டியடித்துக் கொண்டு வருமாறு எந்த சக்தி அவரைத் தூண்டியதோ அதே போன்றதொரு விசையால் தூண்டப் பட்டவராக மேலே மேலே முன்னேறிப் போய்க் கொண்டே இருந்தார் அவர். வழியில் கவுன்சிலர் ஒருவரை இடித்துத் தள்ளி அவர் காலை மிதித்ததோ, கௌரவமான தோற்றத்துடன் இருந்த ஒரு பெண்ணின் ஆடையின் மீது தெரியாமல் கால் பட்டு விட்டதால் அது இலேசாகக் கிழிந்ததோ, உணவுத் தட்டோடு நடந்து கொண்டிருந்த பணியாள் ஒருவனோடு மோதிக் கொண்டதோ, வேறு யாரோ ஒருவரை முட்டித் தள்ளிக் கொண்டு மேலே சென்றதோ இதில் எதுவுமே கவனத்தில் பதியாமல் இன்னும் மேலே மேலே தொடர்ந்து முன்னேறிச் சென்று கொண் டிருந்தார் அவர். சட்டென்று பார்த்தபோது கிளாரா ஓல்சுஃபியேவ் னாவுக்கு நேர் எதிரே நின்று கொண்டிருப்பதை அவரால் உணர முடிந்தது. விழிகளைக் கூட இமைக்க மறந்தவராய் ஆனந்தக்

களிப்பின் உச்சத்தோடு அவர் நின்றிருந்த அந்தக் கணத்தில் அவருக்கு அப்படியே பூமிக்குள் புதையுண்டு போவது போலிருந்தது என்பதில் சந்தேகமே இல்லை. அது சரி, அவர் இப்போது என்னதான் செய்வதாக இருந்தார்? ஒரு முறை ஒன்றைச் செய்து விட்டால் அதைத் திரும்ப மாற்றிச் செய்வதென்பது இயலாத காரியம். ஒரு போதும் அதை மாற்றவே முடியாது. 'தோற்றுப் போனால் நான் மனம் உடைந்து விட மாட்டேன்; வெற்றி பெற்றால் முயற்சியை மேலும் தொடருவேன்' அதுவே அவரது எண்ணம்.

கோலியாட்கின் உறுதியாக "ஒரு சதிகாரரல்ல"; "தனது காலணிகளால் நடை பழகி தரைக்குப் பாலிஷ் போடும் கலையை அறிந்தவரும் அல்ல" அதனால் அது அங்கே நிரூபிக்கப்பட வேண்டும். போதாக் குறைக்கு இந்த ஏசு சபைத் துறவிகள் வேறு. ஆனால் இப்போது அவர்களையெல்லாம் நினைத்துப் பார்க்க கோலியாட்கினுக்கு நிச்சயம் நேரமில்லை!

இவ்வளவு நேரமும் அந்த அறைக்குள் நடந்து கொண்டும் ஆரவாரத்தோடு சிரித்துக் கொண்டும் சிறு சிறு குழுக்களாக இருந்த எல்லோருமே ஏதோ ஒரு சமிக்ஞை கிடைத்ததைப் போலச் சட்டென்று அமைதியாகியிருந்தனர். கொஞ்சம் கொஞ்சமாக கோலியாட்கினைச் சுற்றிக் கூட்டம் கூடத் தொடங்கியது. ஆனால் அவர் எதையும் கேட்டதாகவோ, பார்த்ததாகவோ தோன்றவே இல்லை. அவரால் எதையும் பார்க்க முடியவில்லை. எதையும், எதற்காகவும் அவர் பார்க்கவில்லை. தரையை நோக்கி அவரது கண்கள் தாழ்ந்திருந்தன; அப்படியே நின்று கொண்டிருந்த அவர், இன்று இரவுக்குள் எப்படியாவது தன்னைத் தானே சுட்டுக் கொண்டு விடுவதென்று மனதுக்குள் உறுதி எடுத்துக் கொண்டார். அப்படிப்பட்ட முடிவான தீர்மானத்தை எடுத்துக் கொண்ட பிறகு "என்ன நடக்கிறதோ அது நடந்து விட்டுப் போகட்டும்" என்று தனக்குத் தானே சொல்லிக் கொண்டார். அதைத் தொடர்ந்து தனக்குத்தானே ஆச்சரியப்படும் வகையில் எதிர்பாராத வகையில் பேசத் தொடங்கினார்.

பாராட்டுக்கள் பலவற்றைக் கூறியபடி, இனிமையான வாழ்த்துக்களோடுதான் அவர் தன் உரையைத் தொடங்கினார்.

பாராட்டுக்கள் சரியாக அமைந்து விட்டன; ஆனால் நல் வாழ்த்துக் கூறும் வேளையில் நம் கதாநாயகர் திக்கித் திணற ஆரம்பித்து விட்டார். அப்படித் திக்கிப் பேசத் தொடங்கி விட்டாலே எல்லாம் நாசமாப் போகும் என்பதை அவர் உணர்ந் திருந்தார். அதே போலத்தான் நடந்தது. திக்கித் திக்கித் தடுமாறிய படியே அவர் தத்தளித்தார். அந்தத் தடுமாற்றம் அவரைக் கூச்ச மடைய வைத்தது; முகமெல்லாம் சிவந்து போயிற்று. கூச்சத்தோடு

கூடவே குழப்பமும் அவரை ஆட்கொண்டது. அந்தக் குழப்பத்துட னேயே தன் கண்களை உயர்த்தினார்; கண்களை உயர்த்தி சுற்றிலும் பார்த்தார். அப்படி சுற்றும் முற்றும் பார்த்தபோது, மிகவும் உணர்ச்சிவசப்பட்டுக் கிட்டத்தட்ட மூர்ச்சையடைந்து விடும் நிலைக்கு வந்து சேர்ந்தார்.

அங்கிருந்த அனைவரும் எதுவுமே பேசாமல் அமைதியாக நின்று கொண்டிருந்தனர். பக்கத்தில் இலேசான சிரிப்பொலிகள் கூட எழுந்தன. அடைக்கலம் தேடி இறைஞ்சுவதைப் போன்ற பணிவான பார்வை ஒன்றை ஆந்திரேய் ஃபிலிப்போவிச்சின் மீது படர விட்டார் நம்முடைய கதாநாயகர். 'நீ ஏற்கனவே நொறுங்கிப் போயிருக்காவிட்டால் இன்னொரு முறை நொறுக்கி விடுவேன் ஆனால் அது சாத்தியமில்லையே" என்பதைப் போலிருந்தது ஆந்திரேய் ஃபிலிப்போவிச்சின் பார்வை.

அங்கே நிலவிய அமைதி... சற்று அதிகமாகவே நீடித்தது.

"இது என் குடும்பக் காரியம்! இது என் தனிப்பட்ட சொந்த வாழ்க்கையோடு சம்பந்தப்பட்டது ஆந்திரேய் ஃபிலிப்போவிச்" பாதி உயிர் போய் விட்டதைப் போல மிகவும் தீனமான குரலில் இவ்வாறு கூறினார் நம் கதாநாயகர்.

"இது ஒன்றும் அலுவலகம் சம்பந்தப்பட்ட நிகழ்ச்சியில்லை ஆந்திரேய் ஃபிலிப்போவிச் " என்று அதோடு கூடவே சேர்த்துக் கொண்டார்.

"சே! வெட்கக்கேடாக இருக்கிறது அவமானம்!" என்று மெதுவாகக் கிசுகிசுத்தபடி கிளாரா ஒல்கஃபியேவ்னாவின் கரங் களைப் பற்றிக் கொண்டு கோலியாட்கினிடமிருந்து எல்லை கடந்த வெறுப்புணர்ச்சியோடு நகர்ந்தார் ஆந்திரேய் ஃபிலிப்போவிச்.

"இதில் நான் வெட்கப்பட எதுவுமில்லை ஆந்திரேய் ஃபிலிப்போவிச் " என்று அதே போன்ற முணுமுணுப்பான குரலில் பதில் கொடுத்த கோலியாட்கின் அநாதரவான பார்வையோடு அங்கும் இங்கும் பார்த்துக் கொண்டிருந்தார். வியப்பில் வாயடைத்து நின்றிருந்த அந்தக் கூட்டத்துக்கு நடுவே, தன் சமூக அந்தஸ்தை மீட்டுக் கொள்வதற்கான பக்கத்துணை ஏதேனும் கிடைக்கக் கூடுமா என்று யோசித்தபடி சிறிதும் ஆதரவற்ற நிலையில் நின்று கொண்டிருந்தார் அவர்.

"என்ன வந்தது இப்போது? எல்லாமே சரியாகத்தான் இருக்கிறது! இதெல்லாம் ஒரு பெரிய விஷயமே இல்லை கனவான் களே! இப்போது அப்படி என்ன ஆகிவிட்டது ? இது யாருக்கு வேண்டுமானாலும் நடக்கக் கூடியது தான்" என்று மெதுவான குரலில் முணுமுணுத்தபடி அங்கிருந்து சிறிது நகர்ந்து, தன்னைச்

சுற்றிக் கூட்டம் போட்டிருக்கும் மனிதர்களிடமிருந்து தப்பித்துச் செல்ல முயன்றார் அவர். அவர் செல்வதற்கு அவர்களும் வழிவிட்டு நின்றனர். சுவாரசியம் கலந்த ஆர்வத்தோடும், ஆச்சரியத்தோடும் இரண்டு வரிசையாக நின்று கொண்டிருந்த பார்வையாளர்களுக்கு நடுவே நம் கதாநாயகர் சென்று கொண்டிருந்தார் . விதி அவரது கையைப் பிடித்து அழைத்துச் சென்று கொண்டிருந்தது. தன்னை இப்படியெல்லாம் இயக்கிக் கொண்டிருப்பது விதியின் வேலைதான் என்பதை அவரும் உணர்ந்திருந்தார். அங்கே நிலவிய சீரான ஒழுங்குக்குக் குந்தகம் ஏற்படுத்தாமல் தான் முதலில் ஏறிவந்த பின் பக்கப் படிக்கட்டுப் பாதைக்கே திரும்பிச் செல்ல ஒரு வாய்ப்புக் கிடைத்திருந்தால் அவர் மகிழ்ச்சியடைந்திருந்திருப்பார். ஆனால் அதற்கான சாத்தியக் கூறுகள் சுத்தமாகவே இல்லையென்பதால் அங்கிருந்த ஏதாவது ஒரு மூலையில் ஊர்ந்து சென்று முடங்கிக் கொள்ள முயற்சி செய்தார். அந்த மூலையிலே அமைதியாக கௌரவமாக எவருக்கும் இடைஞ்சல் ஏற்படுத்தாமல் எவருடைய கவனத்தையும் குறிப்பாகக் கவராதபடி நின்று கொண்டிருந்தால் போதும்; ஆனால் அதே நேரத்தில் அங்கே விருந்தளித்துக் கொண்டிருக்கும் கனவான் மற்றும் சுற்றத்தினரின் கனிவான பார்வையும் அவர் மீது பட்டாக வேண்டும் என்று அவர் நினைத்தார். அந்த வேளையில் தன் காலுக்கடியிலுள்ள பூமி பிளந்து அதற்குள் தான் உருண்டு விழுந்து கொண்டிருப்பது போலவும் அவருக்குத் தோன்றியது. இறுதியாக ஒரு மூலையைக் கண்டு பிடித்து அதனருகே போய் நின்று கொண்டார் அவர். எதைப் பற்றியும் பொருட்படுத்தாத எதிலும் கவனம் செலுத்தாத ஒரு பார்வையாளனைப் போல அங்கிருந்த இரண்டு நாற்காலிகளின் மீது தோளைச் சாய்த்தபடி அந்த இருக்கைகள் இரண்டையும் தனது முழுமையான கட்டுப்பாட்டுக்குள் கொண்டு வந்து விட்டவரைப் போல அவர் அங்கே நின்றிருந்தார். தன்னைச் சுற்றியிருந்த ஒல்சுஃபி இவானோவிச்சின் விருந்தாளிகளைத் தன்னால் முடிந்த வரை எந்தத் தயக்கமும் இல்லாமல் தைரியமாக எதிர் நோக்கும் முயற்சியிலும் ஈடுபட்டிருந்தார் அவர். அவருக்கு மிக அருகே உயரமான அழகான ஒரு அதிகாரி நின்று கொண்டிருந்தார். அவருக்குப் பக்கத்தில் இருக்கும் போது தன்னை ஒரு புழுப் போலக் கேவலமாக உணர்ந்தார் கோலியாட்கின்.

“லெஃப்டினண்ட் அவர்களே! இந்த இரண்டு நாற்காலிகளும் கிளாரா ஒல்சுஃபியேவ்னாவுக்காகவும் இளவரசி செவ்ட்சிஹேனோவுக்காகவும் ஒதுக்கப்பட்டவை. நான் அவற்றில் வேறு யாரும் உட்காராமல் பார்த்துக் கொண்டிருக்கிறேன்” என்று அந்த அதிகாரியைக் கெஞ்சும் பாவனையில் பார்த்தபடி, மூச்சு இரைக்க இரைக்கப் பேசினார் கோலியாட்கின். அந்த லெஃப்டினண்ட் எதுவுமே

பேசாமல் ஒரு கொலைகாரனைப் போலப் புன்னகைத்துக் கொண்டு அங்கிருந்து திரும்பிச் சென்றார். இந்த இடத்தில் தான் கண் காணிப்புக்கு உட்படுத்தப்பட்டு விட்டதால் வேறு ஏதாவது ஒரு வழியில் தனது அதிருஷ்டத்தைப் பரிசோதித்துப் பார்க்க முயன்றார் கோலியாட்கின். தன் மார்பில் மிகப் பெரிய விருதுகளைத் தாங்கிக் கொண்டிருக்கும் முக்கியத்துவம் வாய்ந்த மனிதரான கவுன்சிலர் ஒருவரிடம் சென்று நேருக்கு நேராகப் பேச முற்பட்டார். ஆனால் அந்தக் கவுன்சிலரோ மிகக் கடுமையான பார்வையுடன் கோலியாட்கினை மேலும் கீழுமாக உறுத்துப் பார்த்துக் கொண்டே இருந்தார். சில்லிப்பான ஒரு வாளி தண்ணீரைத் தன் மீது அப்படியே கொட்டிக் கவிழ்த்ததைப் போல உணர்ந்த கோலியாட்கின், உடனே அமைதியாகி விட்டார். ஒன்றும் பேசாமல் வாயையே திறக்காமல் இருப்பதுதான் தனக்கு நல்லது என்று முடிவு செய்து கொண்டார் அவர்.

“தனக்கு எதுவுமே நேர்ந்து விடவில்லை அங்கே இருக்கும் மற்றவர்களைப் போலத்தான் தானும் இருக்கிறோம்” என்று காட்ட வேண்டுமென்றும், அவர் இருக்கும் நிலையில் அதுவே முற்றிலும் பொருத்தமானதாக இருக்கும் என்றும் எண்ணிக் கொண்டார் அவர். அந்த நோக்கத்தோடு, தான் அணிந்திருந்த கோட்டின் மீது கவனத்தைத் திருப்பிக் கொண்ட அவர் தன் கண்களை சற்றே உயர்த்தி மிக மிகக் கௌரவமான தோற்றம் கொண்ட ஒரு கனவான் மீது பார்வையைப் பதித்தார்.

‘அந்த கனவான் தலையில் ‘விக்’ வைத்திருக்கிறார். அதை மட்டும் அவர் எடுத்துவிட்டால் போதும், தலை வழுக்கையாகத் தான் இருக்கும்.. என் உள்ளங்கையைப் போல வழு வழுப்பாக மொட்டையாக இருக்கும்’ என்று நினைத்துக் கொண்டார். இப்படிப்பட்ட முக்கியத்துவம் வாய்ந்த கண்டுபிடிப்பைச் செய்து முடித்த பிறகு அராபிய முஸ்லிம்களைப் பற்றிய நினைவும் அவருக்கு வந்தது. இறை தூதர் முகமதின் வழி வந்தவர்கள் என்பதற்கு அடையாளமாகத் தங்கள் தலையில் கட்டிக் கொண்டிருக்கும் பச்சை நிறத் தலைப்பாகைகளை மட்டும் அவர்கள் நீக்கி விட்டால் போதும், அவர்களது தலைகளும் கூட வெறுமையாக மொட்டை யாகத்தான் காட்சியளிக்கும். பிறகு இந்த எண்ணங்களின் தொடர்ச்சியாக துருக்கியர்களைப் பற்றியும், துருக்கிச் செருப்புக் களைப் பற்றியும் அவர் நினைத்துப் பார்க்கத் தொடங்கிவிட்டார். அதோடு தொடர்புபடுத்தியபடி ஆந்திரேய் ஃபிலிப்போவிச் அணிந்திருந்த பூட்ஸுகள், பூட்ஸ் போலவே இல்லாமல் செருப்புக் கள் மாதிரி இருந்ததை மிகச்சரியாக அந்தக் கட்டத்தில் நினைவு கூர்ந்தார் அவர்.

இப்போது, தான் இருக்கும் சூழ்நிலையை கோலியாட்கின் புரிந்து கொண்டு விட்டார்; அதோடு ஒத்துப்போகவும் தொடங்கி விட்டாரென்பது நன்றாகவே தெரிந்தது.

"ஒரு வேளை மேலே தொங்கிக் கொண்டிருக்கும் இந்த 'சாண்டிலியர்' விளக்குகள், மேலே இருந்து அப்படியே கீழே உள்ள கூட்டத்தின் மேல் விழுந்துவிட்டால்" என்று ஒரு எண்ணம் கோலியாட்கினின் உள்ளத்தில் மின்னலடித்தது.

"அப்படி நடந்தால் நான் உடனே கிளாரா ஓல்சுஃபியேவ் னாவைக் காப்பாற்றுவதற்காக ஓடவேண்டும் 'அவளைக் காப் பாற்றுங்கள்' என்று உரக்கக் குரல் கொடுக்க வேண்டும். 'ஒன்றும் பயப்படாதீர்கள் மேடம் இப்போது எதுவும் ஆகிவிடவில்லை! நானிருக்கிறேன் உங்களைக் காப்பாற்ற' என்று சொல்ல வேண்டும். அதற்குப் பிறகு" என்று யோசித்தவர் கிளாரா ஓல்சுஃபியேவ்னா எங்கே இருக்கிறாள் என்று பார்க்கத் தொடங்கினார். அப்போது, ஓல்சுஃபி இவானோவிச்சின் கிழட்டு சமையற்காரனான ஜெராசிமிச் அவரது கண்ணில்பட்டான். அவரிடம் தனக்கு முக்கியமான வேலை ஏதோ ஒன்று இருப்பதைப் போல நேரே அவரைத் தேடிக்கொண்டு வந்தான் அவன். தானிருக்கும் இடத்திலிருந்து சிறிது நகர்ந்து கொண்ட கோலியாட்கின் அவனை முறைத்துப் பார்த்தார்; இன்னதென்று சொல்ல இயலாத பொருந்தாத உணர்வின் பிடியில் அப்போது அவர் ஆட்பட்டிருந்தார். இயந்திரத் தனமாக சுற்றுமுற்றும் பார்த்தார். எவருமே தன்னைப் பார்க்காத வண்ணம் மறைவான ஏதாவது ஒரு இடத்தில் போய் ஒளிந்து கொண்டுவிட்டால் நன்றாக இருக்குமென்று அவருக்குத் தோன்றியது. தான் எதுவுமே செய்யவில்லை, அங்கு நடந்த எதைப் பற்றியும் தான் துளிக்கூடப் பொருட்படுத்தவில்லை என்பதைப் போல பாவனை செய்ய வேண்டுமென்றும் நினைத்தார். ஆனால் எதைச் செய்வது என்று நம் கதாநாயகர் முடிவு செய்து முடிப்பதற்கு முன்னதாகவே ஜெராசிமிச் அவர் முன் வந்து நின்று கொண்டிருந்தான்.

"இதைப் பார்த்தீர்களா ஜெராசிமிச்" என்று நம் கதாநாயகர் ஒரு இலேசான புன்னகையோடு ஜெராசிமிச்சிடம் பேசத் தொடங்கினார்.

"நீங்கள் உடனே போய் அவர்களிடம் சொல்லுங்கள். மேலே உள்ள சாண்டிலியரில் ஒரு மெழுகுவர்த்தி இருக்கிறதல்லவா? அது அப்படியே நேராக விழுந்துவிடும் போலிருக்கிறது, பார்த்தீர்களா? கட்டாயம் நீங்கள் இதை அவர்களிடம் சொல்லியாக வேண்டும்! இல்லையென்றால் இது நிச்சயமாக கீழே விழுந்து விடும் ஜெராசிமிச்"

"என்னது மெழுகுவர்த்தியா? அப்படி எதுவும் விழுவது மாதிரி தெரியவில்லையே? ஒன்றுமே இல்லையே? மெழுகுவர்த்தி நேராகத்தானே இருக்கிறது! அதிருக்கட்டும்! யாரோ ஒருவர் உங்களைத் தேடிக்கொண்டு வந்திருக்கிறார் ஐயா!"

"என்னைத் தேடிக் கொண்டு வந்திருப்பது யார் ஜெராசிமிச்?"

"அவர் யாரென்று எனக்குத் தெரியவில்லை ஐயா! யாரோ ஒருவர், ஏதோ ஒரு செய்தியோடு வந்திருக்கிறார்! 'யாகோவ் பெத்ரோவிச் இங்கேதான் இருக்கிறாரா' என்று கேட்டார். பிறகு 'அவரைக் கொஞ்சம் வெளியே வரச் சொல்லுங்கள்! அவசரமான முக்கியமான வேலை ஒன்று இருக்கிறது' என்றார். எனக்கு அவ்வளவுதான் தெரியும்"

"இல்லை ஜெராசிமிச், நீங்கள் ஏதோ தவறாகப் புரிந்து கொண்டிருக்கிறீர்கள்! ஆமாம். நீங்கள் தவறாகச் சொல்கிறீர்கள் ஜெராசிமிச்"

"இல்லை ஐயா, நீங்கள் இப்படிச் சொல்வதுதான் எனக்கு சந்தேகமாக இருக்கிறது."

"இல்லை ஜெராசிமிச்! சந்தேகமே இல்லை, நான் சொல்வதில் சந்தேகப்பட எதுவுமே இல்லை ஜெராசிமிச். யாரும் என்னைத் தேடிக் கொண்டு வந்திருக்க வாய்ப்பில்லை! நான் இங்கே மிகவும் சௌகரியமாக இருக்கிறேன். நான் சரியான இடத்திலேதான் இருக்கிறேன் ஜெராசிமிச்!"

இவ்வாறு பேசி முடித்து மூச்சு வாங்கிக் கொண்ட கோலியாட்கின், தன்னைச் சுற்றிலும் ஒரு முறை பார்த்தார். ஆமாம், அந்த அறையிலிருந்த ஒவ்வொருவரின் கண்களும் அவர்மீது தான் பதிந்திருந்தன. அவர் பேசுவதை அமைதியான எதிர்பார்ப்போடு அவர்கள் கேட்டுக் கொண்டிருந்தார்கள். ஆண்கள் கூட்டம் அவரைச் சற்று நெருங்கி வந்தபடி கூர்ந்து கவனித்துக் கொண்டிருந்தது. சற்றுத் தள்ளி நின்றபடி பெண்கள் தங்களுக்குள் கிசுகிசுத்துக் கொண்டிருந்தார்கள் அந்தக் குடும்பத்தின் தலைவரும் கூட கோலியாட்கினுக்குக் கொஞ்சம் அருகிலேதான் இருந்தார். தற்போது கோலியாட்கினுக்கு ஏற்பட்டிருக்கும் இக்கட்டான சூழலுடன் அவருக்கு நேரடியான, நெருக்கமான சம்பந்தம் உண்டா என்பதை அவரது பார்வையிலிருந்து விளங்கிக் கொள்ள முடிய வில்லை. ஆனாலும் கூட எல்லாமே நாசூக்காகவும் தந்திரமாகவும் ஏற்பாடு செய்யப்பட்டிருந்தன என்பது மட்டும் சந்தேகமில்லாமல் தெரிந்தது. எல்லாம் ஒன்று சேர்ந்து விட, தான் முடிவெடுக்க வேண்டிய தருணம் நெருங்கி விட்டது என்பதை நம் கதாநாயகர் உணர்ந்து கொண்டார். பலமாக ஒரு அடி கொடுத்துத் தன்

ஃபியோதர் தஸ்தயெவ்ஸ்கி ◆ 63

எதிரிகளை அவமானத்தில் ஆழ்த்தும் வாய்ப்பும் அதற்கான நேரமும் வந்து விட்டதைத் தெளிவாக உணர்ந்து கொண்டார் கோலியாட்கின். அவர், மிகப் பெரும் பதற்றத்துடன் காணப் பட்டார். உணர்வின் எழுச்சிக்கு ஆட்பட்டிருந்த அவர், நடுங்கும் குரலில் மீண்டும் அந்த சமையற்காரரிடம் கௌரவமான தொனி யில் எல்லோரும் ஏற்றுக்கொள்ளத்தக்க முறையில் பேசத் தொடங்கி னார்.

"இல்லை நண்பரே, என்னை இப்போது யாருமே தேடி வர வில்லை, கூப்பிடவில்லை. நீங்கள்தான் தவறாகச் சொல்கிறீர்கள்! இன்னொன்றும் கூட என்னால் சொல்ல முடியும். இன்று காலை கூட என்னை நீங்கள் தவறாகத்தான் புரிந்து கொண்டீர்கள். என்னிடம் உறுதியாகவும் பேசினீர்கள். உங்களுக்கு எவ்வளவு தைரியம் இருந்திருந்தால் அப்படி உறுதியாகப் பேசியிருப்பீர்கள்" (இந்த இடத்தில் குரலை உயர்த்திக் கொண்டார் அவர்) "எனக்கு நினைவு தெரிந்த நாள் முதலாக என்னுடைய நலம் நாடுபவராக, ஏன் ஒரு வகையில் என் தந்தையைப் போலவே இருந்து வருபவ ரான ஒல்சூஃபி இவனோவிச் தனது மகளின் மன மகிழ்ச்சிக்காக ஏற்பாடு செய்திருக்கும் குடும்ப விழாவின் புனிதமான தருணத்தில், என்னை அவரது வீட்டுக்குள் அனுமதிக்க மறுக்கிறார் என்று எவ்வளவு ஆணித்தரமாகச் சொன்னீர்கள்? (கோலியாட்கின் சற்று சுயதிருப்தி அடைந்தவராய்த் தன்னைச் சுற்றிலும் பார்த்தார்; ஆனாலும் அவர் மிக அதிகமாக உணர்ச்சி வசப்பட்டிருந்தார். அவரது இமைகளில் கண்ணீர்த்துளி ஒன்று மின்னியது)

"மீண்டும் சொல்கிறேன் நண்பரே! நீங்கள் தவறாக எண்ணி விட்டீர்கள்! மிகவும் குரூரமாகவும் மன்னிக்கவே முடியாதபடியும் நீங்கள் என்னைத் தவறாக எண்ணி விட்டீர்கள்!"

அந்தக் கணம் உணர்ச்சிகரமான மௌனம் நிரம்பிய கணமாக இருந்தது. அது நிச்சயமாக நல்ல விளைவைத் தோற்றுவிக்கும் என்று எண்ணினார் கோலியாட்கின். அடக்கமான பாணியில் தன் கண்களைக் கீழே தாழ்த்திக் கொண்டு, ஒல்சூஃபி இவானோவிச் தன்னைத் தழுவிக் கொள்ளக் கூடுமென்ற எதிர்பார்ப்புடன் காத்திருந்தார் அவர். அங்கே கூடியிருந்த விருந்தினர்களிடம் கிளர்ச்சியும் குழப்பமும் ஒரு சேர வெளிப்பட்டுக் கொண்டிருந்தன. எளிதில் வளைந்து கொடுக்காதவனும், கடுமை நிறைந்தவனுமான ஜெராஸிமிச்சும் கூட "நீங்கள் சொல்வதை என்னால் நம்ப முடியவில்லை சார்" என்ற வாக்கியத்தைத் திக்கித் திணறியபடிதான் சொல்ல முடிந்தது. மிகச் சரியாக அதே தருணத்தில் சற்றும் எதிர்பாராத விதமாக 'போல்கா' நடனம் தொடங்குவதற்கான குழு இசை ஒலிக்கத் தொடங்கி விட எல்லாமே நாசமாகிப் போயிற்று;

அனைத்துமே காற்றோடு கரைந்து போனது. அந்த ஒலியைக் கேட்டு கோலியாட்கின் துள்ளிக் குதித்தார்; ஜெராஸிமிச் கொஞ்சம் பின் வாங்கினார். அந்த அரங்கமே கடல் அலை போலக் கொந்தளிக்கத் தொடங்கியிருந்தது. விளாடிமீர் செமீனோவிச், கிளாரா ஒல்சுஃபியேவ்னாவுடனும் எழிலான தோற்றம் கொண்டிருந்த லெஃப்டினண்ட், இளவரசி செவ்ட்சிஹேனோவுடனும் இணைந்து நடனமாட ஆரம்பித்தனர்.

அங்கிருந்த பார்வையாளர்கள் அனைவரும், அந்த ஜோடிகள் ஆடும் போல்கா நடனத்தைப் பார்க்க விரும்பி ஒருவரையொருவர் நெருக்கித் தள்ளிக் கொண்டிருந்தனர். மிகவும் விறுவிறுப்பானதும், சுவாரசியமூட்டுவதும் நவ நாகரீகமானதுமான அந்த நடனத்தைக் காண எல்லோருமே வெறியுடன் இருந்தனர். கோலியாட்கினைப் பற்றிய நினைவு அப்போது யாருக்குமே இல்லை. சட்டென்று கிளர்ந்தெழுந்த உணர்ச்சிப் பரபரப்போடு இருந்த அவர்கள், குழப்ப மாக ஆரவாரித்துக் கொண்டிருந்தனர்.

திடீரென்று அங்கே நிகழ்ந்த வித்தியாசமான ஒரு சம்பவத்தால் இசைக்குழுவின் ஒலி படிப்படியாய்க் குறைந்து தேய்ந்தது. நடன மாடியதில் மிகவும் களைத்துப் போயிருந்த ஒல்சுஃபி இவானோவ்னா மூச்சிரைத்தபடி தவித்துக் கொண்டிருந்தாள்; சிவப்பேறிய கன்னங்களுடன் மிகவும் சோர்ந்து போய்ப் பெருமூச்சு விட்டபடி ஒரு சாய்வு நாற்காலியில் சரிந்தாள். அங்கிருந்தவர்களின் இதயங்கள் எல்லாம் கவர்ச்சிகரமான அந்தப் பெண்ணை நோக்கியே திரும்பியிருந்தன; இத்தனை ஒயிலாக நடனமாடியபடி அளவற்ற மகிழ்ச்சியைத் தங்களுக்கு அளித்திருக்கும் அந்தப் பெண்ணுக்கு நன்றி கூறுவதற்கும், அவளைப் புகழ்ந்து பாராட்டு வதற்கும் அங்கிருந்து அவர்கள் நகர்ந்து வந்து கொண்டிருந்தபோது கோலியாட்கினால் இடித்துத் தள்ளப்பட்ட இரண்டு வயதான பெண்கள் வேறு பயங்கரமாகக் கூச்சலிட்டு அலறிக் கொண்டிருந் தார்கள். அந்த இடத்தில் நிலவிய குழப்பம் சகித்துக் கொள்ள முடியாத ஒன்றாக இருந்தது. ஒவ்வொருவரும் ஏதாவது ஒரு கேள்வி கேட்டுக் கொண்டோ சத்தம் போட்டுக் கொண்டோ குற்றம் கண்டுபிடித்துக் கொண்டோ இருந்தனர்.

குழு இசையின் ஒலி அடங்கிப் போய்விட்டிருந்தது. கூட்டத்துக்குள் பந்து போல சுழன்று கொண்டிருந்த நம் கதாநாயகர் புன்னகை புரிவது போன்ற போலியான தோரணையை வருவித்துக் கொண்டு இயந்திரம் போல இவ்வாறு முணுமுணுத்துக் கொண்டார்.

“போல்கா ஏன் ஆடக்கூடாது, அவரைப் பொறுத்தவரையில் போல்கா என்பது ஒரு புதிய நடனம்; மிக மிக சுவாரசியமான

ஒரு நடனம். ஆனால் இப்போது இப்படி ஒரு திருப்பம் ஏற்பட்டு விட்டதால் அதைத் தவிர்ப்பதற்கு அவர் சம்மதிக்கிறார்"

ஆனால் கோலியாட்கினின் சம்மதத்தைக் கேட்க வேண்டுமென்று அங்குள்ள எவருக்குமே தோன்றவில்லை என்பது தான் உண்மை. யாரோ ஒருவரது கை, தன் தோளைப் பற்றிக் கொண்டிருப்பதும் இன்னொருவரது கை, தனது முதுகை அழுத்திப் பிடித்துத் தள்ளிக் கொண்டிருப்பதும் நமது கதாநாயகருக்குச் சட்டென்று உணர்வாயிற்று. விசேடமான கவனிப்போடு ஏதோ ஒரு திசையை நோக்கித் தான் அழைத்துச் செல்லப்படுகிறோம் என்பதும் அவருக்கு விளங்கியது. இறுதியாக வாயிற்கதவுக்கு நேரே தான் சென்று கொண்டிருப்பதை உணர்ந்த கோலியாட்கின் ஏதோ சொல்ல நினைத்தார். எதையோ செய்யவும் நினைத்தார். ஆனால் வேண்டாம், இதற்கு மேல் எதைச் செய்யவும் அவருக்கு விருப்பமில்லை. தனக்கு நடந்து கொண்டிருந்ததையெல்லாம் பார்த்தபடி இயந்திரத்தனமாகச் சிரித்துக் கொண்டு மட்டுமே இருந்தார் அவர். கடைசியாகத் தான் அணிந்திருந்த பெரிய கோட்டைத் தன் மீது அவர்கள் போடுவதையும், தன்னுடைய தொப்பி தன் கண்களுக்கு மேல்புறமாகத் திணிக்கப்படுவதையும் அவர் புரிந்து கொண்டார். இறுதியாக இருட்டும், குளிரும் மண்டிக் கிடந்த மாடிப்படி வழியில் தான் கொண்டுசென்று விடப்படுவதை உணர்ந்து கொண்ட அவர் சற்றுத் தடுமாறினார். உயரமான பாறை ஒன்றின் உச்சியிலிருந்து குப்புற அடித்து விழுவது போலிருந்தது அவருக்கு. கூச்சலிட முயல்வதற்குள் குடியிருப்புப் பகுதியின் திறந்த வெளி முற்றத்தில் தான் இருப்பதைச் சட்டென்று கண்டுகொண்டார் அவர். புத்தம் புதிதான காற்று அவர் மீது வீசியடிக்க ஒரு நிமிடம் அமைதியாக அப்படியே நின்றார். மிகச்சரியாக அதேவிநாடியில், குழு இசைப் பாடகர்கள் மீண்டும் முழங்கத் தொடங்கியிருந்த இசைக்கருவிகளின் ஒலி அவரை வந்தடைந்தது. நிகழ்ந்து முடிந்த எல்லா சம்பவங்களும் உடனடியாக அவரது நினைவில் எழுந்தன. இழந்திருந்த சக்தியையெல்லாம் தான் மீட்டெடுத்துக் கொண்டு விட்டதாக அவருக்குத் தோன்றியது. ஆணி அடித்து நிறுத்தியதைப் போல ஒரே இடத்தில் செயலிழந்து நின்று கொண்டிருந்த அவர் இப்போது அங்கிருந்து வெகு விரைவாக தலைதெறிக்க எங்கோ செல்லத் தொடங்கினார். மூச்சு முட்டாத சுதந்திரமான ஏதோ ஒரு இடம்! அவரது கால்களும், அவரது விதியும் எங்கே இட்டுச் செல்கிறதோ அந்த இடம்!

5

இசமைலாவ்ஸ்கி பாலத்தை ஒட்டியிருந்த ஃபாண்டாங்கா ஆற்றங்கரைப்பாதையில் கோலியாட்கின் வேகமாக ஓடிக் கொண்டிருந்தார்; அப்போது பீட்டர்ஸ்பர்க் நகரிலிருந்த எல்லா மணிக்கூண்டுகளும் நள்ளிரவு நேரத்தைக் குறிக்கும் மணியை ஒலித்துக்கொண்டிருந்தன. அவர் தன்னுடைய விரோதிகளிட மிருந்து தப்பித்துக்கொண்டு வெகு விரைவாக ஓடிக்கொண்டிருந் தார். தனக்கு இழைக்கப்படும் துன்புறுத்தல்களிலிருந்தும், உடலெல்லாம் உதறலெடுக்குமாறு ஊசியைப் போலச் 'சுருக் சுருக்' எனக் குத்தும் பனிக் கட்டி மழையிலிருந்தும், வயதான மூதாட்டிகள் போடும் கூச்சல்களிலிருந்தும், பெண்கள் எழுப்பும் 'ஆஹா'காரங் களிலிருந்தும் கொலைவெறி ததும்பும் ஆந்திரேய் ஃபிலிப்போவிச் சின் கண்களிலிருந்தும், இவை எல்லாவற்றிலிருந்தும் விலகி ஓடிக்கொண்டிருந்தார் அவர்.

உலகியல் ரீதியாக சொல்லப்போனால் அவர் கொலை செய்யப்பட்டு விட்டதைப் போல முழுமையாகவே கொல்லப்பட்டு விட்டவரைப்போலத்தான் இருந்தார். இன்னமும் கூட அவரால் ஓட முடிந்ததென்றால் அதற்கு ஏதோ ஒரு அற்புத சக்திதான் காரணமாக இருக்க வேண்டும். அந்த அதிசய சக்தியை அவராலேயே நம்ப முடியவில்லை.

அது மேகமூட்டமும், பனியும், மழையும், ஈரப்பதமும் மிகுந்த மோசமான நவம்பர் இரவு. தலையில் நீர் கோத்துக் கொள்வது, ஜலதோஷம், காய்ச்சல், முக வீக்கம், தொண்டைவலி, இருமல் ஆகிய பலப்பல நோய்களை அபரிமிதமாக அள்ளி வழங்கும் பீட்டர்ஸ்பர்க் நகருக்கே உரித்தான நவம்பர் மாதம் அது. ஆள் அரவமற்று வெறிச்சோடிக் கிடந்த தெருக்களில், ஊளையிட்டுச் சுழன்றபடி கால்வாயிலிருந்த கறுப்புத் தண்ணீரைக் கரை மீது வாரி இறைத்துக் கொண்டிருந்தது காற்று. சோகை பிடித்த விளக்குக் கம்பங்களின் மீது தண்ணீரை இறைத்துக் கொண்டு காற்று உராய்வதால் அவையும் கூட மெலிதாகக் கிறீச்சிடுவது போல முனகிக் கொண்டிருந்தன. முடிவில்லாமல் தொடர்ந்து கொண்டிருந்த இந்த ஓசைகளின் கச்சேரிக்கு பீட்டர்ஸ்பர்க் நகரவாசிகள் நன்றாகவே பழகிப்போய் விட்டிருந்தார்கள். மழையும் பனியும் அங்கே ஒரு சேரப் பொழிந்து கொண்டிருந்தன. காற்றின் வேகத்தால் விசிறி அடிக்கப்பட்ட மழைநீர், தீயணைப்புக்குழாயிலிருந்து பீய்ச்சியடிக்கப் பட்ட தண்ணீரைப் போல துரதிருஷ்டக்காரரான கோலியாட் கினின் முகத்தின் மீது அறைந்தபோது ஆயிரக்கணக்கான

ஊசிகளும், ஊக்குகளும் ஒரு சேரக் குத்துவது போன்ற மயிர்க் கூச்சலும் வலியும் அவருள் எழுந்தது. எங்கோ தூரத்தில் செல்லும் வண்டிச்சத்தங்களும், காற்றின் ஊளை ஒலியும், விளக்குக் கம்பங்களின் கிறீச்சிடல்களும், அலையடித்துச் செல்லும் நீரின் உற்சாகமற்ற ஓசையும், வீடுகளின் மேற்கூரைகளிலிருந்தும், வடிகுழாய்கள் மற்றும் ஜலதாரைகளிலிருந்தும் முற்றத்தில் விழுந்து கொண்டிருந்த தண்ணீரின் ஓசையும் மட்டுமே அந்த நள்ளிரவு நேரத்தின் அமைதியை அவ்வப்போது சீர்குலைத்துக் கொண் டிருந்தன. அருகிலோ, தொலைவிலோ ஒரு ஜீவன் கூட அங்கே காணப்படவில்லை; அப்படிப்பட்ட மோசமான ஒரு பருவநிலை யில், அதிலும் குறிப்பாக அந்த நேரத்தில் எவரும் அங்கே இருப்பதற் கான சாத்தியக் கூறுகளும் இல்லை. அதனால் கோலியாட்கின் மட்டுமே தன்னுடைய துயரத்தைச் சுமந்தபடி ஒற்றை ஆளாக ஃபோண்டாங்கா நடைபாதையில் அச்சத்தோடு ஓடிக் கொண்டிருந் தார். வழக்கமான பாணியில் சின்னச் சின்ன அடிகளை வேகவேக மாக எடுத்துவைத்தபடி ஷெஸ்டிலாவோட்ச்னி தெருவை நோக்கி அங்கே நான்காவது மாடியில் இருக்கும் தன் வீட்டை நோக்கி வேகமாக விரைந்து கொண்டிருந்தார் அவர்.

பீட்டர்ஸ்பர்க் வானத்திலிருந்து விடாமல் வீசியடித்த பனியும், மழையும் தனது துரதிருஷ்டங்களால் ஏற்கனவே நிலைகுலைந்து போயிருந்த கோலியாட்கின் மீது இரக்கம் காட்டவோ அவருக்கு ஓய்வு தரவோ மனம் கொள்ளவில்லை; பயங்கரமான பனிப் புயலுடனும், கண்ணை மறைக்கும் பனிப்படலங்களுடனும் அவை அவரை வாட்டி எடுத்துக் கொண்டிருந்தன. எல்லாத் திசைகளி லிருந்தும் அவர் மீது தாக்குதல் தொடுத்துக் கொண்டு அவரை முழுக்க முழுக்க நனைத்தபடி கண்களையே திறக்க முடியாமல் திண்டாடச் செய்து கொண்டிருந்தது அந்த மழை. அதுவும் கூட அவரது எதிரிகளோடு கூட்டுச் சேர்ந்து கொண்டு அவருக்கு எதிராகச் சதி செய்த வண்ணம், அன்றைய மாலையை அன்றைய இரவை அவரால் மறக்க முடியாததாக ஆக்கிக் கொண்டிருக்கிறதோ என்று தோன்றியது. ஆனால் இவை ஒரு புறம் இருந்தாலும் விதி தன் மீது தொடுத்துக் கொண்டிருக்கும் அந்த இறுதியான அத்தாட்சியின் மீது, தாக்குதலின் மீது கவனம் செலுத்தாதவராக உணர்வுகள் மரத்துப் போன நிலையில் இருந்தார் கோலியாட்கின். சில நிமிடங்களுக்கு முன்பு சிவில் கவுன்சிலர் பெரந்த்யேவின் வீட்டில் நடந்த விரும்பத்தகாத சம்பவங்கள் ஏற்படுத்தியிருந்த அதிர்ச்சியிலிருந்தும் தாக்குதலிலிருந்தும் இன்னமும் அவர் விடுபட்டிருக்கவில்லை. அப்போது கோலியாட்கினை அறிமுகமே இல்லாத எவனாவது வழிப்போக்கன் ஒருவன் பார்த்திருந்தாலும் கூட அவர் தன்னையே தன்னிடமிருந்து மறைத்துக் கொள்ள

விரும்புகிறார் என்றும், தன்னிடமிருந்தே தப்பி ஓட்டம் பிடித்துக் கொள்ள முயல்கிறார் என்றும்தான் சொல்லியிருப்பான். ஆம், உண்மையாகவே அதைப் பார்க்கும்போது அப்படித்தான் இருந்தது. அது மட்டும் இல்லை! கோலியாட்கின், தன்னிடமிருந்து மட்டுமே தப்பி ஓடிக் கொண்டிருக்கவில்லை; தன்னை முற்றாய் அழித்துக் கொண்டு தன்னையே இல்லாமல் ஆக்கிக் கொண்டு, தன்னை மண்ணோடு மண்ணாக்கிக் கொள்ள முயன்று கொண்டிருக்கிறார் என்பதும் தெரிந்தது. அந்த வேளையில் தன்னைச் சுற்றியிருக்கும் எதுவுமே அவருக்குள் பதிவாகவில்லை; எதையுமே அவர் புரிந்து கொள்ளவில்லை; புயல் வீசும் இரவின் கொடுமை, நீண்டிருக்கும் சாலை, கொட்டும் பனி மழை, காற்று, மிகவும் குரூரமான பருவ நிலை என்று எவற்றோடும் சம்பந்தமில்லாதவர் போலவே அவர் காணப்பட்டார்.

அவரது வலது கால் பூட்ஸுக்கு மேலிருந்த ரப்பர் காலுறை, நழுவிச் சென்று ஃபாண்டாங்கா நடை பாதையிலிருந்த பனிச் சேற்றுக்குள் புதைந்து போயிற்று. திரும்பிப்போய் அதை எடுக்க வேண்டுமென்பது கூட கோலியாட்கினுக்குத் தோன்றவில்லை. அது கழன்று போய்த் தொலைந்து விட்டதைக் கூட அவர் கவனிக்க வில்லை. மிகுந்த மனக் குழப்பத்தில் இருந்ததால் தன்னைச் சுற்றியிருந்த எதையும் சட்டை செய்யாமல் இருந்த அவர் திடீர் திடீரென்று பலமுறை அந்த நடைபாதையிலேயே திடுக்கிட்டுப் போய் நின்று விடுவார். சிறிது நேரத்துக்கு முன்னால் தான் பட்ட அவமானங்கள் மட்டுமே அவரது எண்ணங்களை முழுமையாக ஆக்கிரமித்தபடி இருக்கும். அந்தக் கணத்தில், இறந்து விட்டதைப் போல தான் இல்லாமலே ஆகி விட்டதைப்போல உணர்வார் அவர். பிறகு திடீரென்று ஒரு பைத்தியக்காரனைப் போல, யாராலோ துரத்தப்பட்டதைப் போலத் திரும்பிப் பார்க்காமல் ஓடத் தொடங்குவார். இதை விட மோசமான ஏதோ ஒரு துர்ப்பாக்கியம் நேருவதிலிருந்து தப்பித்துக் கொள்வதற்காகவே அவர் அப்படி ஓடுவதைப் போலிருக்கும். அவரது நிலைமை உண்மையாகவே பரிதாபகரமாகத்தான் இருந்தது.

இறுதியில் ஒரு வழியாகக் களைத்துப் போனார் கோலியாட்கின்; மூக்கு வழியே திடீரென்று இரத்தம் கொட்டத் தொடங்கிய மனிதனைப் போன்ற பாவனையுடன் அங்கிருந்த கிராதி ஒன்றின் மீது சாய்ந்து நின்று கொண்டார். கீழே சலசலத்து ஓடும் கறுப்பு நிறமான கால்வாய்த் தண்ணீரையே உற்று பார்த்துக் கொண்டிருந்தார் அவர். கொடுமைகளுக்கும் சித்திரவதைகளுக்கும் ஆளாகி மிகவும் களைத்துப் போனவரைப் போல பலவீனமாகத் தெரிந்த அவர், குறிப்பிட்ட அந்தக் கணத்தில் தனது துயரத்தின்

உச்சத்தை எட்டியிருக்க வேண்டும் என்பது மட்டும் தெளிவாகத் தெரிந்தது. ஏற்கனவே மனச்சோர்வுடன் இருந்த அவர் இப்போது எல்லாவற்றையும் மறந்துவிட்ட நிலையில் இருந்தார். இசமைலாவ்ஸ்கி பாலம், ஷெஸ்டிலாவோட்சினி தெரு, தனது தற்போதைய நிலைமை என எல்லாமே அவரது நினைவிலிருந்து கழன்று போயிருந்தது. அதைப் பற்றியெல்லாம் இனிமேல் அவருக் கென்ன வந்தது? எல்லாமே முடிந்து போய்விட்டது. முடிவு உறுதிப்படுத்தப்பட்டு விட்டது; எல்லாமே நிச்சயமாகி விட்டது.

திடீரென்று இருந்திருந்தாற் போல, அவரது உடல் இலேசாகத் தூக்கி வாரிப் போட்டது; அனிச்சையாக இரண்டடி ஒருபக்கமாக நகர்ந்து சென்றார் அவர். இன்னதென விளங்காத ஓர் இருப்புக் கொள்ளாமையுடன் சுற்று முற்றும் பார்த்தார். அங்கே யாருமே இல்லை; குறிப்பாக எதுவும் நிகழவும் இல்லை. ஆனாலும் கூட அப்போது மிகச்சரியாக அதே நிமிடத்தில் தன்னருகே பக்கத்தில் யாரோ ஒருவன் நிற்பதைப் போலவும், அவனும் கூட அந்தக் கிராதியில் சாய்ந்து நிற்பதைப் போலவும் அவருக்குத் தோன்றியது. அது மிகவும் அதிசயமாக இருந்தது. அந்த மனிதன் ஏதோ பேசுவதைப் போலவும் இருந்தது. அது வேகமாகவும், தெளிவில்லா மலும் இருந்தபோதும் அவருக்கு மிக நெருங்கிய விஷயமாகவும், அவரோடு சம்பந்தப்பட்டதாகவும் தோன்றியது.

"ஒரு வேளை எல்லாமே என் கற்பனைதானோ?" என்றபடி மீண்டும் ஒரு முறை தன்னைச் சுற்றிப் பார்வையை ஓடவிட்டார் கோலியாட்கின்.

"அதுபோகட்டும்..., நான் இப்போது எந்த இடத்தில் நின்று கொண்டிருக்கிறேன்" என்ற எண்ணம் இறுதியாக அவரிடம் தோன்றி விட தலையை உலுக்கி விட்டுக் கொண்டார். ஆனாலும் கூடக் கிட்டப்பார்வை கொண்ட தன் கண்களால் தன்னைச் சுற்றிப் படர்ந்து கிடந்த ஈரம்கப்பிய இருண்ட வெளியைப் பதட்டத்தோடும், பயத்தோடும், கவலையோடும் உற்றுப் பார்த்துக் கொண்டிருந்தார் அவர்.

அங்கே புதிதாகப் பார்க்க எதுவும் இல்லை; கோலியாட்கினின் பார்வையில் குறிப்பாக எதுவும் தட்டுப்படவும் இல்லை. எல்லாமே அதனதன் போக்கில் சரியாகவே நடந்து கொண்டிருந்தன. பனி, முன்பை விட ஆக்ரோஷமாகப் பெய்து கொண்டிருந்தது. அடர்த்தியில் செறிந்து, அளவிலும் பெரியதான பனிக் கட்டிகள் விழுந்து கொண்டிருந்தன. இருபது தப்படிகளுக்கு முன்பு இருக்கும் எதுவுமே கண்ணுக்குப் புலனாகவில்லை. விளக்குக் கம்பங்கள் முன்பை விட அதிக சத்தத்துடன் கிறீச்சிட்டுக் கொண்டிருந்தன. துயரமான அந்தப் பாடலை மேலும் சோகமயமானதாக்கிக்

கண்ணீர் வர வைக்க முயல்வதைப் போலக் காற்றும் தன் பங்குக்கு ஊளையிட்டுக் கொண்டிருந்தது. ரொட்டித் துண்டுக்கான செப்புக் காசை யாசித்தபடி விடாப்பிடியாக மன்றாடி ஓலமிடும் பிச்சைக் காரனின் ஊளை ஒலியை ஒத்திருந்தது அது.

“சே! எனக்கு என்னதான் ஆயிற்று”என்று மீண்டும் கூறியபடி பாதையில் நடக்கத் தொடங்கிய கோலியாட்கின், இன்னும் கூடச் சுற்றும்முற்றும் கொஞ்சம் வெறித்துக் கொண்டுதான் இருந்தார். அதே வேளையில் புதுவகையான ஏதோ ஓர் உணர்வு கோலியாட்கினை ஆட்கொண்டது. கவலை என்றோ பயம் என்றோ கூறி விட முடியாத ஒரு நடுக்கம், காய்ச்சல் கண்டதைப் போன்றதொரு நடுக்கம் அவரது நரம்புகளுக்குள் ஓடியது. அந்தக் கணம், பொறுத்துக் கொள்ள முடியாத வேதனை அளிக்கும் கணமாக இருந்தது.

“சரி, அதைப்பற்றி ஒன்றுமில்லை” என்று தன்னைத்தானே தைரியப்படுத்திக் கொண்டார் அவர்.

“ஒரு வேளை, அது பொருட்படுத்தவே வேண்டாததாகக் கூட இருக்கலாம். எவரது கௌரவத்துக்கும் கறை ஏற்பட்டு விடவில்லை என்பதாகவும் இருக்கலாம், ஆமாம், அது அப்படித்தான் இருந்தாக வேண்டும்” தான் பேசுவது என்னவென்பதைத் தானே விளங்கிக் கொள்ளாமல் அவர் மேலும் தொடர்ந்தார்.

“ஒரு வேளை எல்லாமே இறுதியில் நன்றாக முடிந்துவிடலாம். குறை சொல்லவே இடமில்லாதபடி எல்லோருமே நியாயப்படுத்தப் பட்டு விடலாம்”

இந்த வார்த்தைகளால் தன்னை அமைதிப்படுத்திக் கொள்ள முயன்றபடி தன் மீது சிதறிக் கிடந்த பனியைக் கொஞ்சம் உதறிவிட்டுக்கொண்டார் கோலியாட்கின். அவரது தொப்பியிலும், கோட்டின் காலரிலும், மேல் கோட்டிலும், காலணிகளிலும் மற்றும் உடலெங்கும் அடர்த்தியான பனித்துகள்கள் அப்பிக்கிடந்தன. தன் மீதிருந்த பனியை உதறிக் கொண்டாலும் தன்னை ஆட்டிப் படைத்துக் கொண்டிருக்கும் அந்த வினோதமான உணர்வை இன்னதென்று விளங்காத அந்தக் கலக்கத்தை, அவரால் உதறிவிட முடியவில்லை; அதிலிருந்து அவரால் விடுபடமுடியவில்லை. எங்கோ தூரத்தில் பீரங்கியின் வேட்டுச் சத்தம் கேட்டது. “சே, எப்படி ஒரு மோசமான மழை” என்று எண்ணிக்கொண்டார் நம் கதாநாயகர்.

“ஒரு வேளை வெள்ளம் ஏதாவது வரப் போகிறதோ? தண்ணீர் மட்டம் பயங்கரமாக உயர்ந்து விட்டது போலிருக்கிறதே” கோலியாட்கின் தன் மனதுக்குள் இவ்வாறு நினைத்தோ, வாய் விட்டுச் சொல்லியோ முடிப்பதற்குள் தன்னை நோக்கி வேறொரு

மனிதன் வந்து கொண்டிருப்பதைக் கண்டார். ஏதோ ஒரு விதி வசத்தால் தன்னைப் போலவே வீடு செல்லத் தாமதமான ஒருவன். மிகவும் இயல்பானதும் துளிக் கூட முக்கியத்துவம் இல்லாததாகப் பிறருக்குப் படக்கூடியதுமான இந்த விஷயம், இன்னவென்று சொல்ல முடியாத ஏதோ ஒரு காரணத்தால் கோலியாட்கினைக் கவலை கொள்ளச் செய்து பயமுறுத்தியது; குழப்பத்தில் திகைக்கச் செய்தது.

"ஒரு வேளை அகால நேரத்தில் எதிர்ப்படும் இந்த மனிதன் கூட அந்த சம்பவத்தின் ஒரு பகுதியாக இருக்கலாம், அதில் முக்கியமான ஒருவனாகவும் கூட இருக்கலாம். யாருக்குத் தெரியும்? இங்கே அவன் வந்திருப்பதற்குக் காரணம் இல்லாமல் இல்லை. ஏதோ ஒரு நோக்கத்தோடுதான் அவன் என் பாதையில் குறுக்கிடு கிறான்; என்னை வேண்டுமென்றே தூண்டி விடுவதைப் போல நடந்து கொள்கிறான்" – மேலே குறிப்பிட்டது போன்ற எண்ணங்கள் இதே மாதிரியான வரிசை ஒழுங்குடன் கோலியாட்கினுக்குத் தோன்றவில்லை என்றாலும், ஏதோ ஒன்று அவருக்குள் மின்ன லடித்து, அதைப் போன்ற இலேசான எண்ணத்தை அவருள் கிளர்த்தியது. அது மிக மிகக் கசப்பானதாகவே இருந்தது. அப்படி யெல்லாம் நினைத்துப் பார்ப்பதற்கோ, என்ன நிகழ்கிறது என்பதை உணர்ந்து கொள்வதற்கோ அங்கே நேரமும் இல்லை. அந்த வழிப்போக்கன் அவரிடமிருந்து இரண்டு தப்படி தூரத்தில் நெருங்கி வந்திருந்தான். உடனேயே தன் இயல்பான வழக்கப்படி வித்தியாச மான தோரணை ஒன்றை விரைவாக வருவித்துக் கொண்டார் கோலியாட்கின். தான் தனது சுயப் பிரக்ஞையோடு மிகச் சரியாகவே இருப்பதையும், எல்லோரும் நடந்து செல்லும் அளவுக்கு அகலமான சாலைதான் அது என்பதால் எவர் வழியிலும் குறுக்கிடும் நோக்கம் தனக்கு இல்லை என்பதையும் உணர்த்துவ தான தோரணை அது. நடக்கத் தொடங்கியபிறகு, திடீரென்று குழப்பமடைந்தவராய் மின்னல் தாக்கியதைப் போலத் திகைத்துப் போய் நின்றார். அப்போதுதான் தன்னைக் கடந்து சென்றிருந்த அந்த உருவத்தைத் திரும்பிப் பார்த்தார். வேகமாக வீசும் காற்று, திசைகாட்டும் கருவியைப் பலமாக அசைப்பதைப் போலத் தன்னையும் யாரோ உலுக்கி விட்டதைப் போலவும், எவரோ பின்னாலிருந்து தன்னைப் பிடித்திழுப்பதைப் போலவும் அவர் உணர்ந்தார். அந்த வழிப்போக்கன், பனிப்புயலுக்குள் எங்கோ சென்று மறைந்திருந்தான். அவனும் கூட அவரைப் போல வேகமாகத்தான் போய்க் கொண்டிருந்தான்; அவரைப் போலவே உடை உடுத்தி இருந்த அவன், தலைமுதல் கால் வரை அவரைப் போலவே போர்த்திக் கொண்டும் இருந்தான். ஃபாண்டாங்கா நடைபாதையின் மீது தடுமாற்றமும், வேகமுமாய் சின்னச் சின்ன

அடிகளை துரிதமாய் வைத்தபடி சென்று கொண்டிருந்த அவனைக் கண்டபோது அவனும் கூட எதையோ பார்த்து பயந்திருக்க வேண்டும் என்று தோன்றியது.

"என்ன இதெல்லாம்" என்று முணுமுணுத்தபடி நம்பிக்கையில்லாமல் புன்னகை செய்து கொண்ட போதும் கோலியாட்கினின் உடல் முழுவதும் நடுங்கிக் கொண்டுதான் இருந்தது. அவரது முதுகுத் தண்டில் பனிக்கட்டியின் சிலிர்ப்பு ஓடியது. அதற்குள் அந்த அந்நியன் அங்கிருந்து முழுமையாக அகன்று சென்றிருந்தான். அவனது காலடிச்சத்தம் கூடக் கேட்கவில்லை. ஆனாலும் அங்கேயே அசையாமல் நின்றபடி அவன் சென்ற திசையையே வெறித்துக் கொண்டிருந்த கோலியாட்கின் படிப்படியாகத் தன் சுயநினைவுக்கு மீண்டார்.

'என்ன இது, இதற்கெல்லாம் என்ன அர்த்தம்" என்று எரிச்சலோடு எண்ணிக் கொண்டார் கோலியாட்கின். 'எனக்குத்தான் ஏதாவது புத்தி பேதலித்துப் போய்விட்டதா? அல்லது வேறு என்னதான் ஆயிற்று'. அவர், தன் வழியில் திரும்பி நடக்கத் தொடங்கினார். காலடிகளை விரைவாகவும் அவசரமாகவும் எடுத்து வைத்தபடி எதைப் பற்றியுமே நினைக்கக் கூடாது என்று முடிவு கட்டிக் கொண்டபடி அவர் விரைந்து கொண்டிருந்தார். அதே நோக்கத்துடன் கடைசி கடைசியாகத் தன் கண்களைக் கூடப் பொத்திக் கொண்டு விட்டார் அவர். சுழன்றடிக்கும் காற்றின் ஊளைச் சத்தத்துக்கும், குமுறும் பனிப் புயலின் ஓசைக்கும் நடுவே மிகமிக அருகில் ஏதோ ஒரு காலடிச்சத்தம் 'சட்'டென்று அவர் காதில் விழுந்தது. அவர் நின்றிருந்த இடத்திலிருந்து இருபது தப்படி தொலைவில் ஒரு உருவம் அவரை வேகமாக நெருங்கிக் கொண்டிருந்தது. அவசரமாக வந்து கொண்டிருந்த அந்த சிறிய உருவம், தட்டுத் தடுமாறியபடி நடுக்கத்தோடு விரைந்து வந்தது. அவர்களுக்கிடையே இருந்த தூரம் குறைந்து கொண்டே வந்தது. அந்த அகால வேளையில் தனக்குத் துணையாக வந்தவனின் உருவத்தை இப்போது கோலியாட்கினால் நன்றாகப் பார்க்க முடிந்தது. அவனை முழுமையாகப் பார்வையிட்ட அவர் வியப்பிலும், பயத்திலும் கூச்சலிட்டார். அவரது கால்கள் தொய்ந்து போய் அவரைக் கைவிட்டுவிடும் போலிருந்தன. பத்து நிமிடங்களுக்கு முன்பு அவரைத் தாண்டிச் சென்ற அதே மனிதன்தான் அவன்; அவன்தான் இப்போதும் எதிர்பாராத விதமாக அவரை நேருக்கு நேர் எதிர்பட்டிருக்கிறான். ஆனால் கோலியாட்கினை அதிசயத்தில் ஆழ்த்தியது அந்த விஷயம் மட்டுமில்லை; திகைப்பில் உறைந்து போகுமளவுக்கு பிரமித்துப்போய் நின்றிருந்த கோலியாட்கின், எதையோ சொல்ல முயன்றபடி, ஏதோ சத்தம்

போட்டுக் கொண்டே அந்த மனிதனைத் தாண்டிச் செல்ல முயன்றார். எத்தனை விரைவாக முடியுமோ அத்தனை விரைவாக அவனைத் தடுத்து நிறுத்த முயல்பவரைப் போல அவனைப்பார்த்து ஏதோ கூச்சலிடவும் செய்தார். அவரிடமிருந்து பத்து தப்படி தூரத்தில் அந்த மனிதனும் சற்று தாமதித்து நின்றான்; அப்போது விளக்குக் கம்பத்தின் அருகே அவன் நின்றிருந்ததால் அதன் ஒளியில் அவனது முழு உருவம் தெளிவாகப் புலப்பட்டது. கோலியாட்கின் தன்னிடம் சொல்ல வருவது என்ன என்பது புரியாமல் சற்று எரிச்சல் கலந்த எதிர்பார்ப்போடு காத்துக் கொண்டு நின்றான் அவன்.

"மன்னித்துக் கொள்ளுங்கள், நான் ஏதோ தவறுதலாகக் கூப்பிட்டு விட்டேன் போலிருக்கிறது" என்று நடுங்கும் குரலில் கூறினார் நம் கதாநாயகர். எந்த பதிலும் சொல்லாமல் அமைதியாக அதைக் கேட்டுக் கொண்ட அந்த மனிதன் கோலியாட்கினால் வீணடிக்கப்பட்ட அந்த இரண்டு விநாடிகளை ஈடுகட்ட விரைபவனைப்போல எரிச்சலும், வேகமுமாக அங்கிருந்து தன் வழியே சென்றான். கோலியாட்கினின் ஒவ்வொரு நரம்பிலும் உதறல் எடுத்துக் கொண்டிருந்தது; அவரது முழங்கால்கள் நடுங்கிய வண்ணம் தளர்ந்து தொய்ந்தன. ஏதோ முனகியபடி நடைபாதை ஓரத்திலிருந்த கற்பலகை ஒன்றின் மீது சற்று அமர்ந்து கொண்டார். அவர் இந்த அளவுக்கு உணர்ச்சிவசப்பட உண்மையில் அப்படி எந்தக் காரணமும் இல்லை. அந்த வழிப்போக்கன் அவருக்கு மிகமிக அறிமுகமான ஒரு நபரைப் போலத் தென்பட்டான், அவ்வளவு தான். அதில் கவலை கொள்ள எதுவுமே இல்லாமலும் கூட இருக்கலாம்தான். ஆனாலும் அவர் அவனை இனம்கண்டு கொண்டார்; கிட்டத்தட்ட நன்றாகவே இனம் கண்டு கொண்டார் என்று சொல்லலாம். அவர், அவனை, அந்த மனிதனை எங்கோ அடிக்கடி பார்த்திருக்கிறார்; மிக சமீபத்தில் கூடப் பார்த்திருக்கிறார். அப்படி அவனை அவர் எங்கே பார்த்திருக்க முடியும்? நிச்சயம் அது நேற்றாக இருக்க முடியாது. ஆனால் கோலியாட்கின் இதற்கு முன்பு அவனை அடிக்கடி பார்த்திருப்பது இங்கே முக்கியமான விஷயமில்லை. அந்த மனிதனைப் பற்றி விசேஷமாகக் குறிப்பிடும் படி அப்படி எதுவுமில்லை. முதல் பார்வையில் கவனத்தைக் குறிப்பாக ஈர்க்கும் எதுவும் அவனிடம் இல்லை. எல்லோரையும் போன்ற ஒரு மனிதன்தான் அவன். பிற கனவான்களைப் போன்ற ஒரு கனவான்தான் அவன். ஒரு வேளை மிகவும் மதிக்கத்தக்க சிறந்த பண்புகளை அவன் கொண்டிருக்கக் கூடும். சுருங்கச் சொன்னால் சுயக் கட்டுப்பாடு கொண்ட இயல்பான ஒரு மனிதனாக மட்டுமே அவன் தெரிந்தான்.

கோலியாட்கினுக்கு அவன் மீது எந்த வகையான வெறுப்போ பகைமை உணர்வோ இல்லை; அந்த மனிதனின் மீது அவர் மனதில் துளி வெறுப்புக் கூட இல்லை. உண்மையில் சொல்லப் போனால் அவரது உணர்வுகள் அதற்கு நேர்மாறாகத்தான் இருந்தன. ஆனாலும் கூட இந்த உலகத்திலுள்ள செல்வங்களையெல்லாம் அவருக்குக் கொடுத்தாலும் கூட அந்த மனிதனைச் சந்திக்க அதுவும் இப்போது சந்திக்க நேர்ந்ததைப் போன்ற ஒரு சூழ்நிலையில் சந்திக்க அவருக்கு சுத்தமாக விருப்பமில்லை என்றே சொல்ல வேண்டும். இன்னும் அதிகமாகக் கூட அதைப் பற்றி விளக்கிச் சொல்லலாம். கோலியாட்கின், அந்த மனிதனைப் பற்றி மிகத் தெளிவாகத் தெரிந்து வைத்திருந்தார்; அவன் பெயர் என்ன என்பதும் அவனை எப்படி அழைப்பார்கள் என்பதும் கூட அவருக்குத் தெரிந்தது. ஆனாலும் கூட அவனுடைய பெயர், துணைப் பெயர், தந்தையின் பெயர் ஆகியவற்றைப் பற்றித் தனக்குத் தெரியும் என்பதை ஏற்றுக்கொள்ள அவருக்குச் சம்மதம் இல்லை. மீண்டும் சொல்லப் போனால் எந்த சக்தியாலும் உலகின் செல்வங்களையே அவருக்கு அள்ளிக் கொடுத்தாலும் கூட அவரை அது பற்றி சம்மதிக்க வைக்க முடியா தென்பதே உண்மை.

கோலியாட்கினின் பிரமிப்பு எவ்வளவு நேரம் நீடித்திருந்தது என்பதையும், நடைபாதை ஓரத்தில் அவர் நீண்ட நேரம் அமர்ந் திருந்தாரா என்பதையும் என்னால் கூற முடியவில்லை; ஆனால் ஒரு வழியாக ஓரளவு சுயநினைவுக்கு மீண்டதுமே சட்டென்று திரும்பிப்பார்க்காமல் எவ்வளவு முடியுமோ அவ்வளவு விரைவாக ஓட ஆரம்பித்தார் அவர். அவரது மனம் வேறு சிந்தனைகளில் லயித்திருந்ததால் இரண்டு முறை இடறி விழப் போனார் அவர். அந்தச் சூழ்நிலையில் அவரது மற்றொரு பூட்ஸிலிருந்த காலணியும் கூடக் கழன்று போயிற்று. இறுதியில் சற்று தளர்ந்து போனவராய் மூச்சு வாங்கிக் கொள்வதற்காகக் கொஞ்சம் நின்றபோது தன்னைச் சுற்றிலும் விரைவாகப் பார்வையை ஓட விட்டார். அப்போதுதான் நெவ்ஸ்கி ப்ராஸ்பெக்டின் ஒரு பகுதியைக் கடந்து, தான் ஓடி வந்து விட்டதையும், லிடினி தெருவின் திருப்பத்தில் நின்று கொண்டிருப் பதையும் உணர்ந்தார். தெருவுக்குள் திரும்பி நடந்த அந்தக் கணத்தில், பயங்கரமாகப் பூமி பிளந்து அசைந்து ஆடிக் கொண் டிருக்கும்போது ஒரு பாறையின் விளிம்பில் நின்று கொண்டிருக்கும் மனிதனின் நிலைமையைப் போல இருந்தது அவரது நிலை. பூமி தன்னை அதல பாதாளத்துக்கு ஈர்த்துக் கொண்டிருக்கிறது என்பது தெரிந்தும் அங்கிருந்து குதித்தோடிவிட வேண்டும் என்று முடி வெடுக்காமல் அதற்கான சக்தி இல்லாமல் தன்னை விழுங்குவதற் காக ஆவென்று வாய்பிளந்தபடி இருக்கும் ஆழம் காணமுடியாத அந்த நரகத்தையே வெறித்துப் பார்த்துக் கொண்டிருக்கும்

துரதிருஷ்டக்கார மனிதனைப் போல அவர் இருந்தார். தன்னை ஈர்க்கும் குழியில் விழுவதற்குத் தயாரானபடி, தன்னுடைய அழிவைத் தானே விரைவுபடுத்திக் கொண்டிருப்பதைப் போல அவர் இருந்தார்.

தான் சென்று கொண்டிருக்கும் வழியில் விரும்பத்தகாத ஏதோ ஒரு தீங்கைத் தான் உறுதியாக எதிர்ப்படப்போகிறோம் என்பது போன்ற ஒரு உள்ளுணர்வு அவரிடம் இருந்தது. உதாரணத் துக்குச் சொல்லப்போனால் அந்த வழிப்போக்கன் மீண்டும் அவர் வழியில் வரக் கூடும். ஆனால் அப்படிப்பட்ட ஒரு சந்திப்பு தவிர்க்க முடியாதென்று கருதியவராய், அது நிகழ வேண்டுமென்று அவரே கூட விரும்பியதுதான் வினோதம். நடக்க வேண்டியது எதுவோ அது உடனே நடந்து முடிந்து இப்படிப்பட்ட இக்கட்டான சூழ் நிலையிலிருந்து தான் வேகமாக விடுபட வேண்டும் என்றே அவர் விரும்பினார். உடலெல்லாம் மரத்துப் போய், பலவீனமாகி விட்டது போல உணர்ந்த அவர், ஏதோ ஒரு புறச் சக்தியால் உந்தப் பட்டவரைப் போலத் தொடர்ந்து ஓடிக்கொண்டும் இருந்தார்.

அவரால் எதைப்பற்றியுமே யோசிக்க முடியவில்லை என்றா லும் அவரது எண்ணங்கள் முட்புதரைப் போல எங்காவது சிக்கிக் கொண்டேதான் இருந்தன. வழி தவறிப் போயிருந்த நாய்க் குட்டி ஒன்று மழையில் நனைந்து குளிரில் நடுங்கியபடி கோலியாட்கி னோடு ஓடி வந்து கொண்டிருந்தது. காதுகளையும், வாலையும் தொங்கப்போட்டபடி அவ்வப்போது அவரைக் கீழ்ப்பார்வை பார்த்தபடி, அது அவருக்கு இணையாகத் தொடர்ந்து ஓடி வந்து கொண்டிருந்தது. வெகு காலத்துக்கு முன்பு நடந்த ஏதோ ஒரு சம்பவத்தின் நினைவு, எப்போதோ நினைவிலிருந்து மறைந்துபோன ஒரு எண்ணம் இப்போது திரும்பிவந்து மூளையை சம்மட்டியால் அடித்து எரிச்சலூட்டுவதைப் போலிருந்தது அவருக்கு; அவரை விட்டுப் போக மறுத்து அது சண்டித்தனம் செய்தது. "ஓ கேடு கெட்ட அந்த நாய்க்குட்டி" என்று தனக்குத்தானே விளங்காதபடி ஏதோ முணுமுணுத்துக் கொண்டார் அவர்.

இறுதியாக இடலியான்ஸ்கி தெருவின் முனையில் அந்த மனிதனைப் பார்த்தார் அவர். ஆனால் இம்முறை அவன் அவரை நோக்கி வரவில்லை; அவனும் கூட அவர் செல்லும் அதே திசையில் ஓடிக்கொண்டிருந்தான்; அவருக்குச் சில அடி முன்னால் ஓடிக் கொண்டிருந்தான் அவர். முடிவில் இருவருமே ஷெஸ்டிலாவோட்ச்னி தெருப்பக்கமாகத் திரும்பி இருந்தார்கள். கோலியாட்கின், மூச்சை இறுகப் பிடித்துக் கொண்டார். கோலியாட்கின் குடியிருக்கும் அதே வீட்டுக்கு முன்னால் அந்த மனிதனும் நின்றான். அழைப்பு மணியடிக்கும் ஓசையும், கிட்டத்தட்ட அதே நேரத்தில் இரும்புத்

தாழ்ப்பாள் உராயும் ஓசையும் அவருக்குக் கேட்டது.

கதவு திறந்ததும் சற்றே குனிந்தபடி விரைவாக உள்ளே சென்று மறைந்தான் அந்த மனிதன். கிட்டத்தட்ட அதே கணத்தில் அந்த இடத்துக்கு வந்து சேர்ந்திருந்த கோலியாட்கினும் கூட அம்பு போலக் கதவு வழி உள்ளே நுழைந்தார். அங்கே இருந்த பணியாளின் முணுமுணுப்பைப் பொருட்படுத்தாமல் மூச்சிரைக்க முற்றத்தின் வழி அவர் ஓடி வந்த போது, தனது கண்பார்வையிலிருந்து ஒரு நிமிடம் மறைந்து போயிருந்த சுவாரசியமான அந்தக் கூட்டாளியை அவர் உடனேயே பார்க்க நேர்ந்தது.

கோலியாட்கினின் குடியிருப்புக்குச் செல்லும் படிக்கட்டு களை நோக்கி விரைந்து கொண்டிருந்தான் அந்த மனிதன். கோலியாட்கினும் வேகமாக அவனைத் தொடர்ந்தார். படிக்கட்டு இருட்டாகவும், ஈரப்பதம் மிக்கதாகவும், அழுக்காகவும் இருந்தது. குடியிருப்புகளிலிருந்து கழித்துவிட்ட குப்பை கூளங்கள் படிக்கட்டு களின் ஒவ்வொரு திருப்பத்திலும் குவியல் குவியலாய்க் கிடந்தன. அந்தச் சூழ்நிலைக்குப் பழக்கப்படாத அந்நியர் எவரேனும் இருட்டு நேரத்தில் அந்தப் படிக்கட்டில் செல்ல வேண்டுமென்றால் அங்கே கிடக்கும் குப்பை கூளங்களின் மீது மோதிக்கொண்டும், தட்டுமுட்டு சாமான்களின் மேல் இடறிக் கொண்டும்தான் செல்ல வேண்டி யிருக்கும்; அதற்காகவே அந்தப் படிக்கட்டுகளையும் அப்படிப்பட்ட வசதிக் குறைவான இடத்தில் வாழும் தங்கள் நண்பர்களையும் சபித்துக் கொண்டு கிட்டத்தட்ட அரைமணி நேரம் அவர்கள் அங்கே தடவிக் கொண்டிருக்க வேண்டியிருக்கும். ஆனால் கோலியாட்கினின் கூட்டாளியோ அதையெல்லாம் முன்பே அறிந்து, அதற்குப் பழகிப் போயிருப்பவனைப் போல இருந்தான். எந்தச் சிக்கலும் இல்லாமல் சுற்றுச் சூழலைத் தெளிவாகத் தெரிந்து வைத்திருப்பவனைப் போல அவன் படிகளில் ஓடிக் கொண்டிருந் தான். கோலியாட்கின், கிட்டத்தட்ட அவனை நெருங்கிவிட்டிருந் தார்; ஓரிரு முறை அந்த மனிதனின் கோட்டு நுனி கூட அவர் மீது உரசியது. அவரது இதயம் திகைத்து நின்றது. கோலியாட்கினின் குடியிருப்புக்கு முன்னால் நின்றபடி அவன் கதவைத் தட்ட, (வேறொரு சமயமாக இருந்தால் கோலியாட்கின் இதைக் கண்டு ஆச்சரியம் அடைந்திருப்பார்), அதை எதிர்பார்த்து உட்கார்ந்திருந்த பாவனையில் கையில் ஒரு மெழுகுவர்த்தியோடு உடனே கதவைத் திறந்தான் பெட்ருஷ்கா. உள்ளே நுழைந்த அந்த மனிதனைத் தானும் பின் தொடர்ந்தான்.

நமது கதையின் கதாநாயகரும் தன் குடியிருப்புக்குள் வேக மாக நுழைந்தார். தன்னுடைய தொப்பி, மேல் கோட் ஆகியவற்றை அகற்றிக் கொள்ளாமல், அங்கிருந்த சிறிய இடைகழியைத் தாண்டிச்

சென்று, தனது அறைக்குச் செல்லும் பாதையருகே பிரமை பிடித்தவரைப் போல நின்றார் அவர். அவர் கொண்டிருந்த உள்ளுணர்வுகள் எல்லாமே இப்போது மெய்யாகி இருந்தன. அவர் எதற்கு பயந்து கொண்டிருந்தாரோ எந்த வகையான ஊகங்கள் செய்து வைத்திருந்தாரோ அவையெல்லாம் உண்மையில் நிகழ்ந்து கொண்டிருந்தன. அவர் மூச்சு விடவும் மறந்தார்; அவரது தலை சுழல்வது போலிருந்தது. கோட்டும் தொப்பியும் அணிந்திருந்த அந்த அந்நியன் அவருக்கு முன்பாக அவரது படுக்கையில் அமர்ந்திருந்தான். கண்களைச் சுருக்கிக் கொண்டு இலேசாகப் புன்னகைத்தபடி நட்பாக அவருக்குத் தலையசைத்தான். கோலியாட்கின் கூச்சலிட எண்ணினார்; ஆனால் அவரால் அது இயலவில்லை. ஏதாவது ஒரு வகையில் அவனுக்கு எதிர்ப்புக் காட்ட வேண்டுமென்று அவர் எண்ணியபோதும், அதற்கான வலு அவரிடம் இல்லை. அவரது தலைமுடி சிலிர்த்துக் கொண்டது. அவர் நடுக்கத்தில் கீழே விழுந்து விடுபவரைப் போலிருந்தார். அதற்கெல்லாம் சரியான காரணம் ஒன்று உறுதியாக இருந்தது. தன் இரவு விருந்தாளியை அவர் இனங்கண்டு கொண்டிருந்தார். அந்த இரவு விருந்தாளி, அவரைத் தவிர கோலியாட்கினைத் தவிர வேறு யாருமில்லை. இன்னொரு கோலியாட்கின். முழுக்க முழுக்க அவரைப் போலவே இருக்கும் இன்னொருவன். எல்லா வகையிலும் அவரது இரட்டை என்று சொல்லத் தகுந்த ஒருவன்.

6

மறுநாள் காலை எட்டு மணிக்குப் படுக்கையிலிருந்து விழித்தெழுந்தார் கோலியாட்கின். முதல் நாள் நடந்த வினோதமான சம்பவங்களும், எவருக்குமே நடக்க இயலாத அனுபவங்களோடு கூடிய மிகக் கொடுமையான, நம்ப முடியாததுமான அந்த இரவுப் பொழுதும் நடுங்க வைக்கும் துல்லியத்தோடு சட்டென்று அவரது நினைவிலெழுந்தன; அவரது கற்பனையிலும் விரிந்தன. அவரது எதிரிகள் அவருக்கு இழைத்திருந்த தீங்கும், அதற்கெல்லாம் மேலாக அவர் எதிர்ப்பட நேர்ந்த அந்தத் தீமையின் இறுதியான சாட்சியமும் கோலியாட்கினின் இதயத்தை உறையச் செய்திருந்தன. அதே நேரத்தில் நடந்ததெல்லாமே வினோதமாகவும், புத்திக்கு எட்டாததாகவும், தாறுமாறாகவும், நடக்கவே முடியாததாகவும் இருந்ததால் எல்லாவற்றையும் நம்புவதும் கூட அவருக்கு உண்மையில் கஷ்டமாகத்தான் இருந்தது. வெறுப்புணர்வு என்பது ஒருவனை எதுவரை கொண்டு செல்லும் என்பதையும், இன்னொருவருடைய புகழையும் கௌரவத்தையும் சீர்குலைத்துப் பழிவாங்க வேண்டுமென்பதில் முனைப்பாக இருக்கும் ஒரு எதிரியின் மூர்க்கம் எந்த உச்சம் வரை ஒருவரை இட்டுச் செல்லக் கூடும் என்பதையும் தனக்கு ஏற்பட்டிருந்த கசப்பான அனுபவங்களால் துரதிருஷ்டக்காரரான கோலியாட்கின் அறிந்து வைத்திருந்தார். அவற்றைப் பற்றித் தெரியாத ஒருவராக அவர் இருந்திருந்தால் அப்போது வேண்டுமானால் முதல் நாள் நடந்ததெல்லாம் ஏதோ நம்பமுடியாத மாயை என்றோ கற்பனையில் கணநேரம் ஏற்பட்ட புத்திமாறாட்டம் என்றோ, சிந்தனையில் படர்ந்த இருட்டு என்றோ அவரால் ஒத்துக் கொண்டிருக்க முடியும். அதோடு கூடவே களைத்துப் போயிருந்த அவரது கால்கள், கனத்துக் கிடந்த தலை, வலிக்கும் முதுகு, மிகக் கடுமையான ஜலதோஷத்தால் தலையில் நீர் கோத்துக் கொண்டிருப்பது இவை எல்லாமே முதல்நாள் இரவு நேர்ந்திருக்கக் கூடிய அனுபவத்துக்குச் சாட்சி சொன்னபடி, அது உண்மையாக நிகழ்ந்ததுதான் என்பதையும், அந்த அனுபவத்தின்போது நடந்த அனைத்துமே உண்மையாக இருக்கக் கூடும் என்பதையும் உணர்த்திக் கொண்டிருந்தன.. தனது பகைவர்கள் ஏதோ திட்டம் போட்டுக் கொண்டிருக்கிறார்கள் என்பதையும், அவர்களோடு கூடவே இன்னொருவனும் இருக்கிறான் என்பதையும் வெகு காலத்துக்கு முன்பே அறிந்துவைத்திருந்தார் கோலியாட்கின். அதையெல்லாம் ஒட்டுமொத்தமாக யோசித்துப் பார்த்த கோலியாட்கின் 'இப்போது அப்படி என்னதான் ஆகிவிட்டது?' என்றும் கூட எண்ணிக் கொண்டார். தன் மனதை அமைதியாக வைத்துக்

கொண்டபடி வருவதை ஏற்பதென்றும், இப்போதைக்கு எந்த எதிர்ப்பும் காட்ட வேண்டாம் என்றும் அவர் முடிவு செய்து கொண்டார்.

'ஒரு வேளை சும்மா என்னைப் பயங்காட்டுவதற்காகக் கூட அவர்கள் திட்டம் போடுவதாக இருக்கலாம். நான் அதைப் பொருட்படுத்தாமல், அதை எதிர்க்காமல், முழுக்க முழுக்க அமைதியாக பொறுமையாக இருக்கிறேன் என்பது தெரிந்ததும் அவர்களாகவே அதை விட்டு விடுவார்கள். களைத்துப்போன தன் கால்களுக்கு ஓய்வளித்தபடி படுக்கையில் நீட்டிப் படுத்திருந்த கோலியாட்கினின் உள்ளத்தில் மேற்குறித்த சிந்தனைகளே ஓடிக் கொண்டிருந்தன. வழக்கம் போல பெட்ரூஷ்காவின் வரவை எதிர் பார்த்துக் காத்துக் கொண்டிருந்தார் அவர். தடுப்புக்கு மறுபக்கம் அறையின் மற்றொரு பகுதியில் அந்தச் சோம்பேறி வேலைக்காரன் பெட்ரூஷ்கா, சமோவரில் எதையோ சூடாக்கிக் கொண்டிருக்கும் சத்தம் கேட்டது. ஆனாலும் அவருக்கென்னவோ அவனைக் கூப்பிட வாய் எழவில்லை இன்னும் சொல்லப் போனால் பெட்ரூஷ் காவை நேருக்கு நேர் எதிர்ப்படுவதில் அவருக்கு இலேசான பயம் கூட இருந்தது.

"கடவுளுக்குத்தான் எல்லாம் தெரியும்" என்று மனதுக்குள் நினைத்துக் கொண்டார் அவர். "இந்த விஷயங்களையெல்லாம் அந்த ராஸ்கல் எப்படி எடுத்துக் கொள்கிறான் என்பது கடவுளுக்குத்தான் தெரியும். அவன் எதுவுமே பேசாமல் வாயை மூடிக்கொண்டுதான் இருக்கிறான். ஆனாலும் கூட அவன் ஒன்றும் முட்டாளில்லை"

ஒரு வழியாகக் கதவு கிறீச்சிடும் ஓசை கேட்டது. கைகளில் உணவுத்தட்டை ஏந்தியபடி உள்ளே வந்தான் பெட்ரூஷ்கா. என்ன நடக்கப் போகிறதோ என்று பொறுமையின்றிக் காத்திருந்த கோலியாட்கின் அவனை அப்பாவித்தனமான பார்வையுடன் ஏறெடுத்து நோக்கினார். குறிப்பான ஏதாவது ஒரு விஷயத்தைப் பற்றி அவன் ஏதேனும் சொல்லக் கூடுமோ என்று அவர் காத்திருந் தார். ஆனால், பெட்ரூஷ்கா எதுவுமே பேசவில்லை. அவரது எதிர் பார்ப்புக்கு நேர்மாறாக அவன் வழக்கத்தை விட மௌனமாகவும், இறுக்கமாகவும், கடுகடுப்போடும் இருந்தான். அவர் செய்யும் ஒவ்வொன்றையும் சந்தேகத்தோடு கீழ்ப்பார்வை பார்த்தபடியும் இருந்தான். அவனை எரிச்சலூட்டும் வகையில் ஏதோ ஒன்று நடந்திருக்க வேண்டுமென்பது வெளிப்படையாகப் புலப்பட்டது. தனது எஜமானரை அவன் ஏறெடுத்துக் கூடப் பார்க்காதது அவருக்கு உறுத்தலாகத்தான் இருந்தது. தான் கொண்டு வந்த எல்லாவற்றையும் மேஜை மீது வைத்து விட்டு ஒரு வார்த்தை கூடப் பேசாமல் அறையிலிருந்து வெளியேறினான் அவன்.

“அவனுக்கு ஏதோ தெரிந்திருக்கிறது. ஆமாம் தெரிந்திருக்கிறது. அந்தப் போக்கிரிக்கு எல்லாமே தெரிந்திருக்கிறது” என்று தேநீரைப் பருகியபடி தனக்குத்தானே முணுமுணுத்துக் கொண்டார் கோலியாட்கின். ஆனாலும் கூடத் தனது வேலைக்காரனிடம் நமது கதாநாயகர் ஒரு சின்னக் கேள்வி கூடக் கேட்கவில்லை. இத்தனைக் கும் அதற்குப் பிறகு பல எடுபிடி வேலைகளுக்காக பல தடவைகள் அறைக்கு வந்துபோய்க்கொண்டுதான் இருந்தான் பெட்ருஷ்கா. கோலியாட்கின் பெரும் பதட்டத்தில் இருந்தார். அலுவலகம் செல்வதற்கு அவருக்கு நடுக்கமாக இருந்தது. போகிற போக்கில் இலேசாக எடுத்துக் கொள்ள முடியாத ஏதோ ஒரு விஷயத்தை அங்கே தான் எதிர்கொள்ளப் போகிறோம் என்ற வலுவான உள்ளுணர்வு அவருக்குள் ஏற்பட்டிருந்தது.

“அங்கே போன உடன் ஏதோ ஒன்றில் நீ மாட்டிக் கொண்டு விடப் போகிறாய் என்பது நிச்சயம்!” என்று தனக்குத்தானே சொல்லிக் கொண்டார் அவர். அதை விட, இன்னும் கொஞ்ச நேரம் அமைதியாகப் பொறுத்துக் கொண்டிருப்பது நல்லதல்லவா?

‘அவர்கள் என்ன நினைக்கிறார்களோ அதை அங்கே செய்து விட்டுப் போகட்டும், ஆனால் நான் மட்டும் இன்று இங்கேயே இருந்து விட்டால் நன்றாக இருக்கும்! என்னுடைய சக்தியை மீட்டுக் கொண்டு... என்னைக் கொஞ்சம் தெளிவாக்கிக் கொள்ள வேண்டும்! எல்லா விஷயங்களையும் முழுமையாக அலசிப் பார்த்து விட்டு சரியான தருணம் வந்த பிறகு ஏதோ அப்போதுதான் வானத்திலிருந்து இறங்கி வந்த மாதிரி அவர்களிடம் போய் எதுவுமே நடக்காத மாதிரி பாவனை செய்து கொண்டு விடலாம்’

இவ்வாறு அலசிப் பார்த்தபடி தொடர்ந்து புகைத்துக் கொண்டிருந்தார் கோலியாட்கின். நேரம் பறந்து கொண்டிருந்தது; மணி, கிட்டத்தட்ட ஒன்பதரை ஆகியிருந்தது.

“அதற்குள் ஒன்பதரை ஆகி விட்டதா” என்று எண்ணிக் கொண்டார் கோலியாட்கின். “இனிமேல் அங்கே கிளம்பிப் போகத் தாமதமாகிவிடும். மேலும் நான் உடல்நலம் சரியில்லாமல் வேறு இருக்கிறேன்... ஆமாம் நிஜமாகவே எனக்கு முடியவில்லை. நான் உடம்பு முடியாமல் இருப்பதில் சந்தேகமே இல்லை அதை யார் தான் மறுக்க முடியும்? முதுகு ஒரு பக்கம் வலிக்கிறது. அதோடு இருமல். தலையில் நீர் கோத்துக் கொண்டு ஜலதோஷம். இப்படிப் பட்ட நிலையில் வெளியே போவது சாத்தியமே இல்லை. அதிலும் இந்த மாதிரியான ஒரு சீதோஷ்ண நிலையில் வெளியே போவது நிச்சயம் சாத்தியமில்லை! இன்னும் கூட உடம்பு மோசமாகிப் போய் நான் இறந்து கூடப் போய்விடலாம். அதிலும் குறிப்பாக இப்போதெல்லாம் மரண விகிதம் மிகமிகக் கூடுதலாக இருக்கிறது.

இவ்வாறெல்லாம் யோசித்தபடி தன் மனசாட்சியை அமைதிப் படுத்துவதில் வெற்றி கண்டார் கோலியாட்கின். வேலையைப் புறக்கணித்ததற்காக ஆந்திரேய் ஃபிலிப்போவிச்சிடமிருந்து எதிர் பார்க்கக் கூடிய வசவுகளிலிருந்தும் தன்னைத் தற்காத்துக் கொள்ள முயன்றார். பொதுவாகவே இப்படிப்பட்ட சந்தர்ப்பங்களில் எவராலும் மறுக்க முடியாத வாதங்களை வைத்துத் தன்னைத் தானே நியாயப்படுத்திக் கொண்டு, தன் மனச் சாட்சியையும் சாந்தப்படுத்திக் கொண்டு விடுவது நம் கதாநாயகருக்கு மிகவும் விருப்பமானது. இப்போதும் தன் மனச்சாட்சியை முழுமையாக அமைதிப்படுத்திக் கொண்டு விட்ட அவர், புகைக் குழாயை எடுத்து நிரப்பிக் கொண்டு வசதியாக அமர்ந்து அதைப் புகைக்கத் தொடங் கினார். அப்படி உட்கார்ந்த அடுத்த நொடியே திடீரென்று சோஃபாவிலிருந்து துள்ளிக் குதித்தபடி புகைக்குழாயை வீசியெறிந்து விட்டு பல்தேய்த்து, சவரம் செய்து, முகம் கழுவி சீருடையை அணிந் தார்; ஒரு சில தாள்களைப் பொறுக்கிக் கொண்டு அலுவலகத்தை நோக்கிப் பறந்தார்.

பயத்தோடும், விரும்பத்தகாத ஒன்று நிகழப்போகிறது என்ற நடுக்கமான எதிர்பார்ப்போடும் அலுவலகத்தில் தான் வேலை பார்க்கும் துறைக்குள் நுழைந்தார் கோலியாட்கின். அவரறியாமலே அவரது ஆழ்மனதுக்குள் அப்படிப்பட்ட ஒரு எதிர்பார்ப்பு இருந்தது; தெளிவில்லாத இருண்மையுடன் இருந்த அது கசப்பான தாகவும் இருந்தது. தலைமைக் குமாஸ்தா ஆண்டன் அண்டோ னோவிச் சியோடோட்சினுக்குப் பக்கத்தில் இருக்கும் தன் வழக்கமான இருக்கையில் அச்சத்தோடு அவர் அமர்ந்து கொண் டார். சுற்றியுள்ள எதையும் பார்க்காமல் கவனத்தை எதன் மீதும் சிதறவிடாமல் தன் முன்னே கிடந்த ஆவணங்களிலிருந்த தகவல் களுக்குள் தன்னை மூழ்கடித்துக் கொண்டார். நேற்று மாலை நடந்த சம்பவத்தைப் பற்றித் தன்னிடம் கேட்கப்படும் ஒளிவு மறைவான கேள்விகள், வேடிக்கைப் பேச்சுக்கள், கண்ணியமில்லாத உரை யாடல்கள் எனத் தன்னைத் தூண்டக் கூடியதும், இழிவுபடுத்துவது மான விஷயங்களை முடிந்தவரை தவிர்க்க வேண்டுமென்று மனதுக்குள் உறுதி எடுத்துக் கொண்டார் அவர்.

உடல் நலத்தைப் பற்றியும், அது போல மற்ற பொதுவான விஷயங்களைப் பற்றியும் வழக்கமாக அலுவலக சகாக்களிடையே நிகழும் சம்பிரதாயமான வார்த்தைப் பரிமாற்றங்களிலிருந்தும் கூட விலகியிருக்க வேண்டும் என்று முடிவு கட்டிக் கொண்டார் அவர். ஆனால் அப்படி இருப்பது இயலாதது என்பதும், சாத்தியமே இல்லாதது என்பதும் வெளிப்படை. அவரைத் தொல்லைக் குள்ளாக்குகிற விஷயத்தைக் காட்டிலும், அது தொடர்பாக எழும்

பரபரப்புக்களும், சலசலப்புக்களுமே பொதுவாக அவரை பெரிதும் அலைக்கழிப்பவையாக இருந்தன. எது நடந்தாலும் தான் அதில் தலையிடாமல் ஒதுங்கியிருக்க வேண்டும் என்று தனக்குத்தானே செய்து கொண்டிருந்த உறுதியையும் மீறிக் கொண்டு, அவ்வப்போது மேசையிலிருந்து தலையை உயர்த்தி கோலியாட்கின் சுற்று முற்றும் பார்க்கத் தொடங்கியது அதனாலேதான். அமைதியாக... கள்ளத் தனமாக இடதும் வலதுமாகப் பார்வையைச் சுழல விட்டபடி தன் சகாக்களின் முகபாவனைகளில் புதிதாக, தன்னைச் சார்ந்ததாக ஏதும் ஒளிந்திருக்கிறதா, கபடமான எண்ணத்தோடு அவர்கள் அதை மறைத்துக் கொண்டிருக்கிறார்களா என்று நோட்டமிட்டுக் கொண்டிருந்தார் அவர். நேற்று நடந்த சம்பவங்களுக்கும் இப்போது சுற்றி நடந்து கொண்டிருப்பதற்கும் ஏதோ ஒரு தொடர்பு உறுதியாக இருக்க வேண்டுமென்று அவருக்குப் பட்டது. கடைசியாக, நடக்க வேண்டியது எதுவோ (எது என்னவென்பது கடவுளுக்குத்தான் தெரியும்) அது ஒரு தீமையாகவே இருந்தாலும் கூட சீக்கிரம் நடந்து முடிந்து விட்டால் போதும், அதைப் பற்றிக் கவலையில்லை என்று கூடத் தன் துயரத்தின் உச்சத்தில் எண்ணத் தொடங்கி விட்டார். மிகச் சரியாக அதே தருணத்தில் விதியின் கரம் கோலியாட்கினைப் பற்றிக் கொண்டது. அவர் விரும்பிய அந்தக் கணத்திலேயே அவர் இதுவரை கொண்டிருந்த ஐயங்களெல்லாம் எதிர்பாராத முறையில் வினோதமான வகையில் தெளிவடைந்தன.

அடுத்த அறையிலிருந்து இந்த அறைக்குள் வரும் கதவு சட்டென்று கிறீச்சிட்டது. மெதுவாகவும் சிறிது தயக்கத்தோடும் எழுந்த அந்த ஒலி, சிறிது கூட முக்கியத்துவம் இல்லாத ஒரு மனிதனின் வருகையைச் சுட்டுவது போலிருந்தது. அண்மையில் கோலியாட்கினுக்கு மிகவும் பழக்கமாகிப் போயிருந்த ஒரு உருவம் நம்முடைய கதாநாயகர் அமர்ந்திருந்த அதே மேசைக்கு எதிரே நாணத்தோடு நின்று கொண்டிருந்தது. நம் கதாநாயகர் தலையைக் கூட உயர்த்தாமல் மிக இலேசாகப் போகிற போக்கில் அந்த மனிதனைப் பார்த்தார். ஆனால் அவருக்கு எல்லாமே தெரிந்து விட்டது, எல்லா விஷயமுமே விளங்கி விட்டது. அவமானத்தில் கொதித்துப் போன அவர், பாவப்பட்ட தன் தலையைக் காகிதங் களுக்குள் புதைத்துக் கொண்டார். வேட்டைக்காரர்களால் துரத்தப் படும் நெருப்புக் கோழி, கொதிக்கும் மணலுக்குள் தலையைப் புதைத்துக் கொள்வதற்கான நோக்கம் எதுவோ, அதே நோக்கம்தான் அவரிடம் இருந்தது. புதிய மனிதன், ஆந்திரேய் ஃபிலிப்போவிச்சுக்கு வணக்கம் தெரிவித்தான்; பொதுவாக இப்படிப்பட்ட அலுவலகங் களில் புதிதாக வேலைக்குச் சேருபவர்களிடம் மேலதிகாரிகள் சற்றுக் கருணையோடு பேசுவது வழக்கம். அதுபோல அவரும் ஏதோ பேசுவது கோலியாட்கினுக்கு கேட்டது.

புதிதாக வந்தவனிடம் ஆண்டன் அண்டோனோவிச்சின் மேசையை சுட்டிக் காட்டி.

"அங்கே உட்கார்ந்து கொள்ளுங்கள்" என்றார் ஆந்திரேய் ஃபிலிப்போவிச். "அதோ, அங்கேதான்! கோலியாட்கினுக்கு எதிர் பக்கத்தில். ம், அங்கேதான். உங்களுக்கு என்ன வேலை என்பதை சீக்கிரம் சொல்கிறோம்."

அலுவலகத்தில் புதிதாய்ச் சேர்ந்திருக்கும் நபருக்கு அவரது வேலையை நாசூக்கான முறையில் நினைவூட்டும் வகையில் அவர் மீது ஒரு பார்வையை வீசிவிட்டுத் தன் பேச்சை முடித்துக் கொண்டார், ஆந்திரேய் ஃபிலிப்போவிச்; அடுத்த கணமே தன் மேசையில் குவியலாய்க் கிடந்த தாள்களுக்குள் கருத்துச் செலுத்தியபடி அதில் மூழ்கிப் போய்விட்டார் அவர்.

இறுதியில் ஓர் வழியாகக் கண்களை உயர்த்தி கோலியாட்கின் பார்த்தபோது அவர் மூர்ச்சையடைந்து விழாமலிருந்ததற்குக் காரணம், இதெல்லாம் நடக்கப்போகிறது என்று அவர் முன் கூட்டியே எதிர்பார்த்திருந்ததுதான். தொடக்கத்திலிருந்தே அவருக்குள் ஓர் எச்சரிக்கை உணர்வும், அடிமன ஆழத்தில் ஓர் அனுமானமும் இருந்து வந்தது. எவராவது ஏதாவது கிசுகிசுத்துக் கொண்டிருக்கிறார்களா, இந்த விஷயத்தைப் பற்றி அலுவலகத்திற்குள் ஏதாவது கேலிப்பேச்சு நடந்து கொண்டிருக்கிறதா, எவராவது ஒருவர் வியப்பில் வாய் பிளந்து நின்று கொண்டிருக்கிறாரா, உச்சபட்சமாக யாராவது நடுங்கிப் போய் மேசைக்குக் கீழேயே விழுந்து விட்டார்களா என்றெல்லாம் சுற்றுமுற்றும் பார்ப்பதில் தான் கோலியாட்கினின் கவனம் இப்போது சென்றது. ஆனால் அப்படிப் பட்ட எந்த அறிகுறியுமே அங்கு இல்லாதது அவரை மிகவும் வியப்பில் ஆழ்த்தியது. அவரது சகாக்களும், உடன் பணியாற்றுபவர்களும் நடந்து கொண்ட விதம் அவருக்கு ஆச்சரிய மூட்டியது. வழக்கமான இயல்பான நடைமுறைகளுக்கு நேர் எதிராக அது தோன்றியது. இப்படிப்பட்ட வினோதமான கள்ள மௌனம், கோலியாட்கினை உண்மையிலேயே பயமுறுத்தியது. வித்தியாசமான... பயங்கரமான, மர்மமான ஏதோ ஒரு விஷயம் இருப்பதை அதுவே நிறுவுவதாக இருந்தது. இவ்வாறான எண்ணங்களெல்லாம் கோலியாட்கினின் மனதுக்குள் மட்டுமே வேகமாக ஓடிக் கொண்டிருந்தன. தன்னை மெள்ள மெள்ள தகித்துக்கொண்டிருக்கும் ஒரு நெருப்பை அவர் உணர்ந்தார். அதற்கு வலுவான காரணமும் இருந்தது.

கோலியாட்கினுக்கு நேர் எதிராக இப்போது அமர்ந்து கொண்டிருந்த நபர்தான் அவர் கொண்ட நடுக்கத்துக்கும் அவருக்கு ஏற்பட்ட அவமானம் கலந்த கூச்ச உணர்வுக்கும் காரணமானவன்;

முந்தைய நாள் மாலையில் அவரைக் குலைநடுங்கச் செய்தவன்தான் அவன். சுருக்கமாகச் சொல்லப் போனால் அவனும் கூட கோலியாட்கினேதான். ஆனால் வியப்பினால் வாய் பிளந்தபடி, பேனாவைப் பிடித்த கை செயலற்று உறைந்திருக்கத் தனது நாற்காலியில் உட்கார்ந்திருக்கும் கோலியாட்கின் இல்லை அவன். தனது மேலாளரின் உதவியாளராகப் பணியாற்றும் கோலியாட்கினும் இல்லை அவன். கூட்டமாக இருக்கும் இடத்திலிருந்து மெள்ள நழுவிப் போய் எங்கோ பதுங்கிக் கொள்ளும் கோலியாட்கினும் இல்லை அவன். கடைசியாகச் சொல்லப் போனால் 'என்னை நீங்கள் சீண்டாதீர்கள், நானும் உங்களைச் சீண்ட மாட்டேன்' என்று தன் நடவடிக்கைகளால் உணர்த்தும் கோலியாட்கினும் இல்லை இவன்.

இல்லை. இவன் முற்றிலும் வேறான வேறொரு கோலியாட்கின்.. அதே சமயத்தில் முதலாமவரைப் போலவே அப்படியே இருப்பவன். அதே உயரம், அதே உருவம், அதே போன்ற உடைகள், அதே மாதிரியான வழுக்கை. சுருக்கமாகச் சொன்னால், அவர்கள் இருவரும் முழுக்க முழுக்க ஒரே மாதிரியாக மட்டுமே இருந்தார்கள்; மிக மிக ஒத்திருக்கும் அந்தத் தோற்றத்தின் முழுமையைச் சிறிதளவு வித்தியாசப்படுத்தும் அம்சம் கூட ஒன்றும் இல்லை. ஒன்றுமே இல்லை! அவர்கள் இருவரையும் அருகருகே நிறுத்தி வைத்தால் உண்மையான கோலியாட்கின் யார், புதிதாக வந்திருக்கும் கோலியாட்கின் யார் என்பதை யாராலும் சொல்ல முடியாது. அசல் எது, நகல் எது என்பதை எவராலும் வரையறுத்துச் சொல்லிவிட முடியாது.

ஒப்புமை சொல்வதென்றால்... வேடிக்கையாக நிகழும் ஒரு சாதாரணமான குறும்புச் செயலைக் கொதிக்கும் கண்ணாடிக் கோப்பையைக் கையில் ஏந்துவதைப்போலத் தீவிரமாக எடுத்துக் கொள்ளும் மன நிலையுடன் இருந்தார் நம் கதாநாயகர்.

'இதற்கெல்லாம் என்ன அர்த்தம்? இது கனவா இல்லை நனவா?' என்ற வியப்பு அவருள் கிளர்ந்தது.

'இது உண்மையாகத்தான் நடந்து கொண்டிருக்கிறதா... இல்லையென்றால் நேற்றைய நிகழ்வின் தொடர்ச்சியா? மேலும் எந்த உரிமையின் பெயரால் இப்படியெல்லாம் நடக்கிறது? இந்தக் குமாஸ்தாவுக்கு அனுமதியளித்து இப்படி நடந்து கொள்ள அங்கீகாரமும் தந்தது யார்? ஒரு வேளை நான் நல்ல தூக்கத்திலிருக்கிறேனோ?'

கோலியாட்கின் தன்னைத்தானே கிள்ளிப்பார்த்துக் கொள்ள முயற்சித்தார்; தைரியத்தை வரவழைத்துக் கொண்டு வேறு எவரையாவது கிள்ளிப் பார்க்கலாமா என்றும் கூட முயன்றார்.

ஆனால் அது ஒன்றும் கனவில்லை; நிஜம்தான் அது. தன் உடலில் வெள்ளம் போல வியர்வை பெருகி ஓடிக் கொண்டிருப்பதை உணர்ந்த கோலியாட்கின், இதுவரை எங்குமே கேள்விப்பட்டிராத, நம்பவே முடியாத ஒன்று தனக்கு நிகழ்ந்து கொண்டிருப்பதை உணர்ந்து கொண்டார். இப்படிப்பட்ட கேலிக்கூத்தான ஒரு அனுபவத்திற்கு முதன்முதலாக ஆட்பட நேரும் நபராகத் தான் இருப்பது, தனக்கு எப்படிப்பட்ட பாதகமான விளைவைத் தோற்றுவிக்கும் என்பதைப் புரிந்து கொண்டபோது இந்த விபரீதமான துரதிருஷ்டத்தின் உச்சம் அதுவே என்று அவருக்குத் தோன்றியது. தன்னுடைய சொந்த இருப்பைப் பற்றிக் கூட சந்தேகப்படத் தொடங்கி விட்டிருந்தார் அவர். ஏதோ ஒரு வழியில் தன்னுடைய சந்தேகங்களெல்லாம் தீர்ந்தால் போதும் என்று ஏங்கியபடி எதற்கும் தயாராக இருக்கும் மனநிலைக்கு அவர் வந்து விட்டபோதும் நிதரிசனமான யதார்த்தம் எதிர்பாராத வகையில் அவரை உலுக்கி எடுத்துக் கொண்டிருந்தது. அளவுக்கு மீறிய கடும் துன்பத்தின் பிடியில் இருந்தார் அவர். சில நேரங்களில் யோசிக்கும் ஆற்றலும் ஞாபக சக்தியும் கூட அவரிடமிருந்து கை நழுவிப் போய்க் கொண்டிருந்தது. சிறிது நேரம் கழித்து சுயநினைவு மீண்ட போது எதிரிலுள்ள தாள்களில் தானே அறியாமல் பேனாவால் எதையோ இயந்திரத்தனமாகக் கிறுக்கிக் கொண்டிருப்பதை உணர்ந்தார். தன் மீதே நம்பிக்கை இல்லாமல் தான் எழுதியதன் மீது பார்வையை ஓட விட்டபோது, அதில் என்ன எழுதி யிருக்கிறோம் என்பது அவருக்கே விளங்கவில்லை.

இறுதியாக, அத்தனை நேரம் அடக்கமாகவும், கண்ணியத் தோடும் மேசை அருகே அமர்ந்திருந்த அந்த மற்றொரு கோலியாட் கின், தன் இடத்தை விட்டு எழுந்து, அங்கிருந்த கதவு வழியாக மற்றொரு அறைக்குள் சென்று விட்டிருந்தான்.

கோலியாட்கின் சுற்றும் முற்றும் பார்த்தார்; எல்லாமே அமைதியாக இருந்தது. பேனாக்களால் எழுதும்போது ஏற்படும் ஓசை, தாள்களைப் புரட்டும் போது எழும் இலேசான சலசலப்பு இவற்றைத் தவிர வேறு ஏதுமில்லை. சற்றுத் தள்ளி, ஆந்திரேய் ஃபிலிப்போவிச் இருக்கும் இடத்திற்கு அருகிலுள்ள மூலையிலிருந்து ஏதோ சில பேச்சுக் குரல்கள் மட்டும் கேட்டுக் கொண்டிருந்தன.

அருகிலிருந்த ஆண்டன் அண்டோனோவிச்சை ஏறெடுத்து நோக்கினார் கோலியாட்கின். எந்தக் கோணத்திலிருந்து பார்த்தாலும் நம் கதாநாயகரின் முகபாவம், அவரது உண்மையான மனநிலையைப் பிரதிபலித்தபடி, அப்போது நடந்த சம்பவத்தால் அவருக்கு ஏற்பட்டிருந்த பாதிப்பை வெளிப்படுத்திக் கொண் டிருந்தது. ஒரு வகையில் பார்க்கப் போனால், குறிப்பிட்டுச்

சொல்லத்தக்க ஏதோ வித்தியாசமான ஒரு அம்சம் அந்தப் பார்வையில் இருந்தது.

நல்லியல்புகள் கொண்டவரான ஆண்டன் அண்டோனோவிச், தன் பேனாவை மூடிவைத்து விட்டு கோலியாட்கினின் உடல் நலத்தைப் பற்றிக் கூடுதலான பரிவோடு விசாரித்தார்.

"கடவுளின் அருளால் நான் மிகவும் நலமாக இருக்கிறேன் ஆண்டன் அண்டோனோவிச்!" என்று திக்கித் திணறியபடி பதிலளித்தார் கோலியாட்கின்.

"நான் பூரண நலத்துடன் இருக்கிறேன் ஆண்டன் அண்டோனோவிச். இப்போது நான் நன்றாகி விட்டேன் ஆண்டன் அண்டோனோவிச்" என்று தனக்கே நிச்சயமில்லாத பாவனையுடன் மேலும் தொடர்ந்தார் கோலியாட்கின். அடிக்கொரு முறை யாருடைய பெயரை அவர் திரும்பத் திரும்பக் குறிப்பிட்டாரோ அந்த ஆண்டன் அண்டோனோவிச்சின் மீது அவருக்கு முழுமை யான நம்பிக்கை இல்லாததைப் போலத்தான் தோன்றியது.

"உங்களுக்கு உடல் நலமில்லாமல் போய்விட்டதோ என்று நான் பயந்து விட்டேன். அப்படி ஏதாவது இருந்தாலும் அதில் ஆச்சரியப் படுவதற்கு ஏதுமில்லை. நிச்சயமாக எதுவுமில்லை! இப்போதெல்லாம் எங்கே பார்த்தாலும் ஏதாவது ஒரு வியாதி பரவிக்கொண்டே இருக்கிறது; அது உங்களுக்கும் தெரிந்தது தானே?"

"ஆமாம் ஆண்டன் அண்டோனோவிச்! நிறைய வியாதிகள் பரவிக் கொண்டிருப்பது எனக்கும் தெரிந்ததுதான்!. ஆனால் நான் அதைப் பற்றிச் சொல்ல வரவில்லை ஆண்டன் அண்டோனோவிச்" என்றபடி அவரையே கூர்மையாகப் பார்த்துக் கொண்டு தன் பேச்சைத் தொடர்ந்தார் கோலியாட்கின்.

"இதோ பாருங்கள் ஆண்டன் அண்டோனோவிச், நீங்கள் இதை எப்படி எடுத்துக் கொள்வீர்கள் என்பது கூட எனக்குத் தெரியவில்லை. அதாவது நான் என்ன சொல்ல வருகிறேன் என்றால் இந்த விஷயத்தை எப்படி ஆரம்பிப்பது என்றே எனக்குத் தெரியவில்லை."

"என்ன சார் இது? நிஜமாகவே நீங்கள் என்ன சொல்ல வருகிறீர்கள் என்பதே எனக்குப் புரியவில்லை. சுத்தமாகப் புரிய வில்லை என்று ஒப்புக் கொள்கிறேன். நீங்கள் எந்த மாதிரியான பிரச்சினைகளில் இருக்கிறீர்கள் என்பதை நீங்கள்தான் கொஞ்சம் விளக்கிச் சொல்ல வேண்டும்"

இவ்வாறு சொன்ன ஆண்டன் அண்டோனோவிச், கோலியாட்கினின் கண்களிலிருந்து கண்ணீர் வருவதைப் பார்த் ததும் மேலும் சங்கடப்படத் தொடங்கி விட்டார்.

ஃபியோதர் தஸ்தயெவ்ஸ்கி ◆ 87

"உண்மைதான் ஆண்டன் அண்டோனோவிச். நான் சொல்ல வருவது என்னவென்றால், இங்கே ஒரு குமாஸ்தா இருக்கிறாரில்லையா?"

"இல்லை சார், எனக்கு இப்போது எதுவும் புரியவில்லை"

"ஆண்டன் அண்டோனோவிச், நான் சொல்ல வருவது என்னவென்றால், இங்கே புதிதாக ஒரு குமாஸ்தா இருக்கிறாரல்லவா...?"

"ஆமாம் அவருக்குக் கூட உங்கள் பெயர்தான்!"

"என்னது?" என்று உரக்கக் கத்தி விட்டார் கோலியாட்கின்.

"அவருக்கும் உங்களுக்கும் ஒரே பெயர்தான்! அதைத்தான் நான் சொல்ல வந்தேன். அவருடைய பெயரும் கூட கோலியாட்கின் தான். அப்படியானால் அவர் உங்கள் சகோதரர் இல்லையா?"

"இல்லை ஆண்டன் அண்டோனோவிச்... நான்..."

"ஹும், நீங்கள் அப்படிச் சொல்கிறீர்கள். ஆனால் நானென்னவோ அவர் உங்கள் சொந்தக்காரராக இருப்பாரென்று தான் நினைத்துக் கொண்டிருந்தேன். ஒரே குடும்பத்தைச் சேர்ந்தவர்களைப் போல உங்கள் இருவருக்கும் ஒரே மாதிரி ஜாடை இருக்கிறதல்லவா?"

வியப்பில் கல்லாய் உறைந்து போயிருந்த கோலியாட்கினால் சிறிது நேரம் எதுவுமே பேச முடியவில்லை. இவ்வளவு பயங்கரமானதும், இது வரை கேள்வியே படாததும், மிக மிக அரிதானதும், வினோதமானதும், அறிமுகமில்லாத பார்வையாளனைக் கூட ஆச்சரியப்படுத்துவதுமான ஒரு விஷயத்தை ஒரே குடும்பத்தாருக்கு இருக்கும் ஜாடை ஒற்றுமை என்று இத்தனை எளிதாக எப்படிச் சொல்ல முடிந்தது? அதிலும் நிலைக் கண்ணாடியில் தன்னைத்தானே பார்த்துக் கொள்ளுவது போல இருப்பதாக அவரே நினைத்துக் கொண்டிருக்கும் போது!

"யாகோவ் பெத்ரோவிச்! நான் உங்களுக்குச் சொல்ல நினைக்கும் ஆலோசனை என்ன தெரியுமா?" என்றபடி மேலும் தொடர்ந்தார் ஆண்டன் அண்டோனோவிச்.

"நேரே போய் ஒரு டாக்டரைப் பாருங்கள். உங்களைப் பார்த்தால் ஏதோ உடல்நலமில்லாமல் இருப்பதைப் போலத் தோன்றுகிறது. உங்கள் கண்கள் வித்தியாசமாக இருக்கின்றன. அவற்றிலுள்ள பாவனை ரொம்பவுமே வித்தியாசமாக இருக்கிறது"

"அதெல்லாம் ஒன்றும் இல்லை ஆண்டன் அண்டோனோவிச். நான் அந்தக் குமாஸ்தாவைப் பற்றித்தான் இன்னும் கொஞ்சம் தெரிந்து கொள்ள விரும்புகிறேன்"

"சரி கேளுங்கள்."

"அதாவது... ஆண்டன் அண்டோனோவிச், அவரைப்பார்த்த அந்த நிமிடம் வினோதமான எதையாவது நீங்கள் கவனித்த துண்டா..."

"அப்படியென்றால்"

"அப்படியென்றால், நான் சொல்ல வருவது என்னவென்றால், அந்த மனிதருக்கும் இன்னொரு நபருக்கும் அதாவது எனக்கும் அவருக்கும் என்றே வைத்துக் கொள்ளுங்களேன்; மிக வெளிப்படையான உருவ ஒற்றுமை இருப்பதாக உங்களுக்குத் தோன்றியதா ஆண்டன் அண்டோனோவிச்? குடும்ப ஜாடை யிலிருக்கும் ஒற்றுமையைப் பற்றி இதோ இப்போதுதான் நீங்கள் பேசினீர்கள். உங்கள் வாயிலிருந்தே அது நழுவி வந்து விட்டது! எந்த ஒரு சிறிய மாற்றமும் இல்லாமல் எல்லா விதத்திலும் ஒரே மாதிரியாக இருக்கும் இரட்டையர்கள் கூட சில வேளைகளில் நம் கண்ணுக்குப் படுவதுண்டு. தண்ணீரின் இரண்டு துளிகளைப் போல இருப்பவர்கள் அவர்கள். அவர்களைத் தனித்துப் பிரித்தறியவே முடியாது. நான் சொல்ல வந்தது அதைத்தான்!"

"உறுதியாகச் சொல்லப்போனால்" என்றபடி கணநேரம் சிந்தித்துப் பார்த்த ஆண்டன் அண்டோனோவிச் ஏதோ அப்போது தான் அந்த விஷயத்தைக் குறித்து முதன்முதலாக அதிசயப்பட்டுப் போனவர் போலப் பேசத் தொடங்கினார்

"ஆமாம் அதுவேதான். நீங்கள் சொல்வது சரிதான். உங்கள் இருவரின் தோற்றத்திலும் அதிர அடிக்கும் ஒற்றுமை இருப்பது உண்மைதான். நீங்கள் மிகவும் சரியாகத்தான் சொல்லியிருக்கிறீர் கள். நிச்சயம் உங்களில் ஒருவரை இன்னொருவர் என்று தவறாக நினைத்துக் கொள்ள வழியிருக்கிறது!"

தன் கண்களை மேலும் மேலும் அகல விரித்தபடி பேச்சைத் தொடர்ந்தார் அவர்.

"யாகோவ் பெத்ரோவிச்! உண்மையிலேயே இது அபூர்வமான ஒரு ஒற்றுமைதான்! அற்புதம் என்பார்களே அது இதுதான்! நீங்கள் சொன்ன அதே மாதிரிதான். நீங்கள் கவனித்தீர்களா யாகோவ் பெத்ரோவிச்? நானே இதைப் பற்றி உங்களிடம் கேட்க வேண்டுமென்று நினைத்துக் கொண்டுதான் இருந்தேன். ஆனால் முதலில் இதைப் பற்றி குறிப்பாகக் கவனித்துக் கொள்ளத் தவறி விட்டேன். அதிசயம்! உண்மையாகவே இது அதிசயம்தான்! அப்புறம் ஒன்று கேட்க வேண்டும் யாகோவ் பெத்ரோவிச்! நீங்கள், பிறப்பால் இந்தப் பகுதியைச் சேர்ந்தவர் இல்லைதானே?"

"ஆமாம்! நான் இந்தப் பக்கத்தைச் சேர்ந்தவனில்லை"

"உங்களுக்குத் தெரியுமா? அவரும் கூட இந்தப் பகுதியைச்

சேர்ந்தவர் இல்லைதான்! ஒரு வேளை நீங்கள் நம் நாட்டின் எந்தப் பகுதியைச் சேர்ந்தவரோ அதே பகுதியைச் சேர்ந்தவராகக் கூட அவர் இருக்கக் கூடும்! உங்கள் அன்னை எந்தப் பகுதியில் அதிக காலம் வாழ்ந்து வந்தார் என்று நான் தெரிந்து கொள்ளலாமா? கோபப்பட மாட்டீர்களே?"

"ஆண்டன் அண்டோனோவிச்! நீங்கள் இப்போது என்ன சொன்னீர்கள்? அந்த மனிதர் இந்தப் பகுதியில் பிறந்தவரில்லை என்றா சொன்னீர்கள்?"

"ஆமாம், அவரும் இந்த இடத்தைச் சேர்ந்தவரில்லைதான். உண்மையாகவே இது எவ்வளவு ஆச்சரியமாக இருக்கிறது?" இயல்பிலேயே வாயாடியான ஆண்டன் அண்டோனோவிச்சுக்கு இன்னும் கூட வம்பளக்க விஷயம் கிடைத்து விட்டதால் தொடர்ந்து பேசிக் கொண்டே போனார்.

"இந்த விஷயம் நிஜமாகவே ஆர்வத்தைக் கிளறக் கூடியதுதான்! நீங்கள் இதையெல்லாம் ஒன்றுமே கவனிக்காமல் அவருக்கு அருகே போக நேரலாம். அவரோடு உரசிக்கொள்ள நேரலாம். ஆனால் ஒன்று, இதனாலெல்லாம் குழம்பிப்போய்த் தடுமாறிப்போய் விடாதீர்கள். இதெல்லாம் வாழ்க்கையில் நடக்கக் கூடியதுதான். உங்களுக்கு ஒரு விஷயத்தை சொல்லியே ஆக வேண்டும். என் அம்மா வழியைச் சேர்ந்த அத்தை ஒருவருக்கும் கூட இதே போல நடந்தது. சாவதற்கு முன்பு தன்னைப் போலவே உள்ள இன்னொரு இரட்டைப் பிறவியை அவர் பார்க்க நேர்ந்தது!"

"அதெல்லாம் வேண்டாம் சார். தயவு செய்து நான் உங்கள் பேச்சில் குறுக்கிடுவதற்காக மன்னித்துக் கொள்ளுங்கள். நான் தெரிந்து கொள்ள விரும்புவது இதுதான் ஆண்டன் அண்டோனோவிச். அந்த குமாஸ்தா இங்கே இருப்பது யாருடைய இடத்தில்...?

"செமீயான் இவானோவிச்சின் இடத்தில். அவர் இறந்து போனதால் அந்த இடம் காலியாக இருந்தது. அதற்கு அவர் நியமிக்கப்பட்டிருக்கிறார். பாவம் செமீயான் இவானோவிச்! மூன்று சின்னக் குழந்தைகளைத் தவிக்க விட்டு விட்டு இறந்து போய் விட்டாராம். அவரது விதவை மனைவி, மாண்புமிக்க நம் தலைமை நிர்வாகியின் காலடியில் விழுந்து கதறியிருக்கிறாள். அவள் ஏதோ ஒரு விஷயத்தை மறைப்பதாகக் கூடச் சொல்லிக் கொள்கிறார்கள். அவளுக்கு ஏதோ பணம் கூடக் கிடைத்ததாம். ஆனால் அவள் அதை வெளிப்படையாகச் சொல்லவில்லை"

"அதெல்லாம் தேவையில்லை ஆண்டன் அண்டோனோவிச்! நான் முதலில் சொன்ன அந்த விஷயத்தைப் பற்றி மட்டும்தான் கேட்டுக் கொண்டிருக்கிறேன்."

"ஓ, சரி சரி! உங்களுக்கு அதில் என்ன அப்படி ஒரு ஆர்வம்? அதில் உங்களைப் போட்டுக் குழப்பிக் கொள்ளாதீர்கள். என்னால் அவ்வளவுதான் சொல்ல முடியும். இவையெல்லாம் தற்காலிகமாகக் கடந்து போகும் விஷயங்கள்தான். உங்களுக்கும் இதற்கும் ஒரு சம்பந்தமும் இல்லை! எல்லாமே கடவுள் வகுத்த விதிப்படி, அவரது விருப்பத்துக்கேற்பத்தான் நடக்கிறது. அதற்காக நாம் வருத்தப் படுவது கூடத் தவறுதான். கடவுளுடைய அறிவுக் கூர்மையை வெளிப்படுத்தும் காட்சி இது. அப்புறம் யாகோவ் பெத்ரோவிச்! எனக்குத் தெரிந்தவரையில் உங்கள் மீது எவரும் எந்தக் குற்றமும் சொல்ல வழியில்லை. இந்த உலகில் பலவகையான வினோதங்கள் நிறைந்து கிடக்கின்றன; இயற்கை அன்னை, தாராளமான மனதுடன் பல அருட் கொடைகளை அள்ளி வழங்கியிருக்கிறாள். அவை ஒவ்வொன்றுக்கும் நீங்கள் விளக்கம் கொடுத்துக் கொண்டிருக்கவோ பொறுப்பேற்றுக் கொள்ளவோ முடியாது. ஒரு உதாரணத்துக்குச் சொல்லப் போனால்... ம்... நீங்கள் கூட அவர்களைப் பற்றி கேள்விப்பட்டிருக்கலாமே? ஆமாம்... அவர்களுடைய பெயர் கூட., ம்... சயாமீஸ் இரட்டையர்கள். ஆம், அதேதான்! அவர்களுடைய முதுகுப்புறம் ஒட்டியிருக்கும்; ஒன்றாகவே உண்டு, உறங்கி வாழ்பவர்கள் அவர்கள். அவர்களுக்கு நிறையப் பணம் கிடைக்கிற தென்று கூட நான் கேள்விப்பட்டிருக்கிறேன்."

"என்னைக் கொஞ்சம் பேச விடுங்கள் ஆண்டன் அண்டோனோவிச்!"

"எனக்குப் புரிகிறது, நன்றாகவே புரிகிறது! ஆனால் அதனால் என்ன இப்போது? அதெல்லாம் ஒரு விஷயமே இல்லை. எனக்குப் புரிந்த வரை, இப்படி நீங்கள் பதட்டப்பட வேண்டிய அவசியம் துளிகூட இல்லையென்றே சொல்வேன். பார்க்கப் போனால் அவனும் ஒரு குமாஸ்தா வேலைக்குரிய தகுதிகள் உள்ளவனைப் போலத்தான் தோன்றுகிறான். தன்னுடைய பெயர் கோலியாட்கின் என்றும், இந்த மாகாணத்தைச் சேர்ந்தவனில்லை என்றும், தான் ஒரு 'டிட்டுலர் கவுன்சிலர்' என்றும் சொல்கிறான். மாண்புமிக்க நம்முடைய தலைமை நிர்வாகியைத் தனிப்பட்ட முறையில் சந்தித்துப் பேசியிருக்கிறான்"

"ஆனால் நம் தலைவர் எப்படி அவனை.."

"எல்லாம் சரியாக முறைப்படிதான் நடந்திருக்கிறது. அவன் தன்னைப் பற்றிக் கூறிய தகவல்கள் திருப்திகரமாக இருந்ததாகவே சொல்கிறார்கள். 'மாண்புடைய தலைவரே இது இது இப்படி இப்படி' என்று காரண காரியங்களோடு தன் தரப்பை எடுத்து வைத்திருக்கிறான். தனக்கு எந்த வருமானமும் இல்லை என்றும், இந்தப் பணியில் சேரத் தனக்கு விருப்பம் இருப்பதாகவும்

சொல்லியிருக்கிறான். குறிப்பாக மாண்பு மிக்க நம் தலைவரின் கீழ் வேலை செய்வது, தன் நற்பேறு என்று வேறு கூறியிருக்கிறான். மிகவும் கச்சிதமாக பொருத்தமாக எல்லாவற்றையும் எடுத்துச் சொல்லி இருக்கிறான். நிச்சயம் அவன் ஒரு புத்திசாலியான ஆளாகத்தான் இருக்க வேண்டும்! ஆனாலும் கூட அவன் ஒரு சிபாரிசோடுதான் வந்திருக்கிறான். சிபாரிசு இல்லாமல் இந்த வேலை அவனுக்குக் கிடைத்திருக்க வழியில்லை"

"ஓ அப்படியா...? யாரிடமிருந்து அந்த சிபாரிசு ? வெட்கக் கேடான இந்தக் காரியத்தில் பங்கு வகித்தது யார்?"

"பலத்த சிபாரிசாக இருக்கக் கூடுமென்றுதான் சொல்லிக் கொள்கிறார்கள். ஆந்திரேய் ஃபிலிப்போவிச்சோடு நம் தலைவர் இதுபற்றிச் சிரித்துப் பேசிக் கொண்டிருந்ததாகச் சொல்கிறார்கள்"

"என்ன, ஆந்திரேய் ஃபிலிப்போவிச்சோடு சேர்ந்து சிரித்துக் கொண்டிருந்தாரா?"

"ஆமாம். சும்மா ஒரு புன்னகை செய்தாராம். இப்போதைக்கு எல்லாம் சரியாக இருப்பதாகவும், வேலை ஒழுங்காக நடக்கும் வரை தனக்கு அது பற்றி எந்த ஆட்சேபணையும் இல்லை என்றாராம்!"

"நல்லது, ம்... அப்புறம் என்ன நடந்தது? சொல்லுங்கள்! உங்கள் பேச்சு ஓரளவுக்கு எனக்கு ஆறுதலை மீட்டுத் தந்திருக்கிறது ஆண்டன் அண்டோனோவிச்! உங்களை மன்றாடிக் கேட்கிறேன், மேலே என்ன நடந்தது சொல்லுங்கள்!"

"என்னை மன்னித்து விடுங்கள் சார். உங்களிடம் மறுபடியும் மறுபடியும் நான் கேட்டுக் கொள்வது ஒன்றுதான்! அந்த விஷயத்தில் வேறு எதுவுமே இல்லை. அது மிகச் சாதாரணமான ஒன்றுதான்! அதற்காக நீங்கள் இந்த அளவு பதட்டப்பட வேண்டியதில்லை. இதில் சந்தேகப்படும்படியாகவும் எதுவுமில்லை"

"அதில்லை ஆண்டன் அண்டோனோவிச், நான் கேட்க விரும்புவது என்னவென்றால் நம் தலைவர் வேறு ஏதாவது சொன்னாரா, அதிலும் குறிப்பாக என்னைப் பற்றி ஏதாவது சொன்னாரா என்று தெரியுமா ?

"ஓ, அதைத்தான் கேட்கிறீர்களா? நிச்சயமாக அப்படி யெல்லாம் எதுவுமே இல்லை என்று நீங்கள் உங்களை சமாதானப் படுத்திக் கொள்ளலாம், எனக்குப் புரிகிறது. இந்த சூழ்நிலை மிக மிக வெளிப்படையாகத் தெரியக்கூடியதுதான்! ஆனாலும் நானே கூட எடுத்த எடுப்பில் அதைக் கவனிக்காமல்தான் இருந்தேன். நீங்கள் அதைக் குறிப்பிட்டுச் சொல்லும்வரை எப்படி நான் அதைக் கவனிக்காமல் போனேன் என்பது எனக்கே தெரியவில்லை!

ஆனாலும் கூட நீங்கள் உங்கள் மனதை அமைதியாக வைத்துக் கொள்ளலாம் என்றே எனக்குத் தோன்றுகிறது. அவர் குறிப்பாக அப்படி எதுவும் சொல்லவே இல்லை; நிச்சயமாக அப்படி எதுவும் சொல்லவில்லை'' நல்லியல்புகள் கொண்டவரான ஆண்டன் அண்டோனோவிச், தன் நாற்காலியிலிருந்து எழுந்தபடியே இவ்வாறு கூறினார்.

"அப்படியானால் ஆண்டன் அண்டோனோவிச் இனிமேல் நான்..."

"என்னைக் கொஞ்சம் மன்னித்துக்கொள்ளுங்கள் சார்! இந்த மாதிரி அற்ப விஷயங்களைப் பற்றி நான் இங்கே வம்பு பேசிக் கொண்டிருக்கும் இந்த நேரத்தில் எனக்காக அவசரமும், அவசிய முமான பல வேலைகள் காத்திருக்கின்றன. அவற்றைக் கவனிக்க நான் போயாக வேண்டும்"

"ஆண்டன் அண்டோனோவிச்" என்று மரியாதையோடு குரல் கொடுத்தபடி "மாண்புமிக்க தலைமை நிர்வாகி உங்களைத் தேடிக் கொண்டிருக்கிறார்" என்றார் ஆந்திரேய் ஃபிலிப்போவிச்.

"இதோ ஒரே நிமிடம்! ஒரு நிமிடத்துக்குள் நான் வந்துவிடு வேன் ஆந்திரேய் ஃபிலிப்போவிச்" என்றபடி கட்டுக்கட்டாகத் தாள்களை எடுத்துக் கொண்டு முதலில் ஆந்திரேய் ஃபிலிப்போவிச் அறைக்கும், பிறகு தலைவரின் அறைக்கும் சிட்டாய்ப் பறந்து சென்றார் ஆண்டன் அண்டோனோவிச்.

"பிறகு இதற்கெல்லாம் என்னதான் அர்த்தம்?" என்று நினைத்துப் பார்த்தார் கோலியாட்கின்.

"ஏதாவது விளையாட்டுச் செயலாக இருக்குமோ? காற்று ஒரு வேளை இப்போது அப்படி அடிக்கிறதோ? அப்படியிருந்தால் நல்லதுதான். ஆக விஷயங்கள் இப்போது நல்ல வகையாகத் திரும்பி இருக்கக்கூடும்" தன் கைகளை ஒன்றோடொன்று பிசைந்தபடி தனக்குத்தானே இவ்வாறு சொல்லிக் கொண்டார் கோலியாட்கின்.

தன்னுடைய நிலைமை என்ன என்பது ஓரளவாவது தெளிவாகி விட்டதில் அவர் மிகவும் மகிழ்ச்சியடைந்தவராய்க் காணப்பட்டார்.

"அப்படியென்றால் இப்போது நடப்பதெல்லாம் சாதாரண மான விஷயங்கள்தான். அவற்றில் ஒன்றுமே இல்லை. உண்மையில் எவரும் எதுவும் செய்யவில்லை. யாரும் எந்தக் காயையும் நகர்த்தவும் இல்லை, அந்தப் போக்கிரிகள் அவரவர் வேலையில் மட்டுமே மும்முரமாக இருக்கிறார்கள். அப்படியென்றால் அது அற்புதம்தான். உண்மையிலேயே அற்புதம்! என்னைப் பொறுத்த வரை அந்த நல்ல மனிதரை (ஆண்டன் அண்டோனோவிச்)

எனக்குப் பிடிக்கும்; எப்பொழுதுமே பிடிக்கும்! அவருக்கு மரியாதை தருவதற்கு நான் எப்போதுமே தயார். ஆனாலும் கூட ஒருவரைப் பற்றி முடிந்த முடிவாக என்ன அபிப்பிராயத்தைக் கொள்வது என்பது எவருக்குமே தெரியாதுதான். ஆண்டன் அண்டோனோவிச்சை நம்புவதற்கும் கூட பயமாகத்தான் இருக்கிறது. முடியெல்லாம் நரைத்துப் போய் கை கால்கள் ஆட்டம் கண்டு விட்டவர் அவர். நல்ல காலம் தலைவர் எதுவும் சொல்லவில்லையே அதுவே மிகப் பெரிய, மகத்தான விஷயம்தான், சரி போகட்டும். அது என்னவோ நல்லதுதான், நான் ஒத்துக் கொள்கிறேன்! ஆனால் இந்த ஆந்திரேய் ஃபிலிப்போவிச் ஏன் குறுக்கிட்டுப் பல்லைக் காட்டி இளிக்க வேண்டும்? அவருக்கும் இதற்கும் என்ன சம்பந்தம்? கிழட்டு வில்லன்! ஒரு கறுப்புப் பூனையைப் போல எப்பொழுது பார்த்தாலும் என் பாதையில் குறுக்கிடுகிறார். ஒரு மனிதனை நிம்மதியாக விடாமல் இடையூறு செய்து கொண்டு எரிச்சலூட்டிக் கொண்டே இருக்கிறார், எப்போது பார்த்தாலும் குறுக்கே குறுக்கே புகுந்து குடைச்சல் தந்து கொண்டே இருக்கிறார்!"

தன்னைச் சுற்றிலும் ஒருமுறை மீண்டும் பார்வையைச் செலுத்தியபோது தனது நம்பிக்கைகள் ஓரளவு வலுப்பெறுவது போல அவருக்குத் தோன்றியது. "அமைதியான சூழ்நிலையிலே தான் சைத்தான்கள் அதிகமாக முளைத்துவரும்" என்று நம் கதாநாயகர் தனக்குத்தானே முடிவு கட்டிக் கொண்டார்.

கோலியாட்கின் இப்படியெல்லாம் நினைத்துப் பார்த்தாரே தவிர அடுத்த கணமே வேறு வகையாகவும் யோசிக்கத் தொடங்கி விட்டார். முதலில் நினைத்ததைப் போலச் செய்தால் அது கொஞ்சம் மிகையாகத்தான் இருக்கும் என்பதை உணர்ந்து கொண்டார் அவர்.

"இதோ பார், உன்னுடைய குணமே இப்படித்தான்" என்று தன்னைத்தானே கடிந்தபடி முன் நெற்றியில் இலேசாக அடித்துக் கொண்டார். 'ஏதாவது ஒன்று கிடைத்து விட்டால் போதும் உடனே நீ சந்தோஷமடைந்து விடுகிறாய்! நீ ஒரு எளிமையான ஆத்மா! வேண்டாம். நீயும் நானும் கொஞ்சம் அமைதியாக இருப்பதுதான் நல்லது யாகோவ் பெத்ரோவிச்! கொஞ்சம் பொறுமையாகக் காத்திருப்போம்"

ஆனாலும் கூட இதற்கு முன்னால் குறிப்பிட்டபடி, மிகமிகத் துணிச்சலான நம்பிக்கைகளில் மிதந்து கொண்டிருந்தார் கோலியாட்கின். மரணமடைந்தபின் உயிர்த்தெழுந்து வந்தவரைப் போல மகிழ்ச்சியான மனநிலையுடன் இருந்தார்.

"இனிமேல் ஒன்றுமே இல்லை. நூறு டன் எடை கொண்ட பாரம் ஒன்று என் நெஞ்சிலிருந்து நீங்கி விட்டதைப் போல

இருக்கிறது! ஏதோ ஒரு விஷயம் இருப்பது உண்மைதான்: ஆனால் பெட்டகத்தின் மூடி என்னவோ இப்போது திறந்து கொண்டு விட்டது.

'கிரிலோவ் சரியாகத்தான் சொல்லியிருக்கிறார். புத்திசாலி யான போக்கிரி அந்த கிரிலோவ். மிகச் சிறந்த ஒரு கதை சொல்லி! சரி, போகட்டும், அந்த இன்னொரு மனிதனைப் பொறுத்தவரை அவனும்தான் அலுவலகத்தில் வேலை செய்து விட்டுப் போகட்டுமே! மற்றவர்களுடைய காரியங்களில் குறுக்கிட்டுக் குழப்பாத வரையில் அவனுக்கும் கூட வரவேற்பும் வாழ்த்தும் சொல்ல வேண்டியதுதான்! சரி... சரி, அவனும் இந்த அலுவலகத் தில் வேலை செய்யட்டும்... நான் ஒத்துக் கொள்கிறேன்... அதற்கு சம்மதிக்கிறேன்"

அதற்குள் நேரம் ஒரு பக்கம் பறந்து கொண்டிருந்தது. அவர் அதைச் சரியாகக் கவனித்து மனதில் வாங்கிக் கொள்வதற்கு முன்பே நான்கு மணி அடித்து விட்டது. அலுவலகம் முடிவடையும் நேரம் அது. ஆந்திரேய் ஃபிலிப்போவிச் தன் தொப்பியை எடுத்துக் கொண்டார். அதே மரபுப்படி, மற்றவர்களும் தொடர்ந்து அவ்வாறே செய்தனர். வேண்டுமென்றே வெளியே செல்லச் சற்றுக் கால தாமதம் செய்து கொண்டிருந்த கோலியாட்கின் இறுதியாக வெளியேறினார். அதற்குள் மற்றவர்கள் அனைவரும் வெவ்வேறு வழிகளில் வெளியே சென்று விட்டிருந்தனர்.

தெருவில் நடக்கும் போது ஏதோ சொர்க்கத்தில் இருப்பதைப் போல உணர்ந்தார் கோலியாட்கின். கொஞ்சம் சுற்று வழியாக இருந்தாலும் கூட நெவ்ஸ்கிப்ராஸ்பெக்ட் வழியாகச் செல்ல வேண்டும் போலிருந்தது அவருக்கு.

"நிச்சயமாக இது, ஏதோ ஒரு விதியின் செயல்தான்" என்று எண்ணிக் கொண்டார் நம் கதாநாயகர். "எதிர்பாராத திருப்பங் கள்! அட, இந்தப் பருவநிலைதான் எவ்வளவு குதூகலம் தருவதாக இருக்கிறது? பனிக் கட்டிகள், சின்னச் சின்னப் பனிச் சறுக்கு வண்டிகள்! ரஷ்ய தேசத்தில் இருப்பவனோடு இந்தப் பனி நன்றாகவே இயைந்து போகிறது. ரஷ்யனும் அதோடு மிக நன்றாக ஒத்துப் போகிறான். பிரியத்துக்குரிய மென்மையான பனி! இலையுதிர் காலத்தில் விழும் முதல் பனித் தூறல்கள்! முதலில் விழும் பனிக்கு நடுவே முயலைத் துரத்திக் கொண்டு வேட்டை யாடப் போக வேண்டும்' என்பான் ஒரு விளையாட்டு வீரன். சரி சரி இனிமேல் எதைப் பற்றியும் வீணாகக் கவலைப் படவேண்டாம். எல்லாவற்றையும் விட்டுத் தள்ளிவிடலாம்"

கோலியாட்கினின் உற்சாகம் அவ்வாறு ஒருபுறம் வெளிப் பட்டாலும் அதே சமயத்தில் அவரது மூளைக்குள் ஏதோ ஒன்று

குடைந்து கொண்டுதான் இருந்தது. அதைக் கவலை என்று சொல்ல முடியாது; ஆனாலும் சில வேளைகளில் அவரது இதயத்தில் ஏற்படும் எரிச்சலை எப்படி ஆற்றிக் கொள்வதென்று அவருக்குத் தெரியவில்லை.

'எப்படி இருந்தாலும் இன்னும் ஒரு நாள் காத்திருந்து பார்த்து விட்டுப் பிறகு சந்தோஷப்படலாம். ஆனால் போயும் போயும் இதனால் என்னதான் வந்து விடப் போகிறது? சரி கொஞ்சம் இதைப் பற்றி யோசித்துதான் பார்த்து விடலாமே? என் இளம் நண்பனே வா, நாம் இருவருமாக இதைப் பற்றி விவாதிக்கலாம். வா, நாம் இரண்டு பேருமாக இதை விவாதித்துப் பார்த்து விடலாம். சொல்லப்போனால், என்னைப் போலவே இருக்கும் ஒரு மனிதன் முழுக்க முழுக்க என் உருவத்துடனேயே இருக்கும் ஒரு மனிதன் எதிர்ப்பட்டிருக்கிறான், சரி, அதனால் என்ன ஆகிவிட்டது இப்போது? அப்படி ஒரு மனிதன் இருந்தால் அதற்காக நான் அழ வேண்டுமா என்ன? அதைப் பற்றி எனக்கென்ன வந்தது? நான் அதிலிருந்து விலகி நின்றபடி, ஆச்சரியத்தில் ஒரு விசிலடித்துக் கொண்டு போய்க் கொண்டே இருக்க வேண்டியதுதானே? நான் செய்ய வேண்டியது அது மட்டும்தான்! அலுவலகத்தில் அவன் பாட்டுக்கு வேலை செய்து விட்டுப் போகட்டுமே? சயாமிய இரட்டையர்களைப் போல இதுவும் கூட வித்தியாசமாகவும், அதிசயமாகவும் இருப்பதாகச் சொல்கிறார்கள்! ஆனால் இங்கே சயாமிய இரட்டையர்களை இழுக்க வேண்டிய அவசியம் என்ன வந்தது? அவர்கள் இரட்டையர்களாக இருப்பது ஒரு ஆச்சரியம் தான். ஆனால் மிகமிகப் பெரிய மனிதர்களெல்லாம் கூட சில வேளைகளில் வினோதமான பிராணிகளைப் போலக் காட்சி தந்திருக்கிறார்கள். புகழ்பெற்ற மனிதரான சுவோரோவ் கூட ஒரு சேவலைப் போலக் கத்துவதுண்டு என்று வரலாறு சொல்கிறது. ஆனால்... அவர் அப்படிச் செய்தது அரசியல் காரணங்களுக்காக. மேலும் அவர் மிகப்பெரிய தளபதி! இருக்கட்டுமே, இந்த இராணுவத் தளபதிகள் எப்படி இருந்தால் எனக்கென்ன? நான் நானாக மட்டும்தான் இருப்பேன். அவ்வளவுதான்! வேறு யாரைப் பற்றியும் எனக்குக் கவலையில்லை. என் அப்பாவித்தனத்தைத் தக்க வைத்துக் கொள்வேன். அதனாலேயே என் எதிரிகளை வெறுப் பேன். நான் எந்த சதி வேலையிலும் ஈடுபட மாட்டேன் என்பதில் தான் எனக்குப் பெருமை! கண்ணியமாய், நேர்மையாய், கறைபடி யாத தூயவனாய் இனிமையான இயல்புகளோடும் எளிமையோடும் இருப்பேன்"

---

* கிரிலோவ் என்ற ரஷ்ய எழுத்தாளர் எழுதிய 'தி கேஸ் கட்' என்ற படைப்பின் கடைசி வரியையே இங்கு குறிப்பிடுகிறார் கோலியாட்கின்.

திடீரென்று கோலியாட்கின் உடைந்து போனவராக உறைந்து நின்றார்; அவரது நாவிலிருந்து எந்தப் பேச்சும் எழவில்லை. ஒரு தளிரைப் போல நடுநடுங்கிக் கொண்டிருந்த அவர், ஒரு நிமிடம் அப்படியே தன் கண்களைக் கூட மூடிக்கொண்டு விட்டார். தனது நடுக்கத்துக்குக் காரணம் தான் கொண்ட வெற்றுப் பிரமைதான் என்ற நம்பிக்கையோடு இறுதியாகத் தன் கண்களைத் திறந்தபடி வலது புறமாக சற்று பயத்தோடு பார்வையை ஓட விட்டார். இல்லை, நிச்சயமாக அது பிரமை இல்லை! அன்று காலையில் அவர் பார்த்த அதே ஆள் அவருக்கு அருகே மெல்ல நடந்து கொண்டிருந்தான். அடிக்கடி அவரது முகத்தையே உற்று நோக்கிய படி, அவரோடு பேசுவதற்கான சந்தர்ப்பத்தை எதிர்பார்த்துக் கொண்டிருந்தான் அவன். ஆனாலும் அவர்களுக்கு நடுவே எந்த உரையாடலும் இன்னும் தொடங்கியிருக்கவில்லை. ஐம்பது தப்படி தூரம் அவர்கள் இவ்வாறு நடந்து கொண்டே இருந்தார்கள். தன்னை முழுமையாக மறைத்துக் கொள்வதிலும், தன்னுடைய பெரிய கோட்டை இழுத்து விட்டுக் கொண்டு அதற்குள் ஒளிந்து கொள்வதிலுமே கோலியாட்கினின் கவனம் முழுவதும் குவிந்திருந்தது. தன்னுடைய தொப்பியை இன்னும் சற்று இறக்கி விட்டுக் கொண்டு தனது கண்களையும் மறைத்துக்கொண்டார் அவர். ஆனால் செயலற்றுப் போயிருந்த அவரது துன்பத்தை மேலும் அதிகப்படுத்துவதைப் போல, அவரது கூட்டாளியான அந்த மனிதன் அணிந்திருந்த கோட்டும் தொப்பியும் கூட கோலியாட்கினிடமிருந்து அப்போதுதான் உருவப்பட்டவை போல அப்படியே இருந்தன. இறுதியாக... ஏதோ ஒரு இரகசியம் பேச முயல்பவரைப் போல

"ஸார்!"

என்று மெள்ள மெள்ள அழைத்தார் நம் கதாநாயகர். தன்னோடு கூட நடந்து கொண்டிருந்த நபரின் முகத்தை ஏறெடுத்துக் கூடப் பார்க்காமல் பேச ஆரம்பித்தார்.

"நாம் இருவரும் செல்ல இருப்பது வேறு வேறு பாதைகளில் என்றுதான் நான் நினைக்கிறேன், அப்படித்தான் நம்புகிறேன்" என்றபடி ஒரு சிறிய இடைவெளி விட்டார்.

"உங்களால் என்னைப் புரிந்து கொள்ள முடிகிறதென்று நினைக்கிறேன்" என்று சற்றுக் கடுமையாகவே சொல்லி முடித்தார்.

"நான் விரும்புவது என்னவென்றால்" என்றபடி ஒரு வழியாக அவரது கூட்டாளி இப்படிப் பேசத் தொடங்கினான்.

"நீங்கள் பெருந்தன்மையோடு என்னை மன்னிக்க வேண்டுமென்று நான் ஆசைப்படுகிறேன்! இங்கே வேறு யாரிடம் பேசுவது என்பது எனக்குத் தெரியவில்லை. என் சூழ்நிலை அப்படி. உங்கள்

வழியில் குறுக்கிட்டு இடைஞ்சல் செய்வதற்காக என்னை மன்னிப்பீர்கள் என்று நம்புகிறேன். இன்று காலையில் ஏதோ ஒரு இரக்க உணர்வின் தூண்டுதலால் என் மீது நீங்கள் ஆர்வம் காட்டியதாக எனக்குத் தோன்றியது. எனக்கும் கூடப் பார்த்த முதல் கணத்திலேயே உங்களைப் பிடித்துப் போய்விட்டது, நீங்கள் என்னைக் கவர்ந்து விட்டீர்கள்"

இந்தக் கட்டத்தில் அப்படியே பூமி பிளந்து அந்த மனிதனை விழுங்கி விடலாகாதா என உள்ளூர விரும்பினார் கோலியாட்கின்.

"யாகோவ் பெத்ரோவிச்! நான் உங்களிடம் கொஞ்சம் விரிவாகப் பேச வேண்டும். அதற்குச் செவி கொடுக்க உங்களுக்கு மறுப்பேதும் இருக்காது என்று நம்புகிறேன்!"

" நாம் இருவரும் இங்கே பேசுவதா, நாம், நாம்..! நீங்கள் என் வீட்டுக்கு வர முடிந்தால் நல்லது!" என்று பதிலளித்தார் கோலியாட்கின்.

"நெவ்ஸ்கியைத் தாண்டி எதிர்பக்கத்துக்குப் போகலாம். அது நமக்கு வசதியாக இருக்கும். பிறகு பின் பக்கத்தில் இருக்கும் ஒரு சிறிய தெரு. பின் பக்கத்திலிருக்கும் தெருவின் வழியாகப் போவது தான் சரியாக இருக்கும்"

"மிகவும் நல்லது சார், நீங்கள் சொன்னது போலப் பக்கத்துத் தெரு வழியாகவே போவோம்..."

நமது கதாநாயகரின் கூட்டாளி மிகவும் பவ்யமான பாவனை யில் பதிலளித்தார். எதையும் தேர்ந்தெடுக்கக் கூடிய சூழலில் தான் இப்போது இல்லை என்பதையும்; பின் பக்கத்துத் தெரு வழியே செல்லத் தான் தயாராக இருப்பதையும் உணர்த்துவதாக அவரது பேச்சின் தொனி இருந்தது.

கோலியாட்கினைப் பொறுத்தவரை தனக்கு நிகழ்ந்து கொண் டிருப்பது இன்னதென்பதை அவரால் சற்றும் உணர முடியவில்லை. தன்னையே நம்ப இயலாமல், வியப்பின் பிடியில் ஆழ்ந்து கிடந்தார் அவர்.

---

*வாசிலிவிச் சுவோரோவ் – 18 ஆம் நூற்றாண்டின் மிகச் சிறந்த ரஷ்ய தளபதி

பாகம் 2

1

தன்னுடைய குடியிருப்புக்குச் செல்லும் படிக்கட்டுகளில் ஏறிக்கொண்டிருந்தபோது ஓரளவு தன்னை மீட்டுக்கொண்டிருந்தார் கோலியாட்கின்.

"சே, சரியான ஆட்டுமூளைக்காரன் நான்" என்று தன்னைத் தானே மனதுக்குள் கடிந்து கொண்டார் அவர்.

'அவனை இப்போது எங்கே கூட்டிக்கொண்டு போகிறேன் நான்? சுருக்குக் கயிற்றுக்குள் தானாகவே தலையைத் திணித்துக் கொள்ளும் காரியத்தையல்லவா நான் செய்து கொண்டிருக்கிறேன்? எங்கள் இருவரையும் ஒரு சேரப் பார்த்தால் பெட்ரூஷ்கா என்ன நினைத்துக் கொள்வான்? அந்தப் போக்கிரிப் பயலின் கற்பனை எப்படியெல்லாம் போகும்? அவனே ஒரு சந்தேகப் பேர்வழி!' ஆனால் அதைப்பற்றியெல்லாம் நினைத்துப் பார்த்து வருத்தப்படுவதற்கு இப்போது நேரமில்லை; அதற்கான காலம் கடந்து விட்டது!

கோலியாட்கின் கதவைத் தட்டியதும் அது திறந்து கொண்டது. பெட்ரூஷ்கா, தனது எஜமானருடைய மேல்கோட்டைக் கழற்றுவதோடு வந்திருக்கும் விருந்தாளியின் மேல்கோட்டையும் கழற்றத் தொடங்கியிருந்தான். போகிற போக்கில் பார்ப்பது போல பெட்ரூஷ்காவின் மீது ஒரு சந்தேகப் பார்வையைப் படரவிட்டார் கோலியாட்கின். அவனது முகபாவனையிலிருந்து அவன் என்ன நினைக்கிறான் என்பதை அறியமுயன்றார். ஆனால் அவருக்கு வியப்பூட்டும் வகையில் அவரது பணியாள் மிக இலேசான ஆச்சரியத்தைக் கூடக் காட்டவில்லை; நேர்மாறாக, இது போன்ற ஒன்றை முன்கூட்டியே எதிர்பார்த்தவனைப் போலவும் இருந்தான். எப்போதும் போல அவன் சிடுசிடுப்பாக இல்லை என்பது உண்மை தான்; ஆனால் தன் கண்களை வேறு பக்கமாகத் திருப்பிக் கொண்டிருந்த அவன், எவர்மீதோ விழுந்து பிடுங்கத் தயாராக இருப்பவனைப்போல இருந்தான்.

'என்ன இது? இன்றைக்கு எல்லாரையும் யாராவது மந்திரத்தால் கட்டிப்போட்டு விட்டார்களா என்ன?' என்று நினைத்துக் கொண்டார் நம் கதாநாயகர். 'ஏதாவது ஒரு குட்டிச் சாத்தான் இங்கே வந்து தன் வேலையைக் காட்டியிருக்குமோ? இன்றென்னவோ இங்கே எல்லாமே வினோதமாக இருக்கிறதே? சரி, எக்கேடு கெட்டும் போகட்டும். சே, எப்படிப்பட்ட சித்திரவதை இது?'

தன்னுடைய விருந்தாளியை அறைக்கு அழைத்துச்

செல்லும்போது மனதுக்குள் இப்படிப் பலவற்றையும் போட்டுக் குழப்பிக் கொண்டிருந்தார் கோலியாட்கின். பணிவோடு இன்முகம் காட்டி அவனை இருக்கையில் அமரச் செய்தார். வந்திருந்த விருந்தாளியோ மிகப்பெரிய சங்கடத்தில் இருப்பதைப் போல, மிகவும் கூச்சத்துடன் காணப்பட்டான். தன்னை உபசரித்துக் கொண்டிருந்த வீட்டுத் தலைவரின் ஒவ்வொரு அசைவையும் அடக்கத்தோடு கவனித்துக் கொண்டிருந்தான். மேலும் அவரை நேருக்கு நேர் பார்த்தபடி, அவருக்குள் ஓடிக்கொண்டிருக்கும் எண்ணங்களைக் கண்டுபிடிக்க அவன் முயற்சித்துக் கொண் டிருப்பது போலவும் தோன்றியது. சமூகத்தில் மிகவும் நலிந்த அநாதரவான நசுக்கப்பட்ட நிலையில் இருப்பவனைப் போல பயத்தோடு கூடிய பார்வையுடன் அவன் இருந்தான். சற்று அநாகரிகமான பின்வரும் இந்த உவமை அவனது அப்போதைய நிலைக்குப் பொருத்தமாக இருக்கக்கூடும். தன்னுடைய உடையை இழந்துவிட்ட ஒரு மனிதன், வேறொருவனுடையதை அணிந்திருக்கி றான்; அந்த உடையின் கால்சராய், முட்டிக்குமேல் போய்விட்டது; மார்பில் அணிந்திருந்த சட்டையோ கிட்டத்தட்ட கழுத்துவரை வந்துவிட்டது; அவன் அதை ஒவ்வொரு நிமிடமும் இழுத்துவிட்டுக் கொண்டே, ஒவ்வொருவர் பக்கமும் திரும்பித்திரும்பி நெளிகிறான்; தன்னை மறைத்துக் கொள்ளப் பார்க்கிறான். ஒவ்வொரு முகத்தை யும் துருவிப் பார்த்தபடி அவர்கள் தன்னைப் பற்றிக் கேலிபேசிச் சிரித்து அவமானப்படுத்துகிறார்களா என்று பார்த்துக் கொண் டிருக்கிறான். குழப்பத்தாலும், புண்பட்ட சுய கௌரவத்தாலும் அவன் பாதிக்கப்பட்டிருக்கிறான்.

இப்படிப்பட்ட ஒரு நிலையிலேதான் அவனும் இருந்தான்.

தான் அணிந்திருந்த தொப்பியை ஜன்னல் மீது தூக்கிப் போட்டார் கோலியாட்கின். அவரது கவனக்குறைவால் அது பறந்துபோய்த் தரையில் விழுந்தது. விருந்தாளியாக வந்தவன் உடனடியாகப் பாய்ந்து சென்று அதை எடுத்து அதிலிருந்த தூசியைத் துடைத்துவிட்டு அதற்குரிய இடத்தில் வைத்தான். தன்னுடைய தொப்பியைத் தான் அமர்ந்திருந்த நாற்காலிக்குக் கீழே தரையில் வைத்தான். மிகவும் பயந்தவனைப் போல அந்த நாற்காலி யின் நுனியில் உட்கார்ந்து கொண்டிருந்தான் அவன்.

இந்த ஒரு சிறிய நிகழ்ச்சி கோலியாட்கினுக்குக் கண்திறப்பாக அமைந்து விட, அந்த மனிதன் மிகக் கடுமையான ஏதோ ஒரு நெருக்கடியில் இருப்பதை அவர் விளங்கிக் கொண்டார். அவனோடு எப்படிப் பேச்சைத் தொடங்குவது என்றும், அவனை எப்படி நடத்துவதென்றும் தான் இனிமேல் கவலைப்பட வேண்டிய தில்லை என்றும், அவனை அவன் போக்கிலேயே விட்டு

விடுவதுதான் உசிதம் என்றும் அவர் முடிவு செய்தார். ஆனால் வந்த விருந்தாளியோ அவன் பங்குக்கு எதுவுமே சொல்லாமல் அமைதியாக இருந்தான். வெட்கத்தாலோ, கூச்ச உணர்வினாலோ அல்லது தன்னை உபசரிப்பவர்தான் முதலில் பேச்சைத் தொடங்க வேண்டும் என்ற நாகரிகம் கருதியோ அவன் காத்துக் கொண்டிருந்திருக்கலாம். ஆனால் இவற்றில் எது உண்மையான காரணமாக இருக்கும் என்பதை உறுதியாகச் சொல்ல முடிய வில்லை. அப்போது பெட்ரூஷ்கா உள்ளே வந்தான். கதவருகே நின்றபடி தன் எஜமானரும், அவரது விருந்தாளியும் அமர்ந்திருக் கும் திசையையே பார்த்துக் கொண்டிருந்தான் அவன். பிறகு மெல்லிய குரலில் "உங்கள் இருவருக்கும் உணவு எடுத்து வரவேண்டு மல்லவா?" என்று சற்று அலட்சியமான தொனியில் கேட்டான்.

"எனக்கு... எனக்கு... தெரியவில்லை. ஆனால்... சரி, நீ போய் இரண்டு பேருக்கும் சாப்பாடு எடுத்துக்கொண்டுவா தம்பி!"என்றார் அவர்.

பெட்ரூஷ்கா உள்ளே சென்றான். கோலியாட்கின் வந்திருக்கும் விருந்தாளியின் மீது பார்வையைச் செலுத்தினார். அவனது காது மடல்கள் உட்பட அனைத்தும் கூச்சத்தால் சிவந்து போயிருந்தன. இயல்பாகவே நல்லிதயம் கொண்டவரான கோலியாட்கின், தனது அன்பு உள்ளத்திலிருந்து அவனைப் பற்றிய ஒரு சித்திரத்தை அவராகவே உருவாக்கிக் கொண்டார்.

'அந்த ஆள் மிகவும் கஷ்டப்படுகிறான் போலிருக்கிறது' என்று நினைத்துக் கொண்டார் அவர்.

'ஆமாம் அப்படித்தான் இருக்க வேண்டும். அவன் வேலை யில் சேர்ந்து ஒரு நாள்தான் ஆகியிருக்கிறது. இத்தனை காலமும் அவன் மிகவும் சிரமப்பட்டுக் கொண்டிருந்திருக்க வேண்டும். அவன் இப்போது அணிந்திருப்பவை மட்டும்தான் அவனிடம் இருக்கும் நல்ல உடைகளாக இருக்கக்கூடும்! சாப்பிடக்கூட அவனிடம் ஏதுமில்லை போலிருக்கிறது. ஒரு வகையில் அதுவும் கூட நல்லதுதான் என்றெல்லாம் எண்ணியபடி பேச்சை இப்படித் தொடங்கினார் கோலியாட்கின்.

"தயவு செய்து உங்களை நான். எப்படி அழைக்க வேண்டும் என்று சொல்வீர்களா?"

"நான்.., நான்... என் பெயர் யாகோவ் பெத்ரோவிச்" என்று மெல்லிய குரலில் முணுமுணுத்தான் அந்த விருந்தாளி 'யாகோவ் பெத்ரோவிச்' என்று தானும் அழைக்கப்பட நேர்ந்ததற்கு மன்னிப்புக் கோருவது போலவும், மனச்சாட்சியின் உறுத்தல் தாங்க முடியாமல் கூச்சப்படுபவன் போன்ற ஒரு தொனியிலும் அவன் இதைச் சொன்னான்.

“என்னது? யாகோவ் பெத்ரோவிச்சா?” என்று தன் குழப்பத்தை மறைத்துக் கொள்ள முடியாதவராகக் கேட்டார் நம் கதாநாயகர்.

“ஆமாம். அதேதான்! உங்கள் பெயரேதான்!” என்று பதி லளித்த பாவப்பட்ட அந்த விருந்தாளி, சூழலைச் சற்று இலகு வாக்குவது போலப் புன்னகைக்க முயன்றான். ஆனால், அப்படிப் பட்ட இலகுவான வேடிக்கையான ஒரு மனநிலையில் அந்த வீட்டுத் தலைவர் இல்லை என்பதை உணர்ந்து கொண்டதும், இலேசாகக் குழப்பமடைந்து மிகவும் தீவிரமான ஒரு தோரணையை உடனடி யாக வருவித்துக் கொண்டான் அவன்.

“நீங்கள் இப்படி என்னைத் தேடிவந்து கௌரவித்திருப்பது எதன் பொருட்டு என்பதை நான் அறிந்து கொள்ளலாமா?”

“உங்கள் பெருந்தன்மையையும், தாராள குணத்தையும். அறிந்ததனால்தான்” என்று சற்று பயந்த குரலில் விரைவாகக் குறுக்கிட்டுப் பேசிய அந்த விருந்தாளி நாற்காலியிலிருந்து இலேசாக எழுந்துகொள்ள முற்பட்டான்.

“அதனால்தான் உங்களைத் தேடி வந்து உங்கள் அறிமுகத்தைப் பெற்று, உங்களிடம் அடைக்கலம் பெறலாமா என்று கேட்டுக் கொள்ள வந்தேன்”

தான் பேசும் சொற்களை மிகுந்த கவனத்தோடும் சிரத்தை யோடும் தேர்ந்தெடுத்தபடி அவன் பேசினான். அவரை மிகையாக முகத்துதி செய்வதாகவோ... தான் அவரைக் கெஞ்சும் நிலையில் இருப்பதாகவோ நினைக்க வழியில்லாதபடி தன் சொற்களை அமைத்துக்கொண்டிருந்தான் அவன். தன்னுடைய சுயகௌரவத்தை இழக்காமல் அதே வேளையில் அவருக்கு நிகராகத் தன்னை நிறுத்திக் கொள்வதற்கும் துணிவில்லாதவனாக அவன் இருந்தான். சுருக்கமாகச் சொல்லப்போனால் ஒட்டுப்போட்ட மேல்கோட் அணிந்துகொண்டு, தன் சட்டைப்பையில் கடவுச்சீட்டை வைத்திருக்கும் கௌரவமான ஒரு பிச்சைக்காரனைப் போலத்தான் அவன் இருந்தான். நேரடியாக இரண்டு கைகளையும் விரித்து அவன் பிச்சை கேட்டிருக்கவில்லை, அவ்வளவுதான்!

“நீங்கள் என்னைக் குழப்புகிறீர்கள்” என்று சொன்னபடி தன்னைச் சுற்றிலும் ஒரு முறையும், தன் வீட்டுச் சுவர்களை ஒரு முறையும் பார்த்த கோலியாட்கின், பிறகு விருந்தாளியைப் பார்த்து இப்படிச் சொன்னார்.

“என்னால் என்ன செய்ய முடியும் என்று நினைக்கிறீர்கள்” அதாவது நான் சொல்ல வருவது என்னவென்றால் உங்களுக்கு எந்த வகையில் என்னால் உதவியாக இருக்க முடியும்?”

“உங்களைப் பார்த்த உடனேயே முதல் பார்வையிலேயே உங்களிடம் எனக்கு ஒரு வகையான ஈர்ப்பு ஏற்பட்டு விட்டது யாகோவ் பெத்ரோவிச்! அதனால் நானாகவே பல நம்பிக்கைகளை வளர்த்துக்கொண்டு விட்டேன். அதற்காக அருள் கூர்ந்து என்னை மன்னியுங்கள் யாகோவ் பெத்ரோவிச். நான் மிக மிக மோசமான நிலையில் இருக்கிறேன் யாகோவ் பெத்ரோவிச்! நான் ஓர் ஏழை. என் வாழ்க்கையில் நிறைய துன்பங்களை அனுபவித்திருப்பவன். மிக சமீபத்தில்தான் இப்போதுதான் இந்த இடத்துக்கு வந்திருக் கிறேன் யாகோவ் பெத்ரோவிச்! உங்கள் உள்ளார்ந்த நல்ல குணங் களையும், அற்புதமான இதயத்தையும் பற்றி அறிய நேர்ந்ததாலும்... நம்... இருவருக்கும் ஒரே பெயர் அமைந்திருப்பதாலும்”

கோலியாட்கினின் முகம் சற்றே சுளித்தது. “நம் இருவரின் பெயரும் ஒன்றாக இருப்பதாலும், நாம் இரண்டு பேரும் ஒரே மாகாணத்திலிருந்து வந்திருப்பவர்கள் என்பதாலும் உங்களிடம் என் சிக்கலான நிலையை எடுத்துச் சொல்லி ஒரு வேண்டுகோளை முன் வைக்கலாமென்று முடிவு செய்தேன்.”

“நல்லது நல்லது, மிகவும் நல்லது! உண்மையில் எனக்கு என்ன சொல்வதென்று தெரியவில்லை” என்று சற்று தர்மசங்கடமான தொனியில் பதிலளித்த கோலியாட்கின் “சரி! சாப்பாட்டை முடித்துவிட்டுப் பிறகு பேசுவோம்” என்றார்.

விருந்தாளியும் அதை ஏற்றுக்கொள்ள, உணவு கொண்டு வரப்பட்டது. உணவு மேசையை முறைப்படி ஆயத்தம் செய்தான் பெட்ருஷ்கா. கோலியாட்கினும், விருந்தாளியும் உணவைப் பகிர்ந்து கொள்ளத் தொடங்கினர். இருவருமே ஏதோ ஒரு அவசரத்தில் இருந்ததால் உணவுவேளை வெகுநேரம் நீடித்துக்கொண்டு செல்லவில்லை. வீட்டுத் தலைவர் அப்படி இருந்ததற்குக் காரணம், அவர், தன் வசத்திலேயே இல்லை என்பதுதான். உணவு மிகவும் எளிமையாக அமைந்துவிட்டதால் தன்னை நாடி வந்த விருந்தாளிக்கு நல்ல முறையில் சாப்பாடு அளிக்க முடியவில்லையே என்ற கூச்சம் ஒருபுறம்! வந்திருக்கும் நபரின் முன்னிலையில் தான் ஒன்றும் ஒரு பிச்சைக்காரனைப்போல வாழ்க்கை நடத்தவில்லை என்று காட்டிக் கொள்ளும் விருப்பம் மறுபுறம்! இந்த இரண்டுக்கும் நடுவில் அவர் தத்தளித்துக் கொண்டிருந்தார். அதே போல அங்கே வந்திருந்த விருந்தாளியும்கூட பயங்கரக் குழப்பத்திலும், மிக அதிகமான தர்மசங்கடத்துடனும் இருந்தான். முதலில் தான் எடுத்துக்கொண்ட ரொட்டித்துண்டை சாப்பிட்டு முடித்ததும், இன்னொன்றை எடுப்பதற்குக்கூட அவன் பயந்தான். அங்கே இருந்த ரொட்டித்துண்டுகளில் ஓரளவு நல்லவற்றைத் தேர்ந் தெடுத்துக் கொள்ளக்கூட அவன் கூச்சப்பட்டான். தனக்குப் பசியே

இல்லையென்றும், உணவு அற்புதமாக இருந்ததென்றும், தனக்கு அதில் முழுத்திருப்தி என்றும், வாழ்வின் இறுதிநாள் வரை தன்னால் அதை மறக்கமுடியாது என்றும் வீட்டுத் தலைவரிடம் தொடர்ந்து உறுதிபடச் சொல்லிக் கொண்டே இருந்தான் அவன். உணவு உண்டு முடிந்ததும் கோலியாட்கின் தன் புகைக்குழாயைப் பற்றவைத்துக் கொண்டு, விருந்தாளிக்கும் ஒன்றைக் கொண்டு வரச்செய்தார். இருவரும் எதிரெதிரே அமர்ந்து கொண்ட பிறகு, விருந்தாளி, தன் அனுபவங்களை விவரிக்கத் தொடங்கினான்.

ஜூனியர் கோலியாட்கினின் கதை, மூன்று நான்கு மணிநேரம் நீண்டது. மிகவும் அற்பமான விஷயங்களைக் கொண்ட சாதாரணமான கதையாகத்தான் அது இருந்தது. அதில் சம்பவங்கள் என்று எதுவுமே இல்லையென்று கூட சொல்லிவிடலாம்.

ஏதோ ஒரு மாகாணத்திலுள்ள சிறிய நீதிமன்றத்தில் வழக்கறிஞர்களோடும், நீதிபதிகளோடும் தான் பணியாற்றிய விவரங்கள், அந்தத் துறை சார்ந்து நடந்த சதிகள், அங்கே வேலை பார்த்த குமாஸ்தாக்கள் மற்றும் ஆய்வாளரின் தீயநடத்தைகள், திடீரென்று அந்தத் துறைக்குப் புதிதாக நியமிக்கப்பட்ட ஒரு தலைவர் என்று பலவற்றையும் விவரித்துக் கொண்டு போன ஜூனியர் கோலியாட்கின், தன் மீது எந்தத் தவறுமே இல்லாத போதும் தான் துன்பம் அனுபவித்தது எப்படி என்றும் விவரித்தான். பெலேஜியா செமீனோவனா என்ற தன் வயதான அத்தை பற்றியும் அவன் குறிப்பிட்டான். பிறகு, தன் எதிரிகள் செய்த பல்வேறு சதிவேலைகளால் தான் பார்த்துவந்த வேலையும் தொலைந்துபோக..., கால்நடையாகவே பீட்டர்ஸ்பர்க் வந்து சேர்ந்ததையும், பல நாட்கள் வேலை தேடி வெறுமனே அலைந்து, இருந்த பணத்தையெல்லாம் இழந்து எதுவுமே இல்லாமல் கிட்டத்தட்ட தெருவுக்கு வந்து சேர்ந்துவிட்டதைப் பற்றியும் சொன்னான். காய்ந்த ரொட்டித்துண்டைத் தன் கண்ணீரால் கழுவித் தின்றுவிட்டு, வெறும் தரையில் படுத்து உறங்கியதையும் இறுதியில் நல்ல உள்ளம் கொண்ட ஒரு மனிதனின் உதவியால், அவனது துணையோடு இந்தப் புதிய வேலையில் தன்னால் அமர முடிந்ததையும் எடுத்துச் சொன்னான். தன்னுடைய கதையைச் சொல்லிக் கொண்டிருந்த அந்த நேரத்தில் கோலியாட்கினின் விருந்தாளி, கண்ணீர் பெருக்கிக்கொண்டும், நீலக்கட்டம் போட்ட எண்ணெய்ப்பிசுக்கேறிய பிடிதுணியைப் போலக் காட்சியளித்த கைக் குட்டையால் தன் கண்களைத் துடைத்துக்கொண்டும் இருந்தான். ஒரு வசிப்பிடத்தைத் தேடிக் கொள்ளக்கூடத் தன்னிடம் இப்போது பணமில்லை என்பதை இறுதியாக மனம் விட்டு வெளிப்படையாகச் சொல்லி முடித்த அவன், சீருடை வாங்கு

வதற்குத் தேவையான பணம் கூடத் தன்னிடம் இல்லை என்றான். மிகச் சாதாரணமான காலணிகளை வாங்குவதற்குக் கூடத் தன்னிடம் சக்தியில்லை என்றும், இப்போதைக்கு வாடகைக்கு எடுத்த சீருடையையே தான் அணிந்திருப்பதாகவும் இறுதியாகக் கூறிமுடித்தான்.

கோலியாட்கின் மனமுருகிப்போயிருந்தார்; அவனது கதை உண்மையிலேயே அவரது இதயத்தைத் தொட்டது. வந்த விருந்தாளி யின் கதை, அந்த அளவுக்குப் பொருட்படுத்தக்கூடிய ஒன்று இல்லைதான். ஆனாலும் அவருக்கென்னவோ அது வானகத் தூதரால் அனுப்பி வைக்கப்பட்ட உணவான 'மன்னா'வைப் போல பெருத்த ஆறுதலையும், நிம்மதியையும் அளித்தது. அந்த மனிதன் மீது கடைசியாக எஞ்சியிருந்த ஒரு சில சந்தேகங்களையும் கூட அவர் மறக்கத் தொடங்கிவிட்டார். கவலைகளற்ற களிப்போடு கூடிய விடுதலை உணர்வை அவரது ஆன்மா அனுபவித்துக் கொண்டிருந்தது. இறுதியாகத் தான் ஒரு முட்டாள் என்று கூடக் கருதிக் கொள்ளக்கூடத் தொடங்கி விட்டார் அவர். எல்லாமே மிகமிக இயல்பாகத்தான் நடந்திருக்கிறது! இதில் இவ்வளவு கவலைப்படுவதற்கோ, மனம் உடைந்து போவதற்கோ என்ன இருக்கிறது?

சிக்கலான சூழ்நிலை ஒன்று ஏற்பட்டதென்னவோ உண்மை தான்! ஆனால் அதை மிகப்பெரிய பிரச்சினை என்று சொல்லமுடி யாது. எந்த வகையிலும் ஒருவனை இழிவுபடுத்துவதாகவோ அவனது கௌரவத்துக்குப் பங்கம் ஏற்படுத்துவதாகவோ, அவனது வேலைக்கே உலைவைப்பதாகவோ அது இல்லை; மேலும் அதில் இந்த மனிதனைக் குற்றம் சொல்வதற்கும் எதுவும் இல்லை. இயற்கையான உருவ ஒற்றுமைக்கும் இதில் ஒரு பங்கு இருக்கிறது. மேலும் இந்த விருந்தாளி, தங்குவதற்கு இடம்வேண்டி மன்றாடு கிறான், கண்ணீர் விட்டுப் புலம்புகிறான்; தன் விதியைப் பழிக்கி றான். கள்ளமற்றவனைப்போலத்தான் தெரிகிறான்; அவனைப் பார்த்தால் பரிதாபகரமான சாதாரணமான ஒரு மனிதனைப் போலத் தான் இருக்கிறதே தவிர வஞ்சனை, சூது செய்பவனாகத் தோன்ற வில்லை. இப்போது பல விஷயங்களுக்காக அவனே கூடக் கூச்சப் பட்டுக்கொண்டும் இருக்கிறான். முக்கியமாக அவனது தோற்றம் கோலியாட்கினைப் போலவே அமைந்திருக்கும் அபூர்வமான ஒற்றுமை அவனைக் கொஞ்சம் கூச்சப்பட வைத்திருக்கிறது. அவனுடைய நடவடிக்கைகளும் முழுக்க முழுக்கக் குற்றம் கூற

---

*மன்னா: எகிப்து நாட்டிலிருந்து இஸ்ரவேலர்கள் கூட்டம் கூட்டமாகப் பெயர்ந்து சென்றபோது அவர்கள் கொண்டுவந்த உணவு, கடவுள் தன் அற்புதத்தால் வழங்கிய உணவு. எதிர்பாராமல் கிடைத்த ஆறுதலைக் குறிக்க அந்தச்சொல் இங்கே பயன்படுத்தப்படுகிறது.

முடியாதவைதான். அவனது ஒரே ஒரு விருப்பம், அந்த வீட்டுச் சொந்தக்காரரிடம் இணக்கமாக அவருக்குத் திருப்தி ஏற்படும் வகையில் நடந்து கொள்வதுதான். யாருக்கோ ஒரு குற்றத்தை இழைத்துவிட்டு மனச்சாட்சியின் உறுத்தல் தாங்கமுடியாமல் கஷ்டப்படுபவனைப் போலத்தான் அவன் காட்சியளிக்கிறான். உதாரணத்துக்கு எடுத்துக் கொண்டால், அவர்கள் இருவருக்கும் இடையிலான உரையாடலில் சந்தேகத்துக்கு இடமான ஏதாவது ஒரு விஷயம் இடம்பெற்றால், உடனே எந்த மறுப்பும் இன்றி கோலியாட்கினின் கருத்தையே அவன் ஏற்றுக்கொண்டுவிடுகிறான். தற்செயலாக ஏதாவது ஒரு விஷயத்தில் கோலியாட்கினுக்கு எதிராகத் தப்பித்தவறிப் பேசி விட்டு அப்படிப் பேசிவிட்டதைப் பிறகு உணர்ந்துவிட்டால் உடனடியாகத் தன் தவறைத் திருத்திக் கொண்டபடி அவர் என்ன நினைத்தாரோ அதையே தானும் நினைத்ததாகவும் எல்லா விஷயங்களிலுமே அவரது கருத்தோடு தான் உடன்பாடு கொண்டிருப்பதாகவும் தெளிவுபடுத்திவிடுகிறான்.

சுருக்கமாகச் சொல்லப்போனால் கோலியாட்கினை 'சரிக்கட்டு'வதற்கான எல்லா முயற்சிகளையும் அந்த விருந்தாளி துல்லியமாக மேற்கொண்டதால் எந்த வகையில் பார்க்கப்போனாலும் அவன் விரும்பத்தக்க இயல்புகள் கொண்ட நல்லவன்தான் என்ற முடிவுக்கு இறுதியாக வந்து சேர்ந்திருந்தார் கோலியாட்கின்.

அப்போது தேநீர் கொண்டு வரப்பட்டது; மணி கிட்டத்தட்ட ஒன்பது ஆகி இருந்தது. கோலியாட்கின் மிக உற்சாகமான உல்லாசமான மனநிலையில் இருந்தார். மிகுந்த கிளர்ச்சியோடு இருந்த அவர்... கொஞ்சம் கொஞ்சமாகத் தன் சுய நிலைக்கு வந்து சேர்ந்த பின், வந்திருந்த விருந்தாளியோடு சுவாரசியமான உற்சாகமான உரையாடல் ஒன்றில் ஈடுபடத் தொடங்கினார். பொதுவாகவே களிப்பாக இருக்கும் தருணங்களில் சுவாரசியமான சின்னச்சின்னத் தகவல்களைச் சொல்லிக்கொண்டு போவதில் விருப்பம் மிகுந்தவர் அவர். அதுபோலவே இப்போதும், தன் விருந்தாளியிடம் பீட்டர்ஸ்பர்க் பற்றிய நிறைய விஷயங்களை சொல்லத் தொடங்கினார். அந்த நகரத்திலுள்ள பொழுதுபோக்குகள், மக்களைக் கவரக்கூடிய பல இடங்கள், அங்கே நடக்கும் நாடகங்கள், அங்குள்ள கிளப்புகள் என்று பலவற்றையும் விவரித்தார் அவர். மேலும் *பிரையுல்லோவின் ஓவியம் குறித்தும், கோடைகாலத் தோட்டத்தில் இருக்கும் இரும்பு அரண்களைப் பார்ப்பதற்காகவே இங்கிலாந்திலிருந்து பீட்டர்ஸ்பர்க்குக்கு வந்து அதைப் பார்த்து முடித்ததும் திரும்பிச் சென்ற இரண்டு ஆங்கிலேயர்கள் பற்றியும் அவனிடம் விவரித்தார். பிறகு அலுவலகத்தைப் பற்றியும், ஒல்சுஃபி இவானோவிச் மற்றும் ஆந்திரேய் ஃபிலிப்போவிச் ஆகியோரைப் பற்றியும் சொன்னார்.

மணிக்கு மணி முழுமையை நோக்கி ரஷியநாடு முன்னேறிக் கொண்டு வருவது எப்படி என்றும் அதனாலேயே "கலையும் இலக்கியமும் இங்கே எவ்வாறு இன்று பொலிந்து கொண்டிருக் கிறது" என்றும் அவர் குறிப்பிட்டார். இந்தியாவிலிருக்கும் பயங்கரமான ஆற்றலுள்ள பாம்பைப் பற்றி 'நார்தர்ன் பீ' என்ற பத்திரிகையில் தான் அண்மையில் படித்த தகவலை அவனோடு பகிர்ந்து கொண்டார். பேரன் ** பிராம்பியஸ் பற்றியெல்லாமும் பேசினார். இன்னும், இன்னும் என்னவெல்லாமோ பேசிக் கொண்டே போனார். கோலியாட்கின் மிகுந்த மகிழ்ச்சியோடு இருந்ததே இதற் கான காரணம். முதலாவதாக... அவரது உள்ளம் சற்று அமைதியாக இருந்தது; அவர்களை [தன் எதிரிகளை] நேருக்கு நேரான ஒரு யுத்தத்துக்கு அழைத்து சவால் விடுவதற்குக்கூட அவர் தயாராக இருந்தார்; இறுதியாக அதேவேளையில், இன்னொரு மனிதனுக்கு அடைக்கலம் அளிக்கும் புரவலரின் மனநிலையில் இருந்தபடி நல்ல செயலொன்றையும் செய்து கொண்டிருந்தார் அவர்.

ஆனாலும் கூட அவர் முழுமையான மகிழ்ச்சியோடு இல்லை என்பது அவரது இதயத்தின் ஆழத்துக்குத் தெரிந்துதான் இருந்தது. கண்ணுக்குப் புலப்படாத ஏதோ ஒரு புழு அவரது இதயத்தைக் குடைந்துகொண்டிருப்பதைப் போலிருந்தது. மிக அற்பமானதாக இருந்தாலும் கூட, அது, அவரை விடாமல் துளைத்துக் கொண் டிருந்தது. முதல்நாள் மாலை ஒல்சுஃபி இவானோவிச்சின் வீட்டில் நடந்த சம்பவங்களால் அவர் பெரிதும் பாதிக்கப்பட்டிருந்தார். அப்போது நடந்த எல்லா விஷயங்களும் மட்டும் நடக்காமல் போயிருந்தால்... அதற்கு என்ன விலை கொடுக்கவும் அவர் இப்போது தயாராக இருந்தார்...

'சரி, அதை விட்டுத்தள்ள வேண்டியதுதான்' என்று கடைசி யில் முடிவுசெய்து கொண்டார் நம் கதாநாயகர். இனிமேல் வருங்காலத்திலாவது ஒழுங்காக நடந்துகொள்ள வேண்டுமென்றும், இப்படிப்பட்ட கோணங்கித்தனங்களைச் செய்துவிட்டு அதற்காகப் பிறகு குற்ற உணர்வு கொண்டு வருந்தக்கூடாது என்றும் மனதுக்குள் உறுதி செய்துகொண்டார். இவ்வாறு தன்னை முழுமையாகத் தேற்றிக்கொண்டுவிட்ட கோலியாட்கின், திடீரென்று குதூகலமான

* கார்ல் பேவ்லோவிச் பிரையுல்லோவ் என்பவர். (1799-1852) ரஷ்யாவின் முதன்மையான ஓவியர்களில் ஒருவர். 'பாம்பேயின் இறுதிநாள்' என்ற அவரது பிரம்மாண்டமான ஓவியம் முதலில் செயிண்ட் பீட்டர்ஸ்பர்க் அகாடமியிலேயே காட்சிக்கு வைக்கப்பட்டது. அலெக்ஸாண்டர் புஷ்கின், நிக்கோலாய் கோகோல் ஆகியோர் அவரைப் பாராட்டியவர்களில் சிலர்.

** பேரன் பிராம்பியஸ் ஓசிப் ஈவானோவிச் சென்கோவ்ஸ்கி என்ற பெயர் கொண்ட கல்வியாளர், பத்திரிகையாளர். போலிஷ் குடும்பத்தில் பிறந்து ரஷ்யாவுக்கு வந்தவரான இவர் பேரன் பிராம்பியஸ் என்ற புனைபெயரில் அற்புதமான பயணக்கட்டுரைகள் பலவற்றைத் தொடர்ச்சியாக எழுதியுள்ளார்.

பரவசநிலைக்கே சென்றுவிட்டிருந்தார். அந்த மனநிலை களிப்பாக இருக்குமாறு அவரைத் தூண்டியது.

பெட்ரூஷ்கா 'ரம்'மைக் கொண்டு வந்ததும், மதுக்கலவை ஆயத்தமாயிற்று. விருந்தாளியும், வீட்டுச் சொந்தக்காரரும் ஆளுக்கொரு கோப்பையைப் பருகி முடித்துவிட்டு மற்றொன்றையும் எடுத்துக்கொண்டனர். முன்பை விட மிகமிக இணக்கமானவனாக இப்போது மாறிப் போயிருந்த அந்த விருந்தாளி, தான் கபடமற்றவன் என்பதையும், தான் இனிமையானவன் மட்டுமே என்பதையும் தொடர்ந்து நிரூபித்துக்கொண்டே இருந்தான். கோலியாட்கினின் மகிழ்ச்சியான மனநிலையில் அவனும் பங்கு பெறத் தொடங்கியிருந்தான். அவரது சந்தோஷத்தில் மட்டுமே தன்னுடைய மகிழ்ச்சியும் இருப்பதைப் போலக் காட்டிக்கொண்டான், அவன். தனது நலம் நாடுபவரும், புரவலரும் அவர் ஒருவர் மட்டுமே என்று எண்ணியிருப்பவனைப் போல அவன் நடந்துகொண்டான்.

ஒரு பேனாவையும், தாளையும் கையில் எடுத்துக் கொண்ட அவன், தான் எழுதுவது என்ன என்பதை கோலியாட்கின் பார்க்கக் கூடாது என்று சொல்லிவிட்டு, எழுதி முடித்த பிறகு அதை அவரிடம் காட்டினான். நான்கு அடிகளில் எழுதப்பட்டிருந்த அந்தச் செய்யுள், நல்லுணர்வோடு அற்புதமான மொழிநடையிலும், அழகான கையெழுத்திலும் எழுதப்பட்டிருந்தது. அதை எழுதியவன் இனிமையான பண்பு கொண்ட அந்த விருந்தாளிதான் என்பது நிச்சயம்.

அந்தக் கவிதை இப்படி இருந்தது;

"நீர் என்னை மறந்தாலும்...
நான் உம்மை நினைத்திருப்பேன்
நேர்வது எது எனினும்
என் நினைவை மட்டும் மறக்காதீர்.

கண்களில் ஊற்றெடுத்த கண்ணீரோடு தன் கூட்டாளியை ஆரத்தழுவிக் கொண்டார் கோலியாட்கின். அதிகமாக உணர்ச்சி வசப்பட்டிருந்த அவர், தனது நண்பனிடம் தன்னைப் பற்றிய இரகசியங்கள், அந்தரங்கமான விஷயங்கள் ஆகியவற்றையும் பகிர்ந்துகொள்ளத் தொடங்கினார். ஆந்திரேய் ஃபிலிப்போவிச், கிளாரா ஒல்சுஃபியோவ்னா ஆகியோர் அந்தப் பேச்சில் அதிகமாக அடிபட்டவர்கள்.

"நல்லது யாகோவ் பெத்ரோவிச்! இனிமேல் நாம் இருவரும் இணைந்தே செயல்படப் போகிறோம் என்பது உனக்கு உறுதியாகியிருக்கலாம்" என்று சொல்லியபடி, விருந்தாளியிடம் பேச்சைத் தொடர்ந்தார் நம் கதாநாயகர்.

“நாம் இருவரும் தண்ணீரும், மீனும் போல ஒன்றாக இருப்போம், யாகோவ் பெத்ரோவிச். நாம் இருவரும் சகோதரர் களைப் போல இருப்போம். அன்புக்குரிய நண்பனே, நாம் கொஞ்சம் தந்திரமாக இருந்து நம் வேலையைக் காட்டுவோம். அவர்களுக்கு பதிலடி தருவதற்காக மறைவான ஒரு சதிவேலையில் நாம் ஈடுபடுவோம் . ஆம், அவர்களுக்கு பதிலடி தருவதற்காக ஒரு சதிவேலையிலும் கூட! அவர்கள் யாரையுமே நீ நம்பக்கூடாது. உன்னைப் பற்றியும், உன் குணத்தைப் பற்றியும் எனக்குத் தெரியும் யாகோவ் பெத்ரோவிச். அதை நான் நன்றாகவே புரிந்துவைத்திருக் கிறேன். நீ போய் அப்படியே அவர்களிடம் எல்லாவற்றையும் சொல்லிவிடுவாய். ஏனென்றால் சூதுவாதில்லாத ஒரு ஆத்மா நீ! நீ அவர்களிடமிருந்து விலகியே இருக்க வேண்டும் பையா!”

அவரது கூட்டாளி, அவர் பேசியதையெல்லாம் முழுமையாக ஒத்துக்கொண்டான் கோலியாட்கினுக்கு நன்றியும் செலுத்தினான். இறுதியாக அவனும் கண்ணீர் மல்கத் தொடங்கிவிட்டான்.

“யாஷா! (பெயரைச் சுருக்கி அழைப்பது) இதை நன்றாகக் கேட்டுக்கொள்!” என்று உணர்ச்சி வேகத்தால் தழுதழுத்துப் போய் நடுங்கும் குரலில் தொடர்ந்தார் கோலியாட்கின்.

“நீ என்னோடு இப்போதைக்குத் தங்கிக் கொள்வதானாலும் சரி. எப்போதுமே என்னுடன் இருந்துவிடுவதானாலும் சரிதான். நாம் இருவரும் ஒன்றாக இணைந்து செயல்படலாம். நீ என்ன சொல்கிறாய் தம்பி? ம்... இதோ பார்! நம் இருவருக்கும் இடையே இருக்கும் அபூர்வமான உருவ ஒற்றுமை, அது ஏற்படுத்தியிருக்கும் சூழ்நிலை இதையெல்லாம் பற்றிக் கவலைப்பட்டுக் கொண்டிருக் காதே. அதற்காக வருத்தப்படுவது ஒரு பாவச் செயல்! அது, இயற்கை வகுத்திருப்பது. இயற்கையன்னை அள்ளித் தரும் ஏராள மான அருட்கொடைகளில் இதுவும் ஒன்று என்று நினைத்துக் கொள். தம்பி யாஷா! உன் மேல் கொண்டுள்ள அன்பினால், அதிலும் ஒரு சகோதர வாஞ்சையால்தான் நான் இதையெல்லாம் பேசிக்கொண்டிருக்கிறேன். ஆனால்... நாம் தந்திரமாகவே இருப் போம் யாஷா! கண்மறைவான சுரங்கத்தைப் போல அதல பாதாளத்தில் ஒரு சதி வேலையை அமைக்கத் திட்டம் போடு வோம்; அவர்கள் நிலைகுலைந்து போகுமாறு செய்து விடுவோம்.”

இறுதியாக, மூன்றாவது, நான்காவது மதுக்கோப்பைகளை இருவரும் அருந்தி முடித்திருந்த அந்த வேளையில் தன்னிடம் இரண்டு வகையான உணர்ச்சிகள் இருப்பதைக் கண்டுகொண்டார் கோலியாட்கின். தான் அளவு கடந்த மகிழ்ச்சிக்கு ஆட்பட்டிருக் கிறோம் என்பது ஒன்று, கால்களை ஊன்றி நிற்க முடியாமல் தள்ளாடிக் கொண்டிருக்கிறோம் என்பது மற்றொன்று. அந்த

இரவை அங்கேயே கழிக்குமாறு விருந்தாளியிடம் கேட்டுக் கொண்டிருந்தார் அவர். அதற்கேற்ப இரண்டு நாற்காலிகளை இணைத்துப் போட்டபடி எப்படியோ ஒரு படுக்கை ஆயத்தமாகி விட்டிருந்தது. நண்பனின் கூரைக்குக் கீழே தங்குவதானால் வெறும் தரைகூட மென்மையான மெத்தையைப் போல ஆகிவிடும் என்று பிரகடனம் செய்தான் ஜூனியர் கோலியாட்கின். மேலும் அவனைப் பொறுத்தவரை எந்த இடமானாலும் எளிமையாகவும், நன்றி உணர்வோடும் ஏற்றுக்கொண்டு அதில் உறங்க முடியும். அப்படி யிருக்கும்போது இப்போது அவன் சொர்க்கத்தில் இருப்பது போல் ஒரு இடத்தில் இருக்கிறான். காலம் முழுவதும் நிறையப் பிரச்சினை களையும், துயரங்களையும் மட்டுமே எதிர்ப்பட்டுப் பழகிப் போனவன் அவன். ஏற்ற இறக்கங்கள் பலவற்றை அவன் பார்த்திருக் கிறான்; எல்லாவற்றோடும் அனுசரித்துப் போகவும் அவன் பழகியிருக்கிறான். மேலும் அவனுடைய எதிர்காலம் எப்படி இருக்கப்போகிறதோ அதை யாரால் சொல்ல முடியும்? அவன் இன்னும் அதிக அளவில் அனுசரித்துக்கொண்டு போகவும், பொறுத்துப்போகவும் கூட வேண்டியிருக்கலாம்! இவ்வாறு அவன் கூறும்போது அதை எதிர்த்துப் பேசிய கோலியாட்கின், கடவுளிடம் வைக்க வேண்டிய நம்பிக்கையைப் பற்றி வலியுறுத்திப் பேச ஆரம்பித்தார். அவரது விருந்தாளியும் அதை அப்படியே ஏற்றுக் கொண்டான்; நிச்சயமாகக் கடவுளைப் போல வேறு துணை இல்லவே இல்லை என்றான். இந்தக் கட்டத்தில் குறுக்கிட்ட கோலியாட்கின் துருக்கியர்களைப்பற்றிப் பேச ஆரம்பித்தார். உறக்கத்தில் இருக்கும்போது கூடக் கடவுளைக் கூவி அழைக்கும் அவர்களது இயல்பு மிகச் சரியானது என்றார். பிறகு, அறிவு ஜீவிகளான சில பேராசிரியர்கள், துருக்கியர்களின் தீர்க்கதரிசியான முகமது நபியைக் குறித்து பகிரங்கப்படுத்தும் அவதூறுகளையும், அவரது காலத்தின் மிகப்பெரிய அரசியல்வாதியாக மட்டுமே அவர்கள் அவரை அங்கீகரிப்பதையும் தன்னால் உடன்பட முடியாதென்றார். பிறகு, ஏதோ ஒரு புத்தகத்தில் தான் படித்திருந்த அல்ஜீரிய முடிதிருத்தகம் ஒன்றைப் பற்றிய சுவாரசியமான வருணனையை விவரிக்கத்தொடங்கினார். துருக்கியர்களின் எளிய பண்பை எண்ணி நண்பர்கள் இருவரும் மனம்விட்டுச் சிரித்தனர்; ஆனாலும் அவர்களது வெறித்தனமான பக்திக்கு உரிய மரியாதையைச் செலுத்தவும் அவர்கள் தவறவில்லை. அதற்கு அவர்களுக்குள்ளே இறங்கிக் கொண்டிருந்த மதுவும் ஒரு காரணம்.

எல்லாம் முடிந்தபிறகு, வந்திருந்த விருந்தாளி, தான் படுத்துக் கொள்வதற்கு வசதியாக உடைகளைக் கழற்றத் தொடங்கினான். அவனுடைய சட்டை கூட நல்லதாக இருக்காது என்ற நிலையில்,

ஏற்கனவே நிறையக் கஷ்டங்களை அனுபவித்துவிட்ட ஒரு மனிதனைத் தானும் சங்கடப்படுத்தக் கூடாது என்று கோலியாட்கி னின் நல்ல இதயம் எண்ணியது; அதனால் அவர் அந்த இடத்தி லிருந்து அகன்று, தடுப்புக்கு மறுபுறம் சென்றார். அவர் அவ்வாறு சென்றதற்கு பெட்ரூஷ்காவும் ஒரு காரணம். அவன் எப்படி இருக்கிறான் என்று ஒரு பார்வை பார்த்து உறுதிப்படுத்திக் கொண்டு, அவனையும் உற்சாகப்படுத்த வேண்டும் என்று அவர் நினைத்தார். அவனிடமும் அன்பு காட்டி அவனையும் மகிழ்ச்சியாக வைத்துக்கொள்வதன் வழியாகத் தன்னைச் சுற்றியிருக்கும் எல்லாமே இனிமையாகவும் இணக்கமாகவும் இருக்க வேண்டும் என்று விரும்பினார் அவர். பெட்ரூஷ்கா, இன்னும் கூட அவரது மனதைக் கொஞ்சம் தொந்தரவு செய்து கொண்டுதான் இருந்தான் என்பதை இங்கே குறிப்பிட்டாக வேண்டும்.

தன் பணியாள் தங்கி இருக்கும் பகுதிக்குச் சென்ற கோலியாட்கின்,

“நீ இப்போது உறங்கச் செல்லலாம் பியோதர் (பெட்ரூஷ்கா வின் சுருக்கமான பெயர்)” என்று சாந்தமான தொனியில் அவனி டம் கூறினார்.

“இப்போது படுக்கப் போ. காலையில் எட்டு மணிக்கு என்னை எழுப்பி விடு, என்ன பெட்ரூஷ்கா, நான் சொல்வது கேட்கிற தல்லவா? சரிதானே?”

அளவுக்கு மீறிய மென்மையோடும், நட்புணர்வோடும் கோலி யாட்கின் அவனிடம் பேசிக்கொண்டிருந்தார்; ஆனால் பெட்ரூஷ் காவோ எந்த பதிலும் அளிக்காமல் மௌனமாக இருந்தான். தனக்குப் படுக்கையை ஆயத்தம் செய்து கொள்வதில் மும்முரமாக ஈடுபட்டிருந்த அவன், ஒரு சின்ன மரியாதைக்காகக் கூடத் தன் எஜமானரின் பக்கம் திரும்பவோ அவரை ஏறெடுத்துப் பார்க்கவோ இல்லை.

“என்ன பியோதர், நான் சொல்வது உனக்குக் கேட்கிற தல்லவா?” என்றபடி மேலும் தொடர்ந்தார் கோலியாட்கின்.

“இப்போது தூங்கப் போ. என்னை நாளை காலை எட்டு மணிக்கு எழுப்பி விடு, என்ன சரிதானே புரிந்ததல்லவா?”

“அது எனக்கே தெரியாதா என்ன? என்னிடம் ஏன் அதைத் திரும்பத் திரும்பச் சொல்ல வேண்டும்?” என்று தனக்குத்தானே முணுமுணுத்துக்கொண்டான் பெட்ரூஷ்கா.

“நல்லது, சரிதான் பெட்ரூஷ்கா! நான் அப்படிச் சொன் னதற்குக் காரணம் நீயும் மகிழ்ச்சியாகவும், அமைதியாகவும் ஓய்வு கொள்ள வேண்டும் என்பதற்காகத்தான். இப்போது இங்கே நாங்கள்

மகிழ்ச்சியான மனநிலையில் இருக்கிறோம்; அதனால் நீயும் கூட சந்தோஷமாகவும், திருப்தியாகவும் இருக்கவேண்டும் என்று நான் ஆசைப்பட்டேன்! சரி.. பெட்ரூஷ்கா, 'குட் நைட்!' தூங்கு பெட்ரூஷ்கா, நன்றாகத் தூங்கு ! காலையில் நாம் எல்லோருமே வேலை செய்தாக வேண்டுமில்லையா? வித்தியாசமாக எதையாவது நினைத்துக் கொண்டு அலட்டிக்கொள்ளாதே பையா " இவ்வாறு பேச்சைத் தொடங்கிய கோலியாட்கின் சட்டென்று நிறுத்திக் கொண்டார்...

'கொஞ்சம் மிகையாகப் போய்விட்டதோ' என்று எண்ணிக் கொண்டார் அவர். 'தேவைக்கு மேலாகவே அதிகமாகப் பேசி விட்டேனோ? எப்போதுமே இப்படித்தான் நடக்கிறது ! எதையும் மிகையாகச் செய்வதே எப்பொழுதும் எனக்கு வழக்கமாகி விட்டது!'

பெட்ரூஷ்காவிடமிருந்து அகன்று சென்றபோது நம் கதாநாயகர் தன்னைத்தானே நொந்துகொண்டிருந்தார். பெட்ரூஷ்கா அப்படி முரட்டுத்தனமாகவும், அவமரியாதையாகவும் நடந்து கொண்டதும் கூட அவரைப் புண்படுத்தியிருந்தது.

"அந்த ராஸ்கலைப்போய் ஒரு ஆளாக மதித்து வேடிக்கை யாகப் பேசினேன். தன்னுடைய எஜமானே தன்னைத் தேடி வந்து அளவுக்கு மீறிய மரியாதை தந்தது கூட அந்தப் பயலுக்குப் பெரிதாகப்படவில்லை' என்று நினைத்துக் கொண்டார் கோலியாட் கின். 'ஆனால் பொதுவாக அந்த மாதிரி ஆட்களெல்லாம் அப்படி மோசமாகத்தான் நடந்துகொள்வார்கள்'

எப்படியோ தட்டுத்தடுமாறிக்கொண்டு அறைக்கு வந்த சேர்ந்த அவர், தன் விருந்தாளி படுக்க ஆயத்தமாக இருந்ததைக் கண்டதும், தானும் தன் படுக்கையின் ஓரத்தில் ஒரு நிமிடம் உட்கார்ந்து கொண்டார்.

"ஆனாலும் கூட நீ ஒரு வில்லன்தான் யாஷா! அதை நீ ஒத்துக்கொண்டுதான் ஆகவேண்டும்" என்று தலையை ஆட்டிக் கொண்டே கிசுகிசுப்பான தொனியில் பேச்சைத் தொடங்கினார் அவர்.

"நிச்சயமாக நீ ஒரு ராஸ்கல்தான்! என்னுடைய பெயரையே நீயும் வைத்துக்கொண்டு எப்படியெல்லாம் என்னைப் படுத்தி எடுத்திவிட்டாய் தெரியுமா நீ" தன் விருந்தாளியிடம் வேடிக்கையாக கேலி செய்வதுபோல மிகவும் பரிச்சயமான பாணியில் இவ்வாறு பேச்சைத் தொடர்ந்தார் அவர்.

கடைசியில் நட்புணர்வோடு அவனுக்கு 'குட்நைட்' சொல்லி முடித்துவிட்டுப் படுக்கத் தயாரானார். அதற்குள் அந்த விருந்தாளி குறட்டை விடத் தொடங்கியிருந்தான்.

கோலியாட்கினும் படுக்கையில் சாய்ந்து கொண்டு தனக்குத்தானே இவ்வாறு முணுமுணுத்தபடி சிரித்துக்கொண்டார்.

'என் அன்பான யாகோவ் பெத்ரோவிச், நீ இன்றைக்கு பயங்கர மாய்க் குடித்துவிட்டிருக்கிறாய் தெரியுமா? ஏய் ராஸ்கல்! ஏ கிழட்டு கோலியாட்கின்! ஆஹா எப்படி ஒரு குடும்பப்பெயர்? உனக்கென்ன அதில் இத்தனை சந்தோஷம்! நாளைக்கு நீ கட்டாயம் அழத்தான் போகிறாய் தெரியுமா? அழூமூஞ்சிப் பையா! உன்னை வைத்துக் கொண்டு என்னதான் செய்வதென்றே தெரியவில்லை! அந்த வேளையில் கோலியாட்கினை விநோதமான ஓர் உணர்வு முழுமை யாக ஆட்கொண்டிருந்தது... அதை சந்தேகம் என்றும் சொல்லலாம், தான் செய்ததற்காக வருத்தப்படுவதாகவும் கொள்ளலாம்.

"சே, இன்றைக்கு அளவுக்கு அதிகமாக உணர்ச்சி வசப்பட்டு எல்லை மீறித்தான் போய்விட்டேன்! இப்போது... என் காதுக்குள் பயங்கரமாய் சத்தம் கேட்கிறது. நான் மிக அதிகமான போதையில் இருக்கிறேன்! என்னை நானே கட்டுப்படுத்திக் கொள்ளத் தெரியாத ஒரு கழுதை நான்! ஒரு முட்டாளைப் போல மூட்டைமூட்டையாக உதவாக்கரையாகப் பல விஷயங்களை உளறிக்கொட்டிக் கொண் டிருந்திருக்கிறேன் நான்! கபடமாக நடந்து கொள்ள வேண்டு மென்றும் திட்டம் போட்டிருக்கிறேன்! ஒருவர் நம்மைப் புண் படுத்தினால் அதை மறப்பதும் மன்னிப்பதும் மிக உயர்வான ஒரு அறம்தான். அதை மறுப்பதற்கில்லை. ஆனால் அதே நேரத்தில் அது மோசமானதும் தவறானதும் கூடத்தான். ஆமாம். அது அப்படித்தான் இருக்கிறது' இவ்வாறு பலவற்றை நினைத்துப் பார்த்துக் கொண்டிருந்த கோலியாட்கின் இந்தக் கட்டத்தில் படுக்கையை விட்டு எழுந்து கொண்டார். ஒரு மெழுகுவர்த்தியை எடுத்துக்கொண்டு தூங்கிக்கொண்டிருக்கும் தன் விருந்தாளியை மீண்டும் ஒரு முறை பார்ப்பதற்குச் சென்றார். ஏதோ சிந்தனையில் ஆழ்ந்தபடி வெகுநேரம் அவனையே பார்த்துக் கொண்டிருந்தார் அவர்.

'என்ன அவலட்சணமான ஓவியம் இது? இது ஒரு கேலிச் சித்திரம், வழக்கமான ஒரு கேலிச் சித்திரம் மட்டும்தான்! இதிலுள்ள விஷயமே அதுதான்!'

ஒரு வழியாக இறுதியில் தன் இடத்துக்குச் சென்று படுத்துக் கொண்டார் கோலியாட்கின். அவர் தலைக்குள் ஏதோ ஒரு ஓசை கேட்டுக் கொண்டே இருந்தது. முணுமுணுப்பாக, கிசுகிசுப்பாக, மணியோசை போல இப்படி அந்த சத்தம் விடாமல் தொடர்ந்தது.

2

மறுநாள் காலை எட்டு மணி அளவில் வழக்கம் போல் கண்விழித்தார் கோலியாட்கின். உறக்கம் கலைந்த உடனேயே முதல் நாள் மாலை ஏற்பட்ட அனுபவங்கள் எல்லாம் அவரது நினைவில் எழுந்தன; அவற்றை நினைவு கூர்ந்த அளவிலேயே அவரது முகம் சுளித்தது.

'சே! நேற்றிரவு நான்தான் எப்படி ஒரு முட்டாளைப் போல நடந்து கொண்டிருக்கிறேன்' என்று எண்ணியபடி எழுந்து உட்கார்ந்தவர், தனது விருந்தாளியின் படுக்கை மீது பார்வையை ஓட விட்டார். ஆனால் அவரை வியப்பிலாழ்த்தும் வகையில் அந்த விருந்தாளி வந்து போனதற்கான எந்தச் சுவடும் அந்த அறையில் இல்லை; விருந்தாளி படுத்து உறங்கிய படுக்கையுமே கூட அங்கு இல்லை.

"இதற்கெல்லாம் என்ன அர்த்தம்?" என்று சற்று வாய்விட்டுக் கத்தினார் அவர். "இதெல்லாம் என்னவாக இருக்கும்." இப்படிப் புதிது புதிதாக நடப்பதெல்லாம் எதற்கான அறிகுறி"

வெறுமையாய்க் கிடந்த அந்த இடத்தை வெறித்துப் பார்த்தபடி, திறந்த வாய் திறந்தபடி, ஆச்சரியத்தில் ஆழ்ந்திருந்தார் கோலியாட்கின்; அப்போது கதவு கிறீச்சிட தேநீர்த் தட்டுடன் பெட்ரூஷ்கா உள்ளே நுழைந்தான்.

முதல் நாள் இரவு விருந்தாளிக்காக ஒதுக்கப்பட்டிருந்த இடத்தைச் சுட்டிக்காட்டியபடி மிக மெலிதான குரலில் "அவர் எங்கே... எங்கே போனார் அவர்...?" என்றார் நம் கதாநாயகர்.

பெட்ரூஷ்கா முதலில் எதுவுமே பதிலளிக்கவில்லை; தன் எஜமானரை ஏறெடுத்தும் பார்க்கவில்லை. வலப்பக்கமூலையில் மட்டுமே அவன் தன் பார்வையைப் பதித்திருந்ததால் வேறு வழியின்றி கோலியாட்கினும் கூட அந்த மூலையையே பார்த்தாக வேண்டி இருந்தது. சற்று நேரம் அமைதியாக இருந்த பிறகு கரகரப்பான முரட்டுத்தனமான குரலில் தன் எஜமானர் வீட்டிலேயே இல்லை என்று பதிலளித்தான் பெட்ரூஷ்கா.

"ஏ முட்டாள், ஏ பெட்ரூஷ்கா! இதோ பார் நான்தான் உன்னுடைய எஜமான். தன் வேலையாளை நோக்கி விழிகளை விரித்தபடி உடைந்த குரலில் இவ்வாறு சொன்னார் கோலியாட்கின்.

பெட்ரூஷ்கா அதற்கு எந்த மறுமொழியும் அளிக்கவில்லை. ஆனால் கோலியாட்கினை அவன் பார்த்த அந்தப் பார்வையில் அவரது காதுமடல்கள் கூச்சத்தில் சிவந்துபோயின. அந்த அளவுக்கு அவரை வெளிப்படையாகப் பழி தூற்றுபவனைப் போல ஏளனத்

தோடும் இழிவான பாவனையோடும் பார்த்துக் கொண்டிருந்தான் அவன். கோலியாட்கின் திக்பிரமை பிடித்தது போலிருந்தார் என்றுதான் சொல்ல வேண்டும். இறுதியாக, அந்த 'இன்னொரு மனிதர்' ஒன்றரை மணி நேரத்துக்கு முன்னாலேயே கிளம்பிச் சென்று விட்டாரென்றும், அவர் காத்திருக்க விரும்பவில்லை என்றும் விளக்கம் தந்தான் பெட்ரூஷ்கா. அவனது பதில் உண்மை யாகவும் பொருத்தமாகவும் இருப்பதாகவே பட்டது. பெட்ரூஷ்கா பொய் சொல்லவில்லை என்பது வெளிப்படையாகத் தெரிந்தது. அவனது அந்த ஏளனமான பார்வைக்கும், 'இன்னொரு மனித'ரைப் பற்றி அவன் குறிப்பிட்டதற்கும் காரணம், அவருக்கு ஏற்கனவே பரிச்சயமாகிவிட்டிருந்த மோசமான சூழ்நிலையும் அதன் விளைவுமே என்பது அவருக்குப் புரிந்தது. அதோடு கூடவே ஏதோ ஒன்று தவறாகப் போய்க்கொண்டிருக்கிறது என்பதும் தனக் காகக் காத்துக் கொண்டிருக்கும் இன்னொரு ஆச்சரியம் தனக்கு நிச்சயம் இனிமை தருவதாக அமையப் போவதில்லை என்பதும் கூட அவருக்கு மங்கலாகப் புலப்பட்டது.

"சரி இருக்கட்டும்... பார்த்துக் கொள்ளலாம்" என்று தனக்குத் தானே நினைத்துக்கொண்டார் அவர்.

'அதற்கென்று ஒரு நேரம் வரும்போது எல்லாவற்றையும் பார்த்துக் கொள்ளலாம், அடியாழம் வரை போய்ப் பார்த்து விடலாம்! கடவுளே கருணைகாட்டு' என்று வித்தியாசமான குரலில் முடிவாகத் தன்னுள் வேதனையோடு முனகிக் கொண்டார்.

'அவனை என்னோடு வரச் சொல்லி நான் ஏன்தான் அழைத் தேன்? அந்த எல்லை வரைக்கும் செல்ல நான் எப்படித் துணிந் தேன்? அந்தத் திருடர்கள் எனக்காக ஆயத்தமாக்கி வைத்திருந்த சுருக்குக் கயிற்றின் வளையத்துக்குள் நானாகவே என் தலையை வலிய நுழைத்துக்கொண்டதுதான் ஏன்? அதிலும் என் கைகளா லேயே அந்தக் கயிற்றின் முடிச்சை இறுக்கிப்போட்டுக் கொண்டிருக் கிறேன். நீ ஒரு முட்டாள் கோலியாட்கின் சரியான முட்டாள் நீ 'அறிவே இல்லாத ஒரு சின்னப்பையனைப் போல, குமாஸ்தாவைப் போல எந்தப் பொறுப்பிலும் இல்லாத மிகச் சாதாரணமான கீழ்த்தரமான ஒரு மனிதனைப் போல உளறுவதை உன்னால் கட்டுப்படுத்திக் கொள்ள முடியவில்லை! ஒரு கந்தைத் துணியை... ஒரு பிடிதுணியைப் போன்றவன்தான் நீ! தேவையில்லாமல் வம்பு பேசும் வயதானகிழவியைப் போல நீ நடந்து கொண்டாய். ஐயோ... சாமி! ஒன்றுமில்லாத அந்த வெறும்பயல் கவிதை எழுதுகிறானாம்... என் மேலுள்ள அன்பை அப்படி வெளிப்படுத்து கிறானாம். அந்தப் பொறுக்கிப் பயல் திரும்ப வந்தால் கோபத்தைக் காட்டாமல் வாயிற்கதவை மட்டும் கண்ணியமாக சுட்டிக்

காட்டுவது என்னால் எப்படி முடியும்? அது முடியுமா என்னால்? ஆனால் அப்படிச்செய்ய நிறைய வழிகள் இருப்பதென்னவோ நிஜம்தான்! 'இது இது , இந்த மாதிரி.. என் வருமானம் கூட அளவானதுதான்' என்று சொல்லலாம். இல்லையென்றால் எதையாவது சொல்லி ஏதாவது ஒரு வழியில் அவனை பயங்காட்டலாம். பலவற்றையும் யோசித்துப் பார்க்கும்போது இங்கே தங்குவதற்கும், உணவுக்குமான செலவை அவனும் பகிர்ந்துகொள்ள வேண்டும், அதற்கான முன்பணத்தையும் தந்துவிட வேண்டும் என்று அவனிடம் தெளிவுபடுத்திவிடுவதைத் தவிர எனக்கு வேறு வழியில்லை என்று சொல்லலாம்! ஹ்ம், சே,! அப்படி வேண்டாம். அது, என்னைத் தரந்தாழ்த்துவதாக இருக்கும். அவ்வளவு நாகரிகமாகவும் இருக்காது. ஏன், இப்படி செய்து பார்த்தால்? பெட்ரூஷ்காவை விட்டு அவனை எரிச்சலூட்டச் சொன்னால்? பெட்ரூஷ்காவை அவனிடம் மரியாதையில்லாமல், முரட்டுத்தனமாக நடந்து கொள்ளுமாறு சொல்லி... அந்த வகையில் அவனை ஓட்டிவிடப் பார்க்கலாமோ? அவர்கள் இரண்டு பேரையும் ஏதாவது ஒரு வகையில் எதிரும் புதிருமாக ஆக்கிவைத்தபடி! சே... அதுவும் வேண்டாம். அதுவும் கூட மறுபடி ஒரு வகையில் ஆபத்தானதுதான். அது சரியானதும் இல்லை. ஆமாம்... நிச்சயமாக அது சரியானதில்லை! ஆனால், ஒருவேளை அவன் வராமலே இருந்துவிட்டால்? அதுவும் கூட நன்றாக இருக்காது. நேற்று மாலை அவனிடம் நான் எப்படியெல்லாம் உளறினேன். ரொம்ப மோசம்.! எங்கள் இருவரின் காரியமுமே மோசம்! சே முட்டாளாக இருக்கும்படியே சபிக்கப்பட்டிருப்பவன் நான்! முட்டாளாக இருக்கும் சாபத்தைப் பெற்றவன்!

'நீ எப்படி நடந்துகொள்ள வேண்டுமோ அப்படி உன்னைப் பழக்கிக் கொள்ள உன்னால் முடியவில்லையே கோலியாட்கின்! மூளையைச் செலுத்திக் காரியம் செய்ய மாட்டேன் என்கிறாய்! ம், அவன் வந்து அதை மறுத்தால் எப்படித்தான் இருக்கும்? கடவுள் புண்ணியத்தில் அவன் வரட்டும்! ஆமாம்... உண்மையிலேயே அவன் வந்தால் நான் மிகவும் சந்தோஷப்படுவேன்.'

தேநீரை விழுங்கியபடியே சுவரில் மாட்டியிருந்த கடிகாரத்தையும் தொடர்ந்து பார்த்துக் கொண்டிருந்தபோது கோலியாட்கினின் மனதுக்குள் இப்படியெல்லாம் ஓடிக்கொண்டிருந்தது.

"இப்பொழுது மணி ஒன்பதேகால். கிளம்ப வேண்டியதுதான். ஏதோ ஒன்று நடக்கத்தான் போகிறது. என்ன நடக்குமோ, அது நடந்துதான் தீரும். இந்த விஷயத்தில் அப்படி என்னதான் ஒளிந்திருக்கிறது என்பதை சரியாகக் கண்டுபிடித்துவிட வேண்டும். அதுவே நான் விரும்புவது. இதன் இலக்கு நோக்கம், அதை ஒட்டிய

வெவ்வேறு சதி வேலைகள் என்று எல்லாவற்றையுமே! அவர்களெல்லாம் தீட்டிக் கொண்டிருக்கும் திட்டம் என்ன, அதன் முதல் படி என்னவாக இருக்கும் என்பதைக் கண்டுபிடிப்பது நல்லது".

கோலியாட்கினால் அதற்கு மேல் பொறுத்துக்கொள்ள முடியவில்லை. புகை பிடித்துக் கொண்டிருந்ததைப் பாதியிலேயே தூக்கிப் போட்டுவிட்டு உடையணிந்தபடி அலுவலகத்துக்குச் செல்லத் தயார் செய்து கொண்டார். முடிந்தால் வரப்போகும் ஆபத்திலிருந்து தன்னைக் காப்பாற்றிக் கொள்ளவேண்டும். நேரடியாக அந்த இடத்திலேயே இருந்தபடி என்ன விஷயம் என்பதையும் உறுதிப் படுத்திக்கொள்ளவேண்டும். அங்கே ஏதோ ஆபத்து இருக்கத்தான் செய்கிறது; ஆபத்து இருக்கிறதென்பது அவருக்கும் நன்றாகத் தெரியும்.

கோட்டைக் கழற்றியபடி அலுவலக வாயிற்கதவை நோக்கி விரைந்தபோது கோலியாட்கின் இப்படிச் சொல்லிக்கொண்டார்.

'அடிவரை துருவிப் பார்த்து விட வேண்டியதுதான், உடனடியாக இந்த விஷயங்கள் எல்லாவற்றையும் என்னவென்று பார்த்து விட வேண்டும்.'

தான் எப்படி செயலாற்ற வேண்டும் என்று மனதுக்குள் உறுதியாகத் தீர்மானம் செய்து கொண்ட பிறகு தன் உடைகளை சரி செய்துகொண்ட அவர், மிடுக்கான அலுவலகத் தோரணையுடன் பக்கத்து அறைக்குள் நுழைய முற்பட்டார். அப்போது அதன் கதவருகிலேயே தனது முதல் நாள் தோழனும் கூட்டாளியுமான மனிதனின் மீது அவர் எதிர்பாராமல் திடீரென்று மோதிக் கொள்ளுமாறு நேர்ந்தது. இருவரும் எதிர்எதிரே முகத்துக்கு முகம் சந்தித்தபோதும் ஜூனியர் கோலியாட்கின் மூத்த கோலியாட்கினைக் கண்டு கொண்டதாகத் தோன்றவில்லை.

மூச்சுவிடக்கூட நேரமில்லாத வேலை மும்முரத்தோடு ஜூனியர் கோலியாட்கின் பரபரப்போடு விரைந்து கொண்டிருந்ததைப் போல் தோன்றியது. காரியத்தில் மட்டுமே கவனமாக இருப்பதைப்போலப் பரபரப்பான தோரணையோடு காணப்பட்ட அவனைப் பார்த்தால் பிரத்தியேகமான விசேடமான வேலைப் பொறுப்பொன்றை ஏற்றிருப்பதைப் போலத்தான் எவருக்கும் தோன்றும்.

"ஓ, யாகோவ் பெத்ரோவிச் நீங்களா" என்றபடி முதல் நாள் இரவு, தனது விருந்தாளியாக இருந்தவனின் கையைப் பற்றிக் கொண்டார் நம் கதாநாயகர்.

"அப்புறம்... அப்புறம் பார்க்கலாம். இப்போது என்னை மன்னித்துக் கொள்ளுங்கள். பிறகு சொல்லுங்கள்" என்று சத்தமாகச்

சொன்னபடி அங்கிருந்து விரைந்து செல்ல முற்பட்டான் ஜூனியர் கோலியாட்கின்.

"மன்னித்துக் கொள்ளுங்கள். ஆனாலும் கூட இதை மட்டும் சொல்லிக்கொள்கிறேன் யாகோவ் பெத்ரோவிச், நீங்கள் என்னிடம் ஏதோ வேண்டுமென்று விருப்பம் தெரிவித்தீர்களே..."

"என்ன அது? எதுவாக இருந்தாலும் வேகமாகச் சொல்லுங்கள்" இந்தக்கட்டத்தில் முதல்நாள் இரவு வந்த அந்த விருந்தாளி வேண்டா வெறுப்போடு வலிந்து தன்னைப் பிடித்து நிறுத்திக் கொண்டு தன் காதை கிட்டத்தட்ட கோலியாட்கினின் மூக்கின் அருகே திணித்துக்கொண்டான்.

"யாகோவ் பெத்ரோவிச்! நீங்கள் இப்போது நடந்து கொண்டிருக்கும் விதம் எனக்கு மிகவும் ஆச்சரியமாக இருக்கிறது! அதை நான் சொல்லியே ஆகவேண்டும். இப்படி நீங்கள் நடந்துகொள்ளக் கூடும் என்று நான் சற்றும் எதிர்பார்க்கவில்லை"

"ஐயா, எல்லாவற்றுக்குமே 'முறை' என்ற ஒன்று இருக்கிறது! முதலில் மாண்புமிக்க அலுவலகத் தலைவரின் செயலாளரிடம் சொல்லுங்கள்... அங்கிருந்து முறைப்படி அலுவலக மேலாளர்களை அணுக வழி செய்து கொள்ளுங்கள்! உங்களிடம் கோரிக்கை மனு ஏதாவது இருக்கிறதா?"

"நீங்கள்... என்ன சொல்ல வருகிறீர்கள்? எனக்கு உண்மையாகவே புரியவில்லை யாகோவ் பெத்ரோவிச்! எனக்கு உங்களைப் பார்த்தால் ஆச்சரியமாகத்தான் இருக்கிறது யாகோவ் பெத்ரோவிச்! நிஜமாகவே நான் யாரென்பது உங்களுக்குத் தெரியவில்லையா, இல்லையென்றால் இயல்பாகவே உங்களிடம் இருக்கும் விளையாட்டுக் குணத்தால் ஏதாவது வேடிக்கை காட்டுகிறீர்களா?"

"ஓ நீங்களா" என்று அப்போதுதான் அவரை இனம் கண்டு கொள்ள முடிந்தவனைப் போலச் சொன்னான் ஜூனியர் கோலியாட்கின்.

"ஓ, நீங்களா, சரி சரி! நேற்று இரவு நன்றாகத் தூங்கினீர்கள் தானே?"

தொடர்ந்து இலேசாகப் புன்னகையும் செய்தான். ஆனால் அது வழக்கமான சம்பிரதாயப் புன்னகையாக மட்டுமே இருந்தது; அவன் இருந்த நிலைமைக்கு ஏற்றதாக அது இல்லை (எப்படிப் பார்த்தாலும் சீனியர் கோலியாட்கினுக்கு நன்றிக்கடன்பட்ட நிலையில் அவன் இருந்த அந்த வேளையில்) வழக்கமான சம்பிரதாயமான புன்னகை ஒன்றை உதிர்த்ததோடு முந்தைய இரவு சீனியர் கோலியாட்கின் நன்றாகத் தூங்கியதில் தனக்கு மகிழ்ச்சி என்பதையும் சேர்த்துக் கொண்டான். பிறகு இலேசாகக் குனிந்து

வணக்கம் செலுத்தியபடி கால்களை லேசாக உதறிக் கொண்டான்; இடது பக்கமும், வலது பக்கமும் பார்வையைச் சற்று ஓட விட்ட பின்பு, கண்களைத் தரை மீது தாழ்த்திக் கொண்டு பக்கத்துக் கதவின் மீது குறிவைத்தபடி விரைந்தான். தனக்கு மிக முக்கியமான பணி ஒன்று ஒதுக்கப்பட்டிருப்பதாக முணுமுணுத்துக்கொண்டே அடுத்த அறைக்குள் பாய்ந்து மின்னலைப் போல மறைந்தான்.

"இது என்னவோ விநோதமாகத்தான் இருக்கிறது" என்று கணநேரம் திகைத்துப் போனபடி தன்னுள் முணுமுணுத்துக் கொண்டார் நம் கதாநாயகர்.

"இது விநோதம்தான்! வித்தியாசமாக என்னவோ ஒன்று நடந்துகொண்டுதான் இருக்கிறது."

இந்தக் கட்டத்தில் தனக்கு மயிர்க்கூச்சலெடுத்தது போல உணர்ந்தார் கோலியாட்கின்.

"எப்படியோ? இந்த மாதிரி ஒரு வித்தியாசமான சூழ் நிலையைப் பற்றி நான் வெகுநாட்களாகவே சொல்லிக் கொண்டிருக் கிறேன்! அவன் ஏதோ ஒரு முக்கியமான வேலை நிமித்தமாகத்தான் இங்கே இருக்கிறான் என்பதை நீண்ட காலமாகவே என் உள்ளுணர்வு அறிந்து வைத்திருக்கிறது. அவ்வளவு ஏன்? அவனுக்கு முக்கியமான வேலை ஒன்று ஒதுக்கப்பட்டிருப்பது நிச்சயம் என்று நேற்று கூட நான் சொன்னேனே?"

அலுவலகத்திலுள்ள தன்னுடைய துறையை நோக்கிச் செல்லும் போது இவ்வாறு தனக்குத்தானே சொல்லிக் கொண்டார் அவர்.

"நேற்று உங்களிடம் தந்த ஆவணத்தைப் படி எடுத்து முடித்து விட்டீர்களா யாகோவ் பெத்ரோவிச்?" என்று தன்னருகே அமர்ந்து கொண்ட கோலியாட்கின்னைப் பார்த்துக் கேட்டார் ஆண்டன் அண்டோனோவிச் சிடோச்கின்.

"இப்பொழுது அதைக் கொண்டு வந்திருக்கிறீர்களா?"

"ஆமாம்" என்று முணுமுணுத்தபடி தலைமைக் குமாஸ்தாவைக் கையாலாகாத பாவனையோடு ஏறிட்டுப் பார்த்தார் கோலியாட்கின்.

"சரி, இருக்கட்டும்! நான் அதைக் குறிப்பிட்டதற்குக் காரணம் ஆந்திரேய் ஃபிலிப்போவிச் அதைப் பற்றி இரண்டு தடவை கேட்டு விட்டார் என்பதால்தான்! தலைமை கேட்டுவிட்டால் அதை நிறை வேற்றுவது பொறுப்பிலுள்ள என் கடமையாகிவிடுகிறது.

"ஆமாம் அது சரிதான்! அதை முடித்துவிட்டேன்."

"சரி, அப்படியென்றால் நல்லதுதான்"

"ஆண்டன் அண்டோனோவிச்! நான் என் கடமைகளை

எப்போதுமே மிக ஒழுங்காகச் செய்து வருபவன். என் மேலதிகாரி கள் என்மீது நம்பிக்கை வைத்துக் கொடுக்கும் வேலை எதுவாக இருந்தாலும் மிகுந்த கவனத்தோடு மனச்சாட்சிப்படி அதை ஆற்றி வருபவன் நான்!"

"அது சரி, நீங்கள் இப்போது என்னதான் சொல்ல வருகிறீர் கள்"

"எதுவுமில்லை ஆண்டன் அண்டோனோவிச்! நான் கொஞ்சம் விளக்கமாகச் சொல்ல ஆசைப்பட்டேன் ஆண்டன் அண்டோனோ விச்! அதாவது தினப்படி சாப்பாட்டுக்கே திண்டாடித் தவித்துக் கொண்டிருந்தாலும் பொறாமையும், வஞ்சகமும் மட்டும் எவரையும் விட்டுவைப்பதில்லை என்பதைத்தான்

"மன்னித்துக் கொள்ளுங்கள்... எனக்கு நீங்கள் சொல்வது எதுவுமே புரியவில்லை, நீங்கள் யாரைப் பற்றிக் குறிப்பிடுகிறீர்கள்?"

"ஆண்டன் அண்டோனோவிச்! நான் சொல்ல நினைத்தது இது ஒன்றை மட்டும்தான்! நான் எப்போதும் நேர் வழியை மட்டுமே நாடுபவன் என்பதும் ஒளிவுமறைவாகச் சுற்றிவளைத்துச் செய்பவற்றை வெறுப்பவன் என்பதும்தான் அது. சதி வேலை செய்யும் ஆளில்லை நான். இன்னும் சொல்லப்போனால் அந்த மாதிரி இல்லாமல் இருப்பதில் பெருமைப்படுபவனும் கூட"

"இருக்கட்டும் சார்! எல்லாமே சரிதான் சார்!.. நீங்கள் சொல்வ தெல்லாமே என் மனதுக்குச் சரியாகத்தான் படுகிறது. நான் ஏற்றுக் கொள்ளவும் செய்கிறேன்! ஆனாலும் ஒரு விஷயத்தை மட்டும் உங்களிடம் நான் சொல்லிக்கொள்ள வேண்டும் யாகோவ் பெத்ரோவிச்! ஒருவரைப் பற்றித் தனிப்பட்ட முறையில் கருத்துச் சொல்லுவதென்பது நல்ல நாகரிகம் கொண்ட சமூகத்தில் நிச்சயம் அனுமதிக்கப்படுவதில்லை. உதாரணத்துக்கு என்னையே கூட எடுத்துக்கொள்ளுங்களேன்! என் முதுகுக்குப் பின்னால் பேசப்படும் எதையும் நான் சகித்துக்கொண்டிருப்பேன். காரணம் ஒவ்வொரு வரின் முதுகுக்குப் பின்னாலும் எவரோ பேசிக் கொண்டுதான் இருக்கிறார்கள். ஆனால் நீங்கள் இதை எப்படி நினைத்துக் கொண் டாலும் சரிதான், என் முகத்துக்கு நேரே எவரும் துடுக்குத் தனமாகப் பேசுவதை மட்டும் என்னால் அனுமதிக்கவே முடியாது சார்! இந்த அரசாங்க வேலையில் மட்டுமே இத்தனை வருஷம் இருந்து நரைத்துக்கூடப் போய்விட்ட நான், இந்த வயதான காலத் தில் எவரும் என்னிடம் முரட்டுத்தனமாகப் பேசுவதை மட்டும் ஏற்றுக்கொள்ள முடியாது".

"ஐயையோ அப்படி இல்லை ஆண்டன் அண்டோனோவிச்! இதோ பாருங்கள் ஆண்டன் அண்டோனோவிச், நான் சொன் னதை நீங்கள் சரியாகப் புரிந்து கொள்ளவில்லை..! ஆண்டன்

அண்டோனோவிச், இப்படிச் சொல்வதற்கு என்னை மன்னித்துக் கொள்ளுங்கள். ஆனால், என்னைப் பொறுத்தவரை அப்படிப் பேசுவதை நிச்சயம் நான் பெருமையாகத்தான் நினைப்பேன்!"

"நல்லது, அப்படியென்றால் என்னையும் மன்னித்துக் கொள்ளுங்கள்! நாங்களெல்லாம் பழைய வழிமுறைகளின்படி வளர்க்கப்பட்டவர்கள்! உங்கள் புதிய பகட்டான வழிகளையெல் லாம் இனிமேல் கற்றுக்கொள்ள நேரமில்லை! நம்முடைய சொந்த நாட்டுக்கு சேவை செய்வதில் போதுமான அளவு பங்களிப்பை நாங்கள் செய்திருக்கிறோம் என்றே நம்புகிறேன். இருபத்தைந்து ஆண்டுக் காலம் எந்தக் குற்றம் குறையும் சொல்ல முடியாமல் பணியாற்றியதற்காக நான் விருது கூட பெற்றிருக்கிறேன்."

"எனக்குப் புரிகிறது ஆண்டன் அண்டோனோவிச்! என் தரப்பிலிருந்து நானும் கூட அதையெல்லாம் நன்றாகப் புரிந்து கொள்கிறேன். ஆனால் நான் குறிப்பிடுவது அதைப் பற்றி அல்ல! நான் 'முகமூடி'களைப் பற்றிப் பேசிக் கொண்டிருக்கிறேன் ஆண்டன் அண்டோனோவிச்!"

"என்னது, முகமூடிகளா?

"ஐயோ, மறுபடியும் தவறாகக் கொள்ளாதீர்கள்! நீங்கள் பேசுவதைப் பார்த்தால் இப்பொழுதும் கூட என் வார்த்தைகளை நீங்கள் சரியாகப் புரிந்துகொள்ளாததைப் போலத்தான் இருக்கிறது. நான் சும்மா, கருத்து ரீதியாக ஒரு விஷயத்தை விளக்கலாமென்று பார்த்துக் கொண்டிருக்கிறேன். அவ்வளவுதான். ஆண்டன் அண்டோனோவிச்! முகமூடி தரித்திருக்கும் மனிதர்கள் அரிதாக இல்லாமல் அதிகமாக ஆகிவிட்டார்கள். முகமூடிக்குப் பின்னால் ஒளிந்திருக்கும் மனிதனை அடையாளம் காண்பது இப்போதெல் லாம் கஷ்டமாகி விட்டது ஐயா"

"ஆனால் அது ஒன்றும் அத்தனை கஷ்டமானதில்லை. சில சமயங்களில் அது மிகவும் சுலபமானதாகக் கூட இருக்கலாம்... சில வேளைகளில், சிரமப்படாமலே கூட அதைக் கண்டுபிடித்துவிட முடியும்"

"இல்லை ஆண்டன் அண்டோனோவிச்! நான் இப்படிச் சொல்லிக்கொள்வேன். எனக்கு நானே இப்படிச் சொல்லிக் கொள்வதுண்டு நான். முகமூடி அணிவதற்கான தேவை என்று ஒன்று ஏற்படாமல் நான் ஒருபோதும் அதை அணியமாட்டேன். வெளிப்படையான அர்த்தத்தில் சொல்லப்போனால் திருவிழா, பண்டிகை போன்ற சமயங்களைத் தவிர! இன்னொரு அர்த்தத்தில் சொல்வதாக இருந்தால் தினசரி வாழ்க்கையில் பிற மனிதர்களுக்கு முன்பு நடமாடும்போது முகமூடி எதையும் நான் அணிந்துகொள்ள மாட்டேன். நான் சொல்ல வந்தது அதுதான் ஆண்டன்

அண்டோனோவிச்!"

"ஓ, நல்லது நல்லது. இதோடு இந்தப் பேச்சை விட்டு விடுவோமா? இதற்கு மேல் எனக்கு நேரமில்லை" என்று சொன்னபடி தன் இருக்கையிலிருந்து எழுந்து கொண்ட ஆண்டன் அண்டோனோவிச் தலைமை அதிகாரியிடம் காட்டுவதற்காக சில ஆவணங்களை எடுத்துக்கொண்டார்.

"உங்கள் காரியம், அதாவது நீங்கள் விரும்பிய விளக்கம் தாமதமின்றி வெகு சீக்கிரம் உங்களுக்குக் கிடைத்துவிடக் கூடுமென்றே நம்புகிறேன். எவர் மீது பழிசுமத்தலாம் யாரைக் குற்றம் சாட்டலாம் என்பதையெல்லாம் நீங்களாகவே தெரிந்துகொண்டு விடுவீர்கள். இதற்கு மேல் என்னிடம் தனிப்பட்ட முறையில் விளக்கம் கேட்டு வாதம் செய்து வம்பு பேசி என் நேரத்தை வீணாக்க வேண்டாம் என்று உங்களிடம் பணிவாகக் கேட்டுக் கொள்கிறேன். அது, என் வேலைக்கு இடைஞ்சலாக இருக்கும்!"

"இல்லை ஆண்டன் அண்டோனோவிச் " என்று பேசத் தொடங்கிய கோலியாட்கின், அங்கிருந்து அவர் கிளம்புவதைப் பார்த்து முகம் சற்றே வெளிறினார். "எனக்கு அப்படிப்பட்ட எண்ணம் எதுவுமில்லை."

'இதற்கெல்லாம் என்ன அர்த்தம்?' தனிமையில் விடப்பட்ட நம் கதாநாயகர் தனக்குத்தானே இவ்வாறு சொல்லிக்கொண்டார்.

'காற்று இப்போது எந்தப்பக்கம்தான் அடிக்கிறது தெரியவில்லையே? இந்தப் புதிய திருப்பம் என்னதான் உணர்த்துகிறது?'

புதிதான இந்தப் புதிரை விடுவிக்க முனைந்தபடி நம் கதாநாயகர் அரைப்பிணம் போல் திகைப்பில் ஆழ்ந்து கிடந்த அதே வேளையில் பக்கத்து அறையில் ஏதோ வேலை நடக்கும் ஆரவாரமும் பேச்சுக்குரலும் கேட்டது. அத்தனை நேரமும் தலைமை அதிகாரியின் அறையில் ஏதோ வேலையாக இருந்த ஆந்திரேய் ஃபிலிப்போவிச் கதவைத் தள்ளித் திறந்தார்; மூச்சுத் திணற வைக்கும் வேலை மும்முரத்தோடு காணப்பட்ட அவர் கதவருகே நின்றபடியே கோலியாட்கினை அழைத்தார். தன்னிடம் அவர் கேட்பது என்னவென்பதைப் புரிந்துகொண்ட கோலியாட்கின், ஆந்திரேய் ஃபிலிப்போவிச்சை அதிகநேரம் காத்திருக்க வைக்க விரும்பாமல் மெல்ல எழுந்து சென்று தன்னிடம் கேட்கப்பட்ட ஆவணத்தை சற்று உத்யோக மிடுக்கோடு சரிபார்த்துத் தூசுதட்டி எடுத்தார்; பிறகு அந்த ஆவணத்தோடு ஆந்திரேய் ஃபிலிப்போவிச்சைத் தொடர்ந்து மேலதிகாரியின் அலுவலக அறைக்குள் செல்ல ஆயத்தம் செய்து கொண்டார். அப்போது கதவருகே நின்றுகொண்டிருந்த ஆந்திரேய் ஃபிலிப்போவிச்சின் தோளுக்கு அடி வழியாக நழுவிக்கொண்டு உள்ளே வந்ததைப்போல

திடீரென்று மூச்சடைக்கும் வேகத்தோடும், ஆரவாரத்தோடும் அம்புபோல அறைக்குள் பாய்ந்தான் ஜூனியர் கோலியாட்கின். முக்கியமான வேலை ஒன்றில் தான் ஈடுபட்டிருப்பதைப் போன்ற மிடுக்கான அதிகாரத் தோரணையுடன் இப்படிப்பட்ட திடீர்த் தாக்குதலை சற்றும் எதிர்பார்த்திராத சீனியர் கோலியாட்கினை நோக்கி நேராக சென்றான்.

"அந்த ஆவணங்கள் வேண்டும் யாகோவ் பெத்ரோவிச்... அந்த ஆவணங்கள்... எங்கே? மேலதிகாரி வேண்டுமென்று கேட்கிறார்! தயாராக வைத்திருக்கிறீர்களா?" சீனியர் கோலியாட்கினின் நண்பன் அவசரமான... ஆனால் கீழடங்கிய தொனியில் இவ்வாறு அவரிடம் கிசுகிசுத்தான். "ஆந்திரேய் ஃபிலிப்போவிச் உங்களுக்காகக் காத்துக் கொண்டிருக்கிறார்."

"அவர் காத்துக் கொண்டிருப்பது நீங்கள் சொல்லாமலே எனக்குத் தெரியும்" சீனியர் கோலியாட்கினும் விரைவாக முணு முணுத்தார்.

"இல்லை யாகோவ் பெத்ரோவிச்! நான் அப்படி நினைத்துச் சொல்லவில்லை! அப்படி நான் நினைக்கவே இல்லை யாகோவ் பெத்ரோவிச், ஆமாம் அப்படி இல்லவே இல்லை! உண்மையில் நான் உங்கள் மீது பரிவு கொண்டிருக்கிறேன். எளிமையான இதய பூர்வமான அக்கறை."

"ஆதே மாதிரி நானும் உங்களை மிகவும் கெஞ்சிக் கேட்டுக் கொள்கிறேன். என்னை விட்டுவிடுங்கள், தயவுசெய்து, ஆம் தயவு செய்து"

"யாகோவ் பெத்ரோவிச், அதையெல்லாம் முதலில் ஒரு ஃபைலில் அடுக்கி வையுங்கள். அப்புறம் அந்த மூன்றாவது பக்கத்தை அடையாளமாகக் குறித்து வையுங்கள். அதைச் செய்ய தயவு செய்து என்னை அனுமதியுங்கள் யாகோவ் பெத்ரோவிச்!

"நீங்கள் முதலில் என்னைச் செய்ய விடுங்கள்"

"ஆனால் இதோ பாருங்கள், இங்கே ஒரு மைக்கறை இருப் பதைப் பாருங்கள், யாகோவ் பெத்ரோவிச்! இங்கே ஒரு கறை இருக்கிறதே அதை நீங்கள் பார்க்கவில்லையா?" இந்த நேரத்தில் ஆந்திரேய் ஃபிலிப்போவிச் இரண்டாவது முறையாக யாகோவ் பெத்ரோவிச்சைக் கூப்பிட்டார்.

"ஆந்திரேய் ஃபிலிப்போவிச்! ஒரே ஒரு நிமிடம் பொறுங்கள்! இதோ வந்துவிட்டேன்! ஏன் ஐயா (ஜூனியர் கோலியாட்கினிடம்) உங்களுக்கு என்ன ரஷ்யமொழி தெரியாதா?"

"அதை ஒரு பேனாக் கத்தியால் சுரண்டிவிட்டால் நன்றாக இருக்குமென்று நினைக்கிறேன் யாகோவ் பெத்ரோவிச்! நீங்கள்

என்னை நம்பி அந்த வேலையைத் தரலாம். நீங்கள் அதைத் தொட வேண்டாம் யாகோவ் பெத்ரோவிச், என்னை நம்புங்கள். நான் ஒரு பேனாக்கத்தியால் அதை சரிசெய்து விடுவேன்''

ஆந்திரேய் ஃபிலிப்போவிச், மூன்றாவது முறையாக கோலியாட்கினை அழைத்தார்.

"கொஞ்சம் என்னைப் பார்க்க விடுங்கள், அப்படி ஒரு கறை எங்கே இருக்கிறது? எனக்கொன்றும் அப்படிக் கறை இருப்பதாகவே தெரியவில்லையே?''

"ஐயோ எத்தனை பெரிய கறை அது ? இதோ பாருங்கள், இதோ இங்கேதான்! கொஞ்சம் என்னைச் சரி செய்ய விடுங்கள் யாகோவ் பெத்ரோவிச். இலேசாகப் பேனாக்கத்தியால் தொட்டு அதைச் சுரண்டி எடுத்து விடுவேன். மனதார சொல்கிறேன், உங்கள் மீது அக்கறை இருப்பதால்தான் சொல்கிறேன். ம்... அவ்வளவுதான். பாருங்கள் முடிந்தாயிற்று''

இந்தக் கட்டத்தில், சட்டென்று கொஞ்சமும் எதிர்பாரத வகையில் இருவருக்கும் இடையே நிகழ்ந்த சிறிய பூசலில் ஜூனியர் கோலியாட்கின் மேலாதிக்கம் செலுத்தத் தொடங்கியிருந்தான். சீனியர் கோலியாட்கின் மேற்கொண்ட கடும் முயற்சிக்கும் அவரது விருப்பத்துக்கும் முற்றிலும் மாறாத மேலதிகாரிகள் கேட்டிருந்த ஆவணங்களை இளையவன் அவரிடமிருந்து அபகரித்துக் கொண்டான். ஆவணத்தில் இருந்த கறையைப் பேனாக் கத்தியால் போக்கவே மனதார முயல்வதாக வஞ்சகமான, கபடமான முறையில் கூறிய அவன் அவ்வாறு செய்யாமல் அவற்றைச் சுருட்டி எடுத்துத் தன் கையிடுக்கில் வைத்துக் கொண்டு இரண்டே தாவலில் ஆந்திரேய் ஃபிலிப்போவிச்சை நெருங்கினான். அவன் மேற்கொண்ட தந்திரங்கள் எவற்றையும் கவனிக்காமல் நின்றிருந்த அவரோடு மேலாளரின் அறைக்கு விரைந்தான்.

கையில் பிடித்துக் கொண்டிருந்த பேனாக் கத்தியால் எதைச் சுரண்டலாம் என்று ஆயத்தம் செய்தபடி, இருந்த இடத்தை விட்டு அசையாமல் அப்படியே நிலைகுத்தியது போல நின்று கொண்டிருந்தார் சீனியர் கோலியாட்கின்.

தான் எதிர்ப்பட நேர்ந்திருக்கும் புதிய சூழ்நிலை அவருக்கு இன்னும் புரிபட்டிருக்கவில்லை. அதிலிருந்து தன்னை அவரால் அத்தனை எளிதாக மீட்டுக்கொள்ள முடியவில்லை. ஏதோ பலத்த அடி விழுந்தது போல உணர்ந்தாலும் அது ஒன்றும் அவ்வளவு முக்கியமில்லை என்றும் அவர் நினைத்துக் கொண்டார். விவரித்துச் சொல்ல முடியாத பயங்கரமான தவிப்போடு தான் இருந்த இடத்திலிருந்து தன்னைப்பிய்த்து எடுத்துக்கொண்டபடி நேரே மேலாளரின் அறையை நோக்கி விரைந்தார் அவர். எப்படியாவது இதெல்லாம்

சரியாகிவிட வேண்டுமென்று வழியெல்லாம் மனதுக்குள் வேண்டிய படியே போய்க்கொண்டிருந்தார் அவர். மேலாளரின் தனி அறைக்கு முன்னாலுள்ள அறையை அவர் நெருங்கிக் கொண்டிருந்த போது ஆந்திரேய் ஃபிலிப்போவிச்சோடும், தன்னுடைய பெயரைக் கொண்டிருக்கும் மனிதனோடும் நேருக்கு நேர் எதிர்ப்படுமாறு நேர்ந்துவிட்டது. அவர்கள் திரும்பி வந்து கொண்டிருந்தார்கள்; கோலியாட்கின் ஒரு புறமாக விலகி நின்றார். ஆந்திரேய் ஃபிலிப்போவிச் சிரித்த முகத்தோடு கலகலப்பாகப் பேசிக் கொண்டிருந்தார். கோலியாட்கினின் பெயரைக் கொண்ட மனிதனும் புன்னகை செய்தபடி ஆந்திரேய் ஃபிலிப்போவிச்சிடம் மரியாதை யோடு குழைந்து நெளிந்துகொண்டிருந்தான். மிகவும் மகிழ்ச்சியான மனநிலையுடன் அவரது காதுகளில் அவன் ஏதோ முணுமுணுக்க, அவரும் அதை ஆமோதித்தபடி தலையாட்டிக் கொண்டிருந்தார். மின் வெட்டும் நேரத்தில் நிலைமை பூராவுமே நம்முடைய கதாநாய கருக்கு விளங்கிவிட்டது.

உண்மையில் சொல்லப்போனால் அவர் செய்திருந்த வேலை, உயரதிகாரியான மேலாளரின் எதிர்பார்ப்பையும் கூட விஞ்சுவதாக அமைந்துவிட்டது (அதை அவர் பிற்பாடு அறிந்துகொண்டார்). உரிய நேரத்துக்கு முன்னாலேயே அது மிகச் சரியாக நிறைவு பெற்றும் விட்டது. மேலாளருக்கு அதில் மிகவும் மகிழ்ச்சி! ஜூனியர் கோலியாட்கினைப் பார்த்து அவர் நன்றி கூறியதோடு உரிய நேரம் வரும்போது அதை ஒருபோதும் மறவாமல் நினைவில் வைத்திருப்பதாகச் சொன்னதாகப் பேசிக் கொண்டார்கள்.

அதை உடனடியாக எதிர்த்தாக வேண்டும், தன்னால் முடிந்த வரை கடுமையாக அதை எதிர்க்க வேண்டும் என்றுதான் கோலி யாட்கினுக்கு முதலில் தோன்றியது. சவம் போல வெளிறிப் போன அவர் ஆந்திரேய் ஃபிலிப்போவிச்சிடம் வேகமாகச் சென்றார். ஆனால் அது கோலியாட்கினின் தனிப்பட்ட விவகாரம் என்பதைத் தெரிந்து கொண்ட ஆந்திரேய் ஃபிலிப்போவிச், தன்னுடைய தனிப் பட்ட வேலைகளுக்கு ஒதுக்கக்கூடத் தனக்கு நேரம் சிறிதுமில்லை என்று சொல்லியபடி அதைக் கேட்க மறுத்து விட்டார்.

வெட்டினாற் போன்ற தொனியுடன் அவர் அப்படி மறுத்து விட்டதில் கோலியாட்கின் அதிர்ந்து போனார்.

'வேறு வழியில் முயற்சி செய்தால் நல்லதாக இருக்குமோ? சரி, ஆண்டன் அண்டோனோவிச்சிடம் போய் முறையிட்டுப் பார்க்கலாம்...?'

ஆனால் ஆண்டன் அண்டோனோவிச்சும் கண்ணில் தட்டுப் படாதது அவருக்கு ஏமாற்றத்தை அளித்தது; 'வேறு ஏதோ வேலையாக எங்கோ நான் பேச வந்த விஷயத்தையும், கொடுக்க

வந்த விளக்கத்தையும் அந்த ஆள் தள்ளிப்போட்டது ஏதோ ஒரு திட்டத்தோடுதான்' என்று எண்ணிக் கொண்டார் நம் கதாநாயகர். 'அந்தக் கிழட்டுப் பயல் அப்படித்தான் ஏதோ நினைத்திருக்க வேண்டும். அப்படியென்றால் நான் பேசாமல் தைரியமாக உயரதி காரியையே பார்த்து விட வேண்டியதுதான்'

இன்னும் கூட முகம் வெளிறித்தான் கிடந்தார் கோலியாட்கின்; பல வகையான குழப்பங்களுடன் அவரது மூளை பொங்கிக் கொண்டிருந்தது; அடுத்து செய்யவேண்டியது என்ன என்பதை முடிவு செய்ய இயலாமல் நாற்காலியின் விளிம்பில் உட்கார்ந்திருந் தார் அவர்.

'இதெல்லாம் ஒன்றுமே இல்லையென்று ஆகிவிட்டால் எவ்வளவு நன்றாக இருக்கும்' தொடர்ந்து இப்படியே தனக்குள் யோசித்துக் கொண்டிருந்தார் அவர்.

இப்படி ஒரு மர்மமான விஷயம் நிச்சயம் நடக்கவே முடியாதது தான். முதலில் எடுத்துக் கொண்டால் இது வெறும் குப்பை! அடுத்தாற்போலப் பார்க்கப் போனால் இந்த மாதிரி நடக்கவே முடியாது! பெரும்பாலும் இது ஒரு கற்பனையாகக் கூட இருக்கக் கூடும். இந்த மாதிரி நடக்காமல் வேறுமாதிரி நடந்திருக் குமோ, ஒரு வேளை அங்கே சென்றது நானேதானோ? என்னையே வேறொரு ஆளாக மாற்றிப் புரிந்து கொண்டு விட்டேனோ? சொல்லப் போனால் இது முழுக்க முழுக்க நடக்க முடியாத ஒரு விஷயம்தான்'

அது சுத்தமாக நடக்கவே முடியாத ஒரு விஷயம் என்று கோலியாட்கின் தன் மனதுக்குள் ஒரு முடிவுக்கு வந்த அதே நேரத்தில் இரண்டு கைகளிலும் தோள் இடுக்கிலும் கத்தை கத்தை யாகத் தாள்களைப் பிடித்தபடி வந்தான் ஜூனியர் கோலியாட்கின். ஆந்திரேய் ஃபிலிப்போவிச்சைக் கடந்து செல்லும்போது வேலை விஷயமாக அவரிடம் இரண்டு மூன்று வார்த்தைகள், வேறு ஒருவரிடம் ஏதோ ஒரு கருத்துப் பரிமாற்றம், இன்னும் ஒருவரிடம் பணிவான முகமன், மூன்றாவது நபர் ஒருவரிடம் ஏதோ விசாரிப்பது போன்ற பாவனை இவற்றோடு வீணாக்குவதற்கான நேரமே தனக்கு இல்லாததைப் போல வேகம் காட்டிக் கொண்டிருந் தான் ஜூனியர் கோலியாட்கின். அறையைத் தாண்டி அவன் செல்ல முற்பட்ட சமயத்தில் அங்கே வேலை செய்து கொண்டிருந்த இரண்டு மூன்று குமாஸ்தாக்களிடம் ஓரிரு வார்த்தைகள் பேசுவதற் காகக் கதவருகே அவன் நின்றது சீனியர் கோலியாட்கினுக்கு ஒரு நல்ல வாய்ப்பாக அமைந்து விட்டது. சீனியர் கோலியாட்கின் அவனை நோக்கி விரைந்தார். மூத்தவர் அவ்வாறு வருவதைக் கண்டதுமே மிகுந்த பதட்டத்துடன் அங்கிருந்து தப்பித்துச் செல்ல இளையவன் முயன்றான். அதற்குள் நம் கதாநாயகர் தனது

முன்னிரவு விருந்தாளியின் சட்டையைப் பிடித்து அவனை நிறுத்திவிட்டிருந்தார். அந்த இரண்டு டிட்டுலர் கவுன்சிலர்களையும் சுற்றி நின்றிருந்த குமாஸ்தாக்கள் சற்றே பின்வாங்கியபடி, நடக்கப் போவதை ஆர்வமுடன் எதிர்பார்த்துக்கொண்டிருந்தனர். மூத்தவரான டிட்டுலர் கவுன்சிலர், தனக்கு எதிராக எல்லோரும் சதி செய்வதையும், பொதுவான அபிப்பிராயம் தனக்கு சாதகமாக இல்லை என்பதையும் உணர்ந்திருந்தார்; அதனால் அவர் தன்னைத்தானே காப்பாற்றிக்கொள்ள வேண்டியது அவசியமாக இருந்தது. அந்தக் கணம் அவர் என்ன செய்வது என்பதைத் தீர்மானித்தாக வேண்டிய கணம்!

"என்ன வேண்டும்" என்று சீனியர் கோலியாட்கினைத் திரும்பிப் பார்த்தபடி பொறுமையிழந்தவனாகக் கேட்டான் ஜூனியர் கோலியாட்கின்.

சீனியர் கோலியாட்கின் மூச்சுவிடக்கூடத் திணறிக் கொண்டிருந்தார்.

"எனக்குத் தெரியவில்லை" என்றபடி அவர் பேசத் தொடங்கினார். "என்னிடம் நீங்கள் எந்த அளவுக்கு வினோதமாக நடந்து கொள்கிறீர்கள் என்பதை உங்களுக்கு நான் எவ்வாறு விளக்குவேன்?"

"நல்லது, சொல்லுங்கள் கேட்கலாம்" இந்தக் கட்டத்தில் ஜூனியர் கோலியாட்கின் சற்றுத் திரும்பிப் பார்த்து சுற்றியிருந்த குமாஸ்தாக்களிடம் இலேசாகக் கண்ணடித்தான்... ஏதோ ஒரு தமாஷ் நடக்கப்போகிறது என்பதை அதன் வழி அவன் உணர்த்த முயல்வதைப் போல் இருந்தது.

"நீங்கள் துடுக்குத்தனமாகவும் நாகரிகமற்ற முறையிலும் என்னோடு நடந்து கொள்ளும் விதமே உங்கள் உண்மையான இயல்பு என்ன என்பதைத் தோலுரித்துக் காட்டுகிறதே. என் வார்த்தைகளை விட அதுவே நன்றாகக் காட்டிவிட்டது! உங்கள் தந்திரமெல்லாம் ஒன்றும் பலிக்காது... அதனால் எந்தப் பயனும் இல்லை..."

"சரி யாகோவ் பெத்ரோவிச்... வாருங்கள் பேசலாம்... நேற்று இரவு எப்படித் தூங்கினீர்கள்?" சீனியர் கோலியாட்கினைக் கண்ணுக்குக் கண் பார்த்தபடி பேசினான் ஜூனியர் கோலியாட்கின்.

தன் காலுக்குக் கீழே பூமி நழுவுவதைப் போன்ற பிரமிப்புடன் இருந்தார் அந்த டிட்டுலர் கவுன்சிலர்.

"நீங்கள் யாரென்பதையே நீங்கள் மறந்துவிட்டீர்கள் ஐயா! நீங்கள் வேறு மாதிரி பேசுவீர்கள் என்றுதான் நான் நினைத்தேன்"

"என் கண்ணு" என்று கத்திக் கொண்டே மூத்த கோலியாட் கினைப் பார்த்து பழிப்புக்காட்டிய ஜூனியர் கோலியாட்கின்,

சற்றும் எதிர்பாராத வேளையில் அவரைப் பிடித்துக் கொஞ்சுவது போன்ற பாவனையில் அவரது பருத்த கன்னங்களைத் தன் இரண்டு விரல்களால் கிள்ளினான்.

நம்முடைய கதாநாயகர் கோபத்தால் அனல் போலக் கொதித்துக் கொண்டிருந்தார். கடும் சினத்தால் பேச்சற்றுப் போனவராய் நண்டு போல அவர் சிவந்து போயிருப்பதையும், அவரது கால்கள் கோபத்தோடு வெடவெடத்துக் கொண்டிருப்பதையும், பொறுமையின் எல்லைக்கோட்டை மீறிய கடுமையான எரிச்சலுடன் அவர் இருப்பதையும் தன் மீது அவர் எந்த நேரத்திலும் உண்மையாகவே பாய்ந்துவிடக் கூடும் என்பதையும் உடனடியாக உணர்ந்து கொண்டான் ஜூனியர் கோலியாட்கின். அதற்கு முன் தன் எதிரியை முந்திவிட வேண்டுமென்ற துடிப்பில் மிகவும் அநாகரிகமான செயலில் இறங்க முற்பட்ட அவன் அவரது கன்னத்தை இரண்டு மூன்றுமுறை செல்லமாகத் தட்டினான்; இரண்டு மூன்று தடவை அவருக்குக் கிச்சுகிச்சு மூட்டவும் செய்தான். தன்னருகில் கோபத்தோடு கல்லாய் உறைந்து நின்று கொண்டிருந்த அவரிடம் இவ்வாறு ஒரு சில விநாடிகள் விளையாட்டுக் காட்டிக் கொண்டிருந்தான் அவன். அவர்களைச் சுற்றி நின்றுகொண்டிருந்த இளம் அலுவலர்கள் அந்தக் காட்சியைக் கண்கொட்டாமல் பார்த்துக் கொண்டிருக்க மற்றுமொரு கேவலமான வெட்கம் கெட்ட செயலுக்கும் துணிந்தான் ஜூனியர் கோலியாட்கின். பருமனாகத் துருத்திக் கொண்டிருந்த சீனியர் கோலியாட்கினின் தொந்தியில் செல்லமாக ஒரு குத்து விட்டபடி ஏதோ ஒன்றைக் குறிப்பாக உணர்த்தும் விஷமப் புன்னகையோடு

"ஆனாலும் நீங்கள் ரொம்பத்தான் குறும்புக்காரராக இருக்கிறீர்கள் சகோதரர் யாகோவ்! ஆமாம்.. நீங்கள் ஒரு குறும்புக்காரர்தான்! நாம் இரண்டுபேருமே தந்திரசாலிகள்தான் யாகோவ் பெத்ரோவிச்! ஆம். நாம் இருவருமே அப்படித்தான்" என்றும் குறிப்பிட்டான்.

தன் மீது தொடுக்கப்பட்ட இந்தப் புதுவகையான தாக்குதலிலிருந்து மீண்டு, மறுபடியும் சமநிலைக்குத் திரும்புவதற்கு சீனியர் கோலியாட்கினுக்கு இன்னும் சற்று நேரம் தேவைப்பட்டது. அதற்குள் சட்டென்று தன்னைச் சுதாரித்துக் கொண்டு விட்ட ஜூனியர் கோலியாட்கின் (சுற்றி நின்று கொண்டிருந்த பார்வையாளர்களின் மீது முன்னெச்சரிக்கையோடு கூடிய புன்னகை ஒன்றைப் படரவிட்டபடி) அலுவலக வேலையில் மிகவும் தீவிரமாக மும்முரமாக இருப்பது போன்ற தோரணை ஒன்றை உடனடியாக வருவித்துக் கொண்டான். நிலத்தை நோக்கித் தன் கண்களைத் தாழ்த்திக் கொண்டு உடலைக் குனிந்தபடி தன்னை விறைப்பாக்கிக்

கொண்டவன் 'மிக அவசரமான வேலை' ஒன்று தனக்கு இருப்பதாக அறிவித்தான். பிறகு தன் குட்டையான கால்களால் குதி போட்டுக் கொண்டே அடுத்தாற்போலிருந்த அறையை நோக்கி அம்பு போலப் பாய்ந்து சென்றான். தன் கண்களைத் தானே நம்ப முடியாதவராக... இன்னும் கூட சுயநினைவுக்கு மீள இயலாதவராக நின்று கொண்டிருந்தார் நம் கதாநாயகர்.

இறுதியில் ஒரு வழியாகத் தன்னிலைக்குத் திரும்பிய அவர்... தான் சர்வ நாசமடைந்துவிட்டதை ஒரே நொடியில் உணர்ந்து கொண்டார். மூன்றாவது நபர்களுக்கு முன்னால் தன்னுடைய கௌரவமும், மதிப்பும் நிர்மூலமாகிப் போனதையும், அவர்களது முன்னிலையில் தான் ஒரு கேலிப்பொருளாகிக் கேவலமாக நடத்தப் பட்டதையும் உணர்ந்து கொண்டார். தனது நம்பிக்கைக்குரிய மிகச் சிறந்த நண்பன் என்று முதல் நாள் யாரை எண்ணிக் கொண்டிருந்தாரோ அதே மனிதன், வஞ்சகமாக அவரை அவமதித்துவிட்டிருந்தான். அளவுக்கு மீறிய குழப்பத்தின் பிடியில் ஆட்பட்டிருந்த சீனியர் கோலியாட்கின், தன் எதிரியை நோக்கி விரைந்து சென்று கொண்டிருந்தார். பலரின் முன்பாகத் தான் அவமானப்பட நேரிடலாம் என்பது கூட அப்போது அவருக்கு உறைக்கவில்லை.

"எல்லோருமாகச் சேர்ந்து செய்யும் கூட்டுச் சதிதான் இது" என்று தனக்குத்தானே சொல்லிக் கொண்டார் அவர். "ஒருவருக் கொருவர் துணையாய் இருந்து கொண்டு என்னைத் தாக்குவதற்காக அவர்கள் தங்களை ஆயத்தப்படுத்திக் கொண்டிருக்கிறார்கள்."

பத்துப் பன்னிரண்டு தப்படி எடுத்துவைத்த பிறகு, அப்படிப் பட்ட முயற்சியில் தான் இறங்குவதில் எந்த அர்த்தமும் இல்லை... அது வியர்த்தமானது மட்டுமே என்பதைப் புரிந்துகொண்டு பின் வாங்கிய அவர் 'அப்படி ஒன்றும் உன்னால் சுலபமாகத் தப்பித்து விடமுடியாது, 'சரியான வேளையில் நீ பிடிபடத்தான் போகிறாய், ஆட்டின் கண்ணீருக்கு ஓநாய் பதிலளித்தே தீர வேண்டும்' என்றும் மனதுக்குள் நினைத்துக் கொண்டார்.

தன்னுள் மூண்டெழுந்த மூர்க்கத்தனமான எரிச்சலை உள்ளடக்கிக் கொண்டு மிகவும் உறுதியான தீர்மானத்தோடு தன் நாற்காலியில் சென்று அமர்ந்துகொண்டார் கோலியாட்கின். 'அப்படி ஒன்றும் உன்னால் தப்பித்துவிட முடியாது' என்று மறுபடியும் சொல்லிக் கொண்டார். அமைதியாக ஒதுங்கிப் போய்விடுவதென்ற கேள்விக்கே இனி இடமில்லை... உறுதியான தீர்மானத்துடனும், மோதிப் பார்த்துவிட வேண்டுமென்ற மனநிலையுடனுமே அவர் அப்போது இருந்தார். கோபத்தால் முகம் சிவந்தபடி தன் எல்லை கடந்த பதட்டத்தைக் கட்டுப்படுத்திக்

கொள்ள இயலாமல் மைக்கூட்டுக்குள் பேனாவை அழுத்திக் குத்தியபடி... மூர்க்கமான ஆவேசத்துடன் தாள்களில் எதையோ கிறுக்கிக் கொண்டிருந்த கோலியாட்கினை அப்போது பார்க்க நேரும் எவருக்கும் இந்த விஷயம் பெண்களுக்கு இருக்கும் இயல்பான கோழைத்தனத்தைப்போல அத்தனை சுலபமாக... முடிந்துவிடப் போவதில்லை என்பதை அனுமானித்து விட முடியும். அவரது ஆன்மாவின் அடி ஆழத்தில் ஒரு உறுதி பிறந்திருந்தது; அதைச் செயல்படுத்தியே தீர வேண்டுமென்ற வைராக்கியமும் அவரது அடிமனத்தில் உதித்திருந்தது. ஆனால் உண்மையைச் சொல்லப் போனால் அதை எப்படிச் செயலாக்கப் போகிறோம் என்பது மட்டும் அவருக்கு இன்னும் தெரிந்திருக்க வில்லை; அதைப் பற்றி அவருக்கு சுத்தமாகவே தெரியத்தான் இல்லை. ஆனால்... அது எப்படியும் போகட்டும்... அதைப்பற்றி ஒன்றுமில்லை!.

"கபடநாடகம் ஆடுவதும், மானம் கெட்ட காரியங்களில் ஈடுபடுவதும் இந்தக் காலத்துக்கு எடுபடாது ஐயா...! கபட வேஷமும், வெட்கக்கேடான செயல்களும் ஒருவரை சுருக்குக் கயிற்றுக்குப் பக்கத்திலேதான் கொண்டு போய் சேர்க்குமே தவிர அதனால் எந்த நன்மையும் கிடைக்காது. *கிரிஷ்கா ஓட்டப்யேவ் மட்டும்தான் கண்பார்வையற்றவர்களை ஏமாற்றிக் கபடநாடகம் ஆடுவதில் கொஞ்சம் ஜெயித்தார்; ஆனால் அதுவும் கூட வெகு காலத்துக்கு சாத்தியப்படவில்லை"

கடைசியாக நடந்து முடிந்த அந்த நிகழ்ச்சிக்குப் பிறகும்கூட, சில மனிதர்களின் முகமூடிகள் தானாகவே கழன்று விழுந்து உண்மை வெட்ட வெளிச்சமாகப் புலப்படும் வரை காத்திருக்கலா மென்று முடிவு செய்துகொண்டார் கோலியாட்கின். முதலாவதாக, அலுவலக நேரம் சீக்கிரம் முடிந்தாக வேண்டும். அதுவரைக்கும் எந்த நடவடிக்கையிலும் ஈடுபட வேண்டாமென்று நினைத்துக் கொண்டார் நம் கதாநாயகர். அப்படி ஒரு நடவடிக்கையை எடுத்து விட்ட பிறகு அதை எப்படிச் செயல்படுத்துவது என்பதும், காரியங் களை எப்படி கச்சிதமாகத் திட்டமிட வேண்டும் என்பதும் அவருக்குத் தெரியும். அகம்பாவத்தின் கொம்பை முறிப்பதற்கும், ஆண்மையில்லாத வெற்று வெறுப்போடு மண்ணில் சீறிக்கொண் டிருக்கும் பாம்பை நசுக்கிப் போடுவதற்கும் அவருக்குத் தெரியும். அழுக்குப் படிந்த பூட்சைத் துடைத்துப் போடும் கந்தல் துணியைப்

* 1604ஆம் ஆண்டில் கிரிஷ்கா ஓட்ரப்யேவ், போரிஸ் கோடுநோவின் ஆட்சியை எதிர்த்தான். கொடுங்கோல் மன்னனான இவானின் மகன் டிமிட்ரி தானே என்று சொல்லிக் கொண்ட அவன் கோடுநோவ் இறந்தபின் 1605இல் முடிசூட்டிக்கொண்டான்; மறு ஆண்டே பதவியை இழந்து கொலை செய்யப் பட்டான்.

போலத் தன்னை எவர் நடத்துவதையும் அவரால் அனுமதிக்க முடியாது. கோலியாட்கினால் அது நிச்சயம் முடியாது. அதிலும் மிகக்குறிப்பாக இந்த விஷயத்தைப் பொறுத்தவரை அவருக்கு அது சாத்தியமே இல்லை. கடைசியாக நடந்துமுடிந்த இந்த அவமானகர மான செயல் மட்டும் இல்லாமல் போயிருந்தால் ஒருவேளை நம்முடைய கதாநாயகர் தன்னுடைய கோபத்தைக்கூடக் கட்டுப் படுத்திக் கொண்டிருக்கக்கூடும். இத்தனை அமைதியாக, இயல்பாக அதை ஏற்றுக்கொண்டிருக்க முடியும். மிக இலேசான ஒரு எதிர்ப்பையும், மிகச் சிறிதான ஒரு புகாரையும் மட்டும் வெளிப் படுத்திவிட்டு அதன் வழியாகத் தன்னுடைய உரிமையை நிறுவிக் கொண்டபடி அவர் ஒதுங்கிக் கொண்டிருந்திருக்கலாம். ஒரு வேளை சற்றுக்கூடுதலாகவே கூட விட்டுக் கொடுத்துவிட்டு முழுக்க முழுக்க சகஜமான ஒரு மனநிலைக்குக்கூடத் திரும்பி இருக்கலாம். இன்னும் கூடக் குறிப்பாகச் சொல்லப்போனால் தன்னுடைய வரையறையை மீறாமல் மட்டுமே பேசிக் கொண்டிருப்பதாக எதிர்த் தரப்பைச் சார்ந்த அந்த மனிதன் ஒருவேளை சொல்லியிருந்தால் அவர் ஒருக்கால் அதைக் கண்டு கொள்ளாமலே கூட விட்டிருக்க லாம்; அப்படி அவன் சொன்னது அவரது இதயத்தைக் கூடக் கொஞ்சம் நெகிழ்த்தி இருக்கலாம். யார் கண்டது? அப்படி நடந் திருந்தால் ஒரு வேளை முந்தின நாள் இரவு தோன்றியதை விடவும் நெருக்கமான இதமான புதிதான பெரிதான ஒரு நட்பும் கூட அவர்களிடையே அப்போது உதித்திருக்கலாம். அந்த இருவருக்கு மிடையே உள்ள வினோதமான உருவ ஒற்றுமையால் நேரிடும் கசப்புக்களையெல்லாம் அந்த நட்பு முழுக்க முழுக்க இருட்டடிப்பு கூடச் செய்திருக்கலாம். அதன் பிறகு அந்த இரண்டு டிட்டுலர் கவுன்சிலர்களும் மிகுந்த மகிழ்ச்சியோடு நூறாண்டுகளோ, அதற்கு மேலேயே கூட ஒற்றுமையாக இணைந்து வாழ்ந்திருக்கலாம். உண்மையில் சொல்லப்போனால் தன்னுடைய உரிமையை நிலை நாட்டுவதற்காக இப்படி நடந்து கொள்ள வேண்டியதாக இருக்கிறதே என்ற மிகச்சிறிய வருத்தமும், அதன் உடனிகழ்வாக ஒரு கசப்புணர்வும் கூட கோலியாட்கினிடம் தோன்றத் தொடங்கி இருந்தது.

"ஒருவேளை நான் விட்டுக்கொடுத்துவிட வேண்டுமோ" என்று தனக்குள் எண்ணிப் பார்த்தார் கோலியாட்கின்.

'அவன் ஏதோ வேடிக்கைக்காகத்தான் அப்படி நடந்துகொள் கிறான் என்றால் அவனை நான் மன்னித்து விடுவேன். தன் தவறை அவன் வாய்விட்டு ஒத்துக் கொண்டானென்றால் இன்னும் சற்றுக் கூடுதலாகவே கூட நான் அவனை மன்னிக்கத் தயார். ஆனால் பழைய கந்தல் துணியைப் போல நான் நடத்தப்படுவதை மட்டும்

என்னால் ஏற்றுக்கொள்ளவே முடியாது. அவனைவிடப் பெரிய நிலையில் இருப்பவர்கள் கூட என்னை அப்படி நடத்துவதை என்னால் அனுமதிக்க முடியாது. அப்படியிருக்கும்போது இந்த சீர்கெட்ட மனிதன் அதற்காக முயல்வதை என்னால் எப்படி அனுமதிக்கமுடியும்? நான் ஒரு கந்தைத் துணியில்லை! ஒருபோதும் நான் ஒரு கந்தைத் துணியில்லை ஐயா'

சுருக்கமாகச் சொல்லப் போனால் அப்படி நினைத்ததற்காகக் "குற்றம் சாட்டப்படவேண்டியவன் நீதான் ஐயா" என்று தன்னைத் தானே பழித்துக்கொண்டார் அவர். இறுதி வரை தன் பலத்தை யெல்லாம் பயன்படுத்தி மோதிப் பார்த்துவிடுவதே சரியானது என்று மனதுக்குள் உறுதி எடுத்துக்கொண்டார்.

அப்படிப்பட்ட இயல்புகள் கொண்ட மனிதர்தான் அவர்! எவரும் தன்னை இழிவுபடுத்துவதை அவரால் ஒப்புக்கொள்ள முடியாது; அதிலும் தன்னை ஒரு பழங் கந்தல் துணியைப் போல் நடத்துவதை அவரால் கொஞ்சமும் ஏற்றுக்கொள்ளவே முடியாது! எல்லாவற்றுக்கும் மேலாக, மிகமிக விஷமத்தனமான ஒரு போக்கிரி யால் தான் அப்படி நடத்தப்படுவதை அவர் அனுமதிக்கவே மாட்டார்.

எந்தச் சண்டையும் இல்லை! பூசலோ விவாதமோ எதுவுமே இதில் இல்லை! ஒரு வேளை கோலியாட்கின் என்ற மனிதர் ஒரு கந்தல் துணியாகத்தான் ஆக வேண்டும் என்று எவராவது விரும்பியிருந்தால் அப்போது அதை அவர் ஏற்றுக்கொண்டு அப்படியே ஆகியிருப்பார்; எந்த எதிர்ப்பும் காட்டாமல், எவருக்கும் எந்தத் தண்டனை தர வேண்டுமென்றும் நினைக்காமல் அதை ஏற்று அப்படியே ஆகியும் இருப்பார் (சில சமயங்களில் கோலியாட்கினே கூட தன்னைப் பற்றிய அந்த உண்மையை உணர்ந்ததுண்டு) அப்போது அவர் கோலியாட்கினாக இல்லாமல் ஒரு கந்தல் துணியாக, மிக மோசமான நாற்றமடிக்கும் அருவருப் பான பழந்துணியாகத்தான் இருந்திருப்பார். ஆனால் அப்போது அது வெறும் கந்தல் துணியாக மட்டுமே இருந்திருக்காது; தன் மதிப்புக் கொண்டதாக உணர்ச்சிகளோடு கூடியதாக... உயிர்ப்பு டையதாகவே அந்தக் கந்தல் துணி இருந்திருக்கும். சுய மதிப்பையோ... உணர்வு களையோ வெளிக்காட்டிக் கொள்ள முடியாமல் நிலைநாட்டிக் கொள்ள முடியாமல் அருவருப்பான மடிப்புக்களுக்கிடையிலே ஒளிந்துகிடந்திருந்தாலும் கூட அந்தக் கந்தல் துணிக்குள் நிச்சயமாக உணர்வுகள் என்பவை இருந்திருக்கும்.

நம்ப முடியாத அளவுக்கு மெதுவாக நேரம் நகர்ந்து கொண் டிருந்தது. இறுதியாக நான்கு மணி அடித்தது. உடன் தங்கள் இருக்கைகளை விட்டு எழுந்து கொண்ட அனைவரும் தலைமை

அதிகாரியைத் தொடர்ந்து வீட்டுக்குக் கிளம்ப ஆயத்தமாயினர். கோலியாட்கினும் கூட்டத்தோடு கலந்து கொண்டார். தான் சந்திக்க விரும்பும் மனிதன் தப்பித்துச் சென்றுவிடாதபடி அவரது கண்கள் மிகுந்த எச்சரிக்கையோடு கண்காணித்துக் கொண்டிருந்தன. அலுவலர்களின் மேல் கோட்டுகள் தொங்கிக்கொண்டிருந்த இடத்தில் அவரவருக்கு உரியதை எடுத்துத் தந்து அலுவலகக் காவலர்கள் உதவிக் கொண்டிருந்தார்கள். அந்தப் பகுதியை நோக்கித் தனது நண்பன் விரைந்து கொண்டிருப்பதையும் தன்னுடையதை எடுத்துத் தருமாறு தனக்கே உரியதான அருவருப்பூட்டும் பாணியில் அவர்களிடம் அவன் குழைந்து கொண்டிருந்ததையும் இறுதியாகக் கண்டு கொண்டார் கோலியாட்கின். என்ன செய்வதென்பதை முடிவெடுத்தாக வேண்டிய தருணம் அது. தான் மட்டும் பின்தங்கிப் போய்விடாதபடி கூட்டத்தில் முண்டியடித்துக் கொண்டு முன்னேறிச் சென்ற கோலியாட்கின், தன்னுடையதை எடுத்துத்தருமாறு தானும் அவர்களிடம் வற்புறுத்தத் தொடங்கினார். ஆனால் இந்தச் சந்தர்ப்பத்திலும் கூடத் தனது ஓவர் கோட்டை முதலில் பெறுவதில் கோலியாட்கினின் கூட்டாளியும், நண்பனுமான அந்த மனிதனே வெற்றியடைந்திருந்தான். அவர்களிடம் போக்கிரியைப் போல் ஏதேதோ பேசிக் கிசுகிசுத்துக் கொண்டும்... மந்திரம் போடுவது போலத் தன் வசப்படுத்தியும் வழக்கம் போல எப்படியோ அவர்களைத் தன் வழிக்குக் கொண்டு வந்து சேர்த்திருந்தான் அவன்.

தன்னுடைய மேல்கோட்டை அணிந்துகொண்ட ஜூனியர் கோலியாட்கின், சீனியர் கோலியாட்கினை நோக்கி வஞ்சகப் புன்னகை செய்தபடி வெளிப்படையான அகம்பாவத்தோடு அவரை எரிச்சலடையச் செய்தான். பிறகு தனக்கே உரித்தான துடுக்குத்தனத்தோடு சுற்றுமுற்றும் பார்த்தபடி அங்கே நின்றுகொண்டிருந்த பிற குமாஸ்தாக்களிடையே குறுக்கும் நெடுக்கும் நடந்தபடி வம்படித்துக் கொண்டிருந்தான். ஒருவரிடம் ஏதோ ஒரு வார்த்தை சொன்னான்; இன்னொருவரின் காதுக்குள் ஏதோ கிசுகிசுத்தான்; மூன்றாவதாக மற்றொருவர் சொன்னதை மரியாதையோடு ஏற்றுக் கொண்டான்; நான்காவது நபரை நோக்கி புன்னகை செய்தான்; ஐந்தாவது நபரிடம் கைகுலுக்கினான். தன்னைப் பற்றிய நல்லபிப்பராயத்தை உருவாக்க மட்டுமே இப்படியெல்லாம் அவன் நடந்துகொண்டான் என்பதில் சந்தேகமே இல்லை. பிறகு கீழ்த்தளத்தை நோக்கி அம்பு போலப் பாய்ந்தான். சீனியர் கோலியாட்கினும் அவனைத் தொடர்ந்தபடி விரைந்தார். கடைசிப்படியை நெருங்கும்போது அவனைத் தான் முந்திவிட்டிருந்தது அவருக்கு அளவு கடந்த மகிழ்ச்சியை அளித்தது. அவனை நெருங்கிய அவர் அவனது மேல்கோட்டின் காலரைப்

பிடித்து இழுக்கத் தொடங்கினார். அவரது செயலைக் கண்டு சற்றே திகைத்துப் போயிருந்த ஜூனியர் கோலியாட்கின், கையாலாகாத நிலையுடன் அவரை ஏறெடுத்துப் பார்த்தான்.

"இப்படி நீங்கள் நடந்துகொள்வது எதற்காக" என்று பலவீன மான குரலில் கோலியாட்கினிடம் முணுமுணுத்தான் அவன்.

"ஐயா, நீங்கள் உண்மையிலேயே ஒரு கௌரவமான மனிதர் என்றால் நேற்று எப்படிப்பட்ட ஒரு நட்புறவோடு நாம் இருந்தோம் என்பது உங்களுக்கு நினைவிருக்கக்கூடுமென்று நான் நம்புகிறேன்"

"ஆமாம், அதேதான்! அப்படியேதான்! அது சரி, நேற்று நன்றாகத் தூங்கினீர்கள்தானே?"

மூர்க்கமான கோபாவேசம் கிளர்ந்தெழுந்ததில் கணநேரம் வாயடைத்துப் போயிருந்தார் கோலியாட்கின்.

"நான் நன்றாகத்தான் தூங்கினேன் ஐயா! அது இருக்கட்டும். இப்போது நீங்கள் அளவுக்கு மீறிய குழப்பமான விளையாட்டு ஒன்றில் ஈடுபட்டிருக்கிறீர்கள் என்பதை முதலில் எனக்குச் சொல்லவிடுங்கள்"

"யார் அப்படிச் சொல்வது? ஒரு வேளை என் எதிரிகள் சொல்வார்களாக இருக்கலாம்" என்று சட்டென்று சொல்லியபடி தன்னை கோலியாட்கின் என்று சொல்லிக் கொள்ளும் அந்த மனிதன், உண்மையான கோலியாட்கினின் பலவீனமான கைப்பிடி யிலிருந்து சற்றும் எதிர்பாராத வகையில் சட்டென்று தன்னை விடுவித்துக் கொண்டான். அவரிடமிருந்து விடுபட்டதும் படிகளி லிருந்து வெளியேறிச் சென்று சுற்றுமுற்றும் பார்த்தான். கண்ணில் தென்பட்ட வண்டியை நோக்கி ஓடிச்சென்று அதில் வேகமாக ஏறிக் கொண்டபடி சீனியர் கோலியாட்கினின் பார்வையிலிருந்து கண நேரத்தில் மறைந்துபோனான். எல்லா வகையிலும் கைவிடப் பட்டுப் போனவராக... நம்பிக்கையை முற்றாக இழந்துவிட்டிருந்த டிட்டுலர் கவுன்சிலர் தன்னைச் சுற்றி வெறித்துப் பார்த்தபடி இருந்தார். வேறெந்த வாகனமும் அவருக்குத் தட்டுப்படவில்லை. ஓடலாமா என்று முயற்சித்தாலும், அவரது கால்கள் அதற்கு ஒத்துழைக்க மறுத்தபடி நடுங்கிக் கொண்டிருந்தன. வாய்பிளந்து பிரமித்தபடி, நொறுங்கியும், சுருங்கியும் போனவராய் அங்கிருந்த விளக்குக் கம்பத்தின் மீது ஆதரவற்ற நிலையில் சாய்ந்து கொண்டார் அவர். அதே நிலையில்... நடைபாதைக்கு நடுவில் பலநிமிடங்கள் நின்று கொண்டிருந்தார் அவர். கோலியாட்கினைப் பொறுத்தவரை தன்னை விட்டு எல்லாமே நழுவிப் போய் விட்டதைப் போல் இருந்தது.

3

கோலியாட்கினைப் பொறுத்தவரை நடப்பவை அனைத்துமே தனக்கு எதிராக நடப்பதைப் போலவே அவருக்குத் தோன்றியது. ஆனாலும் கூட அவர் இன்னும் தளர்ந்து போய்விடவில்லை; எவராலும் அவர் வெற்றி கொள்ளப்பட்டு விடவில்லை; தான் இன்னும் தோற்கடிக்கப்பட்டுவிடவில்லை என்றே அவருக்குத் தோன்றியது. போராடுவதற்கான தயார் நிலையிலேதான் அவர் இருந்தார். முதலில் தனக்கு ஏற்பட்ட வியப்பிலிருந்து மீண்டபிறகு தன் கைகளை உணர்ச்சிமயமான ஆவேசத்தோடு ஒன்றோடொன்று முறுக்கிப் பிசைந்துகொண்டார் அவர். அவரது தோரணையைப் பார்த்தபோது அவர் இதை விட்டுக்கொடுத்துவிடப் போவதில்லை என்பதை ஊகித்துவிட முடிந்தது. ஆனாலும் மிக அருகில் ஏதோ ஒரு ஆபத்து காத்துக் கொண்டிருந்ததென்னவோ வெளிப்படை. கோலியாட்கின் அதை உணர்ந்துதான் இருந்தார். அதோடு எப்படிப் போரிடுவது, அந்த ஆபத்தை எவ்வாறு சமாளிப்பது அதுவே அவர்முன் நின்ற கேள்வி! கோலியாட்கினின் உள்ளத்துக்குள் கணநேரம் வேறொரு எண்ணமும் மின்னலடித்தது.

“இதை இப்படியே விட்டுவிட்டால்தான் என்ன? சும்மா அப்படியே விட்டுவிட்டால்? அதைப்பற்றி எனக்கென்ன வந்தது? அதனால் ஒன்றுமில்லை. அது, நானில்லை என்பதைப் போல் நான் ஒதுங்கிக் கொண்டால்” இவ்வாறு கோலியாட்கினின் யோசனை சென்றது.

‘எப்படி வேண்டுமானாலும் போகட்டும், அவ்வளவுதான்! அவனே வேறொரு மனிதன்! அவனுமேகூட இதை விட்டுவிடலாம். ஆனால், அந்த ராஸ்கல் அதையே பிடித்துக் கொண்டு தொங்கு வான். ஆமாம் அவன் அதையே பிடித்துக் கொண்டு விடுவான். அவன் மறுபடியும் வருவான்,ஏதாவது குழப்பம் உண்டாக்குவான். பிறகு அதை விட்டு விடுவான். அப்படித்தான் இருக்கப் போகிறது. நான் அதை இயல்பாக எடுத்துக் கொள்வேன். அப்புறம் என்ன ஆபத்து இருக்கிறது? எந்த வகையில் ஆபத்து ஏற்பட்டு விட முடியும்? இந்தக் காரியத்தைப் பொறுத்தவரை என்ன ஆபத்து இருக்கிறது என்று எவராவது சொல்லட்டும் பார்ப்போம்! மிகவும் அற்பத்தனமான ஒரு விஷயம் இது !

இந்தக் கட்டத்தில் கோலியாட்கினின் சிந்தனை தோற்றுப் போய் நின்றது; சொற்கள் அவரது உதடுகளுக்குள்ளேயே மடிந்து போயின. இப்படிப்பட்ட எண்ணம் தன்னுள் எழுந்ததற்காக அவர். தன்னைத் தானே கடிந்து கொண்டார். தன்னுடைய எண்ணங்கள்

இவ்வளவு கீழ்த்தரமாக, கோழைத்தனமாகப் போனதற்காகத் தன்னைத்தானே கூண்டில் ஏற்றிக் கொண்டார். விஷயங்கள் என்னவோ மேலே மேலே தொடர்ந்து முன்னேறிக் கொண்டேதான் இருந்தன. அந்தத் தருணத்தில் ஏதேனும் ஒரு நடவடிக்கையில் இறங்குவதற்காகத் தன் மனதைத் தயார் செய்து கொள்வதே மிக மிக அவசியமானது என்பதையும் அவர் உணர்ந்து கொண்டார். அப்போது என்ன மாதிரியான முடிவெடுக்க வேண்டும் என்ற ஆலோசனையை அவரிடம் யாராவது சொன்னால் அதற்காக மிகப் பெரும் தொகையைக் கூடத் தருவதற்குத் தான் தயாராக இருப்பதாக அவருக்குப் பட்டது. ஆனாலும் அது என்னவென்பதை அவரால் எப்படி அனுமானிக்கமுடியும்? உண்மையில் அதை அனுமானிக்க அவருக்கு நேரமும் இல்லை. எப்படி இருந்தாலும் இனிமேல் இப்படி நேரத்தைப் போக்குவதும் இயலாது. ஒரு வண்டியை வாடகைக்கு எடுத்துக் கொண்டு வீட்டை நோக்கி விரைந்தார் அவர்.

'அது சரி, இப்போது நீ உன் மனதில் என்னதான் நினைத்துக் கொண்டிருக்கிறாய்' என்ற தனக்குத்தானே ஆச்சரியப்பட்டுக் கொண்டார் அவர்.

'அப்படி எதையோ நினைத்துக்கொண்டபடி அதில் அமைதி யாகத் திருப்தியடைய உன்னால் எப்படித்தான் முடிகிறது யாகோவ் பெத்ரோவிச்? நீ என்ன செய்து கொண்டிருக்கிறாய்? ஆமாம். இப்போது நீ என்னதான் செய்கிறாய்? ராஸ்கல்! இந்த நிலைமைக்கு உன்னைக் கொண்டு வந்து சேர்த்தது நீயேதான்! இப்போது புலம்பிக் கொண்டும், முனகிக்கொண்டும் இருக்கிறாய்'

குலுக்கிப் போட்டபடி சென்று கொண்டிருந்த வண்டியில் பயணம் செய்து கொண்டே தன்னைத் தானே ஏசிக் கொண்டிருந் தார் கோலியாட்கின். தன்னைத்தானே வதைத்துக் கொள்வதும், தன் காயங்களின் மீது தானே உப்பிடுவது போல எரிச்சலூட்டிக் கொள்வதும் அந்த நேரத்தில் அவருக்குத் திருப்தியளிப்பதாக இருந்தது, எல்லை கடந்த புலனின்பம் போல அவருக்கு அது மகிழ்ச்சி அளித்தது.

'இப்பொழுது மட்டும் யாராவது ஒரு மந்திரவாதி வர வேண்டும் அல்லது உத்தியோக ரீதியில் ஏதாவது ஒரு ஆணை வர வேண்டும். 'கோலியாட்கின்! உனது வலது கையிலுள்ள ஒரு விரலை மட்டும் தந்து விடு! அதுதான் பிரச்சினைக்குக் காரணம். அதை மட்டும் நீ கொடுத்து விட்டால் அதற்குப் பிறகு இன்னொரு கோலியாட்கின் இருக்க மாட்டான், நீயும் சந்தோஷமாக இருக்கலாம். வேறென்ன? உன் விரல் மட்டும்தான் போய்விடும்' என்று என்னிடம் சொல்ல வேண்டும். அப்படி மட்டும் நடந்தால்

நான் என் விரலைத் தியாகம் செய்து விடுவேன், கட்டாயமாக நான் அதைத் தியாகம் செய்வேன், கண் சிமிட்டும் நேரம் கூடத் தயங்காமல் நான் அப்படிச்செய்வேன். எல்லாவற்றையுமே எடுத்துக் கொண்டு போய்த் தொலையட்டும் சாத்தான்." என்று இறுதியாகத் தனக்குள் ஓலமிட்டுக் கொண்டார் அந்த டிட்டுலர் கவுன்சிலர்.

"இதெல்லாம் எதற்காக, ஏன் இப்படி நடக்க வேண்டும்? சரி சரி! இருக்கட்டும், இப்படியெல்லாம்தான் இருந்தாக வேண்டும். ஆமாம், முழுக்க முழுக்க இப்படித்தான், இதே மாதிரிதான். வேறெதுவுமே சாத்தியமில்லை என்பது போல. தொடக்கத்தில் எல்லாமே சரியாகத்தான் இருந்தது. எல்லோருமே திருப்தியாக சந்தோஷமாகத்தான் இருந்தோம். பிறகுதான் இப்படி ஆகிவிட்டது. சரி இனிமேல் வெறுமனே பேசிக்கொண்டிருப்பதில் பயனில்லை. உடனே ஏதாவது செய்தாக வேண்டும்.'

இவ்வாறு ஏதோ ஒரு காரியத்தைக் கட்டாயம் செய்தாக வேண்டும் என்று முடிவு கட்டிக்கொண்டபடி வீட்டை அடைந்தார் கோலியாட்கின். கணநேரம் கூடத் தாமதிக்காமல் தன் புகைக்குழாயைத் தாவியெடுத்துக்கொண்டு, தன் சக்தி முழுவதையும் பிரயோகித்தபடி அதை உறிஞ்சத் தொடங்கினார். அதை அவர் உறிஞ்சிய வேகத்தில் வலப்பக்கமும் இடப்பக்கமும் அடர்த்தியாகப் புகை எழுந்து கொண்டிருக்க, அதீதமான மனக் கிளர்ச்சியோடு அறையின் குறுக்கும், நெடுக்கும் நடந்து கொண்டிருந்தார் அவர். அப்போது பெட்ரூஷ்கா உணவு மேசையை அவருக்காக ஆயத்தம் செய்யத் தொடங்கினான். கடைசியில் தீர்மானமான ஒரு முடிவுக்கு வந்து சேர்ந்திருந்த கோலியாட்கின் புகைக் குழாயை வீசி எறிந்து விட்டு மேல்கோட்டை அணிந்து கொண்டார். வீட்டில் தனக்கு சாப்பாடு தேவையில்லை என்று சொல்லிவிட்டுக் குடியிருப்பி லிருந்து வெளியே விரைந்தார். அவரைமுந்திக்கொண்டு மூச்சு வாங்க ஓடிவந்தபடி அவர் எடுத்துக் கொள்ள மறந்து போயிருந்த தொப்பியை எடுத்துக் கொண்டு வந்து தந்தான் பெட்ரூஷ்கா. அவனிடமிருந்து அதைப் பெற்றுக் கொண்ட கோலியாட்கின், தன்னை நியாயப்படுத்திக் கொள்ளும் வகையில் அவனிடம் சில வார்த்தைகள் சொல்ல நினைத்தார். 'தொப்பியைக் கூட மறந்து போகுமளவுக்கு அப்படியென்ன விபரீதமான சூழ்நிலை' என்பதைப் போல அவன் ஏதாவது நினைத்து விடுவானோ என்று அவர் யோசித்துக் கொண்டிருந்தார், ஆனால் அவரை ஏறெடுத்துக் கூடப் பார்க்காமல் உடனே அவன் சென்று விட்டதால், எந்த விளக்கமும் தர வேண்டிய தேவை இல்லாமல் தன் தொப்பியை அணிந்து கொண்டு வேகமாகக் கீழிறங்கி ஓடினார் கோலியாட்கின். ஒரு வேளை நடப்பது எல்லாமே ஏதோ ஒரு நல்லதற்காகத்தான்

ஃபியோதர் தஸ்தயெவ்ஸ்கி ◆ 137

இருக்கும் என்றும் எல்லாவற்றையும் எப்படியோ சரி செய்து விடலாம் என்றும் திரும்பத் திரும்பத் தனக்குள் சொல்லிக் கொண்டார். ஆனால் இந்தச் சிந்தனைகள் எல்லாவற்றையும் மீறியதாய்த் தன் உச்சி முதல் உள்ளங்கால் வரை சில்லிட்டுப் போய்க் கொண்டிருப்பதையும் அவர் உணர்ந்தே இருந்தார். தெருவை அடைந்த பிறகு, ஒரு வண்டியைப் பிடித்துக் கொண்டு ஆந்திரேய் ஃபிலிப்போவிச்சின் வீட்டுக்கு விரைந்தார்.

ஆந்திரேய் ஃபிலிப்போவிச் வீட்டின் அழைப்பு மணிக்கயிற்றைக் கையில் பற்றிக் கொண்டபிறகு "நாளைக்கு வந்திருந்தால் நன்றாக இருந்திருக்குமோ?" என்று அவருக்குத் தோன்றியது.

'சொல்லப் போனால் அவரிடம் குறிப்பாக அப்படி நான் எதைச் சொல்லி விட முடியும்? குறிப்பிட்டுச் சொல்லும்படி அதில் எதுவுமே இல்லை. அப்படி ஒரு கேவலமான விஷயம் அது. ஆமாம், உண்மையிலேயே மோசமான அற்பமான விஷயம்தான். ஆமாம் அது மிகவும் அற்பமான விஷயம்தான். அந்தச் சம்பவம் அப்படிப் பட்டதுதான்.'

இவ்வாறு நினைத்துக் கொண்டே இருந்த கோலியாட்கின் சட்டென்று அந்த மணியின் கயிற்றை இழுத்துவிட, அதுவும் உள்ளே அடிக்கும் ஒலி கேட்டது. உள்ளிருந்து எவரோ நடந்துவரும் சத்தமும் கேட்டது. தான் அப்படி அவசரப்பட்டு விட்டதற்கும், பிடிவாதமான தன் துடுக்குத்தனத்திற்கும் அந்த இடத்தில் வைத்தே தன்னைப் பழித்துக் கொண்டார் கோலியாட்கின். வேறு வேலை காரணமாக கிட்டத்தட்ட அவர் மறந்து போயிருந்த அண்மையில் நடந்த கசப்பான அனுபவங்கள் சிலவும் ஆந்திரேய் ஃபிலிப்போவிச் சுடன் நேருக்கு நேர் ஏற்பட்ட மோதலும் உடனடியாக அவருக்கு நினைவு வந்தன. ஆனால் இனிமேல் அங்கிருந்து ஓடிப்போய் விட நேரம் இல்லை. கதவும் திறந்து கொண்டு விட்டது. ஆனால் கோலியாட்கினின் நல்ல காலம் ஆந்திரேய் ஃபிலிப்போவிச் இன்னும் அலுவலகத்திலிருந்தே திரும்பவில்லை என்பதையும், உணவருந்த அவர் வீட்டுக்கு வரப்போவதில்லை என்பதையும் வேலையாள் வழி அறிந்து கொண்டார்.

'அவர் எங்கே சாப்பிடப் போவார் என்பது எனக்குத் தெரியும்! இசமைலாவ்ஸ்கி பாலத்துக்குப் பக்கத்திலேதான் அவர் உணவருந்தச் செல்வார்'. என்று எண்ணிக் கொண்டபடி அளவு கடந்த திருப்தியடைந்தார் நம் கதாநாயகர். அவருக்கு ஏதேனும் செய்தி சொல்ல வேண்டுமா என்று கேட்ட வேலையாளிடம்

"ஒன்றுமில்லை பையா பிறகு பார்த்துக் கொள்கிறேன்" என்று கூறியபடி கீழ்ப்படிகளில் இறங்கி ஓடியபோது அவரிடம் மகிழ்ச்சி கலந்த இலேசான உற்சாகமும் கூட இருந்தது. தெருவுக்கு வந்ததும்

வண்டியோட்டிக்குப் பணம் தந்து வண்டியை அனுப்பி விட முடிவு செய்தார்.

குதிரைக்குத் தீனி போட்டபடி இருந்த வண்டியோட்டி அவருக் காகவே அத்தனை நேரமும் காத்துக் கொண்டிருந்ததாகச் சொன்ன படி சற்றுக் கூடுதல் வாடகையை எதிர்பார்க்க, அவர் முழு மனதோடு ஐந்து கோபெக்குகள் அதிகமாகவே அவனுக்குக் கொடுத் தார், பிறகு அங்கிருந்து நடக்க ஆரம்பித்தார்.

'இது உண்மையிலேயே இப்படிப்பட்ட ஒரு விஷயம் தான்' என்று தனக்குள் நினைத்துக் கொண்டார் கோலியாட்கின்.

"இதை இப்படியே விட்டுவிட முடியாதுதான். கொஞ்சம் காரண காரியத்தோடு, அறிவோடு எவராவது இதைப் பற்றி நினைத்துப் பார்த்தால் உண்மையில் நான் ஏன் இங்கே இப்படி அவசரப்பட்டு வர வேண்டும் என்றுதான் தோன்றும். அவ்வளவு ஏன்? நான் எதற்காக இந்த அளவு அவசரப்பட வேண்டும், ஏன் என்னை நானே வதைத்துக் கொள்ளவும், வருத்திக் கொள்ளவும் வேண்டும் என்று எனக்கு நானே கேட்டுக் கொண்டுதான் இருக்கி றேன். முதலில் சொல்லப்போனால், இப்படி ஒரு விஷயம் நடந்து விட்டது, இனிமேல் அதிலிருந்து ஒதுங்கிவிட முடியாது. நிச்சயமாக அதிலிருந்து புறங்கொடுத்து ஓடி விட முடியாது. சரி, இதை இப்படி யோசித்துப் பார்ப்போம். எல்லாவிதத்திலும் திருப்திப்படுத்தக்கூடிய அறிமுகத்தோடு ஒரு மனிதன் வருகிறான், அரசாங்க வேலை செய்யக்கூடிய அனுபவமும் திறமையும் உள்ளவனாகவும், நல்ல நடத்தை கொண்டவனாகவும் தெரிகிறான். வாழ்க்கையில் பல ஏற்ற இறக்கங்களை, மேடுபள்ளங்களைப் பார்த்திருக்கும் ஒரு ஏழை மனிதன் அவன். அவ்வளவுதான் போகட்டும். வறுமை என்பது ஒன்றும் பெரிய குற்றமில்லையே? அதனால் நான் இதை ஒதுக்கித் தள்ளிவிட வேண்டியதுதான். சே, பார்க்கப்போனால் என்ன அபத்தம் இது? ஏதோ அவன் வந்துவிட்டான், வேலையிலும் அமர்ந்துவிட்டான். அவன் உருவானமுறை அப்படி! இன்னொரு மனிதனைப்போல அவனை அப்படியே பிரதி எடுத்ததைப்போல தண்ணீரின் இரண்டு துளிகளைப் போல இயற்கையே அவனை உருவாக்கி விட்டிருக்கிறது. அந்தக் காரணம் ஒன்றைமட்டும் வைத்து அவனை வேலையில் சேர்த்துக்கொள்ளாமல் எப்படி மறுக்க முடியும்? அது விதியின் குற்றம் மட்டும் தான். ஏதோ குருட்டாம் போக்கில் செயல்பட்ட விதியைத்தான் குற்றம் கூற வேண்டுமே தவிர அதற்காக அவனை ஒரு பழந்துணியைப்போல ஒதுக்க முடியுமா? வேலைக்குச் சேர்த்துக் கொள்ளாமல் இருக்க முடியுமா? அப்படிச் செய்தால் அது நியாயமாகுமா? அவன் ஒரு பாவப்பட்ட மனிதன், ஏழை, நிறைய துன்பங்களை அனுபவித்திருப்

பவன். அதுவே எவர் மனதையும் இளகச் செய்யக் கூடியது. இரக்கத்தின் காரணமாகவே அவனுக்கு இங்கே அடைக்கலம் கிடைத்திருக்கிறது. ஆமாம், நிச்சயமாக அதை மறுப்பதற்கில்லை. தலைமைப் பொறுப்பில் இருக்கும் அதிகாரிகள் இதையெல்லாம் சீர்தூக்கிப் பார்க்குமளவுக்கு நல்லவர்களாக இருந்திருக்கிறார்கள். அவர்கள் மட்டும் என்னைப் போல ஒரு பாவியாக இருந்திருந்தால்? நான்தான் எப்படி ஒரு மூளை கெட்ட மனிதனாக இருக்கிறேன்? டஜன் கணக்கில் என்னிடம் நிறைந்து கிடப்பது முட்டாள் தனம் மட்டும் தான். ஆமாம், ஆமாம்! அவர்கள் செய்தது சரியான காரியம் தான்! துரதிருஷ்டம் பிடித்த வறுமையில் வாடிய ஒரு மனிதனுக்கு அவர்கள் நல்லது செய்திருக்கிறார்கள். ஏன், ஒரு நிமிடம் இதை இப்படிக் கூடக் கற்பனை செய்து பார்க்கலாமே? நாங்கள் இருவரும் இரட்டைப் பிறவிகள்! அப்படிப் பிறந்திருக்கும் சகோதரர்கள் நாங்கள். அவ்வளவு தான்! வேறெதுவும் இல்லை! ஏன்? அப்படி இருந்தால் தான் என்ன? ஒன்றுமே தப்பில்லை! அலுவலகத்தில் வேலை பார்க்கும் எல்லோரும் அதை சாதாரண மாக எடுத்துக் கொண்டு பழகிப் போய் விடுவார்கள். எங்கள் அலுவலகத்துக்கு வேறு யாராவது ஒரு வெளியாள் வந்தால் அவருமே கூட இதை வித்தியாசமாக, ஒரு குற்றமாகப் பார்க்க முடியாது. உண்மையில் பார்த்தால், இந்த விஷயம் மனதைத் தொடக் கூடியதாகவும் கூட இருக்கிறது. இறைவனின் பேரருள் இரண்டு மனிதர்களை ஒரே மாதிரி சிருஷ்டித்து அனுப்பிவைத்திருக்கிறது. அந்த தெய்வீக சக்தியின் கை வண்ணத்தை ஏற்று அங்கீகரித்தபடி அந்த இரட்டையரையுமே அதிகாரிகள் ஏற்றுக்கொண்டு வேலை தந்திருக்கிறார்கள்'

இவ்வாறு யோசித்துக் கொண்டே சென்ற கோலியாட்கின் ஒரு நீண்ட பெருமூச்சு விட்டபடி தன் குரலின் தொனியை சற்றே கீழிறக்கிக் கொண்டார்.

'ஆனாலும் கூட இப்படிப்பட்ட மனதைத் தொடுகிற விஷயங் கள், இரட்டையர்கள், இவையெல்லாம் இல்லாமலே இருந்திருந்தால் நிச்சயம் இன்னும் நன்றாக இருந்திருக்கும். அதெல்லாம் எக்கேடு கெட்டு போய்த் தொலையட்டும்! இப்போது அதற்கெல்லாம் என்ன தேவை? கொஞ்சம் கூடத் தாமதமே செய்யாமல் அவர்கள் அவனை வேலையில் சேர்த்துக் கொள்ள அப்படி என்ன ஒரு குறிப்பான அவசியம்? கடவுளே! ஏதோ ஒரு தீயசக்திதான் இப்படி எல்லா வற்றையும் குழப்பிப் போட்டிருக்க வேண்டும் இல்லையா? மேலும் அந்த ஆளின் குணம் அப்படி. மிகவும் விளையாட்டுத்தனமானவன், சகிக்க முடியாதபடி அருவருப்பூட்டுபவன், ஒரு போக்கிரி! அவசரக் குடுக்கை! மற்றவர்களை அண்டி வாழும் ஒட்டுண்ணி, எச்சில்

பொறுக்கி அவன். அப்படிப்பட்ட கோலியாட்கின் அவன். அந்தப் பன்றிப்பயலின் ஒழுக்கக்கேடான காரியங்களால் எனக்குத் தான் கெட்ட பெயர் வரப்போகிறது. அது எனக்கு உறுதியாகத் தெரிகிறது. அதனால் அவன் மீது ஒரு கண் வைத்தபடி அவனைக் கண்காணித்தே ஆக வேண்டும். கடவுளே! எப்படிப்பட்ட கொடுமையான ஒரு தண்டனை என் மீது சுமத்தப்பட்டிருக்கிறது? சரி அதைப்பற்றி என்ன இப்போது? ஆமாம், அவன் ஒரு போக்கிரி தான்! அவன் அப்படியே ஒரு போக்கிரியாகவே இருந்துவிட்டுப் போகட்டுமே? ஆனால் அதற்கு நேர் எதிராக அதை சரிக்கட்டும் வகையில் அந்த இன்னொருவன் நேர்மையாக இருக்கிறானே? ஆமாம் அவன் போக்கிரியாக இருப்பான், நான் உண்மையாக இருப்பேன். அந்த கோலியாட்கின் ஒரு போக்கிரி. அவனை எவரும் பொருட்படுத்த வேண்டாம். இன்னொரு மனிதனோடு அவனைப் போட்டுக் குழப்பிக் கொள்ள வேண்டாம் என்று தான் எல்லாரும் சொல்வார்கள்.

அந்த மற்றொரு கோலியாட்கின் உண்மையானவன், நேர்மை யானவன். அவன் ஒரு சாது. எப்படிப்பட்ட விஷமத்தனமும் இல்லாதவன். அலுவலகத்தில் எந்த வேலையானாலும் அவனை நம்பிக் கொடுக்க முடியும், பதவி உயர்வுக்கும் பொருத்தமானவன் இப்படியெல்லாம் சொல்வார்கள். நிலைமை அந்த மாதிரிதான் இருக்கிறது. அது நல்லதுதான்! ஆனால், எங்களை ஒரே மாதிரி குழப்பிக் கொண்டு விட்டால் ? அப்படி ஏதாவது ஆகி விட்டால்? அவன் எதை வேண்டுமானாலும் செய்யக் கூடியவன்தான். கடவுளே, கருணை காட்டுங்கள்! இன்னொரு மனிதனைப் போல நடிப்பவன் அவன். மற்றொருவனைப் பிரதி எடுத்தது போலவே பாசாங்கு செய்யும் வஞ்சகப் போலி அவன்! ஒரு கந்தல் துணியைப் போல இன்னொருவனை நினைத்தபடி, ஒருவனை மற்றொருவனாக மாற்றி விடுபவன் அவன். அந்த இன்னொரு மனிதன் ஒன்றும் ஒரு கந்தல் துணியில்லை என்று ஒரு போதும் அவன் எண்ண மாட்டான். ஐயோ கடவுளே! எப்படிப்பட்ட அசம்பாவிதமான குழப்பம் இது?

இதே ரீதியில் பலவற்றை சிந்தித்துக் கொண்டும், புலம்பிக் கொண்டும் தான் போவது எங்கே என்பது கூடத் தெரியாதவராய்ச் சென்று கொண்டிருந்தார் கோலியாட்கின். நெவ்ஸ்கி ப்ராஸ்பெக் டில் சென்று கொண்டிருந்தபோதுதான் அவருக்கு சுயப் பிரக்ஞையே வந்தது என்று சொல்ல வேண்டும். அதுவும் கூட அங்கே சென்று கொண்டிருந்த வழிப்போக்கரின் மீது அவரைக் குப்புறத் தள்ளி விடுவதைப் போல மோதிக் கொண்டு விட்டதால் தான். அந்த மனிதரின் கண்களில் பொறி பறந்துகொண்டிருந்தது.

தலையைக் கூட உயர்த்தாமல் அவரிடம் முணுமுணுப்பாய் மன்னிப்புக் கேட்டுக்கொண்டார் கோலியாட்கின். அதை நல்லவிதமாய் ஏற்றுக் கொள்ளாமல் ஏதோ உறுமிவிட்டுக் கடந்து சென்றார் அந்த வழிப் போக்கர். அவர் கணிசமான தூரம் கடந்து சென்ற பிறகே தன் தலையை உயர்த்திய கோலியாட்கின் தான் எந்த இடத்தில் இருக்கிறோம், எவ்வாறு இருக்கிறோம் என்று சுற்று முற்றும் பார்க்கத் தொடங்கினார். அன்று ஒல்சுஃபி இவனோவிச் வீட்டு விருந்துக்குப் போகும் வழியில் சிறிது நேரம் உட்கார்ந்து கொண் டிருந்த உணவு விடுதிக்கு மிக அருகில் தான் இருப்பதை அப்போது தான் உணர்ந்து கொண்டார் அவர். சட்டென்று பசி வயிற்றைக் கிள்ளுவதைப் போலிருந்தது, தான் எதுவும் சாப்பிடவில்லை என்பதும் அவருக்கு நினைவு வந்தது. அன்று, வேறெந்த இரவு விருந்துக்குமான வாய்ப்பும் இல்லை. விலைமதிப்பில்லாத தன் நேரத்தை அதற்கு மேல் வீணடித்துக் கொண்டிருக்காமல் உணவு விடுதியின் படிக்கட்டுகளில் விரைவாக ஏறத் தொடங்கினார். எத்தனை சீக்கிரம் முடியுமோ அத்தனை சீக்கிரமாக ஏதேனும் சிறுதீனி ஒன்றை மட்டும் சாப்பிட்டுவிட்டு அங்கிருந்து வேகமாகச் சென்றுவிட வேண்டுமென்று எண்ணிக்கொண்டார். அந்த உணவு விடுதி நன்றாகத்தான் இருந்தது. ஆனால் குறிப்பிட்ட அந்த நேரத்தில் அங்கே நிலவிய சூழல் அவ்வளவு உவப்பானதாக இல்லை; ஆனால் கோலியாட்கின் அதைக் குறித்து எந்தத் தயக்கமும் கொள்ளவில்லை; சொல்லப் போனால் அப்படிப்பட்ட அற்ப விஷயங்களுக்காகத் தயங்கிக் கொண்டிருக்க அவருக்கு நேரமும் இல்லை. விளக்குகள் பிரகாசமாக எரிந்துகொண்டிருந்த ஓர் அறையில் உணவு வழங்கும் இடத்தைச் சுற்றிக் கூட்டமாக நிறைய வாடிக்கையாளர்கள் நின்று கொண்டிருந் தார்கள். சமூக அந்தஸ்து பெற்ற மனிதர்கள் மதிய உணவின்போது சாப்பிடும் சுவையான பல தின்பண்டங்கள் அங்கே குவியல் குவியலாய் நிறைத்து வைக்கப்பட்டிருந்தன. காலியான கண்ணாடிக் கோப்பைகளை நிறைப்பதற்கும், உணவு பரிமாறுவதற்கும், வாடிக்கையாளர்களிடமிருந்து பணத்தைப் பெற்றுக்கொண்டு மீதத்தைத் திருப்பிக் கொடுப்பதற்கும் நேரமின்றித் திண்டாடிக் கொண்டிருந்தான் அங்கிருந்த பணியாள். தன்னுடைய முறை வரும் வரை காத்திருந்த கோலியாட்கின், ஒரே ஒரு காரம்போட்ட 'பை' [பணியாரம் போன்றது] மட்டும் தனக்கு வேண்டுமென்று கேட்டுக்கொண்டு அமைதியாகக் கையை நீட்டினார். சுற்றியிருந்த கூட்டத்திலிருந்து விலகிச் சென்று ஒரு மூலையில் உட்கார்ந்தபடி பசியோடு அதைச் சாப்பிட்டு முடித்தார்; பிறகு அந்தப் பணியாளின் அருகே சென்று தட்டை வைத்துவிட்டு, அதன் விலை என்ன என்பதை அறிந்து கொண்டபின் ஒரு பத்து கோபெக் நாணயத்தை

எடுத்துக் கல்லாவின் மீது வைத்தவர். பணியாளின் கவனத்தை ஈர்க்கும் வகையில் "இதோ பார், நான் ஒரு 'பை' சாப்பிட்டதற்கான பணம்" என்றும் சொன்னார்.

"உங்களுக்கான 'பில்' தொகை ஒரு ரூபிளும் பத்து கோபெக்குகளும்" என்ற சொல் பணியாளின் உதடுகளிலிருந்து உதிர்ந்தது.

கோலியாட்கின் அதைக் கேட்டதும் மிகவும் ஆச்சர்ய மடைந்தார்.

"நீ சொல்வது என்னிடமா? நான் ஒரே ஒரு 'பை' மட்டும்தான் சாப்பிட்டதாக நினைக்கிறேன்."

"இல்லை, நீங்கள் பதினோரு 'பை' சாப்பிட்டிருக்கிறீர்கள்" என்று உறுதியாக பதிலளித்தான் அந்த மனிதன்...

"நீ என்ன சொல்கிறாய். நீ ஏதோ தவறாகப் புரிந்து கொண்டிருக்கிறாய். உண்மையில் நான் சாப்பிட்டது ஒரு 'பை' மட்டும் தான் என்பது எனக்குத் தெரியும்"

"நான் எண்ணிக்கொண்டேதான் இருந்தேன். நீங்கள் பதினொன்று சாப்பிட்டிருக்கிறீர்கள். நீங்கள் அவ்வளவு சாப்பிட்ட தால் அதற்குரிய தொகையை செலுத்தியே ஆக வேண்டும். நாங்கள் இங்கே எதையும் இலவசமாகக் கொடுப்பதில்லை"

கோலியாட்கின் குழப்பமடைந்தார். "என்ன மந்திர வித்தை இது? எனக்கு என்ன ஆகிக் கொண்டிருக்கிறது?" என்ற வியப்பு அவரை ஆட்கொண்டது. அந்தப் பணியாளோ அவரது பதிலை எதிர்பார்த்துக் காத்துக் கொண்டிருந்தான். சுற்றிலும் மனிதர்கள் கூட்டம். அதற்கு மேலும் எந்தச் சிக்கலும் ஏற்பட்டு விடாமல் தவிர்ப்பதற்காகத் தன் கோட்டுப் பையிலிருந்து ஒரு வெள்ளி ரூபிளைத் துழாவி எடுத்து உடனடியாக முழுத்தொகையையும் செலுத்தி விட முற்பட்டார் கோலியாட்கின்.

'நல்லது, பதினொன்று என்று அவன் சொன்னால் பதினொன்றாகவே தான் இருந்துவிட்டுப் போகட்டுமே' இவ்வாறு எண்ணியபோது ஒரு நண்டைப் போல சிவந்து போயிருந்தார் அவர்.

'சரி, அப்படி பதினோரு 'பை' சாப்பிட்டால்தான் என்ன? அதில் என்ன வந்தது? ஒரு மனிதன் பசியாக இருந்திருக்கிறான், அதனால் சாப்பிட்டிருக்கிறான். மனம்போலச் சாப்பிட்டுவிட்டுத் தான் போகட்டுமே அவன்? அதில் ஆச்சரியப்படுவதற்கோ, சிரிப்பதற்கோ என்னதான் இருக்கிறது?"

மிகச்சரியாக அதே கணத்தில் அவருக்குள் ஏதோ ஓர் உறுத்தல் எழ, கண்களை நிமிர்த்திப் பார்த்தார். அந்தப் புதிருக்கான

விடையை அவரால் உடனேயே ஊகிக்கமுடிந்துவிட்டது. அந்த மாயவித்தை என்னவென்பதையும் அவர் உணர்ந்துகொண்டார். தனக்கு ஏற்பட்ட சிக்கல்களுக்கான காரணம் சட்டென்று ஒரே நொடியில் அவருக்கு விளங்கிப்போயிருந்தது.

உணவு விடுதிப் பணியாளுக்குப் பின்புறமாக இருந்த மற்றொரு அறையின் கதவருகே கோலியாட்கினை நேருக்கு நேர் பார்த்தபடி ‘அவன்’ ‘அந்த கோலியாட்கின்’ நின்றுகொண்டிருந்தான்; நமது கதையின் கதாநாயகரான கோலியாட்கின் இல்லை ‘அந்த’ மற்றொரு கோலியாட்கின்! புதிய கோலியாட்கின்! இவ்வளவு நேரமும் அந்த உருவத்தைக் கண்ணாடியில் தெரியும் தன் பிம்பம் என்றே நினைத்துக் கொண்டிருந்தார் நம் கதாநாயகர். அந்த இரண்டாவது கோலியாட்கின் மிகவும் உற்சாகமான மனநிலையுடன் இருந்தான். மூத்த கோலியாட்கினைப் பார்த்துப் புன்னகைத்துக்கொண்டே தலையை இலேசாக அசைத்துக் கண்ணடித்த அவன், தன் கால்களை இலேசாக உதறிக்கொண்டான். அடுத்த நிமிடமே அவன் அங்கிருந்து மறைந்துவிடக்கூடுமென்று தோன்றியது; அந்த அறைக்குள் அவன் சென்றுவிடலாம், பிறகு பின்புறத்திலுள்ள ஏதேனும் ஒரு வழியில் அவன் வெளியே கூடச் சென்றுவிடலாம். அப்படி நடந்தால் அவனைப் பின் தொடர்ந்து செல்வது வீண் வேலையாகி விடும். அவன் சாப்பிட்ட பத்தாவது ‘பை’யின் மிச்சம் அவனது கையில் இருந்தது. கோலியாட்கினின் கண்களுக்கு முன்பாகவே அவன் அதைத் தன் வாயில் திணித்துக் கொண்டு தன் உதடுகளால் சப்பி ருசித்துக் கொண்டிருந்தான்.

‘அந்தப் போக்கிரி என்னைப் போலவே நடித்திருக்கிறான்’ என்று அவமானத்தால் முகம் சிவந்து போயிருந்த கோலியாட்கின் நினைத்துக் கொண்டார். ‘இத்தனை வெளிப்படையாக இப்படி ஒன்றைச் செய்ய அவனுக்கு வெட்கமாக இல்லை? மற்றவர்கள் எல்லாம் அவனைப் பார்த்தார்களா இல்லையா? எவருமே அவனைக் கவனித்ததாகத் தெரியவில்லையே?’

கையிலிருந்த ரூபிள் நாணயம் தன் விரலைச் சுட்டு விட்டது போல அதைத் தூக்கி அவசரமாக மேசையில் வீசியெறிந்தார் கோலியாட்கின். விடுதிப் பணியாள் கோபத்தோடு தன்னை முறைத்துப் பார்ப்பதைக் கண்டு கொள்ளாமல் ஒரு வெற்றிப் புன்னகையோடும், அமைதியான தோரணையோடும் கூட்டத்துக்கு நடுவே நெருக்கியடித்தபடி திரும்பிக் கூடப் பார்க்காமல் விரைந்தார்.

‘அந்த வழிப்பறிக் கொள்ளைக்காரனுக்கும், அவனைச் சந்திக்க வைத்த விதிக்கும் கூட நன்றி செலுத்தியே ஆக வேண்டும். ஒரு வழியாக எல்லாம் விளங்கி விட்டது. அந்தப் பணியாள் மட்டும் தான் கொஞ்சம் முரட்டுத்தனமாக நடந்து கொண்டான். ஆனாலும்

கூட அவனால் வேறு என்ன செய்யமுடியும்? அவன் கடமையைத் தானே அவன் செய்தான்? மொத்தம் ஒரு ரூபிளும் பத்து கோபெக்கும் கொடுக்க வேண்டியிருந்தது. அவன் நடந்து கொண்டது சரிதான். பணம் கொடுக்காமல் இங்கே எவரும் எதையும் பெற முடியாதென்றல்லவா சொன்னான்? ஆனாலும் கூட அந்த ராஸ்கல் இன்னும் கொஞ்சம் நாகரிகமாக, பணிவாக நடந்து கொண்டிருக்கலாம்.

வெளிவாயிலுக்குச் செல்லும் படிக்கட்டு வழியே கீழிறங்கிச் சென்று கொண்டிருந்தபோது இப்படியெல்லாம் தனக்குத் தானே சொல்லிக் கொண்டிருந்தார் கோலியாட்கின். ஆனால், ஏனோ கடைசிப் படிக்கட்டை நெருங்கிய போது குண்டடி பட்டவரைப் போலச் 'சட்'டென்று நின்றார். தன்னுடைய சுய கௌரவத்துக்கு நேர்ந்த அவமதிப்பை எண்ணிய போது குபீரென்று முகம் சிவந்தார். அவர் கண்களில் கண்ணீர் பெருகியது. அரை நிமிட நேரம் அசையாமல் நின்ற பிறகு ஏதோ ஒரு உறுதி எடுத்துக் கொண்டு விட்டதைப் போலத் தன் கால்களால் தரையை ஓங்கி மிதித்தார். ஒரே குதியில் படியை விட்டு வீதிக்கு வந்து விட்டவர் சுற்றிலுமுள்ள எதையும் ஏறெடுத்தும் பார்க்காமல் தன் களைப்பைப் பற்றிய பிரக்ஞை சிறிதும் அற்றவராய் மூச்சைப் பிடித்துக்கொண்டு வீட்டை நோக்கி விரைந்தார். வீட்டுக்கு வந்ததும் தனது கோட்டை மாற்றிக்கொண்டு பழைய கோட்டைப் போட்டுக் கொள்வது அவரது வழக்கம். அன்று அப்படிக்கூடச் செய்யாமல், தன் புகைக் குழாயை எடுத்துக் கொள்ளக்கூடத் தோன்றாதவராய் சோஃபாவில் அமர்ந்து இங்க் புட்டியைத் தன்னருகே இழுத்துக்கொண்டார். பேனாவையும் பேப்பரையும் எடுத்தவர், தன்னுள்ளிருக்கும் பதட்டத்தால் நடுங்கும் கைகளோடு கீழ்வரும் கடிதத்தைக் கிறுக்க ஆரம்பித்தார்.

'அன்புள்ள யாகோவ் பெத்ரோவிச்! என்னுடைய சந்தர்ப்ப சூழ்நிலைகளும்... உங்களுடைய நடவடிக்கையும் என்னை நிர்ப்பந்தப் படுத்தாமல் இருந்திருந்தால் நான் என் பேனாவை எடுத்திருக்கவே மாட்டேன். அவசியமாகச் செய்தாக வேண்டிய காரியம் இது என்ற ஒன்றைத்தவிர உங்களோடு வாக்குவாதத்தில், விவாதத்தில் இறங்கு வதற்கான தூண்டுதல் என்னிடம் வேறெதுவும் இல்லை என்பதை முதலில் நம்புங்கள். நான் மேற்கொண்டிருக்கும் இந்தச் செயல், உங்களைத் திட்டமிட்டு அவமானப்படுத்துவதற்காக அல்ல என்று புரிந்துகொள்ளுமாறு முதலில் உங்களிடம் மன்றாடிக் கேட்டுக் கொள்கிறேன். சூழ்நிலைகளால் ஏற்பட்ட தவிர்க்கமுடியாத விளைவு களால் மட்டுமே நாம் இப்போது பிணைக்கப்பட்டிருக்கிறோம்.

('நான் எழுதியதெல்லாம் சரியாகத்தான் இருக்கிறது என்று

நினைக்கிறேன். அழுத்தமாக, உறுதியாக, அதே நேரத்தில் உரிய மரியாதையுடனும் கூட! அவன் தவறாக எடுத்துக்கொள்ளும்படி இதில் எதுவும் இருப்பதாகத் தோன்றவில்லை. மேலும் முழுக்க முழுக்க வரம்பு மீறாமல்தான் நான் எழுதி இருக்கிறேன்' தான் எழுதியதை ஒரு முறை படித்துப்பார்த்த பிறகு இவ்வாறு எண்ணிக் கொண்டார் கோலியாட்கின்.)

புயற்காற்று வீசிய ஒரு இரவுப் பொழுதில் வித்தியாசமான முறையில் நேர்ந்த உங்கள் திடீர் வருகைதான் இப்பொழுது நம்மிடையே ஏற்பட்டுப் போயிருக்கும் கருத்துவேறுபாட்டுக்கான தொடக்கப்புள்ளி; சரியாக அதே நேரத்தில் என் எதிரிகளின் முரட்டுத்தனமான நம்பவே முடியாத நடவடிக்கைகளால் நான் காயப்பட்டிருந்தேன்; அவர்களின் பெயர்களைச் சொல்வது கூட எனக்கு வெறுப்பூட்டுவதாக இருக்கிறது. என்னுடைய அன்றாட நடைமுறை வாழ்க்கையில் நான் கொண்டிருக்கும் தொடர்பு வட்டங்களுக்கு நடுவே பிடிவாதமான விருப்பத்தோடு உங்கள் போக்கில் நீங்கள் நடந்துகொள்ள முயற்சித்தீர்கள்! நாகரிகமான சமுதாயம் விதித்திருக்கும் ஒவ்வொரு விதியையும் குறைந்தபட்சமாக இருந்தாகவேண்டிய பணிவான இயல்பையும் தாண்டி எல்லை மீறிச் சென்றது உங்கள் அத்துமீறல். என் கையிலிருந்த அலுவலகக் கோப்புத்தாள்களை வலுக்கட்டாயமாக நீங்கள் பறித்தது பற்றி நான் குறிப்பிட வேண்டிய அவசியமே இல்லையென்று நினைக்கிறேன் ஐயா! அதன் மூலம் என் நற்பெயரை அபகரித்து மேலதிகாரிகளின் பாராட்டுதலைப் பெற்றுவிடவேண்டுமென்பதற்காகவே குறிப்பாக அப்படிச் செய்தீர்கள். அதற்கு எந்த வகையிலும் தகுதியில்லாதவர் நீங்கள். அதைப்பற்றிய உரிய விளக்கத்தைத் தராமல் வேண்டுமென்றே நீங்கள் அவமானப்படுத்தியது குறித்தும் நான் இங்கே சொல்லத் தேவை இல்லை. இறுதியாக இதையும் கூட என்னால் விட்டுவிட முடியாது. கடைசியாக என் கண்ணுக்கு முன்பாகவே வைத்து அந்த உணவகத்தில் நீங்கள் நடந்து கொண்ட நம்பவேமுடியாத அந்த அநாகரிகமான முறையைப் பற்றி நான் குறிப்பிட வேண்டிய அவசியமில்லை. தேவையில்லாததற்கெல்லாம் போய்ப் புலம்பிக்கொண்டிருக்கும் ஆளில்லை நான். எனக்கு ஒரு ரூபிள் நஷ்டமானதை நான் பொருட்டாக நினைக்கவில்லை. ஆனால் ஒரு பொது இடத்தில் என் கௌரவத்தைக் குலைக்கும் வகையில் நீங்கள் நடந்துகொண்டதை நினைத்துப் பார்க்கும்போது எனக்கு வெறுப்பாகத்தான் இருக்கிறது. அதுவும் கண்ணியமான பல கனவான்களின் முன்னிலையில் வைத்து! அவர்கள் எனக்குத் தெரிந்த வட்டத்தைச் சேர்ந்தவர்களில்லை, எனக்கு அறிமுகமானவர்கள் இல்லையென்றாலும் கூட!

('ஒருவேளை நான் எழுதுவது சற்று எல்லைமீறிப் போய் விட்டதோ' என்று நினைத்துக் கொண்டார் கோலியாட்கின். 'இது கொஞ்சம் அதிகமாக இல்லையா? கண்ணியமான கனவான்கள் என்றெல்லாம் சொல்வது அவனை ரொம்பவும் மட்டம் தட்டுவ தாய்ப் போய்விடுமோ? ஆனால் பரவாயில்லை. அப்படியே இருந்துவிட்டுப் போகட்டும். நான் எவ்வளவு உறுதியாக இருக்கி றேன் என்பதை அவனிடம் காட்டியே ஆக வேண்டும். அதே சமயத்தில் கொஞ்சம் மென்மையாகவும் எழுதியாக வேண்டும்.)

உங்களது வெளிப்படையான கபடமற்ற குணம் மற்றும் உங்கள் உன்னதமான உணர்வுகள் ஆகியவற்றின்மேல் எனக்கு உறுதியான நம்பிக்கை இருப்பதால் இந்தக் குறைகளையெல்லாம் நீங்களே எப்படியோ சரிக்கட்டிவிடுவீர்கள் என்றும், எல்லாவற்றையும் முன்னைப்போலவே ஆக்கிவிடுவீர்கள் என்றும் நம்புகிறேன்; அதனால் இந்தக் கடிதத்தைக் கொண்டு உங்களை நான் சலிப் படையச் செய்துவிடக்கூடாது.

என் கடிதம் உங்களைச் சிறுமைப்படுத்துவதாக நீங்கள் எடுத்துக் கொள்ளமாட்டீர்கள் என்ற முழுமையான நம்பிக்கை என்னிடம் இருக்கிறது. அது போலவே குறிப்பாக இந்தச் சந்தர்ப் பத்தைப் பொறுத்தவரை உங்கள் தரப்பு என்ன என்பதையும் விளக்க மான கடிதமாக எழுத மறுக்க மாட்டீர்களென எண்ணு கிறேன்; இதே ஆள்வழியாக உங்கள் மறுமொழியை அனுப்பி வையுங்கள்.

உங்கள் பதிலை எதிர்பார்த்துக் காத்திருக்கும்

உங்கள் பணிவுள்ள,

ஓய். கோலியாட்கின்

'நல்லது. எல்லாம் சரியாகத்தான் இருக்கிறது. எப்படியோ இந்த விஷயம் முடிந்தது. நிலைமை, கடிதம் எழுதும் வரை வந்து விட்டது. ஆனால் அதற்கு யார் காரணம்? குற்றம் சாட்டப்பட வேண்டியவன் அவன் தான். இப்படிப்பட்ட ஒரு கடிதத்தை எழுதும் எல்லை வரை ஒரு மனிதனைக் கொண்டு வந்து விட்டிருப்பது அவனுடைய செயல்தானே? ஆனாலும் கூட நான் வரம்பு மீறாமல்தான் இருந்துகொண்டிருக்கிறேன்.'

தான் எழுதிய கடிதத்தைக் கடைசியாக ஒரு முறை படித்துப் பார்த்துவிட்டு மடித்து உறையிலிட்டு மூடியபிறகு பெட்ரூஷ்காவை அழைத்தார் அவர். வழக்கம்போலத் தூக்கக் கலக்கத்தோடும் எதைக்குறித்தோ கோபமாக இருப்பது போலவும் முகத்தை வைத்துக்கொண்டு உள்ளே வந்தான் பெட்ரூஷ்கா.

"இந்தக் கடிதத்தை எடுத்துக்கொண்டு போக வேண்டும் பையா! என்ன புரிகிறதா?"

பெட்ரூஷ்கா எதுவும் பேசவில்லை.

"நான் வேலைபார்க்கும் அலுவலகத்துக்கு இதை எடுத்துக் கொண்டு போ. செயலாளர் வேஹ்ரமேயேவ் இப்போது அங்கே பணியில் இருப்பார். இன்று வேலையில் இருப்பது அவர் மட்டும் தான்! புரிந்து கொண்டாயல்லவா?"

"எனக்குப் புரிகிறது"

'எனக்குப் புரிகிறது என்று மட்டுமே சொல்கிறான். புரிகிறது ஐயா என்று கூட அவனால் சொல்ல முடியவில்லையே' என்று நினைத்துக்கொண்டார் அவர்.

"நீ இப்போது அந்த செயலாளர் வேஹ்ரமேயேவைப் போய்ப் பார்க்க வேண்டும். உன்னுடைய எஜமானர் அவருக்குத் தன் மரியாதையைத் தெரிவிப்பதாக முதலில் சொல். பிறகு எங்கள் அலுவலகத்தின் முகவரிப் புத்தகத்தைப் பார்த்து டிட்டுலர் கவுன்சிலரான கோலியாட்கின் எங்கே வசிக்கிறார் என்பதைச் சொல்லுமாறு பணிவோடு அவரிடம் கேட்டுக்கொள்!

பெட்ரூஷ்கா எதுவுமே பதில் பேசவில்லை. அவன் இலேசாக சிரிப்பதுபோல அவருக்குத் தோன்றிது.

"இதோ பார் பியோதர்! முதலில் அவரிடம் முகவரியைக் கேட்டு அந்தப் புதிய குமாஸ்தா கோலியாட்கின் வசிப்பது எங்கே என்று தெரிந்துகொள்"

"சரி"

"முகவரி என்னவென்பதைத் தெரிந்து கொண்டபிறகு இந்தக் கடிதத்தை அங்கே எடுத்துக் கொண்டு போக வேண்டும்! என்ன புரிகிறதா உனக்கு"

"புரிந்து கொண்டேன்"

"நீ இந்தக் கடிதத்தை எங்கே கொண்டு போக வேண்டுமோ, எந்த நபரிடம் நீ இதைத் தரவேண்டுமோ, அந்த கோலியாட்கின் ஒரு வேளை அங்கிருந்தால்... ஏ முட்டாள்! ஏன் இப்படிச் சிரிக்கிறாய்?"

"சிரிப்பதற்கு இதில் என்ன இருக்கிறது? அதைப் பற்றி எனக்கென்ன? நான் சும்மாதான் இருக்கிறேன் ஐயா. என்னைப் போன்றவர்கள் சிரிப்பதற்கு இதில் அப்படி என்ன இருக்கிறது?"

"அப்படியென்றால் சரிதான்! ஒரு வேளை உன் எஜமானர் எப்படி இருக்கிறார் என்று அந்த ஆள் உன்னிடம் கேட்டால்..., சரி அதை விடு. அவன் எதைப் பற்றிக் கேட்டாலும் எதுவும் சொல்லாமல் வாயை அடக்கிக் கொண்டு 'என் எஜமானர் மிக நன்றாக இருக்கிறார்; இந்தக் கடிதத்துக்கு உங்கள் கைப்பட ஒரு

பதில் வேண்டுமென்று கேட்டுக் கொண்டிருக்கிறார்' என்று மட்டும் பதில் சொல். என்ன, புரிகிறதா?"

"ம், புரிகிறது"

"சரி, இப்படிச்சொல். 'என் எஜமான் நன்றாக, மிக நன்றாக இருக்கிறார்; இப்போது வெளியே செல்வதற்காகத் தயாராகிக் கொண்டிருக்கிறார். எழுத்து மூலமான ஒரு பதிலை உங்களிட மிருந்து அவர் எதிர்பார்க்கிறார்' என்று மட்டும் சொல்; என்ன புரிந்து கொண்டாயல்லவா?"

"ஆமாம்"

"சரி, அப்படியானால் கிளம்பிப் போ"

'சே, இந்த முட்டாள் பயலோடு ஒரே தொந்தரவாய் இருக் கிறதே? அவன் பாட்டுக்கு ஒன்றுமில்லாததற்கெல்லாம் சிரிக்கிறான். ஏன் அப்படிச் சிரிக்கிறான் அவன்? இந்தமாதிரி கஷ்டப்படுவதே வாழ்க்கையாய்ப் போய்விட்டது. இப்படிப்பட்ட குழப்பங்களை யெல்லாம் பார்க்கவே நான் வாழ்ந்து கொண்டிருக்கிறேன். ஒரு வேளை இறுதியில் எல்லாமே நன்றாகவும் முடியலாம். அடுத்த இரண்டு மணி நேரத்துக்கு அந்த முட்டாள் பயல் எங்கேயாவது சுற்றி அலைந்து கொண்டுதான் இருக்கப் போகிறான். அது எனக்குத் தெரியும். வேறு எங்காவது போய் சுற்றுவான். எந்த இடத்துக்கும் அவனை அனுப்பவே முடியாது. சே, என்ன ஒரு கஷ்டம்! எனக்கு ஏன் இப்படியெல்லாம் நேர வேண்டும்?'

எப்படிப்பட்ட சிக்கல்களில் தான் அகப்பட்டுக் கொண்டிருக் கிறோம் என்பதை முழுமையாக உணர்ந்து கொண்ட நம் கதாநாயகர், பெட்ரூஷ்கா திரும்பி வரும் வரை அடுத்த இரண்டு மணி நேரத்துக்கு எதுவுமே செய்யாமல் அமைதியாக இருக்க வேண்டும் என்று முடிவுகட்டிக்கொண்டார். கிட்டத்தட்ட ஒரு மணிநேரம் தன் அறைக்குள்ளேயே நடந்து கொண்டிருந்தார்; புகை பிடித்தார்; புகைக்குழாயைத் தள்ளி வைத்துவிட்டு ஒரு புத்தகத்துடன் உட்கார்ந்தார்; பிறகு சோஃபாவில் படுத்துக் கொண் டார்; மறுபடி புகைக்குழாயை எடுத்துக்கொண்டு மீண்டும் அறைக்குள் சுற்றிவர ஆரம்பித்தார். நடந்ததைப் பற்றிக் கொஞ்சம் சிந்திக்க முயற்சித்தார்; ஆனால் அவரால் துளிக்கூட எதையும் யோசிக்கமுடியவில்லை. கடைசியில் அப்படி எதுவுமே செய்யாமல் இருப்பது, சகிக்க முடியாத தவிப்பான ஒரு கட்டத்துக்குச் சென்று விட, செயலில் இறங்குவதென்று முடிவுகட்டிக் கொண்டார் கோலியாட்கின்.

'பெட்ரூஷ்கா வருவதற்கு இன்றும் ஒரு மணி நேரமாகலாம்; வீட்டுச் சாவியை வாசல் காவலாளியிடம் தந்துவிட்டு நானே

ஏதாவது செய்யமுயற்சித்தால் என்ன? இந்த விஷயத்தை நானே விசாரிக்கலாம். என் வழியில் இது என்னவென்று நானே பார்க்கப்போகிறேன்.

விஷயம் என்னவென்று விசாரித்தே ஆக வேண்டுமென்ற அவதியில் அதற்கு மேலும் நேரத்தைப் போக்கிக் கொண்டிருக்க விரும்பாத கோலியாட்கின், தொப்பியை அணிந்துகொண்டு அறையை விட்டு வெளியே சென்றார். தன் குடியிருப்பைப் பூட்டி விட்டு சாவியையும், கூடவே பத்து கோபெக்குகளையும் காவலாளி யிடம் கொடுத்துவிட்டு விரைந்தார். சமீப காலமாகவே கோலியாட்கின் அளவுக்கு மீறிய தாராளத்துடன் நடந்துகொள்ள ஆரம்பித்திருந்தார்.

முதலில் இசமைலாவ்ஸ்கி பாலத்தை நோக்கி நடந்து சென்றார் கோலியாட்கின். அங்கே செல்வதற்கு அவருக்கு அரைமணி நேரமா யிற்று. தான் சென்று கொண்டிருந்த இலக்கை அடைந்த பிறகு அவருக்கு மிகவும் பரிச்சயமான அந்த வீட்டின் முன்பகுதியை நோக்கி நேராகச் சென்றார் அவர். சிவில் கவுன்சிலர் பெரெந்தேவ் குடியிருந்த வீட்டின் ஜன்னல் பக்கமாகத் தன் பார்வையை ஓட விட்டார். சிவப்பு வண்ணத் திரைகள் தொங்கிக் கொண்டிருந்த மூன்று ஜன்னல்களைத் தவிரப் பிற பகுதிகளெல்லாம் இருட்டாக இருந்தன.

“ஓல்சுஃபி இவனோவிச் வீட்டுக்கு இன்று எந்த விருந்தாளியும் வரவில்லை போலிருக்கிறது” என்று நினைத்துக் கொண்டார் அவர். “இன்று அவர்கள் கட்டாயம் வீட்டில்தான் இருக்கக்கூடும்.”

முன் பகுதியில் சிறிதுநேரம் நின்று கொண்டிருந்த பிறகு, ஏதாவது செய்தே ஆக வேண்டும் என்று உறுதியாக முடிவுகட்டிக் கொண்டார் நம் கதாநாயகர்; ஆனால் தீர்மானமான எந்த ஒரு முடிவையும் இது வரை அவர் எட்டியிருக்கவில்லை. தன் மனதை சட்டென்று மாற்றிக் கொண்டு விட்ட கோலியாட்கின், இலேசான கையசைப்போடு தன் எண்ணத்தைப் புறந்தள்ளி விட்டு மீண்டும் தெருப்பக்கமாய்த் திரும்பி நடந்தார்.

“வேண்டாம், இன்று இங்கே செல்வதற்கு எந்த அவசியமும் இல்லை. இங்கே நான் செய்வதற்கு என்ன இருக்கிறது? இல்லை. அதற்குப் பதிலாக என்ன நடக்கிறது என்று நானே கண்டுபிடிப்பது தான் நல்லதாக இருக்கும்”

இந்த முடிவுக்கு வந்தபிறகு கோலியாட்கின் தன் அலு வலகத்தை நோக்கி விரைந்தார். அதற்கு அவர் வெகு தூரம் செல்ல வேண்டியிருந்தது. பாதை மிக மோசமான சேறும் சகதியுமாக இருந்தது; அடர்த்தியான ஈரப்பனிக் கட்டிகள் விழுந்து கொண்டிருந் தன. ஆனால் அந்த நேரத்தில் அப்படிப்பட்ட இடைஞ்சல்

களெல்லாம் நம் கதாநாயகரை சற்றும் பாதிக்காதது போலவே தெரிந்தது. அவர் முழுக்க முழுக்க நனைந்து போயிருந்தார் என்பதும் சேற்றுத் துளிகள் அவர் மீது கணிசமான அளவுக்கு அப்பிக்கிடந்தன என்பதும் நிஜம். 'அதனாலென்ன! அதைப் பற்றி ஒன்றுமில்லை. நான் நினைத்ததை மட்டும் அடைந்து விட்டால் போதும்.' தான் செல்ல விரும்பிய இடத்தை நெருங்கிக் கொண்டிருந் தார் கோலியாட்கின். இருண்டு கிடந்த மிகப் பிரம்மாண்டமான அந்த அரசுக்கட்டிடம் அவர் கண்களுக்கு முன் கறுப்பாய்த் தென் படத் தொடங்கியிருந்தது.

'கொஞ்சம் பொறுத்தாலென்ன?' என்று நினைத்துக்கொண் டார் அவர். 'நான் இப்போது எங்கே போய்க்கொண்டிருக்கிறேன்? அங்கே போய் நான் செய்யப்போவதுதான் என்ன? இதற்குள் ஏதாவது ஒரு பதிலுடன் நிச்சயமாகத் திரும்பி வந்திருப்பான் பெட்ரூஷ்கா. விலை மதிப்பில்லாத என் நேரத்தைத்தான் நான் வீணாக்கிக் கொண்டிருக்கிறேன். ஆமாம், வெட்டியாகப் பொழுது போக்கிக் கொண்டிருக்கிறேன் நான்! ஆனால் இப்போது நான் ஏன் உள்ளே சென்று வேஹ்ரமேயேவைப் பார்க்கக்கூடாது? இல்லை, அப்புறமாய்ப் போய்க் கொள்ளலாம். சே, இப்படி நான் வெளியே வந்திருக்க வேண்டியதே இல்லை. ஆனால் என்ன செய்வது? அதுவே எனக்கு வழக்கமான குணமாகிப் போய்விட்டது. வேண்டுமோ, வேண்டாமோ.., ஏதோ ஒன்று நடக்கப்போகிறது என்று எதிர்பார்த்து அதற்கான வாய்ப்பைக் குறிவைத்துப் பிடிக்கவே நான் எப்போதும் முந்திக் கொண்டிருக்கிறேன். ஹ்ம், இப்போது நேரம் என்ன? நிச்சயம் மணி ஒன்பது ஆகியிருக்கும். பெட்ரூஷ்கா வீட்டுக்கு வந்து சேர்ந்திருப்பான்; என்னைக் காண வில்லையே என்றும் நினைத்திருப்பான். நான் இப்படி வெளியே வந்தது வடிகட்டிய முட்டாள்தனம்! உண்மையாகவே இது ஒரு அபத்தம்தான்!"

தவறான காரியத்தில் இறங்கிவிட்டோமென்பதைத் தனக்குத் தானே ஒத்துக்கொண்டவராய் ஷெஸ்டிலோவாட்சினி தெருவை நோக்கி விரைவாகச் சென்றார் அவர். வீட்டை அடைந்தபோது மிகவும் சோர்ந்து போய்க் களைத்துப் போனார். வீட்டுக்குத் திரும்பி வருவதைப் பற்றி பெட்ரூஷ்கா இன்னும் கனவுகூடக் கண்டிருக்க வில்லை என்பதைக் காவலாளியிடமிருந்து தெரிந்து கொண்டார்.

'இதிலென்ன சந்தேகம்? இது நிச்சயம் இப்படித்தான் இருக்கும் என்று எனக்கு முன்னாலேயே தோன்றிவிட்டது' என்று நினைத்துக் கொண்டார் நம் கதாநாயகர். மணி ஒன்பதாகி விட்டிருந்தது. சே, சரியான உதவாக்கரை! எப்போது பார்த்தாலும் எங்கேயாவது போய்க் குடித்துக் கொண்டிருப்பான். கடவுளே கருணைகாட்டு!

ஏற்கனவே உள்ள கஷ்டம் போதாதென்று இப்படி ஒரு மோசமான நாள்வேறு அமைய வேண்டுமா எனக்கு?”

இவ்வாறு பலவற்றையும் சிந்தித்தபடி வீட்டுக் கதவைத் திறந்து உள்ளே சென்றபோது அவர் சற்று இலேசாகியிருந்தார்; வெளியே செல்வதற்காக உடுத்தியிருந்தவைகளையெல்லாம் களைந்துவிட்டுப் புகைக்குழாயைப் பற்றவைத்துக் கொண்டார். சக்தியையெல்லாம் இழந்தபடி சோர்வும் களைப்பும் பசியுமாக இருந்தார் அவர். சோஃபாவில் படுத்தபடி பெட்ரூஷ்காவை எதிர்பார்த்துக் கொண்டிருந்தார். மங்கலாக எரிந்துகொண்டிருந்த மெழுகுவர்த்தி யின் வெளிச்சம் சுவரில் பட்டுத் தெறித்துக் கொண்டிருந்தது. எங்கோ வெறித்து வெறித்துப் பார்த்தபடி ஏதேதோ நினைத்துக் கொண்டே இருந்த கோலியாட்கின், இற்றுப் போனவராய் இறுதியில் தூக்கத்தில் ஆழ்ந்தார்.

அவர் எழுந்திருக்கும்போது மிகவும் நேரமாகிவிட்டிருந்தது. கிட்டத்தட்ட அணையும் தருவாயிலிருந்த மெழுகுவர்த்தி புகையைக் கக்கிக்கொண்டிருந்தது. திடுக்கிட்டு எழுந்துகொண்ட கோலியாட் கின் தன்னைத்தானே ஒருமுறை உலுக்கிவிட்டுக்கொண்டார். நடந்த எல்லாவற்றையும் முழுமையாக ஒருமுறை நினைவுபடுத்திக் கொண்டார். திரைத்தடுப்புக்குப் பின்னால் பெட்ரூஷ்காவின் உரத்த குறட்டை ஒலி கேட்டுக்கொண்டிருந்தது. கோலியாட்கின் ஜன்னலருகே விரைந்து சென்று பார்த்தார்; எந்த இடத்திலும் வெளிச்சம் இல்லை. ஜன்னல் கண்ணாடியை நகர்த்திப் பார்த்தார்; எல்லாமே அமைதியாக இருந்தது. மரணித்துப் போய்விட்டதைப் போன்ற உறக்கத்தில் மூழ்கிக் கிடந்தது நகரம். இரவு மணி இரண்டு அல்லது மூன்று இருக்கலாம். சரிதான். தடுப்புக்குப் பின்னாலிருந்த கடிகாரம் மிகுந்த சிரமத்தோடு இரண்டு மணி அடித்தது. தடுப்பைத் தாண்டிக்கொண்டு உள்ளே வேகமாகச் சென்றார் கோலியாட்கின்.

மிக நீண்ட முயற்சிக்கும், சிரமத்துக்கும் பிறகுதான் அவரால் பெட்ரூஷ்காவை எழுப்பிப் படுக்கையில் உட்கார வைக்க முடிந்தது. அதற்குள் மெழுகுவர்த்தி முழுமையாக எரிந்து முடிந்திருந்தது. வேறொரு மெழுகுவர்த்தியைத் தேடி எடுத்துப் பற்றவைக்க கோலியாட்கினுக்குப் பத்துநிமிடம் பிடித்தது; அதற்குள் பெட்ரூஷ்கா மறுபடியும் உறங்கத் தொடங்கிவிட்டிருந்தான்.

“ஏய் போக்கிரி, ஏ உதவாக்கரை” என்றபடி மறுபடியும் அவனை உலுக்க ஆரம்பித்தார் கோலியாட்கின். “எழுந்திருக்கப் போகிறாயா இல்லையா, ம், எழுந்திரு” அரை மணிநேர முயற்சிக்குப் பிறகு தன் வேலையாளை எழுப்புவதில் ஒருவழியாக வெற்றி கண்டவராய் அவனைத் தடுப்புக்குப் பின்னாலிருந்து இழுத்துக்

கொண்டு வந்தார் கோலியாட்கின். பெட்ருஷ்கா முட்டமுட்டக் குடித்துவிட்டு முழு போதையிலிருப்பதையும், நிற்கக்கூட முடியாமல் அவன் தள்ளாடிக் கொண்டிருப்பதையும் அப்போதுதான் உணர்ந்துகொண்டார் நமது கதாநாயகர்.

"ஒன்றுக்கும் உதவாத வெறும் பயலே" என்று கூச்சலிட்டார் கோலியாட்கின். "ஏய் முரட்டுப் பயலே, நீயே என்னைச் சாகடித்து விடப் போகிறாய்! கடவுளே! என் கடிதத்தை என்னதான் செய்திருப்பான் இவன். ஐயோ ஆண்டவரே! அது எங்கேதான் போயிருக்கும்? அதை நான் ஏன்தான் எழுதினேன். ஏதோ அதை நான் எழுதியே ஆக வேண்டுமென்பது போல! ஒரு முட்டாளைப் போல, சும்மா வெற்றுப் பெருமைக்காக மட்டுமே நான் ஏதோ கிறுக்கினேன். அந்தப் பெருமையால் மட்டுமே இப்போது இதில் வசமாக மாட்டிக் கொண்டும் இருக்கிறேன். நான் மிக மோசமானவன். இப்படிப்பட்ட கௌரவம் எனக்குத் தேவையா? அது உண்மையிலேயே சுய கௌரவம் தானா? எனக்கு நன்றாக வேண்டும். ஏ! முரட்டுப் பயலே! அந்தக் கடிதத்தை நீ என்னதான் செய்தாய்? யாரிடம் போய் அதைக் கொடுத்தாய்?"

"நான் எவரிடமும் எந்தக் கடிதத்தையும் கொடுக்கவில்லை. அப்படி எந்தக் கடிதமும் என்னிடம் இல்லவும் இல்லை!"

தவிப்புத் தாங்க முடியாமல் கைகளை ஒன்றோடொன்று பிசைந்து கொண்டார் கோலியாட்கின்.

"இதோ பார் பியோதர், நான் சொல்வதைக் கேட்டுக்கொள். கொஞ்சம் கேள்!"

"நான் கேட்டுக்கொண்டுதான் இருக்கிறேன்"

"நீ எங்கே போயிருந்தாய். முதலில் அதற்கு பதில் சொல்!"

"நான் எங்கே போயிருந்தேன்? ம்., ஒரு சில நல்ல மனிதர் களைப் பார்க்கப்போயிருப்பேன். அதிலென்ன வந்தது?"

"கடவுளே! என் மீது கருணை காட்டமாட்டீர்களா? சரி, ஆரம்பத்திலிருந்தே சொல்கிறேன். நீ எங்கள் அலுவலகத்துக்குச் சென்றாய்தானே? கேள் பியோதர்! சரி, நீ கடும் போதையில் இருக்கிறாயென்று நினைக்கிறேன்"

"நானா? நானா போதையில் இருக்கிறேன்? இந்த நிமிடமே என்னைத் தரையில் போட்டு அடித்து வீழ்த்தினாலும் சரி, ஒரு துளி, ஒரு துளி குடித்ததாகக்கூட ஒத்துக் கொள்ளமாட்டேன்"

"இல்லையில்லை. அதைப்பற்றி ஒன்றுமில்லை. நீ குடித்திருக் கிறாயா, போதையிலிருக்கிறாயா என்பதைப் பற்றியெல்லாம் எனக்குக் கவலை இல்லை. நான் சும்மா கேட்டேன், அவ்வளவு

தான்! நீ போதையில் இருந்தாலும் பரவாயில்லை பெட்ரூஷ்கா. நான் ஒன்றும் அதைப் பொருட்படுத்தப்போவதில்லை. ஒருவேளை உனக்கு நான் சொன்ன அந்த விஷயம் மறந்து போயிருக்கலாம். ஆனால், கட்டாயம் ஞாபகம் வந்துவிடும். எங்கே, கொஞ்சம் நினைவுபடுத்திப் பார். நீ அந்த குமாஸ்தாவிடம் போனாயா? வேஹ்ரமேயேவிடம் சென்றாயா இல்லையா? சொல். அவரிடம் போனாயா இல்லையா?"

"நான் எங்கேயும் போகவும் இல்லை. அப்படி ஒரு குமாஸ்தாவும் இல்லை. இந்த நிமிடம் வரை நான் குடித்திருக்கவும் இல்லை!"

"இல்லை, இல்லை பியோதர்! இல்லை பெட்ரூஷ்கா! இங்கே பார், நான் அதைப்பற்றியெல்லாம் பெரிதாக அலட்டிக் கொள்ள வில்லை. அதெல்லாம் எனக்குப் பொருட்டே இல்லை. அதனால் என்ன வந்தது இப்போது? பார்க்கப் போனால் இப்போது தெரு வெல்லாம் ஈரச் சொதசொதப்போடு குளிர் அதிகமாக இருக்கிறது. அதனால் யாராக இருந்தாலும் குடிக்கத்தான் செய்வான். எனக்கொன்றும் அதில் கோபமில்லை. நான் கூட இன்று குடித்துக் கொண்டுதான் இருந்தேன். சரி பையா, இப்படி வா. கொஞ்சம் முயற்சி செய்து யோசித்துச் சொல். வேஹ்ரமேயேவிடம் போனா யல்லவா?"

"சரி, அப்படி என்றால் நான் குடிக்கத்தான் போனேன், அது தான் உண்மை என்று சொல்கிறீர்கள். ஆனால் இந்த நிமிடம் வரை.."

"இதோ பார் பெட்ரூஷ்கா, நீ அப்படிப் போனாலும் அது சரிதான். மிகவும் சரியானதுதான். உன் மீது எனக்குக் கோபமே இல்லை. இங்கே பார். கொஞ்சம் பாரேன்" தன்னுடைய வேலை யாளை சமாதானப்படுத்த முயன்றபடி அவனது தோளில் தட்டிக் கொடுத்தும் அவனைப் பார்த்துப் புன்னகைத்தபடியும் நம் கதாநாயகர் பல வழிகளில் முயற்சி செய்து கொண்டிருந்தார்.

"போகட்டும் போக்கிரிப்பயலே! ஏதோ இலேசாகக் கொஞ்சம் குடித்திருக்கிறாய். பத்து கோபெக்குக்கு குடித்திருப்பாய் என்று நினைக்கிறேன். சரியான திருட்டு ராஸ்கல் நீ! ஆனால் இதோ பார், அதைப் பற்றி எனக்கு ஒன்றுமே இல்லை. என்னைக் கொஞ்சம் பார், நான் கோபமே படவில்லை பையா! எனக்குக் கோபமே இல்லை. ஆமாம் எனக்குத் துளிக்கூட கோபமில்லை"

"உங்கள் விருப்பப்படி நீங்கள் எதை வேண்டுமானாலும் சொல்லிக் கொள்ளுங்கள். நான் ஒன்றும் அப்படி ஒரு ராஸ்கல் இல்லை. சில நல்ல நண்பர்களைப் பார்ப்பதற்கு மட்டுமே நான்

போயிருந்தேன். நான் ஒன்றும் மோசமானவன் இல்லை. எப்பொழுதுமே நான் அப்படி இருந்ததும் இல்லை"

"ஓ, இல்லையில்லை, அப்படியில்லை பெட்ரூஷ்கா! இதைக் கொஞ்சம் கேளேன்! உன்னை அப்படி திருட்டுப்பயல் என்று அழைத்தபோது நான் ஒன்றும் உன்னைத் திட்டவே இல்லை. சும்மா, ஒரு விளையாட்டுக்காகத்தான் சொன்னேன். மோசமான அர்த்தத்தில் அப்படிச் சொல்லவில்லை. போக்கிரி, தந்திரக்காரன் என்றெல்லாம் ஒரு மனிதனைச் சொன்னால் சிலசமயம் அது அவனுக்குத் தரப்படும் பாராட்டாகக்கூட இருக்கலாம்; அவன் கூர்மையான புத்தி கொண்டவன், எவராலும் அவனை எளிதில் ஏமாற்றிவிட முடியாது என்று அதற்கு அர்த்தம்! சில பேர் அப்படிச் சொல்வதை விரும்புவார்கள்! விட்டுத் தள்ளு. அதெல்லாம் ஒரு விஷயமே இல்லை! இதோ பார், எந்த விஷயத்தையும் ஒளிக்காமல் மறைக்காமல் என்னிடம் சொல் பார்ப்போம். ஒரு நண்பனிடம் பேசுவதைப் போல ஒளிவுமறைவில்லாமல் சொல் பார்க்கலாம். வேஹ்ரமேயேவிடம் நீ போனாயா இல்லையா? அவர் அந்த முகவரியை உனக்குத் தந்தாரா இல்லையா?"

"அவர் முகவரியைக் கொடுத்தார்; ஆமாம், ஆமாம். முகவரியை அவர் கொடுக்கத்தான் செய்தார். மிகவும் நல்ல மனிதர் அவர்! 'உன் எஜமான் நல்லவர், மிகவும் நல்லவர்' என்றார். 'உன் எஜமானருக்கு நான் என் மரியாதையைத் தெரிவித்ததாகச் சொல்' என்றார். 'உன் எஜமானரிடம் என் நன்றியைத் தெரிவி. அவரை எனக்கு மிகவும் பிடிக்குமென்று சொல்' என்றார். 'உன் எஜமான் மீது நான் எவ்வளவு மரியாதை வைத்திருக்கிறேன் தெரியுமா? ஏனென்றால் அவர் நல்லவர்' என்றார். 'பெட்ரூஷ்கா நீயும் கூட நல்லவன்தான்' என்று சொன்னார்."

"கடவுளே! எல்லாம் சரிதான்! ஆனால் அந்த முகவரி? முகவரி எங்கே? சரியான ஜூடாஸ்தான் இவன்" அந்தக் கடைசி வார்த்தையை மட்டும் மெதுவாக முணுமுணுத்துக் கொண்டார் அவர்.

"ஓ.. முகவரியா? ஆமாம், அவர் முகவரியையும் கூடத் தரத் தான் செய்தார்!"

"சரி, அதைக் கொடுத்தாரல்லவா? இப்போது சொல்! அந்த கோலியாட்கின்... குமாஸ்தா கோலியாட்கின்... அந்த டிட்டுலர் கவுன்சிலர் வசிப்பது எந்த இடத்தில்?"

"கோலியாட்கின் இப்போது ஷெஸ் டிலோவாட்சினி தெருவில் வசிக்கிறார்; அந்தத் தெருவுக்குச் சென்று வலது புறம் இருக்கும் படிகளில் ஏறி நான்காவது தளத்துக்குப் போனால் அங்கே கோலியாட்கினைப் பார்க்கலாம்" என்று சொன்னார்.

"ஏய் போக்கிரி" என்று இறுதியில் பொறுமையிழந்து போய்க் கத்தினார் நம் கதாநாயகர்.

"நீ சரியான முரட்டுப் பயல்! முட்டாள்! நீ இப்போது சொல்லுவது என்னைப் பற்றி. அது என்னுடைய முகவரி! ஆனால் இன்னொரு கோலியாட்கினும் கூட உண்டு. நான் பேசிக் கொண்டிருப்பது அந்த ஆளைப்பற்றித்தான். போக்கிரிப்பயலே"

"சரி, போகட்டும் உங்களுக்கு எப்படி இஷ்டமோ அப்படி வைத்துக் கொள்ளுங்கள். அதைப் பற்றி எனக்கென்ன? உங்கள் விருப்பப்படி எப்படி வேண்டுமானாலும் சொல்லிக்கொள்ளுங்கள்"

"ஆனால் அந்தக் கடிதம்? அந்தக் கடிதத்தை என்ன செய்தாய்?"

"என்ன கடிதம்? ஒரு கடிதமும் இல்லையே, எதையுமே நான் பார்க்கவும் இல்லையே?"

"ஏ ராஸ்கல்! அதை என்னதான் செய்தாய் சொல்"

"ம், ஆமாம் ஆமாம். நான் கடிதத்தைக் கொடுத்துவிட்டேன். ஆமாம் கொடுத்து விட்டேன். அவர் உங்களிடம் வைத்திருக்கும் மதிப்பைத் தெரிவிக்கும்படி என்னிடம் சொன்னார். 'உன் எஜமானருக்கு நன்றி. அவர் நல்ல மனிதர். அவரிடம், உன் எஜமானிடம் என் நன்றியைச் சொல்" என்றார் அவர்.

"ஆனால் அதைச் சொன்னது யார்? அப்படிச் சொன்னது கோலியாட்கினா?"

பெட்ரூஷ்கா சிறிது நேரம் எதுவுமே பேசாமல் அமைதியாக இருந்தான்; பிறகு தன் எஜமானரை நேருக்கு நேராகப் பார்த்துக் கொண்டே பெரிதாக இளித்தான்.

"ஏ திருட்டுப்பயலே இதை முதலில் கேள்" தன் கட்டுப்பாட்டை இழந்து மூர்க்கமடைந்தவராய் மூச்சிரைக்கக் கத்தினார் கோலியாட்கின்.

"இதோ பார் ராஸ்கல்! நீ என்னதான் செய்தாய் சொல். நீ என்ன செய்தாய் தெரியுமா? ஏ வில்லனே! நீ என்னை நிர்மூல மாக்கி விட்டு வந்திருக்கிறாய் தெரியுமா? என் தலையையே கொய்துவிட்டு வந்திருக்கிறாய் . ஜூடாஸ்!"

"சரி, உங்கள் விருப்பப்படி அப்படியே கூட வைத்துக் கொள் ளுங்கள்! எனக்கு அதைப் பற்றிக் கவலையில்லை" உறுதியான தொனியில் இவ்வாறு கூறியபடி தடுப்புக்குப் பின்னால் செல்லத் தொடங்கினான் பெட்ரூஷ்கா.

"ஏ முரட்டுப்பயலே! வா இங்கே! ம் வா !"

"இப்போது, நான் உங்களிடம் வருவதாக இல்லை. நிச்சயம்

வருவதாய் இல்லை. நல்லவர்களைப் பார்க்கப் போகிறேன். நல்ல மனிதர்கள் நேர்மையாக இருப்பார்கள். நல்ல மனிதர்கள் எவரையும் ஏமாற்றமாட்டார்கள். அவர்களுக்கு இரட்டையரும்கூட இருக்க மாட்டார்கள்."

கோலியாட்கினின் கைகளும் கால்களும் பனிக்கட்டி போலச் சில்லிட்டுப் போயிருந்தன. மூச்சுவிடக்கூடத் திணறிக் கொண்டிருந்தார் அவர்.

"ஆமாம்" என்றபடி சொல்லிக்கொண்டே போனான் பெட்ரூஷ்கா. "அவர்களுக்கு இரட்டையர் இருக்கமாட்டார்கள். நேர்மையான மனிதர்களுக்கு அப்படிப்பட்ட துன்பங்களைக் கடவுள் தருவதில்லை."

"உதவாக்கரைப் பயலே! நன்றாகக் குடித்துவிட்டு முழு போதையில் இருக்கிறாய்! இப்போது போய்த் தூங்கு போ. நாளைக்கு உனக்குத் தெளிந்துவிடும்" காதில் விழாத மிகவும் உள்ளடங்கிய குரலில் இவ்வாறு சொன்னார் கோலியாட்கின். பெட்ரூஷ்காவும் கூட எதையோ இன்னமும் முணுமுணுத்துக் கொண்டிருந்தான்; படுக்கை கிறீச்சிடும் சத்தத்திலிருந்து அவன் படுக்கச் சென்றுவிட்டானென்பது தெரிந்தது. மிக நீண்ட கொட்டாவி விட்டபடியே படுத்துவிட்ட அவன் பலமாகக் குறட்டைவிடத் தொடங்கியிருந்தான்; எந்தக் கள்ளம் கபடமும் இல்லாதவனைப் போல உறங்கிப் போனான் அவன்.

கோலியாட்கினோ நடைப்பிணம் போன்ற நிலையில் இருந்தார். பெட்ரூஷ்கா நடந்துகொண்ட முறை, அவனிடமிருந்து வினோதமான வகையில் வெளிப்பட்ட சில மறைமுகமான வார்த்தைகள் இவையெல்லாம் கொஞ்சமும் புரிந்துகொள்ள முடியாதவைகளாகவே இருந்தன; போதையிலிருக்கும் மனிதன் சொன்ன வார்த்தைகள் அவை என்பதால் கோபப்படுவதிலும் எந்தப் பயனும் இல்லை. இறுதியாகச் சொல்லப்போனால் இப்போது இந்த விஷயம் மொத்தமுமே ஏதோ ஒரு தீமையை நோக்கித் திரும்பிவிட்டிருக்கிறது என்பது புரிந்ததால் அஸ்திவாரமே ஆட்டம் கண்டுவிட்டதைப் போலிருந்தது கோலியாட்கினுக்கு.

"நடு ராத்திரி வேளையில் அப்படி அவனிடம் போய்ப் பேச வேண்டுமென்று என்னை ஆட்டிப் படைத்தது எது?" என்று தனக்குத்தானே சொல்லிக் கொண்டார் நம் கதாநாயகர்; நோய் கண்டவரைப்போல அவரது உடம்பெல்லாம் நடுங்கிக் கொண்டிருந்தது. "ஒரு குடிகாரப் பயலோடு போய்ப் பேசும்படி என்னைத் தூண்டிய சாத்தான் எது? போதையிலிருக்கும் மனிதனிடம் நான் எதை எதிர்பார்க்க முடியும்?அவன் எதைச் சொன்னாலும் அது

பொய்யாக மட்டுமே இருக்கும். ஆனால் அந்த முரட்டுப் பயல் பூடகமாக ஏதோ சொன்னானே? கடவுளே கருணை காட்டு! அந்தக் கடிதத்தை ஏன்தான் எழுதினேன் நான்? எனக்கு எதிரி நான் மட்டும்தான்! என்னை நானே கொலை செய்துகொண்டிருக்கிறேன்! வாயை மூடிக்கொண்டு சும்மா இருக்காமல் எதையோ முட்டாள் தனமாகக் கிறுக்கி வைத்தேன். இப்பொழுது பார்த்தால் இப்படி!

'நீ நாசமாய்த்தான் போகப் போகிறாய்! ஒரு கந்தல் பழந்துணி மாதிரி இருந்துகொண்டு உன் பெருமையைப் பற்றிக் கவலைப் படுகிறாய். உன் கௌரவம் காயப்பட்டுவிட்டது என்கிறாய். உன் சுயமதிப்பை நீயே அல்லவா காப்பாற்றிக்கொள்ள வேண்டும்? எனக்கு நானேதான் கொலைகாரன். ஆமாம், அப்படித்தான் நான் இருக்கிறேன்'

இவ்வாறு தனக்குத்தானே பேசிக்கொண்ட கோலியாட்கின் பயத்தில் உறைந்துபோனவராய் அப்படியே அசையாமல் இருந்தார். இறுதியாக அவரது கண்பார்வை அங்கிருந்த ஒரு பொருள் மீது படிந்தது; அது அவரது கவனத்தை மிகுதியாக ஈர்த்தது. தன்னுடைய கற்பனை மயக்கத்தால் விளைந்த ஒரு மாயத் தோற்றமாக அது இருந்துவிடக்கூடுமோ என்ற அச்சத்தோடும் விவரித்துச் சொல்ல முடியாத ஆர்வத்தோடும் அதை எடுப்பதற்காக நம்பிக்கையோடும் நடுக்கத்தோடும் தன் கைகளை அதை நோக்கிக் கொண்டு சென்றார் அவர். இல்லை. அது மாயை இல்லை! அவர் ஏமாந்துவிடவில்லை. அது ஒரு கடிதம்தான். உண்மையாகவே ஒரு கடிதம்! சந்தேகத்துக்கு இடமில்லாதபடி அவருக்கு எழுதப் பட்டிருந்த ஒரு கடிதம்தான் அது. மேசைமீதிருந்த கடிதத்தை எடுத்தார் கோலியாட்கின். அவரது இதயம் பயங்கரமாய்ப் படபடத்துக்கொண்டிருந்தது.

'சந்தேகமே இல்லை. அந்தப் பொறுக்கிப்பயல்தான் இதைக் கொண்டு வந்திருக்க வேண்டும்' என்று எண்ணிக் கொண்டார் அவர். 'அதை அங்கே போட்டுவிட்டுப் பிறகு அதைப் பற்றி சுத்தமாக மறந்து போயிருப்பான். அப்படித்தான் இருக்கும், சந்தேகமே இல்லை. ஆமாம், அது அப்படித்தான் இருந்திருக்கும் என்பதில் எந்த சந்தேகமுமே இல்லை'.

அந்தக் கடிதம், ஒரு காலத்தில் அவருக்கு நண்பராக இருந்த வரும், அவருடன் வேலை பார்க்கும், வயதில் குறைந்த குமாஸ்தாவு மான வேஹ்ரமேயேவிடமிருந்து அனுப்பப்பட்டிருந்தது.

'இப்படித்தான் நடக்கப் போகிறது என்று எனக்குள் ஒரு உள்ளுணர்வு இருந்தது' என்று நம் கதாநாயகர் நினைத்துக் கொண்டார். 'இந்தக் கடிதத்தில் என்னவெல்லாம் இருக்கக்கூடும் என்ற உள்ளுணர்வும் கூடத்தான்!'

அந்தக் கடிதம், பின்வருமாறு அமைந்திருந்தது.

அன்புள்ள யாகோவ் பெத்ரோவிச்!

உங்கள் வேலையாள் நல்ல குடி போதையுடன் இருந்தான்; அவனிடமிருந்து உருப்படியாக எந்தத் தகவலையும் நீங்கள் பெற முடியாதென்பதால், கடிதத்தின் வழி பதிலளிப்பது பொருத்தமாக இருக்குமென்று நான் கருதுகிறேன். உங்களுக்கு அறிமுகமான ஒரு நபரிடம் கடிதத்தைத் தர வேண்டும் என்று என்னிடம் நீங்கள் ஒப்புவித்த பொறுப்பை ஏற்றுக்கொண்டு மிகவும் கவனமாக, சரியாக அதைச் செய்து முடிப்பேன் என்பதை முதலில் உங்களிடம் தெரிவித்துக் கொள்கிறேன். நீங்கள் நன்றாக அறிந்து வைத்திருக்கும் அந்த நபர், இப்போது என்னுடைய நண்பர். அவரது பெயரைக் குறிப்பிட நான் விரும்பவில்லை (முழுக்க முழுக்க அப்பாவியான ஒரு மனிதனின் கௌரவத்தைத் தேவையில்லாமல் கறைபடுத்த நான் விரும்பாததே அதற்கான காரணம்). அந்த மனிதர் இப்போது கரோலினா இவானோவ்னாவின் வீட்டில் தங்கியிருக்கிறார். எங்களோடு முன்பு நீங்கள் குடியிருந்த அதே அறையில்தான்! காலாட்படையில் அதிகாரியாக இருந்த தாம்போவும் அப்போது நம்முடன் தங்கியிருந்தார்.

நீங்கள் குறிப்பிட்டிருக்கும் அந்த மனிதர், நேர்மையும், உண்மையும் கொண்ட மனிதர்களோடு மட்டுமே எப்போதும் காணப் படுகிறார்; வெகு சிலரிடம் மட்டுமே காணக்கூடியது அது. இன்று முதல் உங்களோடான எல்லாத் தொடர்புகளையும் துண்டித்துக் கொள்ள விரும்புகிறேன்; மனமொத்த கூட்டாளிகளாக முன்பு இருந்ததைப் போல இப்போது இருக்க முடியாது என்பதால் இணக்கமான நட்புறவோடு நாம் இருப்பது இயலாதது. அதனால், நான் எழுதியிருக்கும் வெளிப்படையான இந்தக் கடிதத்தைப் படித்த உடன் எனக்கு நீங்கள் தரவேண்டியிருக்கும் இரண்டு ரூபிள்களை எனக்கு அனுப்பி வைக்க வேண்டுகிறேன். ஏழு மாதங்களுக்கு முன்பு அயல்நாட்டுத் தயாரிப்பான ஒரு 'ரேஸ்'ரை என்னிடமிருந்து நீங்கள் வாங்கிக் கொண்டது உங்களுக்கு நினைவிருக்கலாம்! அப்போது நீங்கள் எங்களோடு ஒன்றாக கரோலினா இவானோவ்னாவின் குடியிருப்பில் தங்கியிருந்தீர்கள். நான் உளமார மதிப்பு வைத்திருக்கும் பெண்மணி அவர். உங்களிடம் நான் இவ்வாறு நடந்து கொள்ளக் காரணம் நீங்கள் உங்கள் சுயமதிப்பையும், கௌரவத்தையும் இழந்துவிட்டதாகவும் களங்கமில்லாத அப்பாவியான சில மனிதர்களின் நன்னடத்தைக்கு ஓர் அச்சுறுத்தலாக நீங்கள் ஆகிவிட்டதாகவும் புத்திசாலியான சில மனிதர்களிடமிருந்து நான் கேள்விப்படுவதுதான்! ஒரு சிலபேர் நேர்மையாக இருப்பதில்லை; அவர்களுடைய சொற்கள் முழுக்க முழுக்கப் பொய்களாகவே

இருக்கின்றன; தங்களுக்கு நல்ல நோக்கம் இருப்பதுபோல அவர்கள் காட்டிக் கொண்டாலும், அது சந்தேகப்படும்படியாகவேதான் இருக்கிறது. கரோலினா இவானோவ்னாவை இழிவாகப் பேசுபவர் களையும் கூடப் பார்க்க முடிகிறது; குறை கூற முடியாத நடத்தை கொண்ட உண்மையான பெண்மணி அவர். இப்பொழுது வயது முதிர்ந்து போனாலும் திருமணம் செய்துகொள்ளாமலே வாழ்ந்தவர். நல்ல பின்னணி கொண்ட வெளிநாட்டுக் குடும் பத்தைச் சேர்ந்தவர். இந்த விஷயத்தைக் கடிதத்தில் நான் குறிப்பிட வேண்டுமென்று பலரும் சொன்னார்கள்; நானாகவும் கூட நினைத் தேன். எது எப்படியோ, இதுவரை புரிந்து கொள்ளாமல் இருந்தா லும் உரியநேரம் வரும்போது நீங்களாகவே எல்லாவற்றையும் விளங்கிக் கொள்வீர்கள். நகரத்தின் மூலை முடுக்கிலிருக்கும் புத்திசாலியான மனிதர்கள் எல்லோரிடமும் ‘ஒரு மாதிரி’ என்று பெயரெடுத்துவிட்டிருக்கிறீர்கள் என்பதை நான் கேள்விப்பட்டேன். சமீபத்தில் உங்களுக்குள்ள மூளைக் கோளாறு தொடர்பாகவும் உங்களுக்குத் தெரிந்த ஒரு மனிதரிடமிருந்து நான் அறிந்து கொண்டேன்; ஆனாலும் கண்ணியமான சில காரணங்கள் கருதி அவரது பெயரை நான் இங்கே குறிப்பிடப்போவதில்லை. முறையாக நேர்வழியில் சிந்திக்கும் மனிதர்களால் பெரிதும் மதிக்கப்படுபவர் அவர்; உற்சாகமும், உயிர்த்துடிப்பும் கொண்ட அவர், இனிமையாகப் பழகக்கூடியவர். தான் பார்க்கும் வேலை யிலும்கூட கெட்டிக்காரர் அவர்; நல்லது கெட்டது தெரிந்து நடக்கும் அறிவுள்ள மனிதர்களால் மதிக்கப்படுபவர்; வாக்கு சுத்தம் கொண்டவர்; நட்பிலும் நேர்மையானவர். முகத்துக்கு நேரே நட்பு பாராட்டிவிட்டு அவர்களது முதுகுக்குப் பின்னால் போய்ப் பழிக்கும் குணம் இல்லாதவர்.

எது எவ்வாறெனினும்

உங்கள் உண்மை ஊழியனாகவே இருக்க விரும்பும்

என். வேஹ்ரமேயேவ்

பின்குறிப்பு: உங்கள் பணியாளை வேலையை விட்டு நீக்கிவிடுவதே உங்களுக்கு நல்லது. அவன் மிகப்பெரிய குடிகாரனாக இருப்பதால் அவனால் உங்களுக்கு ஏற்படக்கூடிய பிரச்சினைகளே அதிகமாக இருக்கும். பேசாமல் முன்பு இங்கே வேலை செய்த யெவ்ஸ் டேஃபியை வைத்துக்கொள்ளுங்கள். அவன் இப்போது வேலை யில்லாமல்தான் இருக்கிறான். உங்கள் இப்போதைய வேலைக்காரன் ஒரு குடிகாரன் மட்டும் அல்ல; எப்படிச் சொல்வது?அவன் ஒரு திருடனும் கூடத்தான்! கரோலினா இவானோவ்னாவிடம் போனவாரம் தான் ஒரு பவுண்ட் சர்க்கரையை வெளியிலுள்ள விலையை விடக் குறைவாக விற்றிருக்கிறான் அவன். வெவ்வேறு

சந்தர்ப்பங்களில் உங்களுக்கே தெரியாமல் கொஞ்சம் கொஞ்சமாக அவன் உங்களிடமிருந்து திருடியிருப்பான் என்றுதான் எனக்குத் தோன்றுகிறது; அது வேறு எந்த மாதிரியாகவும் இருக்க முடியாது. பிறரை இழிவுபடுத்தாமலும், ஏமாற்றாமலும் சிலரால் இருக்கமுடியாது என்பதையும், குறிப்பாக நேர்மையும், நல்லியல்பும் கொண்ட மனிதர்களையே அவர்கள் அப்படிச் செய்து கொண்டிருக்கிறார்கள் என்பதையும் நன்றாகத் தெரிந்துவைத்திருந்தாலும் உங்கள் நன்மை கருதியே இதை எழுதுகிறேன். அப்படிப்பட்டவர்கள் முதுகுக்குப் பின்னால் தூற்றுவதையே வாடிக்கையாகக் கொண்டிருக்கும் கோணல் புத்திக்காரர்கள்; அவர்கள் அப்படிச் செய்வது பொறாமையினால்தான். தங்களால் அப்படி இருக்க முடியவில்லையே என்ற எண்ணத்தினாலேதான்.

வேஹ்ரமேயேவின் கடிதத்தைப் படித்து முடித்ததும் நீண்ட நேரம் அசைவே இன்றித் தனது சோஃபாவில் அமர்ந்திருந்தார் நமது கதாநாயகர். கடந்த இரண்டு நாட்களாகத் தன்னைச் சுற்றி வளைத்திருந்த மங்கலான, குழப்பமான பனிமூட்டம் விலகி, அதனூடே வெளிச்சக்கீற்று ஒன்று தட்டுப்படுவதைப் போல அவருக்குத் தோன்றியது. நம் கதாநாயகருக்கு ஓரளவு ஏதோ புரியத் தொடங்கியதைப் போல் இருந்தது. சோஃபாவிலிருந்து எழுந்து அறைக்குள் ஓரிருமுறை சுற்றி வந்தபடி தன்னை சமநிலைப் படுத்திக் கொள்ளவேண்டுமென அவர் எண்ணினார். சிதறுண்டு கிடக்கும் தன் எண்ணங்களை ஒருங்கிணைத்துக் கொண்டு, குறிப்பிட்ட ஓர் இலக்கின்மீது அவற்றை ஒருநிலைப்படுத்தவேண்டும்; பிறகு அவற்றை ஓரளவு ஒழுங்குபடுத்திக் கொண்டு தன் இப்போதைய நிலை பற்றி முழுமையாக அலசியாக வேண்டும். இவ்வாறெல்லாம் அவர் நினைத்தபோதும் சோஃபாவிலிருந்து மெல்ல எழுந்துகொள்ள முயற்சித்துக் கொண்டிருந்தபோதே சோர்வும், கையாலாகாத்தனமும் அவரைத் தாக்கிவிட மீண்டும் அதற்குள்ளேயே சரிந்தார்.

‘உண்மையில் பார்க்கப்போனால் முன்பே என் உள்ளுணர்வுக்கு இதெல்லாம் தெரிந்துதான் இருக்கிறது! ஆனாலும் கூட எப்படி எழுதியிருக்கிறார் இவர்? அவருடைய வார்த்தைகளுக்கெல்லாம் உண்மையான அர்த்தம்தான் என்ன? சரி, ஒரு வேளை அந்த அர்த்தத்தை நான் புரிந்துகொள்ள முடிந்தாலும் கூட இதெல்லாம் எங்கே கொண்டுபோய்விடப்போகிறது? அவர் நேரடியாகவே சொல்லியிருக்கலாமே? ‘இது, இது இப்படி, இப்படி’ வேண்டும் என்று சொன்னால், நானும் அது போலவே செய்துவிட்டுப் போயிருப்பேனே? விஷயம் வேறுமாதிரித் திரும்பியிருக்கிறது. விரும்பத்தகாத வகையிலான ஒரு திருப்பம்! சே, நாளைப்பொழுது

சீக்கிரமாக வந்துவிடக்கூடாதா? நானும் விரைவாகக் கிளம்பி வேலைக்குப் போய்விடுவேனல்லவா? இப்போது என்ன செய்ய வேண்டுமென்று எனக்குத் தெரியும்! அது, இது அப்படி இப்படி என்று எதையாவது சொல்லிவிடுவேன். அவர் என் முன் வைக்கும் விவாதங்களை ஒத்துக்கொள்வேன். என் கௌரவத்தை மட்டும் விற்றுவிட மாட்டேன். ஆனாலும் இவன், நமக்குத் தெரிந்த இந்த ஆள், கொஞ்சம்கூட ஒத்துப்போகாத இந்த மனிதன் இவன் எப்படி இதற்குள் வந்தான்? எதற்காக இங்கே வந்தான்? நாளைய பொழுது மட்டும் சீக்கிரமாக வந்துவிடக்கூடாதா? அதற்குள் அவர்கள் என் பெயரைக் கெடுத்துவிடப் போகிறார்கள். அதற்குத்தான் அவர்கள் சதி செய்கிறார்கள். எனக்கு வஞ்சகம் செய்யவே திட்டம் தீட்டு கிறார்கள். முக்கியமானது என்னவென்றால் இனிமேல் கொஞ்ச நேரம் கூடப் போக்கிவிடக் கூடாது. 'உதாரணத்துக்கு ஒரு கடிதம் எழுதி 'இது அது' என்று ஏதாவது சாக்குப்போக்கு சொல்லலாம். 'இதை இதை' ஒத்துக்கொள்கிறேன் என்று சொல்லலாம். காலையில் விடிந்ததும் அவன் ஏதாவது செய்வதற்குள் இதை அனுப்பியாக வேண்டும். அப்படி அவர்களுக்கு 'செக்' வைக்கவேண்டும். அந்த 'அருமைக் கண்மணி'களுக்கு முன்னால் நாம் முந்திவிடவேண்டும். அவர்கள் எனக்குக் கெட்ட பெயரைத்தான் வாங்கித் தருவார்கள். ஆமாம் நிச்சயம் அப்படித்தான்.

கோலியாட்கின் ஒரு தாளையும் பேனாவையும் உருவிக் கொண்டு தன் செயலாளருக்கு பதில் தரும் வகையில் பின்வரும் கடிதத்தை எழுதினார்.

அன்பிற்குரிய நெஸ்டர் இக்னாதியேவிச் (வேஹ்ரமேயேவ்) அவர்களுக்கு,

என்னைப் புண்படுத்தும் முறையில் நீங்கள் எழுதி அனுப்பி யிருந்த கடிதத்தை வியப்போடும், மனம் நிறையத் துயரத்தோடும் படித்தேன். மதிக்கத்தகாத சில மனிதர்களைப் பற்றியும் போலித் தனமான பொய்யான நண்பர்கள் பற்றியும் அதில் குறிப்பிட்டிருந் ததைப் பார்த்தபோது நீங்கள் என்னைத்தான் சுட்டிக்காட்டுகிறீர்கள் என்பதை என்னால் தெளிவாகக் கண்டு கொள்ள முடிந்தது. அவதூறுகள் எவ்வளவு வேகமாகப் பரவுகின்றன என்பதைப் பார்க்கும்போது உண்மையிலேயே எனக்கு வருத்தமாக இருக்கிறது. என் வாழ்க்கைவளம், கௌரவம், நான் எடுத்திருக்கும் நல்லபெயர் ஆகிய இவற்றுக்கெல்லாம் கெடுதலை ஏற்படுத்தும் அளவுக்கு அவை எந்த அளவு ஆழமாக வேரோடிப் போயிருக்கின்றன என்பதையும் என்னால் பார்க்கமுடிகிறது. உண்மையிலேயே உயர்ந்த சிந்தனை கொண்டிருப்பவர்கள் இன்னும் குறிப்பாக சொல்லப் போனால் நேரடியாக, வெளிப்படையாக செயல்படுபவர்கள் இவர்க

ளெல்லாம்கூட நேர்மையான மனிதர்களைப்பற்றி அக்கறை கொள்வதில்லை; உள்ளத்தில் அத்தனை நல்ல பண்புகளை வைத்துக் கொண்டிருக்கும் அவர்களும் கூடக் கேடு விளைவிக்கும் அழுகல் குப்பைகளுடனேயே ஒட்டிக்கொண்டு விடுகிறார்கள். மிகவும் சிக்கலானதும் ஒழுக்கச் சீரழிவு கொண்டதுமான இந்தக் காலகட்டத்தில் அந்தப் போக்கு விரும்பத்தகாத அளவுக்கு நம்பத் தகாத அளவுக்கு அதிகரித்தும் விட்டது. முடிவாக, நான் உங்களிடம் கடன்வாங்கியிருக்கும் இரண்டு ரூபிள்களை எனக்கு நினைவுபடுத்தி இருக்கிறீர்கள்; அதை அப்படியே முழுதாக உங்களிடம் திருப்பி ஒப்புவிப்பதை எனக்குரிய புனிதமான கடமை யாகவே கருதுகிறேன்.

ஒரு பெண்மணியைக் குறித்தும் மறைமுகமாக சிலவற்றை சுட்டியிருந்தீர்கள்.. அவருக்கு எதிராக இருக்கும் நோக்கங்கள், திட்டம் தீட்டுதல்கள், பல சதிவேலைகள் என்று நீங்கள் குறிப்பாக சொல்லியிருந்ததெல்லாம் எனக்கு மிக மிக மங்கலாகத்தான் புரிகிறது; அத்தனை தெளிவாக இல்லை. கௌரவமான முறையில் சிந்திப்பதையும் கறைபடாத பெயரையும் நான் தக்கவைத்துக் கொள்ள விரும்புகிறேன். அதற்கு என்னை அனுமதியுங்கள். எழுத்து மூலமான விளக்கம் தரவேண்டுமென்றால் அதற்கும் கூட நான் தயாராக இருக்கிறேன்.

பரஸ்பர சம்மதத்தின்பேரில் சமாதான உடன்படிக்கை செய்து கொள்ளவும் சம்மதிக்கிறேன். அந்த எல்லை வரைக்கும் கூட நான் வரத் தயாராக இருக்கிறேன்! ஐயா, உங்களிடம் மன்றாடிக் கேட்டுக்கொள்கிறேன். தனிப்பட்ட முறையில் உடன்பாடு செய்து கொள்வதற்கு நான் தயாராக இருப்பதை அந்தப் பெண்மணியிடம் சொல்லி எங்கள் சந்திப்புக்கான இடத்தையும் நாளையும் குறிக்கச் சொல்லுங்கள். நான் உங்களை அவமானப்படுத்தி விட்டதாகவும். நம் உண்மையான நட்புக்கு வஞ்சகம் செய்துவிட்டதாகவும், உங்களைப் பற்றித் தவறாகப் பேசியதாகவும் நீங்கள் மறைமுகமாகச் சொன்னதெல்லாம் எனக்கு வருத்தமளிக்கிறது. என்னை நீங்கள் தவறாகப் புரிந்துகொண்டதற்குக் காரணம் அருவருப்பான அந்த அவதூறுகள்தான்! பொறாமையும் கெடுதல் புத்தியும் கொண் டிருக்கும் அவர்களை என் மிகமிகக் கசப்பான எதிரிகள் என்று கூசாமல் குற்றம் சாட்டுவேன்! ஒருவன் கள்ளமற்ற அப்பாவியாக இருப்பதனாலேயே அப்பாவித்தனம் என்பது பலம் பொருந்தியதாக ஆகிவிடுகிறது என்பதை அவர்கள் அறியவில்லை என்று எண்ணுகிறேன்; அதே சமயம் வெட்கம் கெட்ட துடுக்குத்தனமும், அறிமுகமானவனைப் போலச் செய்யும் ஆர்ப்பாட்டமும் கூடிய சீக்கிரமோ சற்றுத் தாமதமாகவோ எல்லோரது வெறுப்பையும்

சம்பாதித்துவிடக்கூடும். அப்படிப்பட்ட மனிதர்கள் தங்கள் உருப்படியில்லாத இயல்புகளாலும், அழுகிப்போன மனதை வைத்துக்கொண்டும் தங்கள் அழிவைத் தாங்களே தேடிக் கொள்கிறார்கள். இறுதியாக இந்த ஒன்றை மட்டும் உங்களிடம் மன்றாடிக் கேட்டுக் கொள்கிறேன் ஐயா! விபரீதமாகப் போடும் வேடங்களும், இந்த உலகில் ஒருவன் தகுதியடிப்படையில் சிரமப்பட்டு அடைந்திருந்த இடத்திலிருந்து அவரை நசுக்கிப் போட்டு அப்புறப்படுத்தி அந்த இடத்தைப் பறிக்க வேண்டுமென்ற பைத்தியக்காரத்தனமான ஆசையும் வெறுப்புக்கும், வியப்புக்கும், இரக்கத்துக்குமே உரியது என்று சம்பந்தப்பட்ட அந்த மனிதர் களிடம் சொல்லுங்கள். அது பைத்தியக்கார விடுதியிலுள்ளவர்கள் செய்யக்கூடியது. இன்னும் கூட சொல்லப்போனால் அப்படிப்பட்ட முயற்சிகள் சட்டபூர்வமாகப் பார்த்தாலும் கடுமையாக விலக்கப்பட வேண்டியவையாகவே இருக்கின்றன. என்னுடைய அபிப்பிராயத் தில் அது மிக மிக நியாயமானதும் கூட. அவரவருக்குரிய இடத்தில் அவரவர் திருப்தியாக இருந்தாக வேண்டும். அவரவருக்கு என்று ஒரு நிலையான இடம் இருக்கிறது. இது ஒரு வேடிக்கை என்று வைத்துக் கொண்டால்கூட இது ரசனைக் குறைவான ஒரு வேடிக்கை. நான் இன்னும் கூடச் சொல்லத் தயார்.

இது, முழுக்க முழுக்க ஒழுக்கக்கேடான ஒரு விஷயம். அவரவருக்கென்று உரிய இடத்தைப் பற்றி இதற்கு முன்பு நான் விளக்கமாக உரைத்ததெல்லாம் தூய்மையான ஒழுக்க அளவு கோலுக்கு உட்பட்டவை என்று நான் அழுத்தம் திருத்தமாக தைரியமாகச் சொல்கிறேன் ஐயா. எது எப்படி ஆனபோதும் உங்கள் உண்மை ஊழியனாகவே இருப்பேன்.

ஒய். கோலியாட்கின்

4

நடந்த எல்லாவற்றையும் ஒரு சேரக் கணக்கில் கொண்டு பார்க்கப் போனால் முதல் நாள் நடந்த நிகழ்வுகள் அனைத்தும் கோலியாட்கினை முழுமையாக ஆட்டம் காணச் செய்திருந்தன. நம் கதாநாயகரின் இரவு மோசமாகக் கழிந்தது. தொடர்ந்தாற்போல் ஐந்து நிமிடங்கள் கூட அவரால் ஆழ்ந்து உறங்கமுடியவில்லை. யாரோ ஒரு குறும்புக்காரன் அவரது படுக்கையின் மீது முட்களைப் பரப்பி வைத்திருந்ததைப் போல் இருந்தது. பக்கத்துக்குப் பக்கம் புரண்டு கொண்டும், வலதும் இடதுமாகத் திரும்பிப் படுத்தபடியும், ஏதோ முனகிக் கொண்டும், முணுமுணுத்துக் கொண்டும் அரை உறக்க நிலையிலேயே இரவுப் பொழுது முழுதையும் அவர் கழித்தார். தன்னையும் அறியாமல் ஒரு கணம் கண்ணயர்வார்; அடுத்த நிமிடமே விழித்துக் கொண்டு விடுவார். கூடவே இனம் விளங்காத துன்பமும், மசமசப்பான நினைவுகளும், கொடூரமாக அவரைச் சூழ்ந்தபடி இருக்கும். சுருக்கமாக சொல்லப்போனால் கசப்பை ஏற்படுத்தும் எல்லாமே அவருடன் இருந்ததாக நாம் கருதிக் கொண்டு விடலாம்.

சில சமயம் வினோதமான மர்மமான அரையிருளின் ஊடே ஆந்த்ரியே ஃபிலிப்போவிச்சின் உருவம் அவருக்கு முன் தோன்றும். இறுகிப் போய் மிகுந்த கோபத்துடன் காட்சியளிக்கும் உருவம்! உறைந்த கடுமையான பார்வை, கண்ணியம் குன்றாத கடுமையோடு குற்றம் சாட்டும் உதடுகள். அப்போது தன்னைத் தற்காத்துக் கொள்வதற்காகவும், தன் எதிரிகள் தன்னைப் பற்றி முன்வைக்கும் முறையில் தான் இல்லை என்று நிறுவுவதற்காகவும் தான் இன்னின்ன மாதிரி இருப்பதாகவும் சராசரிகளை விட மேலான உள்ளார்ந்த உயர்ந்த குணங்களையே தான் கொண்டிருப்பதாகவும் சொல்வதற்காக ஆந்த்ரியே ஃபிலிப்போவிச்சை நெருங்கத் தொடங்குவார் கோலியாட்கின். கொஞ்சங்கூட கௌரவமில்லாத அந்த மனிதன் சட்டென்று அதே நேரத்தில் சரியாக வந்து விடுவான். அந்த நேரம் வரை கோலியாட்கின் மேற்கொண்டிருந்த முயற்சிகளை யெல்லாம் மிகமிக அருவருப்பான தன் வழிமுறைகளால் ஒரே நொடியில் குலைத்துப் போட்டபடி அவருக்கு எரிச்சலூட்டுவான். அதே இடத்தில் அவரது கண்ணுக்கு முன்பாகவே அவரது கௌரவத்தை இருட்டடிப்பு செய்வான்; அவரது மதிப்பை மண்ணில் நசுக்கிப் போட்டு மிதிப்பான்; பணியாற்றும் இடத்திலும் சமூகத்திலும் அவர் பெற்றிருந்த இடத்தைத் தான் உடனடியாக அபகரித்துக் கொண்டுவிடுவான்.

சில சமயங்களில் தன் மீது சமீபத்தில் விழுந்ததும் தான் எதிர்ப்புக் காட்டாமல் ஏற்றுக் கொண்டதுமான அடி ஒன்றால் அவரது தலை கடுத்துக் கொண்டிருப்பதைப் போல இருக்கும். அன்றாட நடப்புகளுக்கு நடுவிலோ அலுவலகத்தில் வேலை செய்து கொண்டிருந்தபோதோ அவர் வாங்கியிருந்த அந்த அடி, குறிப்பிட்ட அந்த நேரத்தில் அவரால் எதிர்ப்புக் காட்டவோ, தடுத்துக் கொள்ளவோ முடியாததாக இருந்திருக்கும். அப்படிப் பட்ட ஓர் அடி வாங்கியபோது கூடத் தன்னால் அதற்கு எதிர்ப்புக் காட்டமுடியாமல் போனது ஏன் என்று தன் மண்டையைப் போட்டு உடைத்துக் கொள்வார் கோலியாட்கின்; அப்போது அந்த யோசனை படிப்படியாகக் கரைந்து போய் வேறுமாதிரியாக உரு எடுக்கும். அது அவருக்கு நன்கு பரிச்சயமானதாக, அற்பத்தனமான தாக, அருவருப்பூட்டும் முக்கியமான ஒரு விஷயமாக அவர் கண்டும், கேட்டும், செய்தும் ஏன் அடிக்கடிகூடச் செய்ததுமாக இருக்கும். அது உண்மைதான்! ஆனாலும் கூட அற்பத்தனமான எந்தக் காரணத்துக்காகவோ கேவலமான தூண்டுதலினாலோ கூட அவர் அப்படிச் செய்திருக்க மாட்டார். ஒருவேளை அது அப்படி நேர்ந்ததற்குக் காரணம் சில சமயம் அவருடைய கூச்ச உணர்வாக இருக்கலாம்; இன்னொரு சமயம் எதற்கும் கொஞ்சம்கூட எதிர்ப்புக் காட்டாத அவருடைய குணம் அதற்குக் காரணமாக இருக்கலாம். உண்மையில் சொல்லப்போனால் அது ஏன் எதற்காக என்பதெல் லாம் கோலியாட்கினுக்கு மட்டுமே நன்றாகத் தெரியும். இந்தக் கட்டத்தில் – உறக்கத்தில் இருந்தபோதும் கூச்சத்தால் முகம் சிவந்தார் கோலியாட்கின். தன்னைத் திக்குமுக்காட வைத்த அந்தக் கூச்சத்தைக் கொஞ்சம் கட்டுப்படுத்தியபடி இந்த விஷயத்தில் தன் ஆளுமை எத்தனை உறுதிவாய்ந்தது என்பதையும் அது எந்த அளவுக்கு மகத்தான உறுதி வாய்ந்தது என்பதையும் வெளிப் படுத்திப் பார்த்துவிட வேண்டுமென்று முணுமுணுத்துக் கொண்டார். 'பார்க்கப்போனால் ஒரு மனிதனின் மன உறுதி என்பது தான் என்ன? இப்போது அது ஏன் என் நினைவுக்கு வர வேண்டும்' என்று தனக்குத்தானே கேட்டு முடித்துக் கொண்டார். ஆனால் எல்லாவற்றையும் விட கோலியாட்கினை எரிச்சல்படுத்திக் கோபப்படுத்திய விஷயம் இதுதான்! சரியாக அதே நேரம் பார்த்து – மானங்கெட்ட கேலிக்கூத்தாடுவதில் பெயர்வாங்கியிருந்த அந்த மனிதனும் கூட அழையாத விருந்தாளியைப் போல அங்கே வந்து சேர்ந்திருந்தான். அந்த விஷயம் ஏற்கனவே ஒரு முடிவுக்கு வந்து விட்டதென்பதைக்கூடப் பொருட்படுத்தாமல் இலேசான சிரிப் போடு இவ்வாறு முணுமுணுத்துக்கொள்ளவும் செய்தான் அவன்.

"ஆளுமைப்பண்பின் உறுதியில் அப்படி என்னதான் இருக் கிறது? யாகோவ் பெத்ரோவிச்! நானும் நீங்களும் அப்படிப்பட்ட

உறுதி கொண்டவர்களாக இருப்பது முடியக்கூடிய காரியமா என்ன?"

பிறகு சில நேரங்களில் கோலியாட்கின் இப்படி ஒரு கனவும் காண்பதுண்டு. அறிவாளிகள் என்று பெயர் பெற்றிருந்த உயர்ந்த மனிதர்கள் பலரின் கூட்டத்தில் கோலியாட்கினும் இருக்கிறார்; தன் அறிவுத் திறமையாலும், நாகரிகமான நடத்தையாலும் கோலியாட்கினுமே கூட அங்கே சிறப்பாக மிளிர்கிறார்; அங்குள்ள எல்லோருமே அவரை விரும்புகிறார்கள்; அங்கே இருக்கும் அவரது எதிரிகள் சிலரும் கூட அவரை விரும்பத் தொடங்கிவிட்டார்கள்: இதெல்லாம் அவருக்கு இதமாக இருக்கிறது; எல்லோருமே அவருக்கு முன்னுரிமை அளிக்கிறார்கள்; அந்தக் கூட்டத்தைக் கூட்டியிருக்கும் மனிதர், வந்த விருந்தாளிகளில் ஒருவரைத் தனியாக அழைத்துச் சென்று கோலியாட்கினைப் புகழ்ந்து பேசுவதையும் கூடக் கோலியாட்கின் மிகுந்த மனநிறைவோடு இறுதியில் கேட்டுக் கொள் கிறார். திடீரென்று – சம்பந்தா சம்பந்தமே இல்லாமல் மறுபடியும் ஒரு மனிதன் அங்கே முளைக்கிறான்; தன் வஞ்சக புத்திக்கும் மிருகத் தனமான நடவடிக்கைகளுக்கும் பெயர்போன ஒருவன் ஜூனியர் கோலியாட்கினின் வடிவத்தில் அங்கே தோன்றுகிறான். தோன்றிய மாத்திரத்தில் – அந்த இடத்திலேயே சீனியர் கோலியாட்கின் அதுவரை அடைந்த வெற்றியையும், புகழையும் அவன் நாசப்படுத்து கிறான். கிரகணம் பிடித்துக் கொண்டதைப் போல அவரை இருட்டடிப்பு செய்கிறான்; மண்ணோடு மண்ணாக்கி துவம்சம் செய்கிறான்; இறுதியில், உண்மையாக இருப்பவரான சீனியர் கோலியாட்கின், உண்மையானவரல்ல; அவர் ஒரு போலியே என்றும், ஜூனியர் கோலியாட்கினாகிய தானே உண்மையானவன் என்றும் தெளிவாக நிரூபிக்கிறான். மேலும் மூத்தவர் வெளியுலகத் துக்குத் தெரிவதைப் போன்ற மதிப்புக்குரிய மனிதர் இல்லை என்றும் மிகவும் கேவலமானவர் என்றும் கௌரவமான நாகரிக மான மனிதர்களின் கூட்டத்தோடு கலந்து பழக அவருக்கு எந்த உரிமையும் இல்லை என்பதையும் எடுத்துக் காட்டுகிறான். கோலியாட்கினுக்கு வாயைத் திறக்கக்கூட நேரமில்லாமல் இதெல் லாம் மிக வேகமாக நடந்துமுடிகிறது. அங்குள்ள எல்லோருமே உடலாலும் உள்ளத்தாலும் போலியும், தீயவனுமான கோலியாட் கினுக்கு அடிமையாகிறார்கள்; உண்மையானவரும், அப்பாவியுமான கோலியாட்கினைக் கட்டுக்கடங்காத வெறுப்போடு ஒதுக்கித் தள்ளுகிறார்கள். சுயமதிப்பையும் புகழையும் இழந்துவிட்ட கோலியாட்கினின் பேச்சுக்கு செவிகொடுத்து அவரைப்பற்றிய கருத்தை மாற்றிக்கொள்ள ஒருவர் கூட அங்கே எஞ்சி இல்லை! அதே நேரத்தில் தகுதி சிறிதுமற்ற போலி கோலியாட்கினோ தனக்கே உரித்தான பாணியில் பவ்யமாய்க் கொஞ்சிக் குழைந்தபடி

அங்கிருந்த எல்லோருக்கும் தூபம் போட்டுக் கொண்டிருந்தான். மூச்சடைக்கும் புகழ்மொழிகளான அந்த தூபப் புகையில் சிக்கித் திணறியபடி தும்மலும் இருமலுமாய்க் கண்ணில் நீர் பெருக நிற்காதவர்கள் அங்கே எவரும் இல்லை. பொருட்படுத்தவே தேவையில்லாத, முக்கியமில்லாத ஒரு மனிதனுக்குக்கூட அவன் தூபம் போடத் தவறவில்லை. இதையெல்லாம் விட மோசமானது என்னவென்றால் இவை எல்லாமே கண்ணிமைக்கும் நொடிக்குள் நடந்து முடிந்து விட்டதுதான்! உருப்படியில்லாத அந்தப் போலி கோலியாட்கின் மேற்கொண்ட மிகத்துரிதமான அந்த நடவடிக்கை கள் அதிசயிக்கும் வகையில் அற்புதமாக இருந்தன.

யாராவது ஒரு நபரிடம் சென்று அவரது தயவைப் பெறலாமென்று கோலியாட்கின் நினைப்பதற்குக்கூட நேரம் இல்லாதபடி கண் இமைக்கும் வேளைக்குள் அடுத்தடுத்த ஆளிடம் தாவிக் கொண்டிருந்தான் அவன். திருட்டுத்தனமாக இன்னொரு வரிடம் சென்று வாலை ஆட்டிக் கெஞ்சியபடி தாராளமான ஒரு புன்னகையை செய்வான். கட்டைக் காலைப் போலத் தோற்றமளிக் கும் தன் காலை மடித்து மண்டியிடுவான்; சட்டென்று மூன்றாவது ஆளிடம் போய்க் கெஞ்ச ஆரம்பித்து நட்பு ரீதியில் அவரைச் சரிக்கட்ட ஆரம்பித்து விடுவான்; அதைப் பார்த்து ஒருவர் வாயைப் பிளந்து ஆச்சரியப்படுவதற்குக்கூட நேரமில்லாதபடி நான்காவதாக இன்னும் ஓர் ஆளிடம் சென்று தன் கைவரிசையை அவரிடம் காட்டத் தொடங்கி விடுவான். கொடுமையான ஒரு சூனிய வித்தையைப் போலத்தான் அதுவும்! அதற்கு இணையாக வேறு எதையும் சொல்ல முடியாது. எல்லோருமே அவனிடம் நன்றாக நடந்து கொண்டார்கள்; எல்லோருக்குமே அவனைப் பிடித்திருந்தது; எல்லோருமே அவனை வானளாவ உயர்த்திப் புகழ்ந்து கொண்டிருந் தனர். அவனுடைய இங்கிதமும், நுட்பமான கெட்டிக்காரத்தனமும் எல்லோராலும் ஒருமித்த குரலில் பாராட்டப்பட்டன. உண்மை யான கோலியாட்கினின் நாகரிகப் பண்பு, மதிநுட்பம் ஆகியவற்றி லிருந்து இவனது இயல்புகள் அளவிட்டுச்சொல்ல இயலாத அளவுக்கு உயர்ந்தவையாக இருப்பதாகப் பிரகடனப்படுத்தப் பட்டன. உண்மையான அப்பாவியான கோலியாட்கினை, அசலான கோலியாட்கினை அவர்கள் புறக்கணித்தார்கள்; நிஜமான கோலியாட்கினை ஒரே தள்ளில் பிடித்துத் தள்ளினார்கள். சகஜீவன்கள் மீது அன்பு காட்டுவதில் பெயரெடுத்திருந்த அவர் மீது இடி போன்ற வசைகளை வாரியிறைத்தார்கள்.

இத்தனை கொடூரமாய் அனைவராலும் நடத்தப்பட்டுவிட்ட கோலியாட்கின், துன்பம், நடுக்கம், ஆவேசம் ஆகிய உணர்வு களோடு தெருவுக்கு ஓடி வந்தார். ஒரு வண்டி பிடித்துக்கொண்டு

நேரடியாக அலுவலக மேலாளரிடமோ அல்லது ஆந்த்ரியே ஃபிலிப்போவிச்சிடமோ செல்ல வேண்டுமென்று முயற்சித்தார். ஆனால் கொடுமை!

“ஒரே மாதிரி இருக்கும் இரண்டு மனிதர்களுக்கு வண்டி ஓட்ட முடியாது ஐயா. நல்லவனாக இருக்கும் ஒரு மனிதன் நேர்மையாக இருக்கவே முயற்சிப்பான் பிரபுவே. இரட்டைத் தோற்றங்களில் அவன் வர மாட்டான்.” என்று சொன்னபடி கோலியாட்கினை முற்றிலுமாய் நிராகரித்தான் அந்த வண்டிக்காரன். குற்றம் சொல்ல முடியாத அளவுக்கு நேர்மைப் பண்பு கொண்டிருக்கும் கோலியாட்கின் கூச்சத்தால் குன்றிப்போனார். சுற்றுமுற்றும் பார்த்த போது வண்டியோட்டியுடன் கூடவே பெட்ரூஷ்காவும் இருப்பதை அவர் கண்கள் உறுதிப்படுத்தின. அங்கேயே அவர்களுக்கு அருகில் கைக்கெட்டும் தூரத்தில் அந்தப் பாவி கோலியாட்கினும் இருப்பதைப் பார்த்தபோதுதான் அந்த வண்டிக்காரனின் பேச்சில் இருந்த நியாயம் அவருக்குப் புலப்பட்டது. சிக்கலான இந்தத் தருணத்தில் வெறுப்பூட்டுவதையே வாடிக்கையாகக் கொண்டிருந்த அவன் நிச்சயம் ஏறுக்குமாறாக எதையோ செய்யத்தான் முயற்சித்துக் கொண்டிருந்தான். அருவருப்பான அந்த இன்னொரு கோலியாட்கின், தான் மதிப்புக்குரிய ஒரு கனவான் என்று ஒவ்வொரு சந்தர்ப்பத்திலும் பெருமையடித்துக் கொண்டிருந்தாலும் கூட நல்ல பிறப்பு வளர்ப்பினால் மட்டுமே பெறக்கூடிய உயர்ந்த கனவானுக்குரிய பண்புகள் அவனிடம் சுத்தமாக இல்லை. அவனுக்கு அருகிலிருந்த கோலியாட்கினோ முற்றிலும் உண்மை யானவர்; அவனால் முழுக்க முழுக்க நாசமாக்கப்பட்டவர். துயரமும் நாணமும் ஒருசேரக் கொண்டவராய் விதி தன்னை எங்கே அழைத்துச் செல்கிறதோ அந்தப் பாதையை நோக்கிப் பதற்றமாக விரைந்தார் அவர். ஆனால் கற்கள் பாவிய நடைபாதை யில், அவர் ஒவ்வொரு அடியை எடுத்து வைக்கும்போதும் – அவரது ஒவ்வொரு காலடி ஓசையிலிருந்தும் கலகக்காரனும், பொய் உள்ளம் கொண்ட போலியுமான கோலியாட்கினை ஒத்த அதே மாதிரியான ஒரு மனிதன் பூமியிலிருந்து முளைத்து வந்து கொண்டிருந்ததைப் போல் இருந்தது. அவ்வாறு வெளிப்பட்ட அளவிலேயே ஒரே வகையான தோற்றம் கொண்ட அந்த எல்லா கோலியாட்கின்களும் ஒருவர் பின் ஒருவராக ஓடத்தொடங்கினர். நீளமான சங்கிலி வரிசையில் செல்லும் வாத்துக் கூட்டத்தைப் போல உண்மையான கோலியாட்கினைத் தொடர்ந்து அவர்கள் நொண்டியடித்துச் சென்று கொண்டிருந்தனர். அந்த நகல் மனிதர்களிடமிருந்து தப்பித்துக் கொள்ள வழியே இல்லாதபடி எல்லா வகையிலும் இரக்கத்துக்குரியவராக மாறிப்போன கோலியாட்கின் நடுக்கத்தில் மூச்சுத்திணறியபடி இருக்க இறுதியில், எக்கச்சக்கமான போலிகள்

முளைத்துக்கொண்டே வந்தனர். நகரம் முழுவதுமே அப்படிப்பட்ட போலி கோலியாட்கின்களால் நிரம்பி வழிந்தபடி இருக்க, நியதிகளின் சீர்குலைவைப் பொறுத்துக் கொள்ள முடியாத காவல்துறை அதிகாரி ஒருவர் எல்லாப் போலிமனிதர்களின் சட்டைக் காலரையும் பிடித்து உலுக்கி அவர்களைச் சிறையில் அடைக்கிறார்; இவையெல்லாமே கைக்கெட்டும் தூரத்தில் நிகழ்ந்து கொண்டிருப்பதாகத் தோன்றுகிறது.

நடுக்கத்தில் உடம்பெல்லாம் சில்லிட்டுப்போய் உறைந்து போய்விட, நம் கதாநாயகர் விழித்துக் கொண்டார். நடுக்கமும் சில்லிப்பும் உறைந்துபோன நிலையும் அவரது விழிப்பு நிலையிலும் தொடர்ந்துவர, நனவு நிலையில் கூட – தான் மகிழ்ச்சியாக இல்லை என்பதை அவர் உணர்ந்து கொண்டார். அது அவரைக் கடுமையான அலைக்கழிப்புக்கும் ஆயாசத்துக்கும் உட்படச் செய்தது. எல்லையற்ற துயரத்தின் பிடியில் இருந்த அவருக்கு யாரோ தன் இதயத்தைப் பிளந்து கொண்டிருப்பதைப் போலிருந்தது.

கடைசியில் அதற்கு மேலும் அதைப் பொறுத்துக் கொள்ள முடியாத கோலியாட்கின் "அப்படி நடக்கவே நடக்காது" என்று கத்தியபடி ஒரு உறுதியான தீர்மானத்தோடு தன் படுக்கையில் எழுந்து அமர்ந்தார்; இவ்வாறு சத்தம் போட்டபிறகு அவர் முழுமையான விழிப்பு நிலைக்கு வந்து சேர்ந்திருந்தார்.

பொழுது விடிந்து வெகுநேரமாகிவிட்டதைப் போலிருந்தது. அறையில் வழக்கத்தைவிடக் கூடுதலான வெளிச்சம் இருந்தது. பனியில் உறைந்திருந்த ஜன்னல் கண்ணாடிகளின் வழியாக வடிகட்டப்பட்டு வந்த சூரிய வெளிச்சம் அறைக்குள் ஒளியைப் பாய்ச்சியிருந்தது; ஆனால் கோலியாட்கின் அதைக்கண்டு கொஞ்சமும் வியப்படையவில்லை. இதற்கு முன்பு இது நாள் வரை வானத்திலுள்ள அந்தக் கோளிலிருந்து இந்த அளவுக்கு அதீதமான ஒளி வெள்ளம் பாய்ந்ததில்லை என்பதாவது கோலியாட்கினுக்கு நினைவு வந்திருக்கலாம். இதையெல்லாம் பார்த்து வியப்படைந்து கொண்டிருக்க நம் கதாநாயகருக்கு நேரமில்லாதபடி தடுப்புக்குப் பின்னாலிருந்த கடிகாரம் மணியடிக்க ஆயத்தமானது போல முனகத் தொடங்கியது. "நேரம் என்ன என்று பார்ப்போம்" என்று நினைத்தபடி கவலையோடு கூடிய எதிர்பார்ப்புடன் அதைக்கேட்கத் தயாரானார் அவர். ஆனால் கோலியாட்கினை அதிர்ச்சியில் ஆழ்த்தும் வகையில் அந்தக் கடிகாரம் வீறிட்டபடி ஒரே ஒரு முறை தான் அடித்தது.

"என்ன இதெல்லாம்" என்று கத்தியபடி படுக்கையிலிருந்து வாரிச்சுருட்டிக் கொண்டு ஒரு வழியாக எழுந்து கொண்டார் நம் கதாநாயகர். தன் காதுகளை நம்ப முடியாதவரைப் போல (தூங்கி

எழுந்த அந்தக் கோலத்தில்) அப்படியே தடுப்புக்குப் பின் பக்கம் விரைந்தார். உண்மையாகவே ஒரு மணி ஆகியிருந்தது. பெட்ரூஷ்கா வின் படுக்கையின் மீது பார்வையைச் செலுத்தினார் கோலியாட்கின், ஆனால் அந்த அறையில் பெட்ரூஷ்காவின் வாசனை கூட இல்லை. அவனுடைய படுக்கை வெகுநேரத்துக்கு முன்பே சீர் செய்யப்பட்டுக் காலியாகக் கிடந்தது. அவனுடைய காலணிகள்கூட எங்கும் தென்படவில்லை. பெட்ரூஷ்கா அந்த வீட்டில் அப்போது இல்லை என்பதற்கு சந்தேகமில்லாத அடையாளமாக அது இருந்தது. கோலியாட்கின் கதவுப் பக்கம் விரைந்தார்; கதவு பூட்டியிருந்தது.

"ஆனால் அவன் எங்கே போனான்? அந்த பெட்ரூஷ்கா எங்கே" என்று பயங்கரமான பதற்றத்தோடும் தன் நடுக்கத்தை வெளிப்படையாகப் புலப்படுத்தியபடியும் தொடர்ந்து முணு முணுத்துக் கொண்டிருந்தார் கோலியாட்கின். திடீரென்று அவர் மனதில் ஒரு சிந்தனை ஓடியது. மேசைப் பக்கம் வேகமாகச் சென்றவர் மேசை மீதும் சுற்றுமுற்றும் எல்லா இடங்களிலும் அலசி ஆராய்ந்து பார்த்தார்! ஆமாம், அவர் நினைத்தது நிஜம்தான்! முதல் நாள் இரவு அவர் வேஹ்ரமேயேவுக்கு எழுதிய கடிதம் அங்கே இல்லை. தடுப்புக்குப் பின்னால் பெட்ரூஷ்காவும் இல்லை; கடிகாரத்தில் வேறு ஒரு மணி ஆகியிருக்கிறது!

கடிதத்தை முதல் நாள் படித்தபோது விளங்காமல் இருந்த சில புதிய செய்திகள் தெளிவடைவதைப் போலவும் முழுமையாக விளங்குவதைப் போலவும் இருந்தது. கடைசி கடைசியாக பெட் ரூஷ்காவும் கூட விலைபோய் விட்டான் 'ஆமாம் அப்படித்தான்! அதுவேதான்'

'அப்படியென்றால் முக்கியமான திட்டம் போடப்பட்டிருப்பது அங்கேதான், அப்படித்தான்' என்று சத்தமாகச் சொன்னபடி தன் முன் நெற்றியில் தானே அடித்துக் கொண்டார் கோலியாட்கின். அவரது கண்கள் வியப்பில் மேலும் மேலும் விரிந்துகொண்டே சென்றன.

"அந்தக் கேடுகெட்ட ஜெர்மன் பெண்மணியின் கூட்டுக்குள்ளே தான் இப்போது எல்லாத் தீய சக்தியும் மறைந்து கிடக்கிறது அப்படித்தானே? அவள்தான் வேண்டுமென்றே திட்டம் போட்டு திசை திருப்பி என் கவனத்தை வேறுபக்கம் திருப்பி என்னைக் குழப்பியபடி இசமைலாவ்ஸ்கி பாலத்தின் பக்கம் திருப்பிவிட்டிருக் கிறாள். (உதவாக்கரை சூனியக்காரி). அதன் மூலம் அவள் எனக்குப் பள்ளம் தோண்டியிருக்கிறாள்! ஆமாம், அது அப்படித்தான் இருக்க வேண்டும்! விஷயத்தை இந்தக் கோணத்திலிருந்து பார்த்தால்தான் எல்லாமே அப்படித்தான் திட்டமிடப்பட்டிருக்கிறது என்பது தெளிவாகும்; அந்தப் போக்கிரிப் பயல் அந்த இடத்துக்கு சரியாக

வந்து சேர்ந்தது எப்படி என்பதையும் முழுமையாகப் புரிந்து கொள்ளமுடியும். இதெல்லாமே ஒன்றோடு ஒன்றாகப் பிணைந்து கிடப்பதுதான்! நீண்ட காலமாகவே அவர்கள் அவனைத் தயார் செய்து வைத்திருக்க வேண்டும்; கொடுமையான இந்த நாளுக்காக அவனை அவர்கள் ஆயத்தம் செய்து வைத்திருந்திருக்கிறார்கள். இதெல்லாம் அப்படித்தான் நடந்திருக்க வேண்டும், அதுதான் நடந்திருக்க முடியும். சரி அதைப்பற்றிக் கவலைப்பட வேண்டாம். இன்னும் கூட நேரம் இருக்கிறது (அப்படி ஒன்றும் இன்னும் நேரம் கை நழுவிப் போய் விடவில்லை)

இந்தக்கட்டத்தில் மதியம் ஒரு மணி கடந்துவிட்டது என்பதை நடுக்கத்தோடு நினைவுபடுத்திக் கொண்டார் கோலியாட்கின். “இதற்குள் அவர்கள் தங்கள் கைவரிசையைக் காட்ட ஆரம்பித்திருந் தால்?” உடனே இப்படி முனகினார் ‘இல்லை இல்லை, அவர்கள் பொய் சொல்கிறார்கள். அவர்களுக்கு இன்னும் வேளை வாய்க்க வில்லை. என்னவென்று பார்ப்போம்’

ஏனோதானோவென்று உடையணிந்து கொண்டபிறகு தாளையும் பேனாவையும் எடுத்தவர் பின் வரும் கடிதத்தைக் கிறுக்கத் தொடங்கினார்.

அன்புள்ள யாகோவ் பெத்ரோவிச்!

ஒன்று நீங்கள் இருக்க வேண்டும். இல்லையென்றால் நான். இரண்டு பேரும் ஒரு சேர இருப்பதென்பது நடக்கவே முடியாத ஒன்று. என்னுடைய நகலாகத் தோற்றம் தரவேண்டுமென்று நீங்கள் கொண்டிருக்கும் விருப்பம் வினோதமானது, அபத்தமானது, சாத்தியமே இல்லாதது என்பதையும் அது முழுக்க முழுக்க உங்கள் மதிப்பைக் குறைப்பதாகவும், தோல்வியில் முடிவதாகவுமே அமைந்து விடுமென்பதையும் நான் சொல்லிக்கொள்ள விரும்புகிறேன். அதனால் உங்கள் நன்மை கருதியாவது நீங்கள் சற்று விலகியிருக்க வேண்டுமென்றும் உயர்வான நோக்கங்கள் கொண்டவர்களும், உண்மையிலேயே நேர்மையானவர்களுமான மனிதர்களுக்கு வழி விட்டு ஒதுங்க வேண்டுமென்றும் உங்களை மன்றாடிக் கேட்டுக் கொள்கிறேன். இதோடு என் பேனாவைமூடி வைத்துவிட்டு உங்களுக்காகக் காத்திருக்கிறேன். ஆனால் நீங்கள் எப்போது விரும்பினாலும் உங்களைத் துப்பாக்கியோடு சந்திக்கத் தயாராகவே இருப்பேன்.

ஒய். கோலியாட்கின்

கடிதத்தை எழுதி முடித்துவிட்டு மிகுந்த உற்சாகத்தோடு தன் கைகளைப் பிசைந்து கொண்டார் கோலியாட்கின். பிறகு மேல்கோட்டை உடம்பின் மீது சுற்றிக் கொண்டு. தொப்பியைத் தலையில் மாட்டிக்கொண்டார்.

தன்னிடம் இருந்த மற்றொரு சாவியால் குடியிருப்பின் பூட்டைத் திறந்துகொண்டு அலுவலகத்திற்குக் கிளம்பிச் சென்றார். அலுவலகத்தை வந்தடைந்த பிறகும் உள்ளே செல்வதற்கு அவர் மனம் துணியவில்லை. ஏற்கனவே நேரமாகி இருந்தது. கோலியாட்கி னின் கைக்கடிகாரத்தில் இரண்டரை மணி ஆகியிருந்தது. அவருக்கு சந்தேகத்தை ஏற்படுத்தும் வகையில் திடீரென்று மிக அற்பமான விஷயம் ஒன்று அங்கே நிகழ்ந்தது. அலுவலகக் கட்டிடத்தின் பின்புறத்திலிருந்து முகம் சிவக்க மூச்சு வாங்கியபடி எலியைப் போலத் திருட்டுத்தனமாக ஓர் உருவம் உள்ளே நுழைந்தது. படி களின் மீது அம்பு போலப் பாய்ந்து ஏறி முன்வாசல் பக்கம் வந்து சேர்ந்தது. அது வேறுயாருமில்லை! அங்கே (பிரதியெடுக்கும்) குமாஸ்தாவாக வேலை பார்த்துக் கொண்டிருந்த ஒஸ்தாஃபியேவ் தான். கோலியாட்கினுக்கு அவனை மிக நன்றாகத் தெரியும்; பணத் தேவைகொண்ட அவன் அற்பக் காசுக்காக எந்த வேலையும் செய்வான். ஒஸ்தாஃபியேவின் அந்த பலவீனம் கோலியாட்கினுக்குத் தெரிந்திருந்தது; மேலும் தனிப்பட்ட காரணங்களால் சிறிது காலம் தன்னால் அங்கே இருக்கமுடியாமல் போன அந்த இடைவெளிக் குள் அவனது அந்தப் பணத்தாசை கூடிப்போயிருப்பதையும் கூட அவரால் அனுமானிக்க முடிந்தது. அவனை இனியும் விட்டுவைக்கக்கூடாதென்று முடிவுகட்டிக் கொண்ட அவர் படிகளில் தாவிச் சென்று முன்வாசல் பக்கம் அவனைப் பின் தொடர்ந்தார். இரகசியமான ஒரு குரலில் அவனை அழைத்த அவர், வசதியான ஒரு மூலைப் பக்கமாக பிரம்மாண்டமான இரும்புத் தணப்பு அடுப்பு ஒன்றின் பின்புறமாக அவனைக் கூட்டிக்கொண்டு சென்றார். அவனை அங்கே கொண்டு வந்து சேர்த்த பிறகு நம் கதாநாயகர் அவனிடம் இவ்வாறு கேள்வி கேட்க ஆரம்பித்தார்.

“என்ன நண்பரே, எல்லாம் எப்படிப் போய்க் கொண்டிருக் கிறது? நான் என்ன சொல்கிறேன் என்பது புரிகிறதல்லவா”

“ஆமாம் ஐயா, உங்களுக்கு நல்ல உடல் நலம் வாய்க்கட்டும் என்று நான் விரும்புகிறேன்.”

“அது சரி நண்பரே அது இருக்கட்டும், அதோ பாருங்கள் தோழரே! உங்களுக்கு நான் நல்ல முறையில் வெகுமதி தருவேன், ம், சொல்லுங்கள். நிலைமை எப்படி இருக்கிறது?”

“எதைப்பற்றிக் கேட்கிறீர்கள் ஐயா” இந்தக்கட்டத்தில் தற்செயலாக அகலப் பிளந்து கொண்ட தன் வாயைக் கைகளால் பொத்திக் கொண்டான் ஒஸ்தாஃபியேவ்.

‘இதோ பாருங்கள் நண்பரே, அது என்னவென்றால், அது எதைப்பற்றி என்றால்.. அதுசரி, உங்களால் அது என்ன என்பதை யோசிக்க முடியவில்லையா என்ன? சரி இப்போது இதைச்

சொல்லுங்கள், ஆண்ட்ரீ ஃபிலிப்போவிச் இங்கே இருக்கிறாரா?"

"ஆமாம் இங்கேதான் இருக்கிறார்"

"மற்ற குமாஸ்தாக்கள்?"

"ஆமாம் ஐயா! வழக்கம் போலவே எல்லோருமே இருக்கிறார்கள்!"

"மேலாளரும் கூடவா?"

"ஆமாம் மேலாளரும் கூடத்தான்!" – இப்போது மீண்டும் ஒரு முறை தன் கைகளால் வாயைப் பொத்திக் கொண்டான் அந்த மனிதன். கோலியாட்கினை ஏதோ ஓர் ஆர்வத்தோடும் விநோதமாக வும் அவன் பார்த்துக் கொண்டிருந்தான்; அல்லது அவன் அப்படிப் பார்த்துக் கொண்டிருந்ததைப் போல அவருக்குத் தோன்றியது.

"குறிப்பாகச் சொல்லும்படி அங்கே எதுவும் நடக்கவில்லையா நண்பரே..."

"இல்லை ஐயா... நிச்சயமாக அப்படி எதுவும் இல்லை!"

"ஆக, என் சம்பந்தப்பட்டதாக அங்கே எதுவுமே நடக்க வில்லை, அப்படித்தானே நண்பரே? அங்கே எதுவுமே நடக்க வில்லை, வேறெதுவுமே இல்லை, அப்படித்தானே? நண்பரே, நான் என்ன சொல்ல வருகிறேன் என்பது புரிகிறதுதானே?"

"அப்படியெல்லாம் எதுவுமே இல்லை ஐயா! இது வரையில் நான் அந்த மாதிரி எதையுமே கேள்விப்படவில்லை." மீண்டும் அந்த மனிதன் தன் கையைக் கொண்டு வாயைப் பொத்திக் கொண்டான்; கோலியாட்கினை அவன் மறுபடியும் பார்த்தபோது அதில் சற்று வியப்பும் கலந்திருந்தது. ஓஸ்தாஃபியேவின் முகபாவங்களை ஆழ்ந்து படிக்க முயற்சித்தபடி தன்னிடமிருந்து அவன் எதையாவது மறைக்க முயல்கிறானோ என்று கோலியாட் கின் கவனித்துக் கொண்டிருந்ததே அவனது வியப்புக்கான காரணம். உண்மையாகவே அவன் தன்னிடமிருந்து ஏதோ மறைக்கி றான் என்று நினைப்பது போல அவனை உற்று கவனித்துக் கொண்டிருந்தார் அவர். ஓஸ்தாஃபியேவும்கூட இப்போது சற்று கோபமாகவும், முரட்டுத்தனமாகவும் இருப்பதாகப்பட்டது. அந்த உரையாடலின் தொடக்கத்தில் இருந்ததைப் போல கோலியாட்கின் மீதான இரக்கமும், அவரது நலம் நாடும் நோக்கமும் இப்போது அவனிடம் இருப்பதாகத் தெரியவில்லை.

'அவன் அப்படி இருப்பது ஒருவகையில் நியாயம்தான்' என்று நினைத்துக் கொண்டார் கோலியாட்கின்.

'பார்க்கப்போனால் அவனுக்கு என்னைப் பற்றி என்ன வந்தது? ஒருவேளை எதிர்ப்பக்கத்து ஆட்களுக்கு அவன் ஏற்கனவே

விலை போயிருக்கலாம்; இப்போது அவன் வெளியே போய்விட்டு வந்தது கூட முக்கியமான அந்தச் சொந்தக் காரியத்துக்காக இருக்கலாம். சரி, நானும் கூட அவனுக்கு ஏதாவது கொடுத்துப் பார்க்கிறேன்"

காசு (கோபெக்) கொடுத்தாக வேண்டிய கட்டம் வந்துவிட்டதென்பதைப் புரிந்துகொண்டார் கோலியாட்கின்.

"இதோ, இதை வைத்துக் கொள்ளுங்கள் நண்பரே"

"உங்கள் அன்புக்கு மிகவும் கடமைப்பட்டிருக்கிறேன் ஐயா"

"இதைவிட அதிகமாகக்கூட உங்களுக்குத் தருவேன்"

"நல்லது ஐயா"

இதோ இப்பொழுதே இந்த நிமிடமே இன்னும் கொஞ்சம் தருகிறேன். காரியம் மட்டும் முடியட்டும். இதே அளவுக்கு இன்னும் தருகிறேன், சரிதானே? என்ன நான் சொல்வது புரிகிறதா?"

அந்தக் குமாஸ்தா எதுவும் பேசவில்லை. சற்றும் அசையாமல் நின்றபடி கோலியாட்கினையே உற்றுப்பார்த்துக் கொண்டிருந்தான் அவன்.

"சரி, இப்போது சொல்லுங்கள், என்னைப் பற்றி எதுவுமே கேள்விப் படவில்லையா நீங்கள்?"

"இப்போதைக்கு அப்படிக் குறிப்பிட்டுச் சொல்லும்படி எதுவுமே கேள்விப்படவில்லை என்றுதான் நினைக்கிறேன்" -கோலியாட்கினைப் போலவே மிகமெதுவாக யோசித்து யோசித்து பதில் சொல்வதைப் போல மர்மமான குரலில் பேசினான் ஒஸ்தாஃபியேவ். கண்களை உருட்டிக்கொண்டு கீழ்ப்பார்வை பார்த்தபடி அவருக்குப் பொருத்தமான தொனியில் பேச முயன்ற அவன், அவர் தனக்கு வாக்களித்திருந்த தொகையை எவ்வளவு முடியுமோ அவ்வளவை அவரிடமிருந்து கறந்துகொள்ள முயற்சித்துக் கொண்டிருந்தான். இது வரை அவர் தனக்குத் தந்திருந்ததை எல்லாம் ஏற்கனவே தன் கணக்கில் வரவு வைத்து முடித்திருந்தான் அவன்.

"அப்படியென்றால் உங்களுக்கு எதுவுமே தெரியாதா?"

"இது வரையில் அப்படித்தான் ஐயா"

"ஒரு வேளை உங்களுக்கு ஏதாவது தெரிந்திருந்தால்"

"ஒரு வேளை சற்றுப் பின்னால் நிச்சயம் ஏதாவது தெரிய வரலாம்"

'நாம் கொடுத்த பணம் ஒரு வேளை குறைவோ?' என்று நினைத்துக் கொண்டார் நம் கதாநாயகர்.

"இதோ பாருங்கள் அன்பரே, உங்களுக்காக இன்னும் கூடக்

கொஞ்சம் தருகிறேன். வாங்கிக் கொள்ளுங்கள்."

"உண்மையாகவே உங்களுக்கு நன்றிக்கடன் பட்டிருக்கிறேன் ஐயா"

"நேற்று வேஹ்ரமேயேவ் இங்கே இருந்தாரா?"

"ஆமாம் ஐயா!"

"அப்புறம் வேறு யாராவது? அந்த 'அவன்' இருந்தானா? கொஞ்சம் முயற்சி செய்து ஞாபகப்படுத்திப் பாருங்கள் சகோதரரே"

அந்த மனிதன் சிறிது நேரம் தன் மண்டையைக் குடைந்து யோசித்துப் பார்த்தான்; அவருக்குப் பதில் சொல்வதற்குப் பொருத்தமாக எதுவுமே அவனுக்குத் தோன்றவில்லை.

"இல்லை ஐயா, வேறு யாருமே இல்லை"

"ம்"

சிறிது நேரத்துக்கு ஒரு மௌனம் தொடர்ந்தது.

"சகோதரரே! இதோ இன்னும் கூட அதிகமாகத் தருகிறேன், எனக்கு எல்லாம் சொல்லுங்கள். எல்லாவற்றையும் விரிவாகச் சொல்லுங்கள்"

"சரி ஐயா" என்று பதில் சொன்ன ஒஸ்தாஃபியேவ் இப்போது குழைந்து நெகிழ்ந்து கொண்டிருந்தான். கோலியாட்கினுக்குத் தேவைப்பட்டது அதுதான்!

"நீங்கள் ரொம்ப நல்லவர்தானே? கொஞ்சம் சொல்லுங்கள், அவன் எந்த அடிப்படையில் அங்கே இருக்கிறான்?"

"உரிய வகையில்தான் இருக்கிறான் ஐயா"

"உரிய வகையில் என்று எதை வைத்துச் சொல்கிறீர்கள்?"

"அது என்னவோ அப்படித்தான் ஐயா"

இதைச் சொல்லும்போது ஒஸ்தாஃபியேவின் புருவங்கள் வித்தியாசமாக முடிச்சிட்டுக் கொண்டன. ஆனாலும் மிகவும் திகைத்துப் போயிருந்த அவனுக்கு அதற்கு மேல் என்ன சொல்வதென்று தெரியவில்லை.

'இன்னும் கூட விஷயம் வரவில்லையே' என்று நினைத்துக் கொண்டார் கோலியாட்கின்.

"சரி ஆனால் அதோடு கூடவே வேறெதாவதும் நடந்ததா இல்லையா, வேஹ்ரமேயேவோடு சம்பந்தப்பட்டதாக ஏதாவது?"

"இல்லை. எல்லாமே எப்போதும் போலத்தான் இருக்கிறது!"

"கொஞ்சம் யோசித்துப் பாருங்கள்"

"அது வந்து... அவர்கள் என்ன சொல்கிறார்கள் என்றால்"

“ம்... என்ன அது... சொல்லுங்கள்!”

ஒஸ்தாஃபியேவ், தன் வாயை மூடிக்கொண்டான்.

“ஏதாவது ஒரு கடிதம் இங்கிருந்து... எனக்கு ?”

“மிதியேவ் என்ற பணியாள் வேஹ்ரமேயேவ் குடியிருக்கும் ஜெர்மன் பெண்மணியின் வீட்டுக்குப் போனான். நீங்கள் விருப்பப் பட்டால் அவனிடம் போய் என்ன ஏதென்று கேட்கிறேன்”

“அந்த உதவியை எனக்காக செய்யுங்கள் சகோதரரே. தயவு செய்து செய்யுங்கள்! நான் என்ன நினைக்கிறேன் என்றால் இதோ பாருங்கள், நீங்களாக எதையும் கற்பனை செய்து கொண்டுவிடக் கூடாது. நான் நினைப்பது இதுதான், ஆமாம் சகோதரரே! நீங்கள் அவனிடம் நன்றாக விசாரியுங்கள். என்னோடு சம்பந்தப்பட்டதாக ஏதாவது நடந்து கொண்டிருக்கிறதா என்பதைக் கண்டுபிடியுங்கள். அவன் எப்படி நடிக்கிறான் என்று கண்டுபிடியுங்கள்.எனக்கு வேண்டியது அது தான். தோழரே,நீங்கள் கண்டுபிடிக்க வேண்டு மென்று நான் நினைப்பது அதுதான். அதன் பிறகு உங்களுக்கு நல்ல முறையில் வெகுமதி தருவேன் நண்பரே”

“கட்டாயம் செய்கிறேன். இன்று இவான் செமீனோவிச் உங்களுடைய இடத்தில் இருந்தார்”

“இவான் செமீனோவிச்சா, உண்மையாகவா?”

“ஆந்திரேய் ஃபிலிப்போவிச் தான் அவனை அங்கே உட்காருமாறு சொன்னார்”

“நிஜமாகவா? அது எப்படி நடந்தது? நீங்கள் அதைக் கண்டு பிடித்தாக வேண்டும் சகோதரரே! கடவுளுக்குப் பொதுவாகக் கண்டுபிடிக்க வேண்டும் சகோதரரே! எல்லாவற்றையும் கண்டு பிடித்தால் நான் உங்களுக்கு நல்ல வெகுமதி அளிப்பேன்.. எனக்கு வேண்டியது அது தான். நீங்களாக வேறெதையும் கற்பனை செய்து கொண்டுவிட வேண்டாம் தம்பி”

“அப்படியே செய்கிறேன், அப்படியே செய்கிறேன். இதோ உடனே போகிறேன், நீங்கள் இன்று உள்ளே போவதாக இல்லையா சார் ?”

“இல்லை; நண்பரே! நான் சும்மா பார்க்கவந்தேன். சுற்று முற்றும் பார்த்துவிட்டுப் போக வந்தேன். சுற்றுமுற்றும் பார்ப்பதற் காகத்தான் நானே வந்தேன் நண்பரே. அப்புறம் உங்களுக்கு நல்ல வெகுமதி தருகிறேன் நண்பரே”

“சரி சார்” என்றபடி படிகளை நோக்கி ஆவலோடும் வேகமாக வும் சென்றான் அந்த மனிதன். கோலியாட்கின் மட்டும் தனியாக இருந்தார்.

“சே, ரொம்ப மோசம்” என்று எண்ணிக் கொண்டார் கோலியாட்கின்...

“நிஜமாகவே மோசம்தான்” இப்போது நடப்பதெல்லாம் நம் தரப்புக்கு பாதகமாகத்தான் தெரிகிறது. இதற்கெல்லாம் என்ன அர்த்தம்? அந்தக் குடிகாரப் பயல் குறிப்பாக என்னவெல்லாமோ சொன்னானே, அதற்கெல்லாம் என்ன அர்த்தம்? யார் செய்யும் தந்திரம் இது? ம் எனக்குத் தெரியும் இது யாருடைய வேலை என்று, இது என்ன மாதிரிவேலை என்று. சந்தேகமே இல்லை. அவர்கள் எதையோ கண்டுபிடித்ததனாலேதான் அவனை அங்கே உட்கார வைத்திருக்கிறார்கள். ஆனால் அவனை அங்கே உட்கார வைத்தது ‘அவர்களா?’ ஆந்த்ரியேஃபிலிப்போவிச் தான் அவனை அங்கே உட்காரவைத்திருக்கிறார். என்ன நோக்கத்துடன்? ஒருக்கால் அவர்கள் கண்டுபிடித்திருக்கலாம். இது வேஹ்ரமேயேவின் வேலை தான்... இல்லையில்லை... வேஹ்ரமேயேவாக இருக்காது! அவர் சும்மா ஒரு தடிக்கம்பத்தைப் போன்ற ஒரு முட்டாள் அவ்வளவு தான்! அவர்கள் எல்லாருமே அவருக்காக வேலை செய்கிறார்கள்; வேண்டுமென்றே திட்டம் போட்டு இந்தக் காரணத்துக்காகவே அந்தப் போக்கிரியையும் இங்கே வரவழைத்திருக்கிறார்கள். அதோடு, இந்த ஜெர்மன் பெண்மணியும் கூட ஏதாவது குறை சொல்லிப் புலம்பியிருப்பாள். அந்த ஒற்றைக் கண் ராட்சசி, அவளும் கூட! இந்தச் சதித்திட்டத்துக்கு ஏதாவது ஒரு உள்நோக்கம் இல்லாமல் இருக்க முடியாதென்ற சந்தேகம் எனக்கு எப்பொழுதுமே இருக் கிறது. வயதான பெண்கள் ஒருவருக்கொருவர் பேசிக்கொள்ளும் வம்புபேச்சைப் போன்ற இந்தக் காரியத்திற்குள் நிச்சயம் ஏதோ ஒன்று இருக்கிறது. கிறிஸ்தியன் இவானோவிச்சிடமும் கூட இதையேதான் நான் சொன்னேன். மனரீதியாக ஒரு மனிதனின் குரல்வளையை நெரிக்கக்கூட அவர்கள் தயங்கமாட்டார்களென்றும் அவரிடம் சொன்னேன். அவர்கள் கரோலினா இவானோவ்வையும் இதற்குள் இழுத்துவிட்டுவிட்டார்கள்.

இந்த வேலையில் இறங்கியிருப்பவை, உண்மையாகவே தேர்ந்த கைகள்தான்! நன்றாகத் தெரிகிறது! ஆமாம், தேர்ந்த கைகள்தான். ஆனால் வேஹ்ரமேயேவ் இல்லை. வேஹ்ரமேயேவ் ஒரு முட்டா ளென்று முன்னாலேயே சொல்லிவிட்டேன், எனக்குத் தெரியும் இதற்கெல்லாம் பின்னால் இருப்பது யாரென்று! எல்லாம் அந்தப் போலி ராஸ்கல்தான்!

அவனுக்குத்தான் இதில் சம்பந்தம் இருக்கிறதென்பது பெரிய மனிதர்களிடம் நல்ல பெயர் சம்பாதிப்பதில் அவன் வெற்றிபெற்று வருவதைப் பார்த்தாலே தெரிகிறதே! ஆனாலும் கூட எந்த அடிப்படையில் அவன் இப்போது இங்கே இருக்கிறான் என்பதைத்

தெரிந்துகொண்டாக வேண்டும். அவர்களுக்கும் அவனுக்கும் என்ன சம்பந்தம்? அவர்களுக்கு நடுவில் அவனுக்கென்ன வேலை? அதிலும் அவர்கள் இவான் செமீனோவிச்சைத் தேர்ந்தெடுத்திருக்கும் போது! எந்த இழவுக்காக இவான் செமீனோவிச் தேவைப்பட்டான் அவர்களுக்கு? வேறு யாரையுமே அவர்களால் கண்டுபிடிக்க முடியவில்லையா? ஆனால் யாரைப் போட்டிருந்தால்தான் என்ன? எல்லாம் ஒரேமாதிரிதான். ஆனால் எனக்குத் தெரிந்த விஷயம் ஒன்று இருக்கிறது! வெகு நாட்கள் முன்பாகவே இவான் செமீனோவிச்சின் மீது எனக்கு சந்தேகம் இருந்துவந்தது. அவன் எவ்வளவு மோசமான, பயங்கரமான ஒரு கிழவன் என்பதை நீண்ட காலமாகவே நான் கவனித்து வந்திருக்கிறேன்; பணத்தைக் கடனாகக் கொடுத்து வட்டி வசூலிப்பதில் ஒரு யூதனைப் போல நடந்துகொள்பவன் அவன்.

உண்மையைச் சொல்லப்போனால் இந்த எல்லாவற்றையுமே முன்னின்று நடத்திக்கொண்டிருப்பது அந்தக் கரடி வித்தைக்காரன் தான். எல்லா விஷயமுமே அந்தக் கரடியின் பிடிக்குள் இருப்பதை யார் வேண்டுமானாலும் கண்டுகொள்ள முடியும். அது தொடங்கி யது அப்படித்தான். இசமைலாவ்ஸ்கி பாலத்திலேதான் அது ஆரம்பித்தது... ஆமாம். அப்படித்தான் அது துவங்கியது'

இந்தக் கட்டத்தில் துவர்ப்பான எலுமிச்சம்பழத்தைச் சுவைத்து விட்டதைப் போல முகத்தைச் சுளித்துக் கொண்டார் கோலியாட்கின்; விரும்பத்தகாத ஏதோ ஒரு விஷயம் அவருக்கு நினைவு வந்திருந்தது. "சரி, போகட்டும், விட்டுத் தள்ள வேண்டியதுதான்" என்றும் நினைத்துக் கொண்டார்.

"ம்! முழுநேரமும் என்னுடைய கஷ்டத்துக்குள்ளேயே அலைக் கழிந்து கொண்டிருக்கிறேன் நான்! ஆமாம். ஒஸ்தாஃபியேவ் என்ன கண்டுபிடித்துக் கொண்டு வருவான்? ஏன் இன்னும் அவன் வரவில்லை, ஒரு வேளை அங்கேயே சற்றுநேரம் தங்கியிருந்து விஷயம் என்னவென்று பார்க்கிறானோ, இல்லை, வேறு காரணத் தால் தாமதமாகிறதோ, இதுவும் கூட ஒருவகையில் நல்லதுதான். இப்படி நான் திட்டம் போடுவதும் ஆட்களை வைத்து என் பங்குக்கு உளவுபார்ப்பதும்.

ஒஸ்தாஃபியேவுக்கு பத்து கோபெக்குகள் மட்டும் கொடுத்தால் போதும் அவன் என்பக்கம் இருப்பான்! ஆனால் அவன் உண்மை யாகவே என் தரப்பிலேதான் இருக்கிறானா என்பதுதான் சந்தேகம். ஒரு வேளை அவர்கள் அவனையும் தங்கள் பக்கம் இழுத்திருந்தால் அவனை வைத்துத் தங்கள் பக்கமும் ஒரு சதிவேலைக்குத் திட்டமிட்டுக் கொண்டிருந்தால்? அவனைப் பார்த்தால் முரட்டுப் போக்கிரியைப் போல கைதேர்ந்த ஒரு மூர்க்கனைப் போலத்

தெரிகிறான். அந்தத் திருட்டுப்பயல் எதையோ மறைக்கிறான் 'ஒன்றுமே இல்லை' என்கிறான். 'உங்களுக்கு மிகவும் நன்றிக்கடன் பட்டிருக்கிறேன் பிரபு' என்கிறான். சரியான முரட்டுப் பயல்'

ஏதோ சத்தம் கேட்டது. சற்றுப் பின்வாங்கியபடி அங்கிருந்த கணப்புக்குப் பின்னால் தாவி ஒளிந்துகொண்டார் கோலியாட்கின். படிகளில் யாரோ இறங்கி வருவதும், தெருவுக்குச் செல்வதும் தெரிந்தது. "இப்பொழுது போவது யாராக இருக்கும்?" என்று தனக்குத்தானே நினைத்துக் கொண்டார் நம் கதாநாயகர். ஒரு நிமிடம் கழிந்தபின் மீண்டும் அவரால் காலடி ஓசைகளை நன்றாகக் கேட்க முடிந்தது. இப்போது தான் ஒளிந்திருந்த மூலைக்குள்ளிருந்து மூக்கை வெளியே நுழைத்துப் பார்க்காமல் அவரால் கட்டுப்படுத்திக் கொள்ள முடியவில்லை. ஆனால் எட்டிப்பார்த்த உடனேயே எவரோ ஊசியால் குத்தியதைப்போல சட்டென்று மீண்டும் பின் வாங்கிக் கொண்டார். இந்தத் தடவை அவருக்கு நன்றாகத் தெரிந்த அந்த மனிதன்தான் வந்துகொண்டிருந்தான்! அந்தப் போக்கிரி, அந்த சதிவேலைக்காரன், அந்தப் பாதகன் அவன்தான். தன்னுடைய வழக்கமான பாணியில் குட்டிக்குட்டியாய் அடிவைத்துக் கால்களை இழுத்து இழுத்து நடந்தபடி யாரையோ தாக்குவதற்குச் செல்பவனைப் போலப் போய்க் கொண்டிருந்தான் அவன்.

"அந்த வில்லன்தான்" என்று தனக்குள் சொல்லிக்கொண்டார் நம் கதாநாயகர்.

அலுவலக மேலாளருடைய கனமான பச்சைநிறக் கோப்பு அவன் கைக்கடியில் இருப்பதை கோலியாட்கின் பார்க்கத் தவற வில்லை.

"மறுபடியும் ஏதோ முக்கியமான ஒரு காரியத்திற்குப் போகிறான் இவன்" என்று நினைத்தார் கோலியாட்கின். முன்னை விடவும் கடுமையாக வெறுப்பும் எரிச்சலும் மூண்டெழ இரத்தமாய் முகம் சிவந்து கூசிப்போனார் அவர்.

சீனியர் கோலியாட்கினை சற்றும் கவனிக்காமல் ஜூனியர் கோலியாட்கின் நழுவிச் சென்றதும் மூன்றாவது முறையாக மீண்டும் காலடி ஓசைகேட்டது. இது ஒஸ்தாஃபியேவாகத்தான் இருக்கக் கூடுமென்று ஊகித்தார் கோலியாட்கின். ஆனால் வந்ததோ மற்றுமொரு நகலெடுக்கும் குமாஸ்தாவான பிசரெங்கோ. கோலியாட்கினுக்கு அது வியப்பாக இருந்தது. இந்த ரகசிய வேலையில் மற்றவர்களைப் போய் ஏன் இழுத்தான் அவன் என்று வியந்தார் அவர். எப்படிப்பட்ட காட்டுமிராண்டிகள், எதுவுமே அவர்களுக்கு இரகசியமானதாக இல்லை.

"சொல்லுங்கள் நண்பரே" என்றபடி பிசரெங்கோவை

அழைத்தார் அவர்.

"உங்களை அனுப்பி வைத்தது யார் நண்பரே"

"உங்கள் வேலையாகத்தான் வந்தேன்! இதுவரை யாரிடமிருந்தும் எந்த செய்தியும் இல்லை. அப்படி ஏதாவது இருந்தால் உங்களிடம் தெரிவிக்கிறோம்."

"அப்புறம் அந்த ஒஸ்தாஃபியேவ்?"

"அவர் வருவது மிகவும் கடினம் பிரபு! அறை வழியாக மேலாளர் இரண்டு முறை நடந்து போய்விட்டார். இதற்குமேல் இங்கிருக்க எனக்கு நேரமில்லை."

"நன்றி ஐயா நன்றி. இதை மட்டும் சொல்லுங்கள்"

"சத்தியமாகச் சொல்லுகிறேன் சார். நான் இங்கே இருக்க முடியாது. ஒவ்வொரு நிமிடமும் என்னைக் கூப்பிட்டுக்கொண்டே இருக்கிறார்கள். ஆனால் உங்களால் இங்கே இருக்கமுடிந்தால் நீங்கள் சம்பந்தப்பட்ட அந்தச் சின்னசமாசாரம் பற்றி ஏதாவது தெரியவரும்போது சொல்கிறோம்"

"இல்லை நண்பரே, இதை மட்டும் சொல்லுங்கள்"

"மன்னித்துவிடுங்கள் ஐயா, இங்கே இருக்க எனக்கு நேரம் இல்லை" தன்மேல் கோட்டின் விளிம்பைப் பிடித்திழுத்து நிறுத்த முற்பட்ட கோலியாட்கினிடமிருந்து தன்னைப் பிய்த்துக்கொள்ள முற்பட்டபடி இவ்வாறு பதிலளித்தார் பிசரெங்கோ.

"ஒரே ஒரு நிமிடம் நண்பரே, ஒரே ஒருநிமிடம்தான். என்னவென்று நான் சொல்கிறேன். இதோ பாருங்கள் ஒரு கடிதம், நான் உங்களுக்கு வெகுமதி தருகிறேன் தோழரே"

"சொல்லுங்கள் ஐயா"

"இதை எடுத்துக் கொண்டுபோய் கோலியாட்கினிடம் சேர்க்க வேண்டும் நண்பரே"

"கோலியாட்கின்?"

"ஆமாம் தோழரே! கோலியாட்கினிடம் தான்"

"நல்லது ஐயா, என் வேலையெல்லாம் முடிந்த பிறகு நான் எடுத்துக்கொண்டு போகிறேன். அது வரையில் இங்கேயே இருங்கள், இங்கே இருந்தால் யாரும் உங்களைப் பார்க்கமுடியாது"

"சே! சே! அப்படியெல்லாம் இல்லை ஐயா. நீங்களாக ஏதாவது கற்பனை செய்துகொண்டுவிட வேண்டாம். நான் ஒன்றும் யாரும் என்னைப் பார்க்கக்கூடாதென்பதற்காக இங்கே நின்றுகொண்டிருக்கவில்லை. தொடர்ந்து இங்கேயே இருக்கவும் போவதில்லை நண்பரே. நான் வேறு இடத்துக்குப் போகிறேன்.

இந்தத் தெருவை ஒட்டிப் பக்கத்தில் காஃபி சாப்பிடும் இடம் ஒன்று இருக்கிறதல்லவா? அங்கே போய்க் காத்துக்கொண்டிருக்கிறேன். ஏதாவது நடந்தால், அது எதுவாக இருந்தாலும் எனக்குத் தெரிவிக்க வேண்டும், புரிந்ததா?

“ரொம்ப நல்லது ஐயா. இப்பொழுது நான் போவதற்கு மட்டும் அனுமதி கொடுங்கள். நீங்கள் சொல்வதெல்லாம் புரிகிறது”

ஒரு வழியாக பிசரெங்கோவைத் தன் பிடியிலிருந்து விடுவித்த பிறகு,

“உங்களுக்கு நல்ல வெகுமதி தருவேன். நன்றி மறக்க மாட்டேன்“ என்று அவருக்குப் பின்னாலிருந்தபடி உரக்கக் குரல் கொடுத்தார் கோலியாட்கின்.

“போகப்போக இந்தப் போக்கிரிப் பயல் கொஞ்சம் கடுமையாக ஆவதுபோலத் தெரிகிறதே” – என்று மனதிற்குள் நினைத்துக் கொண்டே கணப்புக்குப் பின்னால் இருந்து எவரும் அறியாமல் மெள்ள வெளியே வந்தார் நம் கதாநாயகர்.

“இங்கே ஏதோ ஒரு ஏமாற்றுவேலை நடந்து கொண்டுதான் இருக்கிறது. அது தெளிவாகத் தெரியாமல் இல்லை. அவன் முதலில் ஒருமாதிரி இருந்தான். அப்புறம் போகப்போக வேறுமாதிரி அவசரப்பட ஆரம்பித்துவிட்டான். ஒருவேளை அலுவலகத்திலும் கூட நிறைய வேலை இருந்திருக்கலாம். மேலாளர்வேறு அறைக்குக் குறுக்கே இரண்டு முறை நடந்திருக்கிறார். இதற்கெல்லாம் என்ன சம்பந்தம் இருக்கும்? என்னதான் ஆகியிருக்கும்? சரி போகட்டும். இதற்கெல்லாம் எந்த உள் அர்த்தமும் இல்லாமல் கூட இருக்கலாம். என்னவென்று பார்ப்போம்.”

இந்தக் கட்டத்தில் கதவைத் திறந்துகொண்டு தெருவுக்குச் செல்லும் ஆயத்தத்தில் இருந்தார் கோலியாட்கின். மிகச் சரியாக அதே நொடியில் அலுவலக மேலாளரின் வண்டி வாசலில் வந்து நின்றது; அதன் கதவைத் திறந்து கொண்டு வெளியே குதித்திறங்கிய பெரிய மனிதன் ஜூனியர் கோலியாட்கினைத் தவிர வேறு யாருமில்லை. பத்து நிமிடங்களுக்கு முன்னாலேதான் வெளியே போயிருந்தான் அவன். மேலாளரின் வீடு அங்கிருந்து கல்லெறியும் தூரத்திலேதான் இருக்கிறது என்பது சீனியர் கோலியாட்கினுக்கு ஞாபகம் வந்தது.

“அவன் ஏதோ ஒரு முக்கியமான காரியத்துக்காகத்தான் வெளியே போயிருக்கிறான்” – என்று தன்னுள் எண்ணிக் கொண்டார் நம் கதாநாயகர்.

அதே சமயத்தில் வண்டிக்குள்ளிருந்து கனமான அந்தப் பச்சை நிற ஃபைலையும் வேறு சில தாள்களையும் வெளியே எடுத்துக்

கொண்டிருந்தான் ஜூனியர் கோலியாட்கின். வண்டிக்காரனுக்கு சில உத்தரவுகளைப் பிறப்பித்து விட்டு கதவைத் திறந்து கொண்டு கிட்டத்தட்ட சீனியர் கோலியாட்கின் மீது மோதுவதைப்போல உள்ளே வந்தான் அவன். அவரைப் பார்ப்பதை வேண்டுமென்றே தவிர்த்தபடி அவருக்கு எரிச்சலூட்டிய அவன் அலுவலகப்படிகளில் குதிரைப்பாய்ச்சலில் தாவிச்சென்றான்.

''சே மோசம், படு மோசம், விஷயம் இந்த அளவுக்கு வந்து சேர்ந்து விட்டிருக்கிறதா..? கடவுளே, அவனைத்தான் கொஞ்சம் பாருங்களேன்''

அரை நிமிட நேரத்துக்கு எந்த அசைவுமே இல்லாமல் அப்படியே இருந்தார் நம் கதாநாயகர். இறுதியில் ஏதோ ஒரு தீர்மானத்துக்கு வந்தவராய்த் தொடர்ந்த யோசனைக்கு நேரம் தராமல் நிறுத்திக்கொண்டார். தன் இதயம் பயங்கரமாய்த் துடிப்பதையும் கால்கள் வெடவெடத்துக் கொண்டிருப்பதையும் அவரால் உணர முடிந்தது. ஆனாலும் கூடத் தன் எதிரியைப் பின் தொடர்ந்தபடி, படிகளில் ஓடினார் அவர்.

“சரி போகட்டும். என்ன ஆனால் எனக்கென்ன வந்தது? எனக்கும் இந்த விஷயத்துக்கும் எந்த சம்பந்தமும் இல்லை” என்று எண்ணியபடி அலுவலக வாயிலில் தன் தொப்பியையும் மேல் கோட்டையும் ரப்பர் காலுறைகளையும் கழற்றி வைத்தார்.

கோலியாட்கின் தன் அலுவலகத்துக்குள் நுழைந்தபோது கிட்டத்தட்ட மாலை மறையும் நேரமாகி விட்டிருந்தது. ஆந்திரேய் ஃபிலிப்போவிச், ஆண்டன் அண்டோனோவிச் ஆகிய இரண்டு பேருமே அறையில் இல்லை. இருவருமே உயர் அதிகாரியின் அறையில் அறிக்கை சமர்ப்பித்துக்கொண்டிருந்தார்கள். அந்த அதிகாரி அவரையும் விட உயர் நிலையிலிருந்த மேலாளருக்கு அறிக்கை தர அவசரப்பட்டுக் கொண்டிருந்ததாகச் சொல்லப் பட்டது. அதன் காரணமாகவும், அலுவலக நேரம் கிட்டத்தட்ட முடிந்து இரவு வரத்தொடங்கி இருந்ததாலும் நம் கதாநாயகர் உள்ளே வந்தபோது பெரும்பாலான குமாஸ்தாக்கள் – குறிப்பாக இளம் வயதுக்காரர்கள் வேலையின்றி ஓய்வாக இருந்தனர். சிறு சிறு குழுக்களாகப் பிரிந்து பேசிச்சிரித்தபடி விவாதித்தபடி இருந்தனர். வயதில் மிகவும் சிறியவர்களான அலுவலகத்தின் கடைநிலை ஊழியர்கள் சிலர், மூலையிலிருந்த ஜன்னலருகே சில்லறைக் காசு வைத்து விளையாடிக்கொண்டிருந்தனர். அவர்களோடு இணக்கமாக ஒத்துப் போக வேண்டியதே இப்போது தனக்கு மிகவும் அவசியமானது என்று கருதிய கோலியாட்கின் அவர்களை நெருங்கினார்; அவர்களுக்கு வணக்கம் கூறி, ஏதேதோ பேசிக் கொண்டே முடிந்தவரை விஷயங்களைத் தெரிந்து

கொள்ளவும் முயற்சித்தார்; ஆனால் அவரது சக பணியாளர்கள் அவருக்களித்த பதில்களோ மிகவும் வினோதமாக இருந்தன. வெட்டொன்று துண்டிரண்டு என்பதைப்போல மிகவும் இறுக்கமான முறையில் சிறிது கடுமை கலந்து அவர்கள் அளித்த மறுமொழி அவருக்கு வருத்தம் தருவதாக இருந்தது. அவரோடு எவருமே கைகுலுக்கவில்லை. ஒரு சிலர் 'ஹலோ' மட்டும் சொல்லிவிட்டுச் சென்றனர்; சிலர் தலையை மட்டும் இலேசாக அசைத்து வணக்கம் செலுத்தினர்; ஒரு சிலர் அவர் அங்கே இருப்பதையே பார்க்காததைப் போலத் தாண்டிச் சென்றனர். ஆனால் எல்லாவற்றையும் விட ஒரு விஷயம் மட்டுமே கோலியாட்கினை மிகவும் புண்படுத்தியது. கடைநிலை ஊழியர்களில் மிகவும் சின்னப்பையன்களான சிலபேர் கோலியாட்கினைச் சுற்றி வளைத்துக் கொண்டு சிறுகச் சிறுகக் கூட்டம் போட்டபடி கிட்டத் தட்ட அவரது வழியை மறிப்பதுபோல நின்று கொண்டிருந்தனர். அவர் அறிந்த வரை காசு வைத்து விளையாடுவதைத் தவிர வேறேதும் அறியாத உதவாக்கரைப் பையன்கள்தான் அவர்கள். பரிகாசம் செய்வதைப் போல அவரைப் பார்த்துக் கொண்டிருந் தார்கள்.

அது ஏதோ ஒரு தீமைக்கான அறிகுறியைப் போலப் பட்டது. கோலியாட்கினாலும் அதை உணர முடிந்தது; அதைக் கண்டும் காணாதது போல இருப்பதென்று விவேகத்தோடு முடிவு செய்தார் அவர். திடீரென்று அப்போது அங்கே நடந்த முற்றிலும் எதிர் பாராத ஒரு சம்பவம் அவரைத் தீர்த்துக் கட்டிவிட்டது; இன்னும் சொல்லப்போனால் அவரை அப்படியே நொறுக்கிப் போட்டு விட்டது.

கோலியாட்கின் மிகவும் நொந்து போயிருந்த அந்தக் கணத்தில் சொல்லி வைத்தாற்போல இளம் குமாஸ்தாக்கள் புடைசூழ்ந்து வர வெளிப்பட்டது ஜூனியர் கோலியாட்கினின் உருவம். எப்பொழுதும் இருப்பதைப் போலவே களிப்போடும், குறும்புத் தனமான குறுஞ்சிரிப்போடும் காணப்பட்டான் அவன். வழக்கமான கலகலப்போடு கொஞ்சிப்பேசிச் சிரித்துக் குழைந்துகொண்டும் தன் கால்களால் உற்சாகமாக குதிபோட்டுக் கொண்டும் எப்பொழுதும் இருப்பதைப் போலவே இருந்தான் அவன்; இன்னும் தெளிவாகச் சொல்லப் போனால் முந்தைய நாளன்று சீனியர் கோலியாட் கினுக்கு அந்தக் கசப்பான அனுபவம் வாய்த்தபோது அவன் எப்படி இருந்தானோ அவ்வாறே இப்போதும் இருந்தான். குறுநடை போட்டபடி, பல்லை இளித்துக்கொண்டு எல்லார்பக்கமும் திரும்பித் திரும்பிப் பார்த்து மாலை வணக்கம் சொல்லிக் கொண்டும் குமாஸ்தாக்களின் கூட்டத்துக்கிடையே முண்டி

யடித்துக் கொண்டும் இருந்தான் அவன். ஒரு மனிதருக்குக் கை கொடுப்பான்; இன்னொருவரைத் தோளில் தட்டிக் கொடுப்பான்; அடுத்து ஒருவரைக் கைகளால் அணைத்துக் கொள்வான்; நான்காவதாக ஒருவரிடம் சென்று மேலாளர் தன்னை வேலைக்கு அமர்த்தியது எப்படி என்றும், அது வரையில் தான் எங்கே என்ன செய்து கொண்டிருந்தோமென்றும் அங்கே வந்து சேர்ந்தது எப்படி என்றும் விளக்கிக் கொண்டிருப்பான்; ஐந்தாவதாக மற்றும் ஒரு நபர் அவனுக்கு மிகவும் நெருங்கியவராக இருப்பார், அவரைப் பாராட்டும் வகையில் அவன் அவருக்கு ஒரு முத்தம் தருவான். உண்மையில் கோலியாட்கின் தன் கனவில் பார்த்ததைப் போலவே எல்லாம் நடந்தது. அவனுக்கு அவர்களெல்லாம் தேவைப்படுகிறார் களோ இல்லையோ, அதைப்பற்றிக் கவலைப்படாமல் தன்னுடைய முகத்துதியையெல்லாம் அவர்கள் மனம் களிக்கும் அளவுக்குக் கொட்டி முடித்துவிட்டுத் தனக்கு விருப்பமான அளவுக்குக் குதியாட்டம் போட்டபடி அவர்கள் எல்லோரையும் 'சோப்பு'ப் போட்டு முடித்து அவர்கள் எல்லோரது தயவையும் தன்பக்கம் திருப்பிக் கொண்டபடி அவர்களை அனுப்பி வைத்தான்; இதை யெல்லாம் செய்து முடித்தபிறகு ஏதோ தப்பித்தவறிச் செய்வதைப் போலவும், சீனியர் கோலியாட்கினைப் பார்ப்பதற்கே தனக்கு நேரம் இல்லாததைப் போலவும் பாவனை செய்தபடி இறுதியாக அவரிட மும் கைகுலுக்கினான். சிறிதும் கண்ணியம் இல்லாத ஜூனியர் கோலியாட்கினின் நடவடிக்கைகளை முற்றிலும் அவதானிப்பதற்கு உரிய நேரம் இருந்தபோதும் எதிர்பாராத வகையில் தன்னை நோக்கி நீட்டப்பட்ட அவனது கையை ஆர்வத்துடன் உடனே பற்றிக் கொண்டார் நமது கதாநாயகர். அந்தச் செயலும் கூட தப்பித்தவறி நிகழ்ந்த ஒன்றாக இருக்கலாம். அவனது கையை அன்போடும் நட்போடும் பிடித்துக் கொண்ட அவர், சற்றும் எதிர்பார்க்கமுடி யாத வினோதமான ஓர் உள்ளுணர்வுடன், உணர்ச்சிப்பெருக்குடன் கண்ணீர் மல்கியபடி அதை அழுத்தினார். உதவாக்கரையான தனது எதிரி எடுத்து வைத்த அந்த முதலடியில் ஏமாந்து போய் அவர் அப்படிச் செய்தாரா அல்லது தன்னுணர்வு இல்லாத நிலையில் அதைச் செய்தாரா அல்லது தற்காத்துக் கொள்ளும் திறனற்ற தன் இயல்பை அடிமன ஆழத்தில் உணர்ந்திருந்ததால் அவ்வாறு செய்தாரா என்று இனம் பிரித்துச் சொல்வது கடினம். ஆனால் உண்மையாக நடந்ததென்னவோ இதுதான்! தான் செய்வது என்ன என்பதை நன்கு உணர்ந்தவராய்த் தன் சொந்த விருப்பத்துடன், பலர் முன்னிலையில் , தன் பயங்கரமான எதிரியுடன் அமைதி யாகக் கைகுலுக்கினார் சீனியர் கோலியாட்கின். துன்புற்ற நிலையில் இருந்தவரும் அப்பாவியும், துரோகமாக வஞ்சிக்கப்பட்டவருமான

அவர் தவறுதலாக அப்படிச் செய்துவிட்டதைக் கவனித்த ஜூனியர் கோலியாட்கின் இலேசான கூச்சமோ, நல்லுணர்வோ, இரக்கமோ கூட இல்லாமல், மனசாட்சியே இல்லாமல் கடுமையான முரட்டுத் தனத்துடன் துடுக்குத்தனமாகத் தன் கையை வெடுக்கென்று அவரிடமிருந்து இழுத்துக் கொண்டான். அவரது எதிரியும் கொடுமையான பகைவனுமான அவன் செய்த அந்தச் செயலால் மூத்தவர் அடைந்த வியப்பும், திகைப்பும், கடும் கோபமும் அளவிட்டுச் சொல்ல இயலாதவை. அருவருப்பான ஏதோ ஒரு பொருள் தன் மீது பட்டுவிட்டதைப் போலத் தன் கையை அவன் உதறிவிட்டுக் கொண்டது இன்னும் மோசமாக இருந்தது. அதையும் விடக் கொடுமை, அவரை இழிவுபடுத்தும் முகபாவனையோடும் வெறுப்போடும் அவன் காறி உமிழ்ந்த அந்தச் செயல். தனது கைக்குட்டையை உருவி எடுத்து சீனியர் கோலியாட்கினின் கைத்தடம் பட்ட தன் விரல்களனைத்தையும் விநோதமான பாவனையுடன் அவன் துடைத்துக்கொண்டது இன்னும் கொடுமை. இதைச் செய்யும்போது தனக்கே உரித்தான கொடூரமான பாணியில் சுற்றுமுற்றும் பார்த்துக் கொண்டிருந்தான் அவன். அவன் செய்த அந்தச் செயலை அங்கிருந்த எல்லோரும் பார்த்துக் கொண்டிருக்கிறார்களா என்பதைத் துருவிப் பார்த்தபடி சீனியர் கோலியாட்கினைப் பற்றிய தவறான எண்ணங்களை அவர்களிடம் தூண்டி எழுப்ப முயன்று கொண்டிருந்தான் அவன். ஆனால் ஜூனியர் கோலியாட்கினின் அருவருப்பான அந்தச் செயல்பாடு சுற்றியிருந்த குமாஸ்தாக்களிடம் கடும் வெறுப்பை ஊட்டுவதாகவே இருந்தது. அனுபவ அறிவு அதிகம் வாய்க்கப்பெற்றிராத இளம் அலுவலர்களும் கூட அதைக் கண்டு தங்கள் அதிருப்தியையே வெளிப்படுத்தினர். அவனுக்கு எதிர்ப்புக் காட்டுவது போன்ற ஒரு முணுமுணுப்பு எல்லாப் பக்கங்களி லிருந்தும் எழுந்தது. தனக்கு சாதகமாகப் பிறந்த அந்த உணர் வெழுச்சியை மூத்தவராலும் கண்டுகொள்ளமுடிந்தது. ஆனால் இளையவனின் வாயிலிருந்து உதிர்ந்த மிகப்பொருத்தமான ஒரு வேடிக்கைப் பேச்சு நமது கதாநாயகர் கடைசிகடைசியாகக் கொண்டிருந்த நம்பிக்கையையும் குலைத்துப் போட்டுவிட்டது; மிகக் கொடுமையானவனும், உதவாக்கரையுமான அவரது எதிரிக்கு சாதகமாகத் தராசுமுள் மறுபடியும் திரும்பிக் கொண்டது.

* ஃபாப்லாஸ்; 'செவாலியே தெ ஃபாப்லாஸின் எண்ணற்ற சாகசங்கள்' என்ற (1787-90) ஃபிரெஞ்சு நாவலில் (ஆசிரியர் ஜே.பி. லூவ் தெகூவ்ரே – Lwvet de coubray 1760-97) இடம்பெறும் ஃபாப்லாஸ் என்ற பாத்திரம் தன்லீலா விநோதங்களுக்குப் பெயர்பெற்றது; கோலியாட்கினை 'ரஷியாவின் ஃபாப்லாஸ்' என்ற குறிப்பிடுவதன் மூலம் அவரும் அத்தகைய செயல்களுக்குப் பெயர் போனவர் என்று சுட்டிக் காட்டுகிறான் ஜூனியர் கோலியாட்கின்.

“கனவான்களே! அவர் தான் நமது ரஷியாவின் ‘‘ஃபாப்லாஸ்’! இளமையான அந்த ஃபாப்லாஸை உங்களுக்கு அறிமுகம் செய்கிறேன் பாருங்கள்” என்று தனக்கே உரித்தான துடுக்குத்தனத்துடன் கூறிய ஜூனியர் கோலியாட்கின் கூட்டமாக இருந்த குமாஸ்தாக்களுக்கு நடுவே ஊடுருவிச் சுற்றிச் சுழன்றபடி அவர்களது கவனத்தை உண்மையான கோலியாட்கினின் பக்கம் திருப்பினான். அவர் அளவு கடந்த ஆச்சரியத்தில் கல்லாக உறைந்துபோயிருந்தார்.

“வா கண்ணா, நாம் இருவரும் ஒருவரை ஒருவர் முத்தமிட்டுக் கொள்வோம்” – வஞ்சகமான முறையில் தான் இழிவுபடுத்திய மனிதனிடம் இவ்வாறு சகித்துக்கொள்ளமுடியாத நெருக்கத்துடன் பேச்சைத் தொடர்ந்தான் அவன். ஜூனியர் கோலியாட்கினின் உதவாக்கரைத்தனமான வேடிக்கைப் பேச்சு அங்குள்ளோரிடம் சாதகமான தாக்கத்தை ஏற்படுத்தியது போலிருந்தது. அதற்குக் காரணம், அவர்கள் எல்லோருக்கும் மிக நன்றாகத் தெரிந்திருந்த ஒரு விஷயத்தைச் சாதுரியமான கலை நுணுக்கத்தோடு அவன் குறிப்பிட்டிருந்ததுதான்! எதிரிகள் தன்னிடம் காட்டும் வேலை எத்தகையதென்பதை கோலியாட்கினால் வலியோடு உணர முடிந்தது. ஆனால் இதற்குள் அவரது மனம் ஒரு முடிவுக்கு வந்து சேர்ந்திருந்தது. எரிச்சலான பார்வை, வெளிறிப்போன முகம், நிலை குத்திய பார்வை இவற்றோடு கூடியவராய் எப்படியோ ஒரு வழியாக அந்தக் கூட்டத்திலிருந்து தன்னைப் பிய்த்தெடுத்துக்கொண்டு சீரற்ற விரைவான நடையுடன் மேலாளரின் தனியறையை நோக்கி நேராகச் சென்றார் அவர். கடைசி அறைக்கு முந்தைய அறையை அவர் நெருங்கியபோது ஆந்திரேய் ஃபிலிப்போவிச் எதிர்ப்பட்டார். அவர் அப்போதுதான் மேலாளரைச் சந்தித்துவிட்டு வந்திருந்தார். அப்போது அவரது அறையில் கோலியாட்கினுக்கு அறிமுகமே இல்லாத நிறையப்பேர் இருந்தபோதும், நம் கதாநாயகர் அதைப் பற்றிக் கொஞ்சமும் பொருட்படுத்தவில்லை. நேரத்தை சிறிது கூட வீணாக்காமல் நேரடியாக துணிச்சலாக தீர்மானமாக ஆந்திரேய் ஃபிலிப்போவிச்சுடன் மோதத் தொடங்கினார் அவர். தன்னுடைய துணிச்சல் அவருக்கே அதிசயமாக இருந்தது; தன் தைரியத்தைத் தானே உள்ளூரப் பாராட்டிக் கொண்டிருந்தார் அவர். ஆனால் எதிர்பாராத இந்தத் தாக்குதல் ஆந்திரேய் ஃபிலிப்போவிச்சை பெரிதும் வியப்படைய வைத்தது.

“சே, என்ன இதெல்லாம்? என்னதான் வேண்டும் உங்களுக்கு” – தயங்கித் தயங்கித் திக்கித் திணறிப் பேசிக் கொண்டிருந்த கோலியாட்கினின் வார்த்தைகளை கவனிக்காமல் அவரிடம் இவ்வாறு கேட்டார் அந்தத் துறைத்தலைவர்.

“ஆந்திரேய் ஃபிலிப்போவிச் , எனக்கு ..எனக்கு, ஆந்திரேய்

ஃபிலிப்போவிச்! இதோ பாருங்கள்,மேலாளரோடு அவரது தனி அறையில் அதுவும் உடனடியாக நேருக்கு நேர் பேசியாக வேண்டும் நான். அது முடியுமா?"

ஆந்திரேய் ஃபிலிப்போவிச்சை மிகமிக உறுதியான தீர்மான மான பாவனையுடன் பார்த்தபடி முடிவாக தெளிவாக இவ்வாறு கூறினார் நம் கதாநாயகர்.

"என்ன சார் சொல்லுகிறீர்கள்? அதெல்லாம் நிச்சயமாக முடியாது" என்று கூறியபடி தலைமுதல் கால்வரை துருவுவது போல கோலியாட்கினைப் பார்த்தார் ஆந்திரேய் ஃபிலிப்போவிச்.

"போலியாக போக்கிரியாக இருக்கும் ஒரு மனிதனின் முக மூடியைக் களைய இங்கே எவருமில்லை என்பதைப் பார்த்து நான் ஆச்சரியப்படுகிறேன். ஆந்திரேய் ஃபிலிப்போவிச், அதற்காகத்தான் இப்படிச் சொல்கிறேன்."

"எ..ன்..ன?"

"அவன் ஒரு போக்கிரி ஆந்திரேய் ஃபிலிப்போவிச்"

"தங்கள் இனிமையான இந்த வார்த்தைகள் யாரைக் குறிப்பவை என்று தெரிந்து கொள்ளலாமா?"

"குறிப்பிட்ட ஒரு ஆளைப்பற்றித்தான் ஆந்திரேய் ஃபிலிப்போ விச். குறிப்பாக ஒரு மனிதனைப் பற்றித்தான் நான் பேசிக்கொண் டிருக்கிறேன் ஆந்திரேய் ஃபிலிப்போவிச். அதற்கான உரிமையும் எனக்கு இருக்கிறது. எனக்கு நன்றாகத் தெரியும் ஆந்திரேய் ஃபிலிப்போவிச். இந்தச் செயலை நிச்சயமாக மேலதிகாரிகள் பாராட்டத்தான் செல்வார்கள்."

தான் என்ன பேசிக்கொண்டிருக்கிறோம் என்பதைக் கூட சிறிதும் உணராதவராய் மேலும் மேலும் பேசிக் கொண்டே சென்றார் கோலியாட்கின்.

"ஆந்திரேய் ஃபிலிப்போவிச், சந்தேகமே இல்லாமல் நீங்களே பார்க்கத்தான் போகிறீர்கள். நான் செய்யும் கௌரவமான இந்தக் காரியம் என்னுடைய விசுவாசத்தின் அடையாளம். என் மேலதி காரியை என் தந்தையின் ஸ்தானத்தில் வைத்து நான் பார்த்துக் கொண்டிருக்கிறேன்; ஆமாம் ஆந்திரேய் ஃபிலிப்போவிச்! எனக்கு நன்மை செய்யும் மேலாளரை என் தந்தையாகவே எண்ணியபடி அவர் மீது குருட்டுத்தனமாக நம்பிக்கை வைக்கிறேன். என் விதியை அவரிடம் ஒப்படைக்கிறேன். என்னால் அவ்வளவுதான் சொல்ல முடியும். ஆமாம் அது அப்படிப்பட்டதுதான்". – இந்தக் கட்டத்தில் கோலியாட்கினின் குரல் நடுங்கியது; அவரது இமைகளில் இரண்டு கண்ணீர்த் துளிகள் அரும்பின.

கோலியாட்கின் பேசுவதையெல்லாம் கேட்டுக்கொண்டிருந்த ஆந்திரேய் ஃபிலிப்போவிச், வியப்பின் மிகுதியால் இரண்டடி திடுக்கிட்டுப் பின் வாங்கினார். பிறகு சற்று பதட்டத்தோடு சுற்றுமுற்றும் பார்த்தார். தொடர்ந்து அது எப்படி முடிந்திருக்கும் என்று சொல்வது கடினம். ஆனால் அதற்குள் திடீரென்று தன் அறைக்கதவைத் திறந்தபடி அலுவலக மேலாளரே வெளியில் வந்தார். அவரோடு கூடவே நிறைய அதிகாரிகளும் வந்தனர். ஆந்திரேய் ஃபிலிப்போவிச்சின் அறையில் இருந்தவர்களும் சங்கிலியைப்போல அவர்களைப் பின்தொடர்ந்தனர். ஆந்திரேய் ஃபிலிப்போவிச்சை அருகில் அழைத்த மேலாளர் அவரோடு முக்கியமான விஷயங்களை விவாதித்தபடியே நடந்து சென்றார். அந்த அறையில் இருந்த எல்லோரும் வெளியே சென்ற பிறகு கோலியாட்கினும் எழுந்துகொண்டார். கொஞ்சம் ஆசுவாசப் படுத்திக்கொள்ளத் தொடங்கியிருந்த அவர், அந்த வரிசையில் கடைசியாக சென்றுகொண்டிருந்த ஆண்டன் அண்டோனோவிச் சின் நிழலில் தனக்கு அடைக்கலம் தேடிக்கொண்டார்; ஆனால் ஆண்டன் அண்டோனோவிச் கடுமையாகவும் கவலையோடும் இருப்பதைப் போல அவருக்குத் தோன்றியது.

'நான் ஏதோ உளறிக் கொண்டிருந்திருக்கிறேன், மறுபடியும் எல்லாவற்றையும் குழப்பிவிட்டு விட்டேன். சரி, எப்படியோ போய்த் தொலையட்டும்" என்று நினைத்துக்கொண்டார் அவர்.

"ஆண்டன் அண்டோனோவிச்! நீங்களாவது என் பேச்சைக் கேட்கச் சம்மதிப்பீர்கள் என்றும் என்னுடைய நிலைமையைப் பரிசீலிக்க முன்வருவீர்கள் என்றும் நம்புகிறேன்" அமைதியான ஆனால் இலேசாக நடுங்கும் குரலில் இவ்வாறு கூறினார் அவர்.

"எல்லோராலும் ஒதுக்கப்பட்டு உங்களைத் தேடி வந்திருக்கி றேன். ஆந்திரேய் ஃபிலிப்போவிச் பேசியது என்னவென்று இன்னும் கூட எனக்கு விளங்கவில்லை. ஆண்டன் அண்டோனோவிச், உங்க ளால் முடிந்தால் அது என்னவென்று கொஞ்சம் சொல்லுங்களேன்"

"நேரம் வரும்போது எல்லாமே உங்களுக்கு விளக்கமாகும்" என்று கடுமையாகவும் அழுத்தமாகவும் பதில் தந்தார் ஆண்டன் அண்டோனோவிச். அந்த உரையாடலை மேற்கொண்டு தொடர்வ தில் அவருக்கு விருப்பமில்லை என்று உணர்த்தும் தோரணை அவரிடம் இருந்தது போல உணர்ந்தார் கோலியாட்கின்.

"சீக்கிரமே உங்களுக்கு எல்லாம் தெரியவரும். எல்லாவற்றையும் முறைப்படி இன்று தெரிவித்து விடுவோம்"

"முறைப்படி என்று நீங்கள் எதைக் குறிப்பிடுகிறீர்கள் ஆண்டன் அண்டோனோவிச்? ஏன் அப்படி முறைப்படி என்று

சொல்கிறீர்கள்?" அப்பாவித்தனமாய்க் கேட்டார் நம் கதாநாயகர்.

"நம் மேலதிகாரிகள் தீர்மானிக்கும் விஷயத்தைப் பற்றி நானும் நீங்களும் விவாதிக்கக்கூடாது யாகோவ் பெத்ரோவிச்"

"ஆனால் இங்கே நம்முடைய மேலதிகாரிகள் எதற்காக" என்று இன்னும் கூட அப்பாவித்தனமாகப் பேச ஆரம்பித்தார் கோலியாட்கின். "நம்முடைய மேலதிகாரிகள் எதற்கு? இந்த விஷயத்தில் அவர்களைத் தொல்லைப்படுத்த எந்தக் காரணமும் இருப்பதாக எனக்குத் தெரியவில்லையே ஆண்டன் அண்டோனோவிச்! ஒருவேளை நேற்று நடந்தது பற்றி ஏதாவது சொல்ல விரும்புகிறீர் களா ஆண்டன் அண்டோனோவிச்?"

"இல்லை இல்லை. நேற்று நடந்ததைப் பற்றியெல்லாம் ஒன்றுமில்லை. ஆனால் உங்களிடம்தான் ஏதோ ஒரு கோளாறு இருக்கிறது"

"என்னிடம் என்ன கோளாறு ஆண்டன் அண்டோனோவிச்? நான் அப்படி இசகுபிசகாக ஏதும் செய்துவிடவில்லை என்றே நினைக்கிறேன் ஆண்டன் அண்டோனோவிச்"

"ஏன், நீங்கள்தான் யாரையோ பற்றி இப்பொழுது மறைமுக மாகக் குற்றம் சாட்டிப் பேசினீர்களே?" கோலியாட்கின் சட்டென்று திகைத்துப்போகும் வகையில் வெடுக்கென்று பதில் சொன்னார் ஆண்டன் அண்டோனோவிச்.

அதைக் கேட்டதும் திடுக்கிட்டுப் போன கோலியாட்கின் கைக்குட்டையைப் போல வெளிறிப்போனார்.

"உண்மைதான் ஆண்டன் அண்டோனோவிச்" என்று மிகமெதுவாக உள்ளடங்கிய குரலில் பேசத் தொடங்கினார் அவர்.

"அவதூறான பழிச்சொற்களையும் எதிரிகள் சொல்லும் கதைகளையும் மட்டுமே கேட்டுவிட்டு மற்றொரு தரப்பிலுள்ள நியாயங்களுக்கு செவிகொடுக்காமல் இருந்தால், எந்தத் தவறுமே செய்யாமலிருக்கும்போதும் கூட அப்பாவியான ஒருவர் பாடுபட வேண்டியதாகத்தான் இருக்கிறது. உண்மைதான் ஆண்டன் அண்டோனோவிச்"

"அப்படியே கூட இருக்கட்டும், ஆனால் ஒழுக்கநெறி தவறாத ஒரு பெண்ணின் கௌரவத்தை உங்கள் முறையற்ற நடத்தையால் இழிவுபடுத்தி இருக்கிறீர்களே, அதற்கென்ன சொல்லவருகிறீர்கள்? அதிலும் அந்தக் குடும்பம் மிகவும் மதிக்கத்தக்கதாகவும், பெருந் தன்மையானதாகவும், உங்கள் நலம் நாடுவதாகவும் கூட இருக்கும் நிலையில்?"

"நான் அப்படி என்ன செய்தேன் என்று சொல்ல வருகிறீர்கள் ஆண்டன் அண்டோனோவிச்?"

"நான் என்னவென்று சொல்வது? அதிருக்கட்டும். இன்னொரு பாவப்பட்ட இளம்பெண், கௌரவமான வெளிநாட்டுக் குடும்ப மொன்றைச் சேர்ந்தவள். அவளோடு சம்பந்தப்பட்ட 'ஊர்மெச்சும்' உங்கள் நடவடிக்கையைப் பற்றியாவது தெரிந்து வைத்திருக் கிறீர்களா?"

"ஆண்டன் அண்டோனோவிச், கொஞ்சம் என்னைப் பேச அனுமதியுங்கள். தயவு கூர்ந்து நான் சொல்லுவதைக் கொஞ்சம் கேட்பீர்களா ஆண்டன் அண்டோனோவிச்?"

"அப்புறம் உங்கள் வஞ்சகமான இன்னுமொரு செயல், வேறொரு ஆளைக்குறித்த உங்கள் அவதூறு, நீங்கள் செய்த குற்றத்தை மற்றொரு மனிதர் மீது சுமத்தி அந்த ஆளைக் குற்றவாளி யாக்குதல்; அதைப்பற்றி என்ன சொல்லவருகிறீர்கள்?"

"நான் ஒன்றும் அவனை வெளியே அனுப்பவில்லை ஆண்டன் அண்டோனோவிச்..!" என்று கூறியபோது சற்றே நடுங்கத் தொடங்கியிருந்தார் நம் கதாநாயகர்.

"என் பணியாள் பெட்ருஷ்காவிடமும் கூட அப்படி ஏதும் செய்யுமாறு நான் சொல்லவில்லை. அவன்தான் நான் இட்ட உப்பை உண்டான் ஆண்டன் அண்டோனோவிச். என் விருந்தோம் பும் குணத்தை தனக்குச் சாதகமாக்கிக் கொண்டான்" – ஆழ்ந்த உணர்ச்சிப்பெருக்கோடும், அதை வெளிப்படுத்தும் முகபாவனை களோடும் இவ்வாறு கூறியபோது அவரது தாடை இலேசாகக் கோணிக்கொள்ள, கண்களில் நீர் அரும்பத் தொடங்கியிருந்தது.

"பாருங்கள்! நீங்கள் இட்ட உப்பை அவன் உண்டான் என்பது போன்ற வார்த்தைகளையெல்லாம் இப்போது சொல்வது நீங்கள்தானே?" என்று சிறிது எரிச்சலோடு பதிலளித்தார் ஆண்டன் அண்டோனோவிச். அவரது குரலில் இருந்த குத்தலான தொனி, கோலியாட்கினின் இதயத்தை ஓங்கி அறைவதுபோலிருந்தது.

"இதை மட்டும் திரும்பக் கேட்பதற்கு என்னை சற்று அனுமதியுங்கள் ஆண்டன் அண்டோனோவிச். நடந்துகொண்டிருக் கும் இந்த எல்லா விஷயமும் நம் மேலாளருக்குத் தெரியுமா இல்லையா?"

"ஐயோ கடவுளே, என்னைக் கொஞ்சம் போக விடுங்கள் ஐயா. உங்களோடு இப்போது பேசிக்கொண்டிருக்க எனக்கு நேரம் இல்லை. உங்களுக்கு என்ன தெரியவேண்டுமோ அவை எல்லாமே இன்று தெரிந்துவிடும்."

"கடவுளுக்குப் பொதுவாகக் கேட்கிறேன், ஒரே ஒரு நிமிடம் என்னைப் பேச அனுமதியுங்கள் ஆண்டன் அண்டோனோவிச்"

"எல்லாம் பிற்பாடு சொல்லிக்கொள்ளலாம்"

“இல்லை ஆண்டன் அண்டோனோவிச், இதோ பாருங்கள் ஆண்டன் அண்டோனோவிச், கொஞ்சம் இதை மட்டும் கேளுங்கள்! நான் ஒன்றும் பகுத்தறிவுவாதியில்லை ஆண்டன் அண்டோனோவிச். அதை எப்போதுமே தவிர்த்துவருபவன் நான். என் பங்குக்கு நான் எப்போதும் தயாராகவே இருக்கிறேன். அதைப்பற்றி ஏற்கனவே நான் சொல்லியும் இருக்கிறேன்”

“மிகவும் நல்லது, மிகவும் நல்லது. ஏற்கனவே நான் கேட்டதுதான் எல்லாம்”

“இல்லை, நீங்கள் அதைக் கேட்கவில்லை ஆண்டன் அண்டோனோவிச். இது வேறொரு விஷயம் ஆண்டன் அண்டோனோவிச். இது ஒரு நல்ல விஷயம், உண்மையாகவே ஒரு நல்ல விஷயம். கேட்பதற்கும் இனிமையான விஷயம். ஆண்டன் அண்டோனோவிச், முன்பே உங்களிடம் நான் விளக்கமாகச் சொல்லியிருப்பது போல... நான் இந்த விஷயத்தை ஒத்துக்கொள் கிறேன். ஆமாம், எல்லாவற்றுக்கும் மேலான ஒரு தெய்வீக சக்தி இரண்டு மனிதர்களை ஒரே மாதிரியாகப் படைத்துவிட்டிருக்கிறது. அந்த இறைசக்தியைப் பார்த்துவிட்டுப் பெருந்தன்மையான அரசாங்கமும் இரண்டு பேருக்கும் தன்னிடம் இடம் ஏற்படுத்திக் கொடுத்திருக்கிறது. அது ஒரு நல்ல விஷயம்தான் ஆண்டன் அண்டோனோவிச். மிகவும் நல்ல விஷயம். எனக்கும் பகுத்தறிவுக் கும் ரொம்பதூரம். நமக்கு நன்மை செய்யும் மேலதிகாரியை நான் தந்தை ஸ்தானத்தில்தான் வைத்துப் பார்க்கிறேன். எல்லா வகைகளிலும் அவர்கள் சொல்வதையே தட்டாமல் ஏற்பேன். உங்களைப் போன்ற பெருந்தன்மையான மேலதிகாரிகளை; நிச்சய மாக உங்களையும் கூடத்தான்! வயதில் இளைஞனாக இருக்கும் ஒருவன், வேலையில் இருந்தாக வேண்டியது மிகவும் அவசியம். எனக்காகக் கொஞ்சம் பேசுங்கள் ஆண்டன் அண்டோனோவிச். என் தரப்பில் எனக்கு சார்பாக இருங்கள் ஆண்டன் அண்டோ னோவிச். நான் நன்றாகத் தான் இருக்கிறேன் ஆண்டன் அண்டோ னோவிச். தயவு செய்து கடவுளுக்குப் பொதுவாகக் கேட்கிறேன், ஒரே ஒரு வார்த்தையாவது சொல்லுங்கள்.”

ஆனால் இதற்குள் கோலியாட்கினிடமிருந்து வெகுதூரம் சென்றிருந்தார் ஆண்டன் அண்டோனோவிச்.

தான் எங்கே இருக்கிறோம் என்பதையோ, தான் கேட்டது என்னவென்பதையோ, தான் என்ன செய்தோம் என்பதையோ, தனக்கு என்ன நிகழ்ந்தது இப்போது என்ன நிகழ்ந்துகொண்டிருக் கிறது, மேலும் என்ன நிகழப்போகிறது என்பதையோ இவை எதையுமே உணரமுடியாதவராக இருந்தார் நம் கதாநாயகர். இது வரை நடந்த சம்பவங்களும் அவர் காதில் விழுந்த விஷயங்களும்

அவரை அந்த அளவுக்குத் திகைப்பில் ஆழ்த்தியிருந்தன.

இறைஞ்சி மன்றாடும் பார்வையோடு அந்தக் குமாஸ்தாக்களின் கூட்டத்துக்கு நடுவே ஆண்டன் அண்டோனோவிச்சைத் தேடிக் கொண்டிருந்தார் அவர். அவர் கண்ணெதிரே தன்னை நியாயப் படுத்திக் கொண்டுவிடவேண்டும், மிகவும் பணிவாக, விசுவாசமான வார்த்தைகள் கூறி அவர் தன்னை மதிக்குமாறு செய்யவேண்டும் என்பதே அவரது எண்ணமாக இருந்தது. என்ன செய்வதென்று தெரியாதபடி திகைத்துப் போயிருந்த அவரது மனதுக்குள் கொஞ்சம் கொஞ்சமாக ஒரு புதிய வெளிச்சம் படருவதைப் போல் இருந்தது. திடீரென்று உதித்த பிரகாசமான புதிதான அந்த வெளிச்சம் இதுவரை விளங்காமல் இருந்த சம்பவங்களை விளக்குவது போலவும், சந்தேகத்துக்கு அப்பாற்பட்டதாக இருந்த சூழ்நிலைகளைக்கூடத் துலக்கிக் கொண்டிருப்பது போலவும் இருந்தது. பிரமித்துப் போயிருந்த நம் கதாநாயகரின் விலாவில் சரியாக அந்தநேரம்பார்த்து எவரோ ஒரு குத்துவிட்டார்கள். அவர் சுற்றுமுற்றும் பார்த்தார். அவருக்கு எதிரே பிசரெங்கோ நின்று கொண்டிருந்தான்.

"ஒரு கடிதம் இருக்கிறது ஐயா"

"ஓ நீங்கள் திரும்ப வந்து விட்டீர்களா நண்பரே?"

"இல்லை, இது இன்று காலை பத்துமணிக்கு வந்தது. செர்கை மிஹயேவ் என்ற பணியாள் வேஹ்ரமேயேவின் குடியிருப்பிலிருந்து இதைக் கொண்டு வந்தான்"

"ரொம்ப நல்லது. ரொம்ப நல்லது நண்பரே. நான் உங்களுக்குத் தகுந்த வெகுமதி தருகிறேன்."

இவ்வாறு சொல்லியபடியே தன் சீருடைப் பாக்கெட்டுக்குள் கடிதத்தைத் திணித்துக்கொண்டு எல்லா 'பட்டன்'களையும் போட்டுக்கொண்டார் கோலியாட்கின். பிறகு சுற்றுமுற்றும் பார்த்தார். வேலைநேரம் முடிந்துவிட்டிருந்ததால் வாயிற் கதவுப் பக்கமாய் குமாஸ்தாக்களெல்லாம் கூட்டம் போட்டுக்கொண்டிருக்கும் அலுவலகக் கூடத்துக்குத் தான் வந்து சேர்ந்திருந்தது அவருக்கே ஆச்சரியமாக இருந்தது. அதைக் கவனிக்கத் தவறியதோடு திடீரென்று மேல்கோட்டையும், காலணி உறைகளையும் அணிந்த படி தொப்பியைக் கையில் பிடித்துக்கொண்டு தான் நிற்பது எப்படி என்பதும் கூட அவரது கவனத்திலிருந்து தவறிப்போயிருந்தது.

குமாஸ்தாக்கள் எல்லோரும் துளிக்கூட அசையாமல் மரியாதையோடு காத்துக்கொண்டிருந்தனர். அதற்குக் காரணம் படிகளுக்குக் கீழே தன் வண்டியை எதிர்நோக்கியபடி காத்து நின்றிருந்தார் அலுவலக மேலாளர். ஏதோ ஒரு காரணத்தால்

அவரது வண்டி வருவது தாமதமாகிக்கொண்டிருந்தது. ஆந்திரேய் ஃபிலிப்போவிச்சுடனும் வேறு இரண்டு கவுன்சிலர்களோடும் சுவாரசியமாகப் பேசிக்கொண்டிருந்தார் அவர். ஆந்திரேய் ஃபிலிப்போவிச் நின்றிருந்த இடத்திலிருந்து சற்றுத் தள்ளியிருந்தபடி மேலாளரின் சிரிப்பையும் வேடிக்கைப் பேச்சையும் கேட்டு ஆண்டன் அண்டோனோவிச்சும், மேலும் பல குமாஸ்தாக்களும் புன்னகை செய்துகொண்டிருந்தனர். படிகளுக்கு மேலே கூட்டமாய் நின்றுகொண்டிருந்த குமாஸ்தாக்களும் கூட மேலாளர் மீண்டும் சிரிக்கத் தொடங்கும் தருணத்தை எதிர்பார்த்தபடி புன்னகை செய்து கொண்டிருந்தனர். அந்தக்கூட்டத்தில் சிரிக்காமல் இருந்தவன் பானைவயிறு கொண்டிருந்த வாயிற்காவலன் ஃபெதோஸ்யேயிச் மட்டுமே. கதவுக் கைப்பிடியைப் பிடித்தபடி விறைப்பாக நின்று கொண்டிருந்த அவன் தன்பங்குக்கு அன்றாடம் கருணை கூர்ந்து அளிக்கப்படும் ஒரே ஒரு நல்வாய்ப்பை எதிர்நோக்கிப் பொறுமை யின்றிக் காத்திருந்தான். மேலாளர் வெளியே செல்லும் நேரத்தில் கதவின் ஒரு பகுதியைத் தன் கைகளால் அவன் விரியத்திறப்பான்; இலேசாக உடல் வளைத்துத் தலைதாழ்த்தி மரியாதை செலுத்து வான். அதுவே அவனுக்கான தருணம். ஆனால் அங்கிருந்த பிற அனைவரையும் விட மிகவும் மகிழ்ச்சியாகவும், மிகுந்த மனநிறை வோடும் இருந்தவன் கண்ணியமற்ற உதவாக்கரையான கோலியாட்கினின் அந்த எதிரிதான். அந்த நேரத்தில், மற்ற எல்லா குமாஸ்தாக்களையும் கூட அவன் மறந்திருந்ததாகத் தோன்றியது. தனக்கே உரித்தான வெறுப்பூட்டும் பாணியில் தத்தியும் தாவிக்குதித் தும் சுழன்றாடிக்கொண்டும் அவர்களைச் சுற்றி சுற்றி வருவதை அப்போது அவன் தற்காலிகமாகக் கைவிட்டிருந்தான். சந்தர்ப் பத்தைத் தனக்கு சாதகமாக்கிக் கொண்டு எவரையாவது சரிக்கட் டும் வேலையில் ஈடுபடுவதைக்கூட அப்போது மறந்திருந்தான் அவன்.

உடலெல்லாம் கண்ணாக செவியாக ஆக்கிக் கொண்டு மேலாளரையே கண்கொட்டாமல் பார்த்தபடி அவர் சொல்வது எதையும் தவறவிடாமல் உள்வாங்கிக் கொள்வதற்காக விநோதமான வகையில் தன் உடலை வளைத்துக் கொண்டு நின்றிருந்தான் அவன். அவனது ஆன்மாவுக்குள் மறைந்துகிடந்த இரகசியமான உணர் வெழுச்சிகளை அவ்வப்போது இலேசாக முறுக்கிக் கொண்டபடி நடுங்கிக்கொண்டிருந்த அவனது கை, கால் அசைவுகள் வெளிப் படுத்திக் கொண்டிருந்தன.

“ஆ! எப்படி இருக்கிறான் அவன்’ என்று நினைத்துக் கொண்டார் நம் கதாநாயகர்.

“அந்தப் போக்கிரி அவருக்கு மிகவும் வேண்டப்பட்டவனைப்

போலக் காட்சி தருகிறான். சமூகத்தின் எல்லா மட்டங்களில் இருப்பவர்களையும் அவனால் எப்படி ஏமாற்ற முடிகிறது என்பதைத் தெரிந்துகொள்ள ஆசையாக இருக்கிறது. அவனுக்கு மூளையில்லை, நல்ல பண்புகள் இல்லை, படிப்பு இல்லை, உணர்ச்சியும் இல்லை, ஆனால் அதிர்ஷ்டசாலியான போக்கிரி அவன். கடவுளே! நினைத்த அளவில் இவ்வளவு சீக்கிரமாக ஒரு மனிதனால் எப்படி எல்லோரையும் நட்பாக்கிக் கொண்டுவிட முடிகிறது? இப்படியேதான் அவன் செய்து கொண்டிருக்கப் போகிறான், ஆமாம், நான் சத்தியம் வேண்டுமானாலும் செய்கிறேன். அவன் இந்த மாதிரியேதான் தொடர்ந்து செய்து கொண்டிருக்கப்போகிறான். அவன் எந்த எல்லை வரைக்கும் வேண்டுமானாலும் போய் எதையும் தனக்கு சாதகமாக்கிக் கொண்டுவிடுவான். அதிர்ஷ்டக்காரப்போக்கிரி அவன்.

ஒவ்வொரிடமும் போய் அவன் கிசுகிசுத்துக் கொண்டிருப்பது என்ன? இவர்களோடு சேர்ந்து அவன் என்ன மாதிரி திட்டம் போட்டுக் கொண்டிருக்கிறான்? அவர்கள் பேசிக் கொள்ளும் ரகசியம்தான் என்ன? அதையெல்லாம் தெரிந்துகொள்ள விரும்புகிறேன் நான். கடவுளே கருணைகாட்டு. என்னால் மட்டும் அவர்களிடம் கொஞ்சம் போய் இது அது என்று பேசமுடிந்தால். அவர்களோடு ஒத்துப்போக முடிந்தால் எப்படி இருக்கும்? அவரிடம் போய் என்ன ஏதென்று கேட்டால் நன்றாக இருக்குமா? இனிமேல் அப்படிச் செய்யமாட்டேன் என்று சொல்லலாமா? நான் ஏதோ தவறு செய்துவிட்டேன்தான், ஆனாலும் வேறு வழியில்லை. இளம் வயதுக்காரர்கள் இன்றைக்கு வேலை செய்துதான் பிழைத்தாக வேண்டியிருக்கிறது ஐயா என்று மேலாளரிடம் சொல்லலாமா? ஆனால் எந்த வகையிலும் எதற்கும் நான் எதிர்ப்புக் காட்டப் போவதில்லை. சாதுவாக, பொறுமையாக எல்லாவற்றையும் தாங்கிக் கொள்வேன். ஆமாம் அப்படித்தான் நான் நடந்து கொள்ள வேண்டும். ஆனால் அவனிடம், அந்தப் போக்கிரியிடம் மட்டும் நம்மால் போகவே முடியாது; எதுவும் பேசவும் முடியாது. காரணகாரியத்துக்கு உட்பட்ட எதையும் அவன் மூளையில் ஆணி அறைந்து திணிக்கவும் முடியாது. ஆனாலும் கூட ஒரு முயற்சி செய்துபார்க்கலாம். வேளை சரியாக அமைந்தால், எல்லாம் கைகூடி வந்தால் ஒரு முயற்சி செய்துபார்க்கலாம்."

கவலையிலும் திகைப்பிலும் மூழ்கிக் கிடந்த அவர் சற்றுப் பதட்டமாக உணர்ந்தார். உரிய தருணம் வந்துவிட்டதென்றும் விஷயங்களை இப்படியே விட்டுவிட முடியாதென்றும் அவருக்குத் தோன்றியது. யாரிடமாவது தன் மனதிலிருப்பதை விளக்கியே ஆகவேண்டும்! உதவாக்கரையும் கண்ணியமில்லாதவனுமான தன்

எதிரி நின்று கொண்டிருந்த இடத்தை நோக்கி மெதுவாக நகர்ந்து செல்லத் தொடங்கினார் நம் கதாநாயகர். ஆனால் மிகச்சரியாக அதே தருணத்தில் மேலாளரை வெகுநேரமாகக் காக்கவைத்துக் கொண்டிருந்த அந்த வண்டி வாயிலில் வந்து நின்றது.

ஃபெதோஸ்யேவிச், கதவைத் திறந்துவிட்டுவிட்டு, உடலை இரண்டாய் மடித்து வணக்கம் செலுத்தியபடி மேலாளர் வெளியே செல்ல வழியமைத்துத் தந்தான். அதுவரை காத்துக்கொண்டிருந்த குமாஸ்தாக்கள் கதவுப் பக்கமாக நெருக்கியடித்தபடி வந்ததில் தங்களையும் அறியாமல் சீனியர் கோலியாட்கினையும் ஜூனியர் கோலியாட்கினையும் பிரித்துவிட்டுவிட்டனர்.

“என்னிடமிருந்து நீ தப்பிச்சென்றுவிடமுடியாது” என்று குரல் கொடுத்தார் நம் கதாநாயகர். தான் தேடிக்கொண்டிருக்கும் மனிதனின் மீது கண்களை நிலையாகப் பதித்தபடி கூட்டத்தை விலக்கிக் கொண்டு சென்றார். இறுதியில் ஒரு வழியாகக் கூட்டம் கலைந்தது. இப்போது சற்று இலேசாக உணர்ந்த நம் கதாநாயகர், தன் பகைவனைத் தேடியபடி விரைந்தார்.

5

தன்னிடமிருந்து வேகமாக விலகி ஓடும் எதிரியை நோக்கி மூச்சைப் பிடித்துக் கொண்டு இறக்கைகளால் பறப்பது போல விரைந்து ஓடிக்கொண்டிருந்தார் கோலியாட்கின். தன்னை இயக்கிக் கொண்டிருந்த அளவற்ற சக்தியை அவர் அப்போது உணர்ந்திருந் தார். ஆனால் அந்தச் சக்தியையெல்லாம் புறந்தள்ளியபடி ஒரு கொசுவால் கூட, (அந்தத் தருணத்தில் பீட்டர்ஸ்பர்க் நகரத்தில் ஒரு கொசு இருக்க முடிந்தால் அதனால் கூடத்) தன்னை எளிதாக வீழ்த்திவிட முடியும் என்ற உறுதியான எண்ணமும் அவரிடம் இருந்தது. தான் மீண்டும் மிக மிக பலவீனமாக இருப்பதையும் ஏதோ வினோதமான புறச் சக்தி ஒன்றே தன்னை இட்டுச் சென்று கொண்டிருக்கிறது என்பதையும் கூட அவர் உணர்ந்திருந்தார். தன் கால்கள் தன்னுடன் ஒத்துழைக்க மறுத்து எப்போதோ தன்னைக் கைவிட்டுவிட்டன என்பதையும், இப்போது நடந்து செல்வது தன் சக்தியால் அல்ல என்பதையும் அவர் தெரிந்து வைத்திருந்தார். ஆனால் எல்லாமே ஏதோ ஒரு நல்லதற்காகத்தான்.

'நல்லதோ கெட்டதோ எப்படியிருந்தாலும் சந்தேகத்துக் கிடமில்லாதபடி ஆட்டத்தில் இப்போது தோற்றாயிற்று.

'என் எல்லாமே தொலைந்து போய்விட்டது என்பதில் இனி எந்த சந்தேகமும் இல்லை, எழுதிக் கையெழுத்துப் போட்டுத் தரக்கூடிய அளவுக்கு அது நிச்சயமாகிவிட்டது' – மூச்சு இரைத்த படி வேகமாக ஓடிக்கொண்டே இவ்வாறு நினைத்துக் கொண்டிருந் தார் கோலியாட்கின்.

வாடகை வண்டியில் ஏறுவதற்காக ஒரு காலை உயர்த்திய நிலையில் இருந்த தன் எதிரியின் மேல்கோட்டைப் பிடித்து இழுப்ப தில் ஒரு வழியாக வெற்றி கண்டார் கோலியாட்கின். ஏதோ மரணத்தின் விளிம்பிலிருந்து உயிர்தெழுந்ததைப் போலவும், மிகப்பெரிய போர்ப்படை ஒன்றைத் தனியே சமாளித்ததுபோலவும் உணர்ந்தார் அவர்.

"சார் சார் நண்பரே" – இழிந்த குணம் கொண்ட ஜூனியர் கோலியாட்கினின் கோட்டுப் பொத்தானைப் பற்றியபடி உரத்துக் கூவினார் அவர்.

"நண்பரே! நான் உங்களைப்பற்றி நம்புவது என்ன என்றால்.. நீங்கள் "

"இல்லை, வேண்டாம். தயவு செய்து நீங்கள் எதுவும் நம்ப வேண்டாம்" – இதயமற்ற அந்த எதிரி அவரைத் தட்டிக் கழிக்கும்

வகையில் இவ்வாறு பதில் தந்தான். வண்டியின் படியில் ஒரு காலை வைத்துத் தொற்றிக் கொண்டு, இன்னொரு காலை வெட்டவெளியில் ஆட்டியபடி தன்னை சமநிலைக்குக் கொண்டு வந்தபடி வண்டிக்குள் நுழைய முயற்சி செய்துகொண்டிருந்தான் அவன். அதே சமயத்தில் தன் முழுசக்தியையும் பிரயோகித்து சீனியர் கோலியாட்கினின் பிடியிலிருந்து தன்னுடைய கோட்டைப் பற்றியிழுக்கவும் பாடுபட்டுக் கொண்டிருந்தான் அவன். ஆனால் தற்செயலான ஒரு வாய்ப்புக்காகத் தன்னிடம் கருணைகூர்ந்து வந்து சேர்ந்த அதைத் தன் பலம் முழுவதையும் பயன்படுத்தி அழுத்த மாகப் பற்றிக் கொண்டிருந்தார் அவர்.

“யாகோவ் பெத்ரோவிச், பத்தே பத்து நிமிடங்கள் மட்டும் தான்!”

“மன்னியுங்கள், எனக்கு நேரம் இல்லை”

“யாகோவ் பெத்ரோவிச், நீங்கள் என் வேண்டுகோளைக் கட்டாயம் ஏற்றுக்கொள்ளவேண்டும். தயவு செய்து, கடவுளுக்குப் பொதுவாக சொல்கிறேன், ஏற்றுக்கொள்ளுங்கள் யாகோவ் பெத்ரோவிச். நாம் இருவரும் நேருக்கு நேராகப் பேசி சரி செய்து கொண்டு விடலாம். ஒரே ஒரு வினாடிதான், யாகோவ் பெத்ரோவிச்”

“நண்பரே! எனக்கு நேரம் இல்லை. இன்னொருமுறை பார்ப்போம். என்னை நம்புங்கள், மனதாரச் சொல்லுகிறேன். ஆனால் இப்போது உண்மையிலேயே எனக்கு நேரமில்லை, என்னால் முடியாது.”

“சரியான கயவன்” என்று எண்ணிக் கொண்டார் நம் கதாநாயகர்.

“யாகோவ் பெத்ரோவிச்!” என்று தீனமாகக் குரல் கொடுத்தார் அவர்.

“நான் ஒருபோதும் உங்களுக்கு எதிரியில்லை. யாரோ தீய எண்ணம் கொண்டவர்கள்தான் என்னைப் பற்றி அப்படி அநியாயமாக சொல்லியிருக்கிறார்கள். என் பங்குக்கு நான் தயாராக இருக்கிறேன்! யாகோவ் பெத்ரோவிச், வாருங்கள் நாம் இரண்டு பேரும் ஒன்றாகச் சேர்ந்து இங்கே இந்த ‘காஃபி ஹவு’ஸூக்குப் போகலாமா? சற்றுமுன் நீங்கள் நியாயமாக, நேருக்கு நேராக உண்மையாகப் பேசியதைப்போல நானும் மனம் விட்டுப் பேசுகி றேன். அப்போது எல்லா விஷயங்களும் தானாகவே தெளிவுபடும். உண்மையிலேயே அவை தெளிவாகும் யாகோவ் பெத்ரோவிச். எல்லாமே நிச்சயமாய்த் தெளிவாகும்”

“என்னது... காஃபி ஹவுஸூக்குள்ளேயா? ரொம்ப நல்லது.

நான் அதற்கு எந்த மறுப்பும் சொல்லவில்லை. நாம் காஃபி ஹவுஸுக்குப் போவோம் நண்பரே. ஆனால் ஒரே ஒரு நிபந்தனை மட்டும்தான், எல்லா விஷயங்களும் தெளிவுபடவேண்டும் அவ்வளவுதான், வாருங்கள் கண்ணா, வெளிப்படையாகப் பேசிவிடுவோம்” என்று கூறியபடி வண்டியிலிருந்து வெளியேறிய ஜூனியர் கோலியாட்கின் சிறிது கூடக் கூச்சமில்லாமல் நம் கதாநாயகரின் தோளைத் தட்டிக் கொடுத்தான்.

“என் மனம் கவர்ந்த நண்பரே, யாகோவ் பெத்ரோவிச்! நான் பின்னாலுள்ள தெருவின் வழியாகச் செல்லக்கூடத் தயாராக இருக்கிறேன். (முன்பு ஒரு முறை நீங்கள் பொருத்தமாகக் குறிப்பிட்டது போலத்தான் யாகோவ் பெத்ரோவிச்) சே! சத்திய மாகச் சொல்கிறேன், நீங்கள் ஒரு போக்கிரிதான். உங்களுக்கு என்ன தேவையோ அதன்படி அடுத்தவரை ஆட்டிவைக்கிறீர்கள்” கபட உள்ளம் கொண்ட கோலியாட்கினின் நண்பன் அவரோடு கொஞ்சிக்குலாவிப் புன்னகை செய்தபடியே இவ்வாறு தன் பேச்சைத் தொடர்ந்தான்.

அந்த இரண்டு கோலியாட்கின்களும் நுழைந்த உணவு விடுதி, பிரதான வீதியிலிருந்து சற்றுத் தள்ளியிருந்தது. அந்தக் குறிப்பிட்ட நேரத்தில் அது பெரும்பாலும் காலியாகவே இருந்தது. சற்றுப் பருமனாக இருந்த ஜெர்மன் பெண் ஒருத்தி, அழைப்பு மணியின் ஓசையைக் கேட்டுவிட்டு ‘கல்லா’வுக்கு வந்தாள். கோலியாட்கினும் அவனது உதவாக்கரை எதிரியும் இரண்டாவதாக இருந்த ஓர் அறைக்குள் சென்றனர்; அங்கே, மொட்டையடித்துக் கொண்டு மொழுமொழுவென்று இருந்த பையன் ஒருவன் அடுப்புத்தீ அணைந்துவிடாதபடி, அதற்குள் விறகுச் சுள்ளிகளை அள்ளிப் போட்டபடி இருந்தான். ஜூனியர் கோலியாட்கின் கேட்டுக் கொண்டபடி அவர்கள் இருவருக்கும் சாக்லேட் பரிமாறப்பட்டது.

“ரசனைக்குரிய பொதுமகள்.., இல்லையா” என்று கூறியபடி சீனியர் கோலியாட்கினைப் பார்த்துக் கபடமாகக் கண்ணடித்தான் ஜூனியர் கோலியாட்கின்.

நமது கதாநாயகர் கூச்சத்தால் முகம் சிவந்தபடி எதுவும் பேசாமல் அமைதியாக இருந்தார்.

“ஓ மறந்துவிட்டேன், மன்னித்துக் கொள்ளுங்கள். உங்கள் ரசனையைப் பற்றி எனக்குத் தெரியும். கவர்ச்சியான இளம் ஜெர்மன் பெண்களிடம் நாம் சற்றுக் கூடுதல் பிரியத்தோடு இருப் போம். அழகான, மனதுக்கேற்ற இளம் ஜெர்மன் பெண்களிடம் நீங்களும் நானும் இனிமையாக நடந்து கொள்வோம். என்ன அப்படித்தானே. திறந்த மனம் கொண்ட நீங்களே சொல்லுங்கள்.

சரிதானே? அவர்களிடம் வீடு வாடகைக்கு எடுப்போம், அவர்களது ஒழுக்க நெறிக்கு பாதிப்பு ஏற்படுத்துவோம். நமக்கு பீர் சூப்பும் பால் சூப்பும் தந்தபடி அவர்கள் நம் இதயங்களைக் கொள்ளையடிப் பார்கள்; நாம் எழுத்து பூர்வமான உறுதிமொழிகள் பலவற்றை அவர்களுக்குத் தருவோம், நாம் செய்துகொண்டிருப்பது அதுதானே..? என்ன ஃபோப்லாஸ் அப்படித்தானே? ஏமாற்றுக் காரரே, நான் சொல்வது சரிதானே?"

கவைக்குதவாத தந்திரமான தன் வார்த்தைகளால் குறிப்பிட்ட ஒரு பெண்ணை மறைமுகமாக சுட்டிக் காட்டிப் பேசிக் கொண்டிருந்தான் ஜூனியர் கோலியாட்கின். அதேநேரத்தில் மூத்த கோலியாட்கினை சந்திக்க நேர்ந்ததிலும் அவரோடு இருக்க முடிந்ததிலும் தான் பெரிதும் மகிழ்ச்சியடைந்ததாக வெளிக்காட்டிக் கொண்டு அவரை ஏமாற்றும் பாவனையில் அவரோடு மிகவும் இணக்கமாகக் கொஞ்சிப்பேசிச் சிரித்துக் கொண்டும் இருந்தான் அவன்.

சீனியர் கோலியாட்கின் அப்படி ஒன்றும் ஒரு முட்டாளில்லை என்பதையும் படிப்பிலும் பண்பாட்டிலும் அவர் ஏதும் குறைந்து விடவில்லை என்பதையும் கண்டுகொண்ட அந்த அருவருப்பான மனிதன், தான் இதுவரையிலும் கைக்கொண்ட உத்திகளை வேறு வகையாக மாற்றிக்கொண்டு அவர்மீது தாக்குதல் தொடுக்க முயன்றான்.

வெறுப்பூட்டும் வகையில் சில வார்த்தைகளைப் பேசி முடித்த பிறகு உண்மையானவரும் மரியாதைக்குரியவருமான கோலியாட்கி னின் தோளில் ஓர் அறை வைத்தான் போலி கோலியாட்கின். வெகு காலமாக அவரை அறிந்தவனைப் போன்ற நெருக்கமும் அவமரி யாதையான துடுக்குத்தனமும் அதில் கலந்திருந்தது. அதோடு அவன் திருப்தி அடைந்து விடவில்லை; கண்ணியமான நபர்கள் ஒருபோதும் செய்ய முற்படாத குறும்புகளிலும் கூட ஈடுபடத் தொடங்கினான் அவன். முன்பொரு தடவை செய்த அதே அருவருப்பூட்டும் காரியத்தை இப்போது திரும்பச் செய்வதற்கு முற்பட்டான் அவன்; வெறுப்பும், கோபமும் கொண்டவராய் சீனியர் கோலியாட்கின் எவ்வளவோ தடுத்தும், கெஞ்சியும் கேளாமல் அவரது கன்னத்தைப் பிடித்துக் கிள்ளத் தொடங்கினான் அவன். அவனது வெட்கக்கேடான செயலால் நம் கதாநாயகர் மனதுக்குள் கொதித்தாலும் அப்போதைக்கு எதுவும் சொல்லாமல் அமைதி காத்தார்.

இறுதியில் ஒரு வழியாக யதார்த்தத்தை உணர்ந்து தன்னை மீட்டுக்கொண்டபடி...

"அது என் எதிரிகள் சொல்லும் வார்த்தை" என்று பதிலளித்தார். அதே நேரத்தில் சற்றுப் பதட்டமாகக் கதவுப் பக்கத்தையும் பார்த்துக் கொண்டிருந்தார் அவர். ஜூனியர் கோலியாட்கின் மிகமிக உல்லாசமான ஒரு மனநிலையில் பொது இடத்தில் செய்ய தகாத சின்னச் சின்னக் குறும்புகளைச் செய்வதற்குத் தயாராக இருந்ததே அதற்கான காரணம். பொதுவாகச் சொல்லப்போனால் நல்ல பழக்க வழக்கங்களைக் கைக் கொண்டிருக்கும் நாகரிகமான சமுதாயத்தில் அனுமதிக்கப்படாத செயல்கள் அவை.

"நல்லது, அப்படி என்றால் உங்கள் விருப்பப்படி வைத்துக் கொள்ளுங்கள்" நம் கதாநாயகர் சொன்னதற்கு இவ்வாறு கடுமை யாக பதிலளித்த ஜூனியர் கோலியாட்கின், அளவு கடந்த பேராசை யோடு காலி செய்து முடித்த கோப்பையை மேஜையின் மீது கவிழ்த்து வைத்தான்.

"நல்லது, இனிமேல் நான் உங்களோடு அதிக நேரம் இருக்கத் தேவையில்லை என்று எண்ணுகிறேன் சரி, எல்லாம் எப்படிப் போய்க் கொண்டிருக்கிறது யாகோவ் பெத்ரோவிச்?"

"உங்களிடம் ஒன்றே ஒன்று மட்டும் நான் சொல்லியாக வேண்டும் யாகோவ் பெத்ரோவிச்". தன்னை மிகவும் கட்டுப் படுத்திக் கொண்டு கண்ணியமான முறையில் பதிலளித்தார் நம் கதாநாயகர்.

"நான் ஒருநாளும் உங்களுக்கு எதிரியாக இருந்ததில்லை.."

"ஹ்ம், சரி, அந்த பெட்ரூஷ்கா எப்படி இருக்கிறான்? ஆமாம் அவன் பெயர் பெட்ரூஷ்காவேதான். அவன் எப்படி இருக்கிறான்? வழக்கம்போலத்தானா?"

"அவன் எப்போதும் போலவேதான் இருக்கிறான் யாகோவ் பெத்ரோவிச்" என்று சிறிது ஆச்சரியத்தோடு விடையளித்தார் சீனியர் கோலியாட்கின்.

"இதற்கு மேல் எனக்கு என்ன சொல்வதென்று தெரியவில்லை யாகோவ் பெத்ரோவிச். என் தரப்பை, என்னுடைய நிலைப் பாட்டிலிருந்து – கபடமற்ற நேர்மையான என் நிலைப்பாட்டிலிருந்து நீங்கள் பார்த்துப் புரிந்துகொள்ள வேண்டும் யாகோவ் பெத்ரோவிச்"

"ஆமாம், ஆனால் உங்களுக்கே அது தெரியும் யாகோவ் பெத்ரோவிச்" என்று மென்மையான உணர்ச்சிகரமான குரலில் பதில் தந்தான் ஜூனியர் கோலியாட்கின். அவர் மீது இரக்கப் படுவதைப் போலவும் தவறுதலாகச் சொல்லிவிட்ட ஒரு விஷயத்துக் காக வருத்தப்படுவதைப் போலவும் போலித்தனமான பாவனை

யுடன் பேசிக்கொண்டிருந்தான் அவன்.

"நாம் சிக்கலான ஒரு சூழ்நிலையில் இருப்பது உங்களுக்கே தெரிந்ததுதான். நீங்கள் புத்திசாலியான ஒரு மனிதர். உங்கள் எண்ணங்களும் நேர்மையானவை. இதை நான் அழுத்தமாகச் சொல்கிறேன் யாகோவ் பெத்ரோவிச்" கீழ்த்தரமான வகையில் இச்சகம் பேசியபடி சீனியர் கோலியாட்கினைப் புகழ்ந்த ஜூனியர் கோலியாட்கின் இவ்வாறு தொடந்தான்:

"வாழ்க்கை என்பது ஒரு விளையாட்டு அல்ல; அது உங்களுக்கே தெரிந்ததுதான் யாகோவ் பெத்ரோவிச்"

மிக உயர்வான விஷயங்களைப் பற்றிக் கருத்துச் சொல்லக் கூடிய அளவுக்கு புத்திசாலியாகவும், கல்வியறிவு கொண்டவனாக வும் தன்னை பாவித்துக்கொண்டபடி பொருள் பொதிந்த வகையில் பேச முற்பட்டான் அவன்.

"யாகோவ் பெத்ரோவிச், என்னைப் பொறுத்தவரை என்ன வென்றால்" என்று சிநேகத்தோடு பதிலளிக்கத் தொடங்கினார் நம் கதாநாயகர்.

"என்னைப் பொறுத்தவரை நான் எப்போதுமே சுற்றுவழிகளை வெறுப்பவன். தைரியமாக, வெளிப்படையாக, நேரடியாக, கௌரவமான மொழியில் பேசுபவன். கண்ணியமான முறையில் எல்லா விஷயங்களையும் ஒரு சேர வைத்துப் பார்த்தால் நான் முழுக்க முழுக்க குற்றமற்றவன் என்பதை வெளிப்படையாகவும், கௌரவத்தோடு கூடிய உறுதியுடனும் என்னால் சொல்லமுடியும். அது உங்களுக்கே தெரியும் யாகோவ் பெத்ரோவிச்! தவறு இரண்டு பக்கமும் இருக்கலாம், அல்லது அது உலகத்தார் போடும் கணக்காக வும் இருக்கலாம், அல்லது அடிமைகள் கூட்டத்தின் அபிப்பிராய மாக இருக்கலாம். நான் வெளிப்படையாகப் பேசுகிறேன் யாகோவ் பெத்ரோவிச். இவை எல்லாமே சாத்தியமானவைதான். நான் இன்னும் கூட சொல்கிறேன் கேட்டுக் கொள்ளுங்கள் யாகோவ் பெத்ரோவிச். நீங்கள் விஷயங்களை இப்படி மதிப்பிட்டால் – அதாவது சற்று உயர்வான தளத்திலிருந்து அவற்றைப் பார்ப்பதா னால் நான் தைரியமாக இப்படிச் சொல்வேன்! பொய்க்கூச்சம் எதுவும் இல்லாமல் இப்படிச் சொல்வேன். நானும் தவறு செய்திருக்கி றேன் என்பதைக் கண்டுபிடித்ததில்.., நானும் தவறு செய்திருக்கி றேன் என்பதை உணர்ந்துகொண்டதில் எனக்கு மகிழ்ச்சியே என்று சொல்வேன். நீங்கள் புத்திசாலியான ஒரு மனிதர் என்பது உங்களுக்கே தெரியும். நீங்கள் ஒரு கனவானும் கூடத்தான். எந்தக் கூச்சமும் எந்தப் போலிக் கூச்சமும் இல்லாமல் நான் அதை அங்கீகரிக்கத் தயாராக இருக்கிறேன்" கண்ணியத்தோடும் பெருந்

தன்மையோடும் இவ்வாறு சொல்லி முடித்தார் அவர்.

"விதியின் கட்டளைப்படிதான் எல்லாமே நடந்துகொண்டிருக் கின்றன யாகோவ் பெத்ரோவிச். சரி, பரவாயில்லை. நாம் அதையெல்லாம் விட்டுத் தள்ளிவிடுவோம்" என்றான் ஜூனியர் கோலியாட்கின்.

"அலுவலகத்தில் ஒன்றாகப் பணிபுரியும் இரண்டு சகாக்களுக்கு ஏற்ற பொருத்தமான பாணியில் நம் சந்திப்பின் சில நிமிடங்களை இனிமையான, பயனுள்ள பேச்சில் செலவழிக்கலாமே? உண்மையில் பார்த்தால் இத்தனை நேரம் இருந்தும் உங்களோடு இரண்டு வார்த்தைகூட நான் பேசியிருக்கவில்லை. ஆனால் அதற்காகக் குற்றம் சாட்டப்பட வேண்டியவன் நான் இல்லை யாகோவ் பெத்ரோவிச்"

"நானும் இல்லை" என்று சூடாகக் குறுக்கிட்டார் நம் கதாநாயகர்.

"நானும் கூட அப்படித்தான். இதோ பாருங்கள் யாகோவ் பெத்ரோவிச், நடந்து போன விஷயங்களுக்காகக் குற்றம் சாட்டப் பட வேண்டியவன் நான் இல்லை என்றே என் இதயம் சொல்கிறது. விதியின் மீதுதான் குற்றம் சொல்ல வேண்டும் யாகோவ் பெத்ரோவிச்" – சமரசமாய்ப் போய்விடும் தொனியில் இவ்வாறு வேகமாய்ச் சொன்னார் சீனியர் கோலியாட்கின். அவரது குரல் படிப்படியாக மென்மையாகிக்கொண்டே வந்ததுடன் இலேசாக நடுங்கவும் செய்தது.

"அதுசரி, அது இருக்கட்டும். உங்கள் உடல்நலம் எப்படி இருக்கிறது" என்று இனிமையாக விசாரித்தான் அந்தப்பாவி.

"இலேசான இருமல் இருக்கிறது" என்று அதைவிட இனிமையாகப் பதிலளித்தார் நம் கதாநாயகர்.

"உடம்பை நன்றாகப் பார்த்துக் கொள்ளுங்கள். இப்போது எங்கே பார்த்தாலும் தொற்றுநோய் பரவிக் கொண்டிருக்கிறது. அப்புறம் தொண்டைக்கட்டு வந்துவிடும் உங்களுக்கு. நானெல்லாம் கழுத்தைச் சுற்றி ஃப்ளானல் அணிந்துகொள்ள ஆரம்பித்து விட்டேன்"

"ஆமாம் அது உண்மைதான் யாகோவ் பெத்ரோவிச். தொண்டைக்கட்டு வெகு எளிதாகத் தொற்றிவிடும்தான்" என்று சிறிதுநேர மௌனத்துக்குப் பிறகு விடையளித்தார் நம் கதாநாயகர்.

"யாகோவ் பெத்ரோவிச்! நான் ஏதோ மதி மயங்கிப் போய்விட்டேன். உண்மையில் சொல்லப்போனால், எளிமையான ஆனால் விருந்துபசாரத்தில் குறை வைக்காத என் வீட்டில் நாம்

இருவரும் அதிருஷ்டவசமாக ஒன்றாகக் கழிக்க நேர்ந்த அந்த மகிழ்ச்சிகரமான தருணங்களை நான் நெகிழ்ச்சியோடு நினைத்துக் கொள்கிறேன்"

"ஆனால் உங்கள் கடிதத்தில் நீங்கள் வித்தியாசமாக வேறேதோ எழுதியிருந்தீர்களே?" என்று அவர் மீது குற்றம் சாட்டும் தொனியில் குறிப்பிட்டான் ஜூனியர் கோலியாட்கின். இந்த ஒருமுறைதான் அவன் உள்ளதை உள்ளபடி சரியாகச் சொல்லியிருக்கிறான்.

"யாகோவ் பெத்ரோவிச்! நான் ஏதோ அறிவீனமாகப்போய் விட்டேன். நான் எழுதிய மோசமான கடிதத்திலும் கூட அப்படி ஒரு தவறு செய்து விட்டேன் என்பது இப்போது தெளிவாகத் தெரிகிறது. எனக்கு உங்களைப் பார்க்கவே கூச்சமாக இருக்கிறது என்றால் நீங்கள் நம்ப மாட்டீர்கள். அந்தக் கடிதத்தை என்னிடம் கொடுங்கள். உங்கள் கண்களுக்கு முன்னாலேயே சுக்குநூறாகக் கிழித்துப்போட்டு விடுகிறேன். அது முடியாதென்றால் கடிதத்தை அப்படியே வேறுமாதிரியாக நேர்மாறாக மாற்றிப் படித்துப் பாருங் கள். அதாவது கடிதத்தில் இருக்கும் வார்த்தைகளையெல்லாம் தலைகீழாக மாற்றிப்போட்டு சிநேகபாவத்தோடு இருப்பது போல மாற்றிப் படித்துப் பாருங்கள். நான் ஏதோ தவறு செய்துவிட்டேன். மன்னித்துவிடுங்கள் யாகோவ் பெத்ரோவிச். முழுக்க முழுக்கத் தப்புதான் அது. நான் மிகக் கடுமையான தவறு செய்துவிட்டேன் யாகோவ் பெத்ரோவிச்"

"அப்படிச் சொல்கிறீர்களா" என்று அவர் கூறியதை சரியாகக் கவனிக்காதது போலவும் விட்டேற்றியான பாவனையுடனும் கேட்டான் மூத்த கோலியாட்கினின் அந்த வஞ்சக நண்பன்.

"நான் முழுமையாக மதிமயங்கித் தவறு செய்துவிட்டேன் என்றுதான் சொல்கிறேன் யாகோவ் பெத்ரோவிச். எந்தப் போலியான கூச்சமும் இல்லாமல் அப்படிச் சொல்கிறேன்"

"ஓ! நல்லது, அதைப் பற்றி என்ன? நீங்கள் அப்படித் தவறு செய்தது நல்லதுதான்" என்று முரட்டுத்தனமாக பதிலளித்தான் ஜூனியர் கோலியாட்கின்.

"எனக்கு இப்படி ஒரு எண்ணம் கூட இருந்தது யாகோவ் பெத்ரோவிச்" என்று – கள்ளம் கபடமில்லாத நம் கதாநாயகர், கண்ணியமான ஒரு கனவானைப் போலத் தொடர்ந்து பேசினார். ஏமாற்றுக்கார எதிரியின் துரோக சிந்தை அவருக்கு அப்போது எட்டவில்லை.

"அச்சில் வார்த்தது போல – ஒரே மாதிரியாக – இரண்டு மனிதர்கள் படைக்கப்பட்டிருக்கிறார்கள் என்ற ஒரு எண்ணமும் கூட எனக்கு இருந்தது.."

“ஓ! அதுதான் உங்கள் எண்ணமா?”

இந்தக் குறிப்பிட்ட கட்டத்தில், தன் உதவாக்கரைத்தனத்துக்குப் பெயர்போனவனாகிய கோலியாட்கின் எழுந்து நின்று, தன் தொப்பியை எடுத்துக் கொண்டான். அவனுடைய நயவஞ்சகமான உள்ளத்தை இப்போதும் புரிந்து கொண்டிருக்காத சீனியர் கோலியாட்கின் தானும் கூடவே எழுந்துகொண்டார். போலித் தனமான தன் நண்பனைப் பார்த்துப் பெருந்தன்மையான எளிய மனதோடு புன்னகை பூத்தார். சிநேகபாவத்தோடு இருந்தபடி அவனை ஊக்கப்படுத்த வேண்டுமென்றும் அதன்வழியே அவ னோடு புதிய நட்புறவை ஏற்படுத்திக்கொள்ள வேண்டுமென்றும் அவர் முயன்றார்.

“மாண்புமிக்க மேலாளரே; நான் சென்று வருகிறேன், பிறகு பார்ப்போம்” என்று திடீரென்று குரல் கொடுத்தான் ஜூனியர் கோலியாட்கின். நமது கதாநாயகருக்குத் தூக்கி வாரிப்போட்டதைப் போலிருந்தது. தன் எதிரியின் முகம் ஒரு முடாக் குடிகாரனைப் போலவே இருந்ததைக் கவனித்த அவர் அவனிடமிருந்து விடுபட்டு விலகிச் செல்ல எண்ணம் கொண்டவராய்க் கொள்கையற்ற அந்த மனிதன் நீட்டிய கைகளைத் தன் இரண்டு விரல்களால் பற்றிக் கொண்டார். ஆனால் அப்பொழுது அந்த எதிரியின் நாணமில்லாத நடத்தை வரம்பு மீறிச் சென்றது. கோலியாட்கின் தன்முன் நீட்டிய கைவிரல்களைப் பற்றிக் கொண்டு முதலில் இலேசாக அழுத்திய அந்த உதவாக்கரைப்பேர்வழி, அந்த இடத்திலேயே – அவர் கண்ணுக்கு முன்பாகவே – காலையில் தான் நிகழ்த்திய அதே வெட்கம் கெட்ட அந்த வேடிக்கையை மீண்டும் ஒருமுறை செய்வதற்கு அகம்பாவத்தோடு துணிந்தான். மனிதர்களால் கைக்கொள்ளக்கூடிய பொறுமையின் அளவை அவனது செயல் எல்லை மீறி சோதித்துக் கொண்டிருந்தது.

தனக்கு ஏற்பட்ட அதிர்ச்சியிலிருந்து விடுபடுவதற்கு முயன்று கொண்டிருந்தார் கோலியாட்கின்; அப்போது, அவரது விரல் பதிந்த இடத்தைத் துடைத்த கைக்குட்டையைத் தன் கோட்டுப் பைக்குள் திணித்துக்கொண்டிருந்தான் அவன். தனக்கு ஏற்பட்ட அதிர்ச்சி யிலிருந்து விடுபட்டு அவனை விரட்டிக்கொண்டு அடுத்த அறைக்குச் சென்றார் அவர். தனக்கே உரித்தான அருவருப்பான பாணியில் சகித்துக் கொள்ள முடியாத அவரது எதிரி, உடனடியாக, வேக வேகமாக நழுவிச்சென்றிருந்தான். அவர் அவனைப் பின் தொடர்ந்தபடி அடுத்த அறைக்குச் சென்றார். எதுவுமே தெரியாத அப்பாவியைப் போல உணவு பரிமாறும் இடத்தின் அருகே நின்றபடி அவன் ‘பை’ சாப்பிட்டுக்கொண்டிருந்தான். ஒழுக்கமான ஒரு மனிதனைப் போல அடக்கஒடுக்கமாக நின்று கொண்டு

அங்கிருந்த ஜெர்மானிய சமையல்காரியைப் பாராட்டிப் புகழ்ந்து கொண்டிருந்தான் அவன்.

"பெண்கள் முன்னிலையில் இந்தச் சண்டையில் ஈடுபட வேண்டாம்" என்று நினைத்துக் கொண்ட நம் கதாநாயகரும் கூட உணவு பரிமாறும் இடத்தருகே சென்றார். அவருக்கிருந்த பதட்டத்தில் தான் செய்து கொண்டிருப்பது இன்னதென்றே அவர் அறிந்திருக்கவில்லை.

"இந்தப் பொதுமகள் ஒன்றும் அத்தனை மோசமில்லை, என்ன சரிதானே நான் சொல்வது? நீங்கள் அதைப் பற்றி என்ன நினைக்கிறீர்கள்?" என்றபடி தன் தரங்கெட்ட கீழ்த்தரமான பேச்சுக் களை மறுபடியும் தொடங்கினான் ஜூனியர் கோலியாட்கின். சீனியர் கோலியாட்கினின் எல்லையற்ற பொறுமையை சந்தேகமே இல்லாமல் கணித்திருந்தான் அவன். தன் பங்குக்கு ரஷிய மொழியே புரியாமல் இரண்டு பேரையும் வெறித்துப் பார்த்துக் கொண்டிருந் தாள் அந்தப் பருத்த ஜெர்மானியப் பெண். கையில் பிடித்திருந்த பாத்திரத்தோடு அவர்களை மரியாதையோடு நோக்கியபடி புன்னகை செய்துகொண்டிருந்தாள் அவள். வெட்கம் கெட்ட ஜூனியர் கோலியாட்கினின் சொற்களைக் கேட்டு நெருப்பாக சிவந்துபோன நம் கதாநாயகர் அவனைத் துண்டு துண்டாகக் கிழித்துப் போட்டு முழுசாக முடித்துவிடவேண்டுமென்ற வேகத்தோடு அவனை நோக்கி விரைந்தார். ஆனால் தனக்கே உரித்தான கேவலமான முறையில் ஜூனியர் கோலியாட்கின் அவரிடமிருந்து வெகுதூரம் விலகிச் சென்றிருந்தான். படிக்கட்டு இருக்கும் தாழ்வாரத்துக்குச் சென்று படிகளிலும் இறங்க ஆரம்பித்திருந்தான். இயல்பாக ஏற்பட்டிருந்த உடனடியான திகைப்பிலிருந்து மீண்டு தன்னை சமநிலைப்படுத்திக்கொண்ட சீனியர் கோலியாட்கின் தன்னை இழிவு செய்து கொண்டிருக்கும் எதிரியை முழுவேகத்தோடு விரட்டிக் கொண்டு சென்றார்; அதற்குள் அவன் 'டிராஷ்கி'க்குள் ஏறியிருந்தான்; அவனுக்காகவே காத்துக்கொண்டிருந்த வண்டிக்காரன், அவன் சொன்னபடி கேட்க ஏற்கனவே உடன்பட்டிருந்தான். தன் வாடிக்கையாளர்கள் இருவரும் பறந்துசெல்வதைப் பார்த்த அந்தப் பருத்த ஜெர்மன் பெண்மணி, சரியாக அதே நேரத்தில் தன் முழு பலத்தையும் உபயோகித்து மணியைச் சத்தமாக அடித்தாள்.

நமது கதாநாயகர் படிக்கட்டுக்கு இறங்கும் இடத்தை நெருங்கி விட்டபோதும் சத்தம்கேட்டு அவளைத் திரும்பிப் பார்த்தார். மீதிச் சில்லறையைக்கூட எதிர்பார்க்காமல், தனக்கும், பணம் கொடுக்காமல் செல்லும் கூச்சமில்லாத அந்த மனிதனுக்குமான தொகையை அவளிடம் வீசி எறிந்தார். அதனால் சற்றுத்

தாமதமானபோதும் தன் எதிரியை நெருங்கிப் பிடிப்பதில் வெற்றிபெற்றுவிட்டார் அவர். தன் சக்தி முழுவதையும் பயன் படுத்தி வண்டியின் ஒரு பக்கத்தில் தொங்கியபடி அதில் தொற்றி ஏற முயன்றபடியே சிறிதுநேரம் சாலையில் இழுபட்டுக்கொண்டே சென்றார் அவர். தன்னால் முடிந்த வரை அதிலிருந்து அவரைத் தள்ளிவிட்டு அப்புறப்படுத்த முயன்றான் ஜூனியர் கோலியாட்கின். அதே சமயத்தில் சாட்டையைச் சொடுக்கியும், கடிவாளத்தை இறுக்கியும், சுண்டிவிட்டும் பல வகையாக சத்தம் போட்டு விரட்டியும் தன் குதிரையை விரைவுபடுத்திக் கொண்டிருந்தான் வண்டிக்காரன். அதுவும் எதிர்பாராதவிதத்தில் குதிபோட்டுக் கொண்டு பற்களை இறுகக் கடித்தபடி பின்னங்கால் பிடரியில்பட ஓடத் தொடங்கியது. இறுதியில் ஒரு வழியாக நம் கதாநாயகரால் வண்டிக்குள் ஏறிக்கொள்ள முடிந்துவிட்டது. வண்டியோட்டிக்கு முதுகுகாட்டி நின்றபடி, ஏமாற்றுக்காரனும் மிக மோசமானவனு மான தன் எதிரியின் முழங்காலோடு தன் காலும் உரசிக்கொள்ள, அருவருப்பான அவனது கம்பளிக்கோட்டைத் தன் வலது கையால் பிடித்து இழுத்தார் அவர்.

எதிரிகள் இரண்டு பேரும் சற்று நேரம் அமைதியாக மோதிக் கொண்டிருந்தனர். நமது கதாநாயகருக்கு மூச்சுவிடுவதே கடினமாக இருந்தது. அது மோசமான சாலையாக இருந்ததால் ஒவ்வொரு அடி எடுத்துவைத்த போதும் வண்டி குலுங்கியதில் அவரது கழுத்து முறிந்து விடும்போலத் தோன்றியது. மேலும் தான் தோற்றுப் போய்விடாமல் சமாளித்துக்கொண்டே அவரைத் தரையில் வீழ்த்த முயன்று கொண்டிருந்தான் அவரது எதிரி. அப்போது நிலவிய பருவநிலை அந்தச் சம்பவத்தை மேலும் மோசமாக்கிக் கொண் டிருந்தது. கனத்த வில்லைகளாகப் பெய்த பனிக்கட்டிகள், பட்டன் போடாத கோலியாட்கினின் மேல் கோட்டுக்குள்ளும் இடம் பிடித்துக்கொண்டிருந்தன. பனிமூட்டத்தில் எதுவுமே புலப்பட வில்லை. எந்தத் தெருவின் வழியாக எந்தத் திசையில் அவர்கள் சென்று கொண்டிருக்கிறார்கள் என்று சொல்வது கடினமாக இருந்தது. தனக்கு இப்போது நடந்து கொண்டிருப்பது கனவு போன்ற எதன் வழியாகவோ தனக்கு ஏற்கனவே பரிச்சயமான ஒன்று என்று ஏனோ கோலியாட்கினுக்குத் தோன்றியது. அது குறித்த உள்ளுணர்வு முதல் நாளே தன்னுள் தோன்றி விட்டதா என்று ஒரு கணம் அவர் நினைவுபடுத்திப் பார்த்தார்.

இறுதியில் அவரது கடுந்துயரம், பொறுக்க முடியாத ஓர் உச்சத்தை எட்டியது. கருணையே இல்லாத தன் எதிராளியின் மீது சாய்ந்தபடி அவர் அழத்தொடங்கியிருந்தார். ஆனால் அவரது ஓலங்கள் அவரது உதடுகளுக்குள்ளேயே மடிந்துபோயின.

ஃபியோதர் தஸ்தயெவ்ஸ்கி ◆ 207

ஒரே ஒரு நிமிட நேரம் எல்லாவற்றையுமே மறந்து போனவராய் 'இதற்கெல்லாம் எந்த முக்கியத்துவமும் இல்லை. இதெல்லாம் ஒரு பெரிய விஷயமே இல்லை' என்று மனதை சமாதானப்படுத்திக் கொண்டார். என்னவென்று விளக்கிச் சொல்ல முடியாத முறையிலேயே இவையெல்லாம் நிகழ்வதால் அவற்றுக்கு எதிர்ப்பு காட்டும் முயற்சியைக் கைவிட்டாக வேண்டியதுதான் என்றும் அவருக்குத் தோன்றியது. ஆனால் இப்படிப்பட்ட ஒரு முடிவுக்கு நம் கதாநாயகர் வந்து கொண்டிருந்த அதே நேரத்தில் – திடீரென்று எதிர்பாராத விதமாக வண்டியில் ஏற்பட்ட ஒரு குலுக்கல், விஷயத்திற்கு முற்றிலும் புதிதான ஒரு திருப்பத்தைக் கொடுத்து விட்டது. ஒரு மாவு மூட்டையைப் போல வண்டி யிலிருந்து விழுந்து தரையில் உருண்டார் கோலியாட்கின். அப்படி விழுந்த தருணத்திலேதான் தன்னுள் சற்றுமுன் ஏற்பட்ட அந்த உணர்வுக் கிளர்ச்சி மிகவும் பொருத்தமற்றது என்பதை அவரால் சரியாக முழுமையாக உணர முடிந்தது. கடைசியில் தரையிலிருந்து குதித்து மேலே எழுந்துகொண்ட அவர், ஏதோ ஒரு இடத்துக்கு அவர்கள் வந்து சேர்ந்திருப்பதைக் கண்டார். ஏதோ ஒரு வீட்டின் முன்பகுதிக்கு நடுவில் வண்டி நின்றுகொண்டிருந்தது. ஓல்சுஃபி இவானோவிச்சின் குடியிருப்பு அமைந்திருக்கும் வீட்டின் முன்பகுதி தான் அது என்பதைப் பார்த்ததுமே தெரிந்து கொண்டார் நம் கதாநாயகர். அதே நேரம் படிகளின் மீது அவரது எதிரி ஏறிக் கொண்டிருந்ததையும் அவர் கவனித்தார். ஒருக்கால் அவன் ஓல்சுஃபி இவானோவிச்சின் குடியிருப்பை நோக்கியும்கூடச் செல்லலாம். விவரிக்க இயலாத துன்ப மிகுதியுடன் தன் எதிரியைத் தொடர முற்பட்ட அவர், அதிர்ஷ்டவசமாக – விவேகத்தோடு – அதைக் காட்டிலும் நல்லதான வேறொரு முடிவுக்கு வந்து சேர்ந்தார். வண்டிக்காரனுக்குரிய வாடகையை மறக்காமல் கொடுத்த பிறகு, தான் எங்கே சென்று கொண்டிருக்கிறோம் என்ற எண்ணமே இல்லாதவராய்த் தன் சக்தியையெல்லாம் திரட்டிக் கொண்டபடி சாலையில் ஓட ஆரம்பித்தார். முன்னைப் போலவே பனி அடர்த்தியாக ஈரப்பதத்துடன் பெய்து கொண்டிருந்தது.

நமது கதாநாயகர் நடக்கவில்லை. பறந்தோடிக் கொண்டிருந் தார். வழியில் வந்த எல்லோர் மீதும் – ஆண்கள், பெண்கள், குழந்தைகள் என அனைவரின் மீதும் மோதிக் கொண்டார். அவருக்கு அருகேயும் அவருக்குப் பின்னாலும் பயத்தால் அலறும் குரல்களும், கிறீச்சிடல்களும், கூக்குரல்களும் கேட்டன. ஆனால் கோலியாட்கின் சுயநினைவு அற்றவரைப் போலவே இருந்தார்; எதையும் அவர் கவனத்தில் கொள்ளவில்லை.

செமியோனோவ்ஸ்கி பாலத்திற்கு வந்த பிறகுதான் அவர்

தன்னிலைக்கு மீண்டிருந்தார். அப்பொழுதும் கூட கிராமத்துப் பெண்கள் இரண்டு பேரின் மீது இடித்துக் கொண்டு அவர்கள் விற்றுக் கொண்டிருந்த பொருட்களைக் கவிழ்த்தபடி அவர்கள் மீது தடுமாறி விழுந்தார். 'அது பெரிய விஷயமில்லை, மிக எளிதாக அதை சரிக்கட்டி விடலாம்' என்று நினைத்துக் கொண்டபடி ஒரு ரூபிள் காசை எடுப்பதற்காகத் தன் கோட்டுப் பைக்குள் கைவிட்டார்; அந்தப் பெண்களிடமிருந்து தான் சிதறியடித்த கேக்குகள், ஆப்பிள்பழங்கள், உலர்ந்த பருப்புகள், கொட்டைகள் போன்ற அற்ப சாமான்களுக்கான நஷ்டத்தை அதைக் கொண்டு ஈடு செய்துவிடலாமென அவர் நினைத்தார். 'சட்'டென்று கோலியாட்கினின் மீது ஒரு புதிய வெளிச்சம் பாய்ந்தது. கோட்டுப்பைக்குள் கையை விட்டபோது காலையில் அந்தக் குமாஸ்தா கொடுத்திருந்த கடிதமும் அதில் இருப்பது அவருக்குத் தட்டுப்பட்டது. அருகில் ஒரு உணவுவிடுதி இருப்பது நினைவுக்கு வர, கணநேரம் கூடத் தாமதிக்காமல் அங்கே விரைந்தார் அவர். அங்கிருந்த சிறிய மேசைக்கருகே அமர்ந்து கொண்டார். அங்கே ஏற்றி வைக்கப்பட்டிருந்த தடிமனான மெழுகுவர்த்தியின் வெளிச்சத்தில் உறையைப் பிரித்துக் கடிதத்தைப் படிக்கத் தொடங்கினார். சுற்றுப்புறத்தில் இருந்த எதுவும் அவர் கவனத்தில் பதிவாகவில்லை; அவருக்கு என்ன வேண்டும் என்று கேட்டுக் கொண்டு வந்த விடுதிப் பணியாளையும் அவர் பொருட்படுத்த வில்லை. அந்தக் கடிதம் அவரை அப்படியே திகைக்க வைத்து விட்டது

'எனக்காகத் துன்புற்றுக் கொண்டிருக்கும் உயர்குணம் படைத்தவரும் என் இதயத்துக்கு என்றென்றும் இனிமையான வருமான தங்களுக்கு..

வாடி வருந்திக் கொண்டிருக்கும் என்னைக் காப்பாற்றுங்கள். அவதூறு பேசி, சதித்திட்டம் தீட்டி இவ்வாறெல்லாம் ஒழுக்கக் கேடான தன் போக்குக்குப் பெயர் பெற்ற ஒருவனது வலையில் சிக்கி நான் பாழாகிவிட்டேன். அழிந்தே போனேன். ஆனால் அவன் எனக்கு உங்களைப் போன்றவன் அல்ல. அருவருப்பை மட்டுமே ஊட்டுபவன். அவர்கள் நம்மைப் பிரித்துவிட்டார்கள்; என் கடிதங்கள் உங்களுக்குக் கிடைக்காமல் செய்தார்கள். இதற்கெல்லாம் முழுக்காரணம் தீயவனான அந்த மனிதன். அவனிடம் உள்ள ஒரே ஒரு நல்ல விஷயம் உங்களைப் போலவே அவன் இருப்பது; அதைத் தனக்கு சாதகமாக்கிக் கொண்டான் அவன். ஒரு மனிதன் வெளித்தோற்றத்தில் மிகவும் சாதாரணமாக இருந்தாலும் தன் புத்திசாதுரியத்தாலும் உணர்ச்சிக் கொந்தளிப்புக் களாலும் இனிமையான நடத்தைகளாலும் ஒருவரைக் கவர்ந்துவிட

முடியும். நான் நாசமாக்கப்பட்டு விட்டேன். என் விருப்பத்துக்கு மாறாக எனக்குத் திருமணம் நடக்கப்போகிறது. இந்த சதித்திட்டத்தில் மிக முக்கியமான பங்கு வகிப்பவர் என் தந்தையும், என் நலம் நாடும் புரவலரும் சிவில் கவுன்சிலருமான ஒல்சுஃபி இவானோவிச் அவர்கள்தான். சமூகத்தின் உயர்மட்டத்திலுள்ளவர்களோடு என் உறவு அமையவேண்டும், அவர்களுக்கிடையே எனக்கொரு இடம் தேடித் தரவேண்டுமென்பதே அவரது விருப்பம் என்பதில் எந்த சந்தேகமும் இல்லை. ஆனால் நான் என் மனதுக்குள் ஒரு தீர்மானம் செய்து விட்டேன். என்னிடம் உள்ள சக்தி முழுவதையும் பயன் படுத்தி அதை எதிர்க்கப்போகிறேன். ஒல்சுஃபி இவானோவிச்சின் குடியிருப்பில் இருக்கும் ஜன்னலை ஒட்டி, மாலை ஒன்பது மணிக்கு வண்டியோடு காத்துக்கொண்டிருங்கள். இன்னொரு ‘பால்’ நடனம் ஏற்பாடாகி இருக்கிறது; அதில் கலந்து கொள்ள அழகான இராணுவத் தளபதி ஒருவர் வருகிறார். அப்போது நான் வெளியே வருகிறேன்; நாம் இருவரும் பறந்துபோய்விடலாம். நாட்டுக்குப் பணியாற்ற வேண்டுமானால் நாம் எங்கே இருந்தாலும் அங்கே அரசு அலுவலகங்கள் இல்லாமல் இல்லை. அப்பாவித்தனம் என்பது, அது அப்படி அப்பாவித்தனமாக இருப்பதாலேயே வலுவானதும் கூட என்பதை மட்டும் எல்லா சந்தர்ப்பத்திலும் நினைத்துக்கொள்ளுங்கள் நண்பரே. இப்போதைக்கு விடை தருகிறேன். வாயில் அருகே வண்டியோடு காத்திருங்கள். இன்று இரவு இரண்டு மணிக்கு உங்கள் கரங்களின் அரவணைப்பில் என்னை அடைக்கலமாக்கிக் கொள்கிறேன்.

இறக்கும் வரை

உங்களுடையவளான

கிளாரா ஒல்சுஃபியேவனா.

கடிதத்தைப் படித்து முடித்ததும் சில நிமிடங்கள் கல்லைப் போல உறைந்திருந்தார் நம் கதாநாயகர். கடுமையான கவலையும், பயங்கரமான பதட்டமும் கொண்டவராய் ஒரு வெள்ளைத்தாளைப் போல வெளிறிப் போயிருந்தார் அவர். கடிதத்தைக் கையில் பிடித்த படி அறையின் குறுக்கும் நெடுக்கும் பல முறை நடந்துகொண்டிருந்தார் அவர். அந்த அறையிலிருந்த எல்லோருடைய கவனத்தையும் பிரத்தியேகமாக ஈர்க்கும் வகையில் தான் ஒரு காட்சிப் பொருளாகி விட்டிருந்ததை அவர் கவனிக்கத் தவறியிருந்தது அவரது நிலைமையை இன்னும் மோசமாக்கிக் கொண்டிருந்தது. இரண்டு கைகளாலும் ஏதோ அபிநயம் பிடித்துக்கொண்டும், சம்பந்தமில்லாத எதை எதையோ சுயப்பிரக்ஞையின்றி உளறிக்கொண்டும் அவர் இருந்த நிலை, அங்கிருந்த பிற வாடிக்கையாளர்களுக்கு கோலியாட்

கின் மீது வெறுப்பூட்டுவதாக இருந்தது. விடுதிப் பணியாள் கூட அவரைச் சந்தேகமாகப் பார்க்கத் தொடங்கியிருந் தான். சுயநினைவுக்கு வந்த பிறகுதான் அறை நடுவே நின்று கொண்டிருப் பதையும் மிகவும் கௌரவமானவராகத் தோற்றமளித்த ஒரு வயதான மனிதரைக் கொஞ்சம் கூடப் பண்பில்லாத பாணியில் அவ மரியாதை செய்யும் முறையில் உறுத்து நோக்கிக் கொண்டிருப்பதை யும் கோலியாட்கின் உணர்ந்தார். அந்தப் பெரிய மனிதர் அப்போதுதான் உண்டு முடித்து, அங்கிருந்த தெய்வ உருவத்திடம் பிரார்த்தனை செய்துவிட்டு மீண்டும் ஓய்வாக உட்கார்ந்திருந்தார்; அவரது கண்கள் கோலியாட்கினின் மீதே பதிந்திருந்தன. தன்னைச் சுற்றி வெறுமையாகப் பார்வையை ஓட விட்டார் நம் கதாநாயகர். அங்கிருந்த ஒவ்வொருவரும் – உண்மையாகவே அங்கிருந்த ஒவ் வொருவரும் – அவரை சந்தேகமாகவும் பகைமை உணர்வோடும் தான் பார்த்துக் கொண்டிருந்தனர். சிவப்புக் 'காலர்' தரித்துக் கொண்டிருந்த ஓய்வுபெற்ற இராணுவ அதிகாரி ஒருவர், காவல் துறைக்குத் தகவல் தருமாறு திடீரென்று குரல் கொடுத்தார். திடுக்கிட்டுப்போன கோலியாட்கினின் முகம் கூச்சத்தால் இரத்தமாய்ச் சிவந்தது. பார்வையைக் கீழே சற்று தாழ்த்தியபோது தான் தான் உடுத்தியிருந்த உடை எவ்வளவு மோசமாக இருந்தது என்பதைக் கண்டார் அவர். பொது இடத்தில் மட்டுமன்றி, வீட்டி லிருக்கும்போது கூட அத்தனை கேவலமாக அவர் உடுத்திக் கொண்டதில்லை. அவரது பூட்ஸ், கால் சட்டை மற்றும் அவரது உடலின் இடப்புறம் முழுவதும் சகதி அப்பி யிருந்தது. வலதுபுறக் கால் சட்டைக்கருகில் அதன் நாடா கிழிந்து தொங்கியிருந்தது; அவர் அணிந்திருந்த கோட்டும் கூடப் பல இடங்களில் கிழிந்து கிடந்தது. அந்தக் கடிதத்தைப் படித்துக் கொண்டிருந்த மேசையருகே எல்லையற்ற துயரத்தோடு சென்றார். முரட்டுத்தனமான தீர்மானமான ஒரு பாவனையுடன் விடுதிப் பணியாள் தன்னை நோக்கி வந்துகொண்டிருப்பதைப் பார்த்தார் அவர். மிகுந்த குழப்பத்தோடும், வாடிப்போன முகத்தோடும் தான் நின்று கொண்டிருந்த மேஜையைச் சுற்றி பார்க்க ஆரம்பித்தார் அவர். அந்த மேஜையின் மீது எவரோ சாப்பிட்டுவிட்டுப் போன எச்சில் தட்டுக்கள், அப்போதுதான் பயன்படுத்திப்போட்ட கை துடைக்கும் துணி, கத்தி, முள் கரண்டி, ஸ்பூன் ஆகியவையும் கிடந்தன. "இங்கே யார் சாப்பிட்டிருப்பார்கள்" என்று நினைத்துப் பார்த்தார் நம் கதாநாயகர்.

"ஒரு வேளை நானேதானோ? ம், எதுவும் சாத்தியம்தான். கவனமே இல்லாமல் நான்தான் இங்கே சாப்பிட்டிருக்க வேண்டும். இப்போது என்ன செய்வது?"

தன் கண்களை உயர்த்தி சுற்றுமுற்றும் பார்த்தார் கோலியாட்கின். அந்தப் பணியாள் அவரை நெருங்கி ஏதோ சொல்ல முற்பட்டிருந்தான்.

"எனக்குரிய 'பில்' எவ்வளவு தம்பி?" என்று நடுங்கும் குரலில் விசாரித்தார் நம் கதாநாயகர். சுற்றிலும் பலத்த சிரிப்பொலி கேட்டது. அந்தப் பணியாளும் கூடப் பல்லிளித்துக் கொண்டிருந்தான். மீண்டும் அபத்தமாக ஏதோ செய்துவிட்டோமென்பதையும் பயங்கர முட்டாள்தனமான ஒன்றைச் செய்து விட்டோமென்பதையும் உணர்ந்து கொண்டார் கோலியாட்கின். பயங்கரமான குழப்பம் அவரை ஆட்கொண்டிருந்தது. எதுவும் செய்யாதபடி வெறுமே நின்று கொண்டிருக்காமல் கோட்டுப் பைக்குள் கையை விட்டு அதிலுள்ள கைக்குட்டையை வெளியிலெடுக்க முயன்றார். அவருக்கும், சுற்றியிருந்தவர்களுக்கும் விவரிக்க முடியாத ஆச்சரியத்தை ஏற்படுத்தும் வகையில் கைக்குட்டைக்குப் பதிலாக கிறிஸ்தியன் இவானோவிச் நான்கு நாட்களுக்கு முன்பு எழுதிக்கொடுத்திருந்த மருந்துப் புட்டி வெளியே வந்தது.

"அதே மருந்துக் கடையில் மருந்தை வாங்குங்கள்" என்ற வரி கோலியாட்கினின் மூளைக்குள் ஓடியது.

திடீரென்று திடுக்கிட்டுப்போன அவர் நடுக்கத்தோடு ஓலமிட்டார். ஒரு புதிய வெளிச்சம் தெரியத் தொடங்கியிருந்தது. கருஞ்சிவப்பு நிறத்திலான வெறுப்பூட்டும் அந்தத் திரவம் அவரது கண்களைப் பார்த்துப் பழித்துக் கொண்டிருந்தது. மருந்துப் புட்டி அவரது கையிலிருந்து கீழே விழுந்து சுக்குநூறாக உடைந்து சிதறியது. நமது கதாநாயகர் கிறீச்சிட்டபடி கீழே சிந்திய மருந்திலிருந்து விலகி இரண்டடி பின்வாங்கிக் கொண்டார். அவரது கைகால்களெல்லாம் நடுங்கிக் கொண்டிருந்தன. முன் நெற்றியிலும் நெற்றிப் பொட்டுக்களிலும் வியர்வைத் துளிகள் அரும்பி வழிந்தபடி இருந்தன. 'அப்படினானால் என் வாழ்க்கை பெரிய ஆபத்தில் இருக்கிறது' அப்போது அறைக்குள் சலசலப்பும் ஆரவாரமும் எழுந்தது. எல்லோருமே கோலியாட்கினை சூழ்ந்து கொண்டார்கள்; ஒவ்வொருவரும் அவரோடு பேச முயற்சி செய்தார்கள். சிலர் கோலியாட்கினைப் பிடித்துக் கொண்டார்கள். ஆனால் நமது கதாநாயகரோ ஊமையைப்போல சிறிதும் அசையாமல் இருந்தார். அவர் எதையும் பார்க்கவோ, பேசவோ, உணரவோ இல்லை. இறுதியில் அந்த இடத்திலிருந்து பிய்த்துக் கொண்டு செல்வதுபோல தன்னைத் தடுத்து நிறுத்த முற்படும் எல்லோரையும் பிடித்துத் தள்ளிக் கொண்டு விடுதியிலிருந்து அவர் வேகமாக வெளியேறினார். கிட்டத்தட்ட சுயநினைவை இழந்து விட்ட நிலையிலிருந்த

அவர், தன் கண்ணில் தென்பட்ட முதல் வண்டியை நிறுத்தி அதில் ஏறிக்கொண்டு தன் குடியிருப்பை நோக்கிச் சென்றார்.

அவரது குடியிருப்புக்குள் நுழையும் இடத்தில், அலுவலகப் பணியாளரான மிஹெயேவ் அலுவலகக் கடிதத்தைக் கையில் ஏந்திக்கொண்டு அவருக்காகக் காத்திருந்தார்.

"எனக்குத் தெரியும் நண்பரே, அதைப் பற்றிய எல்லாமே எனக்குத் தெரியும்" – பயங்கரமாய்க் களைத்துப் போயிருந்த நம் கதாநாயகர் பலவீனமான வருத்தம் தோய்ந்த குரலில் இவ்வாறு கூறினார்.

"அது உத்தியோகபூர்வமானது" அந்த உறைக்குள், ஆண்ட்ரீ ஃபிலிப்போவிச்சின் கையெழுத்துடன் கூடிய கடிதம், தனது பொறுப்பை இவான் செமீனோவிச்சிடம் தருமாறு கோலியாட் கினுக்கு அறிவுறுத்தும் வகையிலான உத்தரவாக இருந்தது. கடித உறையைப் பெற்றுக் கொண்டு அவனிடம் பத்து கோபேக்குகளைத் தந்தபிறகு தன் குடியிருப்புக்குள் சென்றார் கோலியாட்கின். அங்கே தன்னுடைய மிச்சம் மீதி சாமான்களையெல்லாம் மூட்டைகட்டிக் கொண்டிருந்தான் பெட்ரூஷ்கா. கோலியாட்கினை விட்டு விட்டு கரோலினா இவானோவ்னாவின் வீட்டுக்குச் செல்ல, ஆயத்தமாகிக் கொண்டிருந்தான் அவன். அங்கே யெவ்ஸ்டாஃபி பார்த்துக் கொண்டிருந்த வேலையில் சேரச் சொல்லி அவள் அவனுக்கு ஆசை காட்டியிருந்தாள்.

6

பெட்ரூஷ்கா வெற்று வீராப்புக்காட்டியபடி உள்ளே வந்தான். அலட்டிக்கொள்ளாமல் இயல்பாக இருப்பது போலக் காட்டிக் கொண்டாலும் மலிவான ஒரு வெற்றிப் பெருமிதம் அவனது தோரணையில் இருந்தது. அவன் மனதில் வேறு ஏதோ ஒரு திட்டம் இருப்பது தெளிவாகத் தெரிந்தது. தான் செய்வது நியாயம் தான் என்ற நினைப்புடன் இருந்த அவன் யாரோ வேற்றாள் போல் இருந்தான். கோலியாட்கினின் பணியாளைப்போல இல்லாமல் வேறு எவருடைய பணியாள் போலவோ அவன் தெரிந்தான்.

"தம்பி, இதோபார்" மூச்சு வாங்கக் கஷ்டப்பட்டுக் கொண் டிருப்பது போல இருந்த நம் கதாநாயகர் இவ்வாறு பேச்சைத் தொடங்கினார்.

"மணி என்ன?" எதுவும் பேசாமல் தன் தடுப்புக்குப் பின்னால் சென்று திரும்பி வந்த பெட்ரூஷ்கா, மணி ஏழரை என்பதை மிகவும் விட்டேற்றியான குரலில் தெரிவித்தான்.

"இருக்கட்டும், அது இருக்கட்டும் பையா! இதோபார் தம்பி! அது வந்து.. நான் நினைப்பது என்னவென்றால்.. நமக்குள் எல்லாமே ஒரு முடிவுக்கு வந்துவிட்டமாதிரி இருக்கிறது"

பெட்ரூஷ்கா எதுவுமே பேசவில்லை.

"சரி! இப்போதுதான் நம்மிடையே எல்லாமே முடிவுக்கு வந்து விட்டதே. இனிமேல் வெளிப்படையாக ஒரு நண்பனைப்போல பதில் சொல். நீ எங்கே போயிருந்தாய்?"

"நான் எங்கே போயிருப்பேன், நல்ல மனிதர்களைப் பார்க்கத் தான் ஐயா!"

"எனக்குத் தெரியும் தம்பி, எனக்கு நன்றாகத் தெரியும். நான் எப்போதுமே உன் வேலையில் திருப்தியோடுதான் இருந்திருக்கி றேன். உனக்கு நற்சான்று கூடத் தருகிறேன். அது சரி, இத்தனை நேரமும் அவர்களோடு என்ன செய்து கொண்டிருந்தாய்?

"என்ன ஐயா இது. அது உங்களுக்கே தெரியாதா என்ன? ஒரு நல்ல மனிதனால் கெட்டவழிகளை ஒரு போதும் கற்றுத் தர முடியாது"

"எனக்குத் தெரியும் நண்பா. எனக்குத் தெரியும்! இப்போதெல் லாம் நல்ல மனிதர்களைப் பார்ப்பதே அரிதாக அபூர்வமாக இருக்கிறது தம்பி. அவர்களுக்கு நீ மதிப்புக் கொடுக்கத்தான் வேண்டும். அதிருக்கட்டும், அவர்கள் எப்படி இருக்கிறார்கள்?"

"நன்றாக இருக்கிறார்கள். அதில் எந்த சந்தேகமுமே இல்லை. அது இருக்கட்டும் ஐயா! உங்களிடம் இனிமேல் வேலை பார்ப்பது என்னால் முடியாது. அது இப்போது உங்களுக்கே நன்றாகத் தெரிந்திருக்கும்"

"என் அன்புப் பையா! அது எனக்குத் தெரியும். நீ எப்படி ஆர்வத்தோடும் ஈடுபாட்டோடும் வேலை பார்த்தாய் என்பதும் எனக்குத் தெரியும். நான் எல்லாவற்றையும் பார்த்திருக்கிறேன் தம்பி. கவனித்திருக்கிறேன். உன் மீது எனக்கு மதிப்பு உண்டு. நேர்மையான ஒரு நல்ல மனிதன் வேலைக்காரனாகவே இருந்தாலும் கூட அவனை நான் மதிப்பேன்"

"ஆமாம் ஐயா நிச்சயமாக! நாங்களும் கூட மற்ற எல்லோரையும் போன்றவர்கள்தானே? அது உங்களுக்கே தெரியும்! நல்ல மனிதர்கள் இல்லாமல் சமாளிக்கவே முடியாது என்பதும் நம் எல்லோருக்குமே தெரியும் ஐயா!"

"நல்லது.. நல்லது.. மிகவும் நல்லது! எனக்குப் புரிகிறது பையா! வா, இதோ பார் உனக்குச் சேர வேண்டிய பணம், மற்றும் உன்னைப் பற்றிய நற்சான்றுப் பத்திரம். இப்போது நாம் இருவரும் முத்தமிட்டுக் கொண்டு விடை பெற்றுக் கொள்ளலாம் தம்பி. வா பையா! உன்னிடம் ஒரே ஒரு உதவியை, கடைசியாக ஒரு உதவியை மட்டும் நான் எதிர்பார்க்கிறேன்" என்று மிகவும் அடங்கிய, அமைதியான தொனியில் கூறினார் கோலியாட்கின்.

"என் அன்புக்குரிய பையா! இங்கே என்ன வேண்டுமானாலும் நடக்கலாம். தங்க முலாம் பூசப்பட்ட மாளிகைகளிலும் துயரம் ஒளிந்து இருக்கிறது. அதிலிருந்து உன்னால் தப்பித்துக்கொள்ளவே முடியாது தம்பி! நான் உன்னிடம் எப்போதுமே அன்பாக இருந்திருப்பதாகத்தான் நினைக்கிறேன்.. உனக்கும் அது தெரிந்ததுதானே?"

பெட்ரூஷ்கா வாய்பேசாமல் இருந்தான். "என் அன்புப்பையா! நான் எப்போதும் உன்னிடம் அன்பாக நடந்து கொண்டிருப்பதாகவே நம்புகிறேன். சரி, இப்போது இதைச் சொல் பையா. நம்மிடம் மொத்தம் எத்தனை லினன் சட்டைகள் இருக்கும்?"

"எல்லாமே சரியாக இருக்கிறது ஐயா! ஆறு உள் சட்டைகள், மூன்று ஜோடி 'சாக்ஸ்', நான்கு வெளிச்சட்டைகள், கம்பளி அரைக் கை சட்டை, இரண்டு சராய்கள் என்று எல்லாமே இருக்கிறது. அவ்வளவுதான் இருக்கிறதென்பது உங்களுக்கே தெரியும். உங்களுடையது எதுவும் என்னிடமில்லை ஐயா. நான் என் எஜமானருடைய உடைமைகளைப் பார்த்துக் கொள்பவன் மட்டும்தான் ஐயா. நான் அப்படிப்பட்டவன்தான். அது உங்களுக்கே தெரியும்,

ஃபியோதர் தஸ்தயெவ்ஸ்கி ◆ 215

என்னிடம் ஒரு போதும் எதைப் பற்றிய குற்ற உணர்வும் இருந்ததில்லை, நம் இருவருக்குமே அது தெரியும் ஐயா”

“நான் உன்னை நம்புகிறேன் தம்பி, நம்புகிறேன். நான் அதைப் பற்றிக் குறிப்பிடவே இல்லை நண்பா. ஆமாம், அதைப் பற்றி ஒன்றும் நினைக்கவில்லை. நான் சொல்லவந்தது என்னவென்றால்..”

“நான் சொல்வது உண்மை ஐயா. உங்களுக்கு என்னைப் பற்றி நன்றாகவே தெரியும். தளபதி ஸ்டோல்ப்னியாகோவின் வீட்டில் கூட நான் வேலை பார்த்திருக்கிறேன். லேபரடோவில் அவர்களுக்கு ஒரு பண்ணை இருப்பதால் அந்தக் குடும்பம் அங்கே பெயர்ந்து போனது. நான் அங்கேயிருந்து வேலையை விட்டு விலகியது அதனால்தான்”

“ஐயையோ, நான் அப்படியெல்லாம் நினைக்கவேயில்லை தம்பி. நான் அப்படிச் சொல்லவில்லை. அந்த மாதிரியெல்லாம் நினைத்துக் கொண்டுவிடாதே அருமைப் பையா!”

“நல்லது ஐயா. எதற்கும் உறுதிப்படுத்திக்கொண்டேன் அவ்வளவுதான்! எங்களைப் போன்ற ஆட்களின் மீது அவதூறு சொல்வது மிகவும் சுலபம். நான் எப்போதுமே எல்லோரிடமும் திருப்திகரமாகவே நடந்துகொண்டிருக்கிறேன். மந்திரிகள், செனட்டர்கள், பிரபுக்கள் என்று பலரிடமும் நான் பணியாற்றி இருக்கிறேன். இளவரசர் ஸ்வின்ட்சாட்கின், கானல் பெரெபோர்கின், தளபதி நெடோபரோவ் என்று பலரிடம் வேலை பார்த்திருக்கிறேன். பிறகு அவர்கள் தங்கள் பூர்வீக இடங்களுக்குப் போய் விட்டார்கள். எல்லாம் நமக்குத் தெரிந்ததுதான் ஐயா”

“ஆமாம் தம்பி. சரிதான், நல்லது, மிகவும் நல்லது. அப்புறம், நான் இப்போது கிளம்பிக் கொண்டிருக்கிறேன் நண்பா! ஒவ்வொரு மனிதனுக்கு முன்பாகவும் வெவ்வேறான பாதை விரிந்துகிடக்கிறது. எந்தப் பாதையில் அவன் செல்லவேண்டியிருக்கும் என்பதை எவராலும் சொல்லமுடியாது. கொஞ்சம் வா தம்பி! என் உடைகள், சீருடை, கால்சராய், விரிப்பு, மெத்தை தலையணை என்று எல்லாவற்றையும் வெளியில் எடு”

“அதையெல்லாம் ஒரு பையில் வைத்துக் கட்ட வேண்டுமா?”

“ஆமாம் தம்பி அதே தான்! தயவுசெய்து இந்தப் பைக்குள் வை. நமக்கு நடக்கப்போவது என்ன என்பது யாருக்குத்தெரியும்? அன்புப் பையா, இப்போது கொஞ்சம் வெளியே போய் ஒரு வண்டி பிடித்துக் கொண்டு வா”

“வண்டியா?”

“ஆமாம் பையா! வண்டிதான். கொஞ்சம் பெரிய வண்டியாக

வேண்டும். மணிக்கணக்குக்குப் பேசி வாடகைக்கு எடுக்க வேண்டும். ஆனால், நீயாக ஏதாவது ஒன்றைக் கற்பனை செய்துகொண்டு விடவேண்டாம்."

"வெகுதூரம் செல்லப்போவதாகத் திட்டமா ஐயா?"

"எனக்குத் தெரியாது பையா. எனக்கு அதுபற்றி எதுவுமே தெரியாது. சரி, நீ என்னுடைய மெத்தையையும் கூடக் கட்டி விடலாமென்று நினைக்கிறேன். ஆமாம், நீ இதைப்பற்றி என்ன நினைக்கிறாய் தம்பி? உன் மீது எனக்கு நம்பிக்கை இருக்கிறது அன்புப் பையா.."

"இப்போது உடனே கிளம்பப் போகிறீர்களா?"

"ஆமாம் நண்பா, ஆமாம். சந்தர்ப்ப சூழ்நிலை அப்படித் திரும்பி விட்டது. அப்படித்தான் ஆகிவிட்டது. ஆமாம் அப்படித்தான்"

"தெளிவாகப்புரிகிறது ஐயா. நாங்கள் படைப்பிரிவில் இருந்த போது ஒரு லெஃப்டினண்ட் விஷயத்தில் இதே மாதிரிதான் நடந்தது. அங்கிருந்த பண்ணையார் ஒருவரின் மகளும் அவருமாய் ஓடிப்போனார்கள்"

"என்னது... ஓடிப் போய் விட்டார்களா? அது எப்படி? என்னடா இது"

"ஆமாம் ஐயா. ஓடித்தான் போய்விட்டார்கள். பிறகு இன்னொரு வீட்டில் வைத்துக் கல்யாணம் செய்து கொண்டார்கள். முன்கூட்டி எல்லாமே தயாராக இருந்தது. அவர்களைத் துரத்திக் கூப்பாடு போட்டுக் கொண்டு கொண்டு போனார்கள், அப்புறம் அந்த முன்னாள் இளவரசர் அந்த விஷயத்தில் தலையிட்டு அவர் களுக்கு ஆதரவாக இருந்தபிறகுதான் எல்லாமே ஒரு மாதிரி முடிந்தது"

"அவர்கள் திருமணமே செய்து கொண்டு விட்டார்களா? அது எப்படி? என் அன்புப் பையா! உனக்கு இதெல்லாம் எப்படித் தெரியவந்தது தம்பி?"

"ஏன் அதிலென்ன இருக்கிறது? இந்த உலகம் முழுவதுமே வம்புப் பேச்சுக்களால்தான் நிறைந்திருக்கிறது. அது சீக்கிரமும் போய்ச் சேர்ந்துவிடும். அதெல்லாமே நமக்குத் தெரிந்ததுதான். இங்கே, தவறு செய்யாதவர் யாருமே இல்லை. இப்போது இதை மட்டும் சொல்லிக் கொள்கிறேன் ஐயா. கொஞ்சம் வெளிப்படை யாக நாகரிகமில்லாமலும் கூட சொல்கிறேனே? இவ்வளவு தூரம் வந்து விட்டதால் நான் இதைச் சொல்லியே தீர வேண்டும் ஐயா. உங்களுக்கு ஒரு பகைவன், ஒரு எதிரி இருக்கிறான். உங்களோடு பயங்கரமாகப் போட்டி போடுபவன் அவன். அதுதான் விஷயம்!"

"எனக்குத் தெரியும் தம்பி, எனக்குத் தெரியும். உனக்குமே அது தெரியும். சரி, இதோ பார்! நான் உன்னை நம்பிக்கொண்டிருக் கிறேன். இப்பொழுது என்ன செய்யலாம் சொல் பார்ப்போம்? எனக்கு என்ன ஆலோசனை சொல்கிறாய்?"

"நல்லது ஐயா. நீங்கள் இப்போது போவது 'அந்த'ப் பாதையில் என்றால் அந்த இடத்துக்கு நீங்கள் வந்துசேர்ந்து விட்டீர்களென் றால் நீங்கள் சில சாமான்களை வாங்கியாக வேண்டும் ஐயா. கொஞ்சம் படுக்கை விரிப்புக்கள், தலையணைகள், இன்னொரு மெத்தை சற்று அகலமான இன்னொரு மெத்தை ஒரு நல்ல போர்வை இவை எல்லாம். இங்கே கீழ் வீட்டில் இருக்கும் ஒரு பெண் அதையெல்லாம் விற்பனை செய்து கொண்டிருக்கிறாள். நரியின் ரோமத்திலான ஒரு நல்ல மேலங்கி அவள் வசம் இருக்கிறது. நீங்கள் அதைப் பார்த்துவிட்டுப் பிறகு வாங்கலாம். உடனே பார்க்கலாம். உங்களுக்கு அது தேவைப்படும் ஐயா. அது ஒரு நல்ல அங்கி. ஓரத்தில் 'சாடின்' துணி வைத்துத் தைத்திருக்கும் நரிரோமத்திலானது"

"ரொம்ப நல்லது தம்பி. ரொம்ப நல்லது. நான் நீ சொன்னதை ஏற்றுக்கொள்கிறேன். உன்னை நம்புகிறேன். முழுவதுமாய் நம்புகிறேன். மேலங்கியும் கூட நிச்சயம் தேவைப்படலாம். ஒன்றே ஒன்று மட்டும்தான். கொஞ்சம் வேகமாய் செய். ஆமாம்.. கொஞ்சம் வேகமாய்.. கடவுளுக்குப் பொதுவாய்ச் சற்று சீக்கிரமாய். நான் அந்த அங்கியை வாங்கிக் கொள்கிறேன், தயவு செய்து வேகப்படுத்து. இன்னும் சிறிதுநேரத்தில் எட்டுமணி ஆகிவிடும். என் அன்புப் பையா, கொஞ்சம் சீக்கிரம். வேகமாய் பையா"

தான் எடுத்து வைத்திருந்த உள்சட்டைகள், தலையணைகள், போர்வை, படுக்கை விரிப்புக்கள் இன்னும் பல தட்டுமுட்டுச் சாமான்கள் என்று எல்லாவற்றையும் ஒரு மூட்டையாகக் கட்டிவைத்துவிட்டு அறையிலிருந்து அவசரமாக வெளியேறினான் பெட்ரூஷ்கா. அப்போது, மீண்டும் ஒரு முறை அந்தக் கடிதத்தை வெளியில் எடுத்தார் கோலியாட்கின்; ஆனால் அதை அவரால் படிக்க முடியவில்லை. தன்னுடைய பாவப்பட்ட தலையைக் கைகளால் பிடித்தபடி திக்பிரமை பிடித்தவரைப் போல் இருந்தார். அவரால் எதையும் யோசிக்க முடியவில்லை. எதுவுமே செய்ய முடியவில்லை. தனக்கு நேர்ந்து கொண்டிருப்பது என்னவென்று சொல்லவும் முடியவில்லை. கடைசியில் நேரம் இப்படிப் போய்க் கொண்டே இருப்பதையும் பெட்ரூஷ்காவோ, கம்பளிஅங்கியோ இன்னும் வராமலிருப்பதையும் பார்த்துவிட்டுத் தானே போகலாமென்று முடிவு செய்தார். வாசற்பக்கத்திலுள்ள கதவைத் திறந்ததுமே கீழ்ப்பகுதியிலிருந்து பேச்சும், இரைச்சலும் விவாதமும்,

சண்டையும் கேட்டன. பக்கத்துக் குடியிருப்புக்களைச் சேர்ந்த பெண்கள் பலரும் சத்தம் போட்டுப் பேசிக் கொண்டும் ஏதோ ஒரு விஷயத்துக்கு எதிர்ப்புக் காட்டிக் கொண்டும் இருந்தார்கள். அது என்னவென்று கோலியாட்கினுக்குத் தெரியும். பெட்ரூஷ்காவின் குரல் கேட்டது. படிகளில் யாரோ ஏறிவரும் சத்தம் கேட்டது.

"கடவுளே! இந்த உலகத்திலிருக்கும் எல்லோரையும் இங்கே கூட்டிக் கொண்டு வந்துவிடப்போகிறார்கள்' என்று முனகிய கோலியாட்கின் மனக்கசப்போடு கைகளை முறுக்கிப் பிசைந்தபடி தன் அறைக்குத் திரும்பிச் சென்றார். தனது அறைக்குத் திரும்பியதும் முகத்தைத் தலையணையில் புதைத்துக் கொண்டு உணர் விழந்தவரைப்போல சோஃபாவில் விழுந்தார். ஒரு நிமிடம் அப்படிப் படுத்துக் கிடந்த பிறகு துள்ளி எழுந்தார். பெட்ரூஷ்காவுக்காகக் காத்துக் கொண்டிருக்காமல் ரப்பர் காலுறை, தொப்பி, மேலங்கி ஆகியவற்றை அணிந்து கொண்ட அவர் அங்கிருந்த தாள்களை அள்ளிச் சுருட்டிக் கொண்டு கீழ்ப்பகுதியை நோக்கி வேகமாக ஓடினார்.

"என் அன்புப் பையா, எனக்கு எதுவுமே வேண்டாம். ஆமாம், எனக்கு எதுவுமே தேவையில்லை. நானே பார்த்துக் கொள்கிறேன். எல்லாவற்றையும் நானே பார்த்துக் கொள்கிறேன். இப்போதைக்கு உன் உதவி எனக்குத் தேவையில்லை! அதே சமயத்தில் ஒருக்கால் விஷயங்கள் நல்லபடியாகவும் திரும்பலாம்"

படிக்கட்டில் எதிர்ப்பட்ட பெட்ரூஷ்காவைப் பார்த்து இவ்வாறு முணுமுணுத்தார் கோலியாட்கின். பிறகு வீட்டிலிருந்து வெளியேறி அதன் முன்பகுதிக்கு ஓடினார். அவரது இதயம் ஸ்தம்பித்துப் போனதைப் போலிருந்தது; தற்போதைய சிக்கலான சூழ்நிலையில் தன்னுடைய நிலைமை என்ன, தான் எதை எப்படிச் செய்ய வேண்டுமென்பதையெல்லாம் அவர் இன்னும் தீர்மானித்திருக்கவில்லை.

"ஆமாம், நான் எப்படி நடந்துகொள்ளப் போகிறேன் என்று எனக்கே புரியவில்லையே! கடவுளே, கருணை காட்டு! இப்படியெல்லாம் நடக்க வேண்டுமென்றிருக்கிறது" என்று இறுதியில் அவநம்பிக்கையோடு ஓலமிட்டபடி, கால்போன போக்கில் தள்ளாடித் தள்ளாடித் தெருவில் நடந்தார் அவர்.

"இதெல்லாம் அவசியம் நடந்தாக வேண்டும் என்று இருந்திருக்கிறது! இது இல்லையென்றால், இது ஒன்று மட்டும் இல்லாமல் இருந்திருந்தால் எல்லாவற்றையும் சரிசெய்திருக்க முடியும். ஒரே அடியில் சாதுரியமான வேகமான அழுத்தமான ஒரே அடியில் எல்லாமே சரியாகி இருந்திருக்கும். எல்லாவற்றையும் சரிக்கட்டு

வதற்கு என் விரலைக்கூடக் காவு கொடுத்திருப்பேன். நிச்சயமாக எல்லாம் சரியாகி இருக்கும். அதை இப்படி, இந்த வழியில்தான் நான் கையாண்டிருப்பேன். நேராக அந்த இடத்துக்குப் போய் 'எது எப்படி' என்று சொல்லியிருப்பேன். 'உங்கள் அனுமதியோடு இதைச் சொல்லிக் கொள்கிறேன் ஐயா! இந்த விஷயத்தைப் பொறுத்த வரை நான் 'அந்தப்பக்கமும் இல்லை, இந்தப் பக்கமும் இல்லை'... அந்த மாதிரி எதையுமே செய்ததில்லை ஐயா என்று ஆரம்பித்து மேலும் இப்படிச் சொல்வேன். 'அன்புள்ள ஐயா! அந்த மாதிரி நான் எதுவும் செய்யவில்லை. நம்முடைய அலுவலகத்தில் ஒரு ஏமாற்றுக்காரனை அனுமதிக்கக்கூடாது. நயவஞ்சகனாக இருக்கும் அவன் ஒரு உதவாக்கரை, அவனால் நம் நாட்டுக்கு எந்த உபயோகமும் இல்லை. உங்களுக்குப புரிகிறதா அது? உங்களுக்குப் புரிகிறதல்லவா ஐயா!" அப்படிச் சொல்லுவேன். ஆம், அது அப்படித்தான் இருந்திருக்க வேண்டும். ஆனால், இல்லை, அப்படி எதுவும் இல்லை! விஷயம் அந்த மாதிரி இல்லை. கொஞ்சம் கூட அப்படி இல்லை! நான் ஒரு முட்டாளைப் போல ஏதோ உளறிக் கொண்டிருக்கிறேன். என்னை நானே ஒரு முட்டாளைப்போலக் கொன்று கொண்டிருக்கிறேன்! 'தன்னைத் தானே கொலை செய்யும் முட்டாளே, விஷயம் அப்படி ஒன்றும் இல்லை! கேடு கெட்ட மனிதா, விஷயமெல்லாம் வேறு மாதிரிதான் இருக்கிறது! சரி, நான் இப்போது எங்கே போகப் போகிறேன்? என்னை வைத்துக் கொண்டு இப்போது என்ன செய்யப் போகிறேன்? இப்போது நான் எதற்குத்தான் லாயக்கானவன்? ஏ... உதவாக்கரை கோலியாட்கின்! எங்கே சொல் பார்ப்போம், நீ எதற்குத்தான் லாயக்கு?' சரி, இப்போது என்ன செய்யவேண்டும்? முதலில் ஒரு வண்டியைப் பிடிக்கவேண்டும்.

'ஒரு வண்டியை வாடகைக்கு எடுத்துக் கொண்டு அதோடு இங்கே வாருங்கள்' என்கிறாள் அவள். 'வண்டி இருந்தால் காலில் ஈரம்படாமல் போய் விடலாம்' என்கிறாள் அவள். வேறு யாரால் இப்படி நினைக்க முடியும்? சே, எப்படிப்பட்ட இளம்பெண் இவள்? சே, சே, எப்படிப்பட்ட ஒழுக்கமான பெண் இவள்? அதிலும் எல்லாரும் இவளைப் பற்றி எப்படிப் பெருமை பேசினோம்? நீங்கள் தனித்து நிற்கிறீர்கள் மேடம். எல்லோரையும் மிஞ்சிவிட்டீர்கள், அதில் சந்தேகமே இல்லை. இதற்கெல்லாம் காரணம், சரியான கல்வி மற்றும் வளர்ப்பு இல்லாததுதான். இப்போது என்னால் நன்றாக அடியாழம் வரை எல்லாவற்றையும் பார்க்க முடிவதால் இதற்கெல்லாம் காரணம் நல்லொழுக்கம் இல்லாதது மட்டும்தான் என்று நன்றாகத் தெரிகிறது.

குழந்தைப் பருவத்திலிருந்தே அவ்வப்போது அடிபோட்டு

வளர்க்காமல் மிட்டாய்களையும், இனிப்புக்களையும் மட்டுமே எக்கச்சக்கமாக ஊட்டி அவளை வளர்த்திருக்கிறார்கள்; அந்தக் கிழவன் வேறு எப்போது பார்த்தாலும் "என் செல்லமே, என் அன்பே, அழகுப் பெண்ணே" என்று அவளைக் கொஞ்சிக் கொண்டே இருந்திருக்கிறான். "உன்னை ஒரு பெரிய கோமானுக்குத் திருமணம் செய்து கொடுக்கப் போகிறேன்" என்றும் கூட. இப்போதோ அவளே முந்திக் கொண்டு கைவரிசையைக் காட்டிய படி தன் பிள்ளை விளையாட்டை நிகழ்த்தி விட்டாள். சிறு வயதிலிருந்து அவளை வீட்டில் வைத்து வளர்க்காமல் விடுதியோடு சேர்ந்த பள்ளிக்கு அதுவும் ஒரு பிரெஞ்சுப் பெண்மணியிடம். அனுப்பி வைத்து விட்டார்கள். அவளும் கூட ஒரு 'பெண் ஃபாப்லாஸாக இருக்கலாம்; இவளும் எல்லா விஷயங்களையும் அந்த 'மேடம் ஃபாப்லாஸிடமிருந்து கற்றுக் கொண்டிருக்கிறாள், அதனால்தான் விஷயம் இப்படித் திரும்பியிருக்கிறது. 'வா' என்கிறாள், 'சந்தோஷமாக இருக்கலாம், வண்டி கொண்டு வா' என்கிறாள். 'நேரம் குறிப்பிட்டு ஜன்னலுக்கு எதிரே நின்று ஸ்பானியக் காதல் பாடலைப் பாடச் சொல்கிறாள். நான் உங்கள் வரவுக்காகக் காத்திருப்பேன், நீங்கள் என்னைக் காதலிப்பது எனக்குத் தெரியும், நாம் இருவரும் ஒன்றாகப் பறந்துபோய் ஏதாவது ஒரு குடிசையில் வாழ்வோம்' என்கிறாள். ஆனால் விஷயம் என்னவென்றால் அது சாத்தியமில்லாதது என்பதுதான்! மேடம், அந்த எல்லை வரை எப்போது வந்து விட்டதோ, அப்போது அது சாத்தியம் இல்லையென்று சொல்லியே ஆக வேண்டும். அப்பாவியான கௌரவமான குடும்பத்தைச் சேர்ந்த ஒரு பெண்ணை அவளது பெற்றோர்களின் சம்மதமில்லாமல் அவர் களது வீட்டிலிருந்து கடத்திக் கொண்டுபோவது சட்டத்துக்கு எதிரானது. அப்படிச் செய்வது எதற்காக? ஏன் அதைச் செய்ய வேண்டும்? அதைச் செய்வதற்கான அவசியம்தான் என்ன? தனக்குப் பொருத்தமான மணமகன் யாரோ அவனை விதி, தனக் காக யாரை நிர்ணயித்துக் கொடுத்திருக்கிறதோ அவனை அவள் திருமணம் செய்து கொண்டு போகட்டும்; அதுதான் சரியான முடிவாக இருக்கும்! ஆனால் நானோ அரசாங்க வேலையில் இருப்பவன்; இப்படியெல்லாம் செய்தால் என் வேலை போய்விடும், என்னைக் கைதுகூடச் செய்து விடுவார்கள் மேடம்! உங்களுக்கு அது தெரியாமல் போனால் நான் இப்போது சொல்கிறேன் கேட்டுக் கொள்ளுங்கள்! எல்லாம் அந்த ஜெர்மன் பெண் செய்கிற வேலை. எல்லாவற்றுக்கும் மூல காரணம் அவள்தான். அந்த சூனியக்காரி தான். நெருப்பைப் பற்றவைத்தது அவள்தான். ஒரு மனிதனின் புகழைக் கெடுத்து அவதூறு பரப்பி, பெண் பிள்ளைத்தனமான 'கிசுகிசு'க்களை அவனைப் பற்றிச் சொல்லி கதை கட்டி விட்டு...

இவை எல்லாமே ஆந்திரேய் ஃபிலிப்போவிச்சின் போதனையாலே தான்! அப்படித்தான்... அங்கே இருந்துதான் எல்லாம் வந்திருக்க வேண்டும். இல்லையென்றால் இதில் பெட்ரூஷ்கா எப்படிச் சேர்ந்து கொண்டான்? அவனுக்கும் இதற்கும் என்ன சம்பந்தம்? அந்தப் போக்கிரி இதில் இருந்தாக வேண்டிய அவசியம் என்ன?

இல்லை, என்னால் முடியாது மேடம்! நிச்சயம் என்னால் முடியாது. எதற்காகவும் என்னால் முடியாது. இல்லை மேடம்! இந்த முறை நீங்கள் கட்டாயம் என்னை மன்னித்தே ஆகவேண்டும். இதெல்லாம் நீங்கள் செய்து கொண்டிருப்பதுதான் மேடம். அந்த ஜெர்மன் பெண் ஒன்றும் செய்யவில்லை. அந்த சூனியக்காரி ஏதும் செய்யவில்லை. நீங்கள் செய்வதுதான் எல்லாம்! அவள்.., அந்த சூனியக்காரி ஒரு நல்ல பெண்; அவளை எந்த வகையிலும் குறை சொல்ல முடியாது; இது உங்கள் தவறு மேடம்! குற்றம் சாட்டப்பட வேண்டியது உங்கள் மீதுதான் என்று சொல்கிறேன்! நீங்கள் கூறியபடி செய்தால் நான் குற்றவாளியாகி விடுவேன் மேடம்! இந்த மனிதன் அப்படியே அழிந்துபோய்விடுவான், கண் இழந்தாற்போல ஆகிவிடுவான். கட்டுப்பாட்டுக்குள் இருக்க முடியாமல் போய் விடுவான். அந்தத் திருமணம் அப்படி ஆக்கிவிடும். இதெல்லாம் எப்படித்தான் முடியப் போகிறது, எப்படி எல்லா ஏற்பாடும் நடக்கப் போகிறது? அதைத் தெரிந்து கொள்ள எவ்வளவு வேண்டுமானாலும் தருவதற்கு நான் தயார்!"

இவ்வாறு மனக் கசப்போடு ஏதேதோ எண்ணியபடி இருந்தார் நம் கதாநாயகர். சுயநினைவுக்கு வந்தபோது லிடினி தெருவில் ஒரு இடத்தில் தான் நின்று கொண்டிருப்பது தெரிந்தது. பருவநிலை மிகவும் மோசமாக இருந்தது. கடுமையான குளிர். பனியும், மழையும் பெய்து கொண்டிருந்தது. கோலியாட்கினின் பிரச்சினைகள் தொடங்கிய மிகவும் கொடுமையான, பயங்கரமான மறக்கமுடியாத அந்த நள்ளிரவுப் பொழுது எப்படி இருந்ததோ அதுபோலவே இப்போதும் இருந்தது.

'பிரயாணம் செய்வதற்கு 'மிகஅருமை'யான இரவுதான் இது!' என்று அந்தப் பருவநிலையைப் பார்த்து மனதுக்குள் நினைத்துக் கொண்டார் கோலியாட்கின்.

"எங்கே பார்த்தாலும் மரண அமைதியாக இருக்கிறது. கடவுளே! எனக்கு இப்போது வண்டி ஏதாவது கிடைக்க வழியுண்டா? மூலையில் ஏதோ கறுப்பாய்த் தெரிவது போலிருக்கிறது. பார்ப்போம், அது என்னவென்று கவனிப்போம். கடவுளே கருணை காட்டு" தொடர்ந்து இவ்வாறு சிந்தித்துக் கொண்டே வண்டியைப் போலத் தெரிந்த ஒன்றை நோக்கி அந்தத் திசையில் பலவீனமாக அடி வைத்துத் தள்ளாடியபடி நடந்து சென்றார் அவர்.

‘இல்லை, நான் என்ன செய்யப்போகிறேன் என்று எனக்குத் தெரியும். நான் இப்போது நேரடியாகப் போய் என் முழங்கால் களால் மண்டியிடுவேன், முடிந்தவரை பணிவோடு இறைஞ்சி மன்றாடுவேன், ‘என் மேலதிகாரிகளிடம் என்னை ஒப்படைக்கிறேன்’ என்பேன்.

‘மேன்மை தங்கிய மேலாளர் அவர்களே, என் பாதுகாவலராக வும் என் நலன்களைப் பேணும் புரவலராகவும் இருங்கள்’ என்பேன், பிறகு ‘அப்படி இப்படி’ என்று பலவற்றையும் சொல்வேன். அப்புறம் இது எப்படி சட்டத்துக்குப் புறம்பான ஒரு செயல் என்று விளக்குவேன்? ‘என்னை அழித்து விடாதீர்கள், உங்களை என் தந்தையைப் போல நினைக்கிறேன், என்னைக் கைவிட்டு விடாதீர்கள். என் மதிப்பு, சுய கௌரவம், பெயர்,புகழ் எல்லாவற்றையும் காப்பாற்றுங்கள்! போக்கிரியான தீயவனான ஒரு மனிதனிட மிருந்து என்னைக் காப்பாற்றுங்கள். அவனே வேறொரு ஆள் பெருமகனே! நான் வேறொருவன். அவன் தனி, நான் தனி. ஆமாம் மேன்மை தங்கியவரே! நான் உண்மையில் தனிப்பட்ட ஒருவன்!’ அதைத்தான் நான் சொல்வேன். ‘அவனைப்போல இருப்பது என்னால் முடியாது. அவனை மாற்றுங்கள். வேலையிலிருந்து நீக்குங்கள். அவனை மாற்றுவதற்கான உத்தரவு பிறப்பியுங்கள். கடவுளுக்குக்கூட பயப்படாமல் ஆள்மாறாட்டம் செய்யும் அவனை எப்படியாவது அடக்கிவையுங்கள். அப்போது தான் மற்றவர்களுக்கும் அது ஒரு பாடமாக இருக்கும்.

‘மேன்மை பொருந்தியவரே! நான் உங்களை ஒரு தகப்பனைப் போலப் பார்க்கிறேன். அதிகாரத்தில் இருக்கும் எங்கள் பாதுகாவல ரும், நலம் நாடுபவருமான நீங்கள் இந்த உணர்ச்சிகளைப் புரிந்து கொண்டு ஊக்கம் தரவேண்டும். அதுதான் சான்றாண்மையும் கூட. ‘என் நலம் பேணுபவரும், மேலதிகாரியுமான உங்களை என் தந்தை யாக எண்ணுகிறேன். என் விதியையே உங்களிடம் ஒப்புவிக்கிறேன், எதிராக எதுவும் பேசமாட்டேன். என்னை அப்படியே உங்களிடம் ஒப்படைத்துவிட்டு மற்ற விஷயங்களிலிருந்தெல்லாம் நான் விலகிக் கொண்டு விடுவேன். ஆமாம், நான் அப்படித்தான் பேசவேண்டும்!”

“என்னப்பா, நீதான் வண்டி ஓட்டியா?”

“ஆமாம்”

“இந்த மாலை முழுவதும் எனக்கு வண்டி வாடகைக்கு வேணடும்.”

“வெகுதூரம் செல்ல வேண்டியிருக்கிறதா ஐயா?”

“இன்று மாலை முழுவதும்! மாலைப்பொழுது முழுவதும்

நான் எங்கெங்கே போக விரும்பினாலும் அங்கே தம்பி. நான் எங்கெங்கே செல்ல வேண்டுமென்றாலும் அங்கே"

"நகரத்திற்கு வெளியே செல்ல விரும்புகிறீர்களா ஐயா?"

"ஆமாம் தோழரே, ஒரு வேளை நகரத்துக்கு வெளியிலும் போகலாம்! எனக்கே இன்னும் சரியாகத் தெரியாததால் உங்களிடம் சொல்ல முடியவில்லை. பார்ப்போம்! எல்லாம் நல்லதாகத்தான் முடியும் நண்பரே!"

"ஆமாம் ஐயா! நிச்சயம் அப்படித்தான் முடியும். கடவுள் கருணை காட்டுவார்"

"ஆமாம் நண்பரே, ஆமாம்! நன்றி பிரியமானவரே! சரி வாருங்கள் உங்கள் வாடகைத் தொகை எவ்வளவு?".

"உங்களுக்கு இப்போது உடனே கிளம்ப வேண்டுமா?"

"ஆமாம் உடனே. அது என்ன என்றால்.., இல்லை இல்லை, குறிப்பிட்ட ஒரு இடத்தில் நீங்கள் காத்திருக்க வேண்டும். கொஞ்சநேரம் காத்துக்கொண்டிருக்க வேண்டும் அவ்வளவுதான், அதிகநேரம் ஒன்றும் ஆகிவிடாது."

"நீங்கள் முழுநேரம் வாடகைக்கு எடுப்பதென்றால் இப்படிப் பட்ட குளிரிலும் பனியிலும் ஆறு ரூபிளுக்குக் குறையாது ஐயா"

"அதனால் பரவாயில்லை நண்பரே. நன்றி நன்றி. சரி, இப்போது வாருங்கள். என்னை அழைத்துக்கொண்டு செல்லுங்கள்"

"சரி, ஏறிக்கொள்ளுங்கள், ம்... கொஞ்சம்... கொஞ்சம் பொறுத்துக் கொள்ளுங்கள். வண்டியை சற்று நேராக்கிக் கொள்கிறேன். ம்! இப்போது நீங்கள் ஏறிக் கொள்ளலாம். சரி, நான் இப்போது எங்கே போக வேண்டும்?"

"இசமைலாவ்ஸ்கி பாலத்துக்கு நண்பரே"

வண்டிக்காரன் தன் இருக்கையில் தொற்றி ஏறிக்கொண்டான்; வைக்கோல் குவியலுக்கிடையே கிடந்த மெலிந்த கடிவாளக் கயிறுகளை வெளியே இழுத்துக் கையில் பற்றிக் கொண்டு இசமைலாவ்ஸ்கி பாலத்தை நோக்கி வண்டியை செலுத்த ஆரம்பித் தான். ஆனால் திடீரென்று கயிற்றைப் பிடித்திழுத்து வண்டியை நிறுத்திய கோலியாட்கின் இசமைலாவ்ஸ்கி பாலத்துக்குச் செல்வதற்குப் பதிலாக வேறொரு தெருவுக்குத் திருப்புமாறு அவனிடம் கெஞ்சும் தொனியில் கேட்டுக் கொண்டார். வண்டிக் காரனும் அந்தத் தெருப்பக்கமாக வண்டியைத் திருப்பினான். சில நிமிடங்களில் கோலியாட்கின் வாடகைக்கு எடுத்திருந்த அந்த வண்டி, மேலாளரின் குடியிருப்பு அமைந்திருக்கும் வீட்டின் முன்

வந்து நின்றது. வண்டியிலிருந்து இறங்கிய கோலியாட்கின், வண்டிக் காரன் கட்டாயம் காத்துக் கொண்டிருக்கவேண்டுமென்று கெஞ்சிக் கேட்டுக் கொண்டார். பிறகு படபடக்கும் இதயத்தோடு மூன்றாவது மாடிக்கு ஓடி அங்கிருந்த அழைப்பு மணியை இழுத்தார். கதவு திறந்த பின்பே மேலாளர் வீட்டு வாயிலில் தான் நின்று கொண்டிருப்பது நமது கதாநாயகருக்கு உணர்வாயிற்று.

"மேன்மை பொருந்திய மேலாளர் அவர்கள் தற்போது வீட்டில் இருக்கிறார்களா?" என்று கதவைத் திறந்த மனிதனிடம் கேட்டார் கோலியாட்கின்.

"உங்களுக்கென்ன வேண்டும்" என்று தலை முதல் கால் வரை அவரைத் துருவிப் பார்த்தபடி வினவினான் அந்தப் பணியாள்.

"நான், நான் வந்து,, தோழரே! என் பெயர் கோலியாட்கின். டிட்டுலர் கவுன்சிலர் கோலியாட்கின் நான். அவரிடம் ஒரு விஷயம் சொல்ல வேண்டும், விளக்கம் தரவேண்டும்."

"நீங்கள் காத்திருக்கவேண்டும். இப்போது பார்க்க முடியாது"

"தோழரே, என்னால் காத்திருக்கமுடியாது! என்னுடைய வேலை மிகவும் முக்கியமானது. அதற்கு நேரம் தாழ்த்த முடியாது"

"ஆமாம், நீங்கள் யாரிடமிருந்து வருகிறீர்கள்? ஏதாவது ஆவணங்களைக் கொண்டு வந்திருக்கிறீர்களா?"

"இல்லை நண்பரே, நானாகத்தான் வந்திருக்கிறேன்! நான் வந்திருக்கிறேன் என்று சொல்லுங்கள் தோழரே. ஒரு விஷயத்தைப் பற்றிப் பேச, விளக்கம் தர வந்திருக்கிறேன் என்று சொல்லுங்கள். நான் உங்களுக்கு நல்ல வெகுமதி தருவேன். நல்ல மனிதரில்லையா நீங்கள்?"

"என்னால் முடியாது ஐயா! மேலாளர் யாரையும் அனுமதிக்கக் கூடாதென்று சொல்லியிருக்கிறார். அவரைப் பார்க்க விருந்தாளிகள் வந்திருக்கிறார்கள். காலை பத்து மணிக்கு வாருங்கள்"

"அன்பரே, தயவு செய்து எனக்காக! என்னால் காத்திருக்க முடியாது. அது சாத்தியமே இல்லை. இதற்கு நீங்கள் பதில் சொல்ல வேண்டி இருக்கும் நண்பரே..."

"ஏம்பா, போய்ச் சொல்ல வேண்டியதுதானே? உனக்கென்ன வந்தது? உன் செருப்பு தேயக் கூடாதென்று நினைக்கிறாயா?" என்றான் மற்றொரு காவலாளி.

"என்னது, செருப்பு தேயக்கூடாதா? யாரையும் உள்ளே விடக்கூடாது என்று சொல்லியிருக்கிறார்கள் தெரியுமா? அவர்களுக்குக் காலையில்தான் நேரம் ஒதுக்கியிருக்கிறது."

“சும்மா போய்ச் சொல்லப்பா. உன் நாக்கு என்ன இழுத்துக் கொண்டா விட்டது?”

“நான் சொல்வதைப் பற்றி ஒன்றுமில்லை. என் நாக்கு இழுத்துக் கொள்ளவும் இல்லை! அவர் அப்படி உத்தரவு போட்டிருக்கிறார் என்றுதான் சொல்கிறேன். எனக்குள்ள உத்தரவை நான் சொல்கிறேன்.. சரிசரி! உள்ளே செல்லுங்கள்”

கோலியாட்கின், வெளிப்பக்கமாக இருந்த முதல் அறைக்குள் நுழைந்தார். மேஜையின் மீது இருந்த கடிகாரம் மணி எட்டரை என்று காட்டியது. அவரது இதயம் வலித்துக் கொண்டிருந்தது. திரும்பிச் சென்று விடலாமா என்று அவர் விரும்பிய அதே கணத்தில் அடுத்த அறையின் வாயிலில் நின்று கொண்டிருந்த பணியாள் கோலியாட்கினின் பெயரை அறிவித்தான்.

“சே. எப்படி சத்தம் போடுகிறான்” என்று நினைத்துக் கொண்டார் கோலியாட்கின். இன்னதென்று விவரித்துச் சொல்லமுடியாத துயரம் அவரை ஆட்கொண்டிருந்தது.

‘ஏன் நீ இப்படிச் சொல்லியிருக்க வேண்டியதுதானே? அந்த மனிதர் மிகவும் பணிவாக,பவ்வியமாக ஒரு விளக்கம் தருவதற்காக வந்திருக்கிறார். தயவு செய்து கருணை கூர்ந்து அவரைப் பாருங்கள் என்று ஏதாவது சொல்லியிருக்கலாமல்லவா? இப்போது எல்லாமே நாசமாய்ப் போய் விட்டது. என் நம்பிக்கையெல்லாம் தூள்தூளாய்ச் சிதறிக் காற்றோடு காற்றாகக் கரைந்துவிட்டது. சரி, என்ன செய்வது பரவாயில்லை”

அப்படியெல்லாம் நினைப்பதற்கு அங்கே நேரமும் இல்லை. அந்தப் பணியாள் அவர் பக்கம் திரும்பி உள்ளே செல்லுமாறு கூறினான்; படிக்கும் அறைக்குள் நுழைந்தார் கோலியாட்கின்.

நமது கதாநாயகர் உள்ளே சென்றபோது அங்கிருந்த எதுவுமே அவருக்குப் புலப்படாததால் ஒரு கணம் குருடாகி விட்டதைப் போல் உணர்ந்தார் அவர். ஆனால் மூன்று நான்கு உருவங்கள் அவரது கண்ணில் மங்கலாகத் தட்டுப்பட்டன.

“ஓ,அவர்கள்தான் அவரைப் பார்க்க வந்திருக்கிறார்கள் போலிருக்கிறது” என்ற எண்ணம் அவர் மனதில் ஓடியது. இறுதியில் ஒரு வழியாக மேலாளரின் கறுப்புக் கோட்டிலிருந்து நட்சத்திரப் பதக்கத்தை நம் கதாநாயகரால் தெளிவாகப் பார்க்க முடிந்தது. படிப்படியாக, அந்தக் கறுப்புக் கோட் தெரிந்தது. கடைசியில் அவரது பார்வையும் முழுமையாகத் தெளிவடைந்து விட்டது.

"யாரது" கோலியாட்கினுக்கு மேலிருந்து அவருக்குப் பழக்கமான ஒரு குரல் கேட்டது.

"மேன்மை பொருந்திய பெருமகனே, நான்தான் டிட்டுலர் கவுன்சிலர் கோலியாட்கின்"

"நல்லது"

"நான் என்னைப் பற்றி ஒரு விளக்கம் தருவதற்கு வந்திருக்கிறேன்"

"என்ன அது? எதற்காக"

"ஒன்றுமில்லை, சும்மா ஒரு விளக்கம் தருவதற்காக வந்திருக்கிறேன் ஐயா"

"ஆனால்.. அதிருக்கட்டும், நீங்கள்.. நீங்கள் யார்?"

"பிரபு! என் பெயர் கோலியாட்கின். நான் ஒரு டிட்டுலர் கவுன்சிலர்"

"சரி,. உங்களுக்கு என்ன வேண்டும்?"

"அது வந்து... அதைப்பற்றிச் சொல்ல வேண்டுமென்றால்.. நான் உங்களை என் தந்தையைப் போல நினைக்கிறேன். நான் வேலையி லிருந்து விலகிக் கொள்கிறேன். என் எதிரியிடமிருந்து என்னைக் காப்பாற்றுங்கள்"

"என்ன இது?"

"எல்லோருக்கும் தெரிந்ததுதான்?"

"எது எல்லோருக்கும் தெரியும்?"

கோலியாட்கின் அமைதியாக இருந்தார். அவரது தாடை இலேசாக நெளியத் தொடங்கி இருந்தது.

"ம், சொல்லுங்கள்.."

"பெருமகனே! அது ஒரு உயர்ந்த பண்பென்று நினைத்தேன்! அதில் மேன்மையான ஒரு விஷயம் இருக்கிறது. 'என் மேலதிகாரியை ஒரு தந்தையைப் போலக் கருதுவேன்' என்று சொன்னேன். அப்படித்தான் நான் நினைக்கிறேன். என்னைக் காப்பாற்றுங்கள். நான் கண்ணீரோடு மன்றாடுகிறேன். இப்படிப்பட்ட உணர் வெழுச்சிகள் ஊக்கப்படுத்தப்பட வேண்டியவை."

மேலாளர் திரும்பிச் சென்றார்; சில நிமிடங்கள் நம் கதாநாயகரின் கண்ணுக்கு எதுவுமே புலனாகவில்லை. அவரது மனம் கனத்திருந்தது; மூச்சுத் திணறுவது போலிருந்தது; தான் நின்று கொண்டிருப்பது எங்கே என்று கூட அவர் அறிந்ததாகத்

தெரியவில்லை. கூச்சமும் வருத்தமும் அவரை ஆட்கொண்டிருந் தன. அடுத்து என்ன நடக்கப்போகிறதென்பது அந்தக் கடவுளுக்குத் தான் தெரியும்!

தன்னை ஓரளவு சமநிலைப்படுத்திக் கொண்ட பிறகுதான் வந்திருந்த விருந்தாளிகளோடு மேலாளர் பேசிக்கொண்டிருப்பதைக் கவனித்தார் நம் கதாநாயகர். அவர்களோடு அழுத்தம் திருத்தமாக விறுவிறுப்பாக எதையோ விவாதித்துக் கொண்டிருந்தார் அவர். வந்திருந்த விருந்தினர்களில் ஒருவரை கோலியாட்கினால் சட்டென்று அடையாளம் காணமுடிந்தது. அந்த நபர் ஆந்திரேய் ஃபிலிப்போவிச்; வேறு யாரையும் அவருக்குத் தெரியவில்லை. ஆனால் இன்னொரு மனிதரும் கூட சற்று பரிச்சயமுள்ளவர் போலத் தெரிந்தார். அவர் உயரமும், பருமனுமான நடுத்தர வயதுக் காரர்; அடர்த்தியான புருவங்களும் கற்றை மீசையும் குறிப்பிட்டுச் சொல்லக்கூடிய வகையில் கூர்மையான பார்வையும் கொண்டவர். மார்பில் இராணுவப் பதக்கம், வாயில் சிகரெட். அந்தக் கனவான், வாயிலிருந்த சிகரெட்டைக்கூடக் கையில் எடுக்காமல் புகைத்துக் கொண்டே தலையை ஆட்டி எதையோ ஆமோதித்தபடி அவ்வப் போது கோலியாட்கினையும் பார்த்துக் கொண்டிருந்தார்.

கோலியாட்கின் சற்று சங்கடமாக உணர்ந்தார். கண்களை வேறு பக்கம் திருப்பிக் கொண்டபோது வேறொரு விபரீதமான விருந்தாளியைக் கண்டார். அதுவரை அவர் நிலைக்கண்ணாடி என்று நினைத்துக்கொண்டிருந்த ஒரு கதவின் வழியாக (இதற்கு முன்னால் ஒரு முறை கூட அப்படி நினைத்திருக்கிறார்) அவன் உள்ளே வந்தான்; அவன் யாரென்று நமக்கெல்லாம் தெரியும்! கோலியாட்கினின் மிக நெருங்கிய நண்பனும் அவருக்கு நன்றாகத் தெரிந்திருப்பவனுமான ஜூனியர் கோலியாட்கின்தான் அது. அது வரையில் அருகிலிருந்த சிறிய ஒரு அறையில் ஏதோ வேகமாக எழுதிக் கொண்டிருந்தான் அவன். இப்பொழுது அவன் அங்கே தேவைப்பட்டதால் கைகளுக்குள் தாள்களை இறுக்கிக் கொண்டு மேலாளரிடம் சென்றான். அவருடைய முழுமையான கவனத்தை யும் தன் பக்கம் ஈர்த்துக் கொள்வதற்கான வாய்ப்பை நோக்கிக் காத்திருந்த அவன், மிகுந்த சாமர்த்தியத்துடன் செயல்பட்டு, அந்த உரையாடலிலும், விவாதத்திலும் தன்னை நுழைத்துக் கொள்வதில் வெற்றி கண்டான். ஆந்திரேய் ஃபிலிப்போவிச்சுக்குப் பின்புறம் தனக்கு இடம்பிடித்துக் கொண்ட அவன், சிகரெட் பிடித்துக் கொண்டிருந்த கனவானைப் பாதி மறைத்துக் கொண்டிருந்தான் அந்த உரையாடலில் ஜூனியர் கோலியாட்கின் மிகுந்த ஆர்வம் காட்டியது வெளிப்படையாகவே தெரிந்தது; ஒரு கனவானைப் போன்ற தோரணையுடன் இலேசான தலையசைப்புடன், கால்

களால் தாளம்போட்டுக்கொண்டு புன்னகை செய்தபடி அதை இப்போது கவனித்துக் கொண்டிருந்தான் அவன். தொடர்ந்து மேலாளரையே நோக்கியபடி இருந்த அவன், தன்னையும் ஒரு வார்த்தை பேச அனுமதிக்கும்படி அவரைக் கண்களால் மன்றாடிக் கொண்டிருப்பது போல் இருந்தான்.

"போக்கிரிப்பயல்" என்று நினைத்துக் கொண்டபடி, தன்னிச்சையாக ஓரடி முன்னால் வைத்தார் கோலியாட்கின். அதே நேரத்தில் திரும்பிப் பார்த்த மேலாளர் சற்றுத் தயக்கத்தோடு கோலியாட்கினை நெருங்கி வந்தார்.

"நல்லது, இருக்கட்டும்... எல்லாம் இருக்கட்டும். இப்போது நீங்கள் செல்லலாம். உங்கள் விஷயம் என்னவென்பதைப் பார்த்து உரிய உத்தரவு தருகிறேன்"

இதைச் சொல்லும்போது கட்டையான மீசை வைத்திருந்த கனவானின் பக்கம் மேலாளரின் பார்வை சென்றது; அவரும் அதை ஆமோதிப்பவரைப் போலத் தலையசைத்தார்.

தன்னை உரிய முறையில் புரிந்துகொள்ளாமல் வேறு வகையாகத்தான் அவர்கள் விளங்கிக் கொண்டிருக்கிறார்கள் என்பதை கோலியாட்கினால் உணரமுடிந்தது; அதைத் தெளிவாகப் புரிந்து கொள்ளவும் முடிந்தது.

"எப்படியாவது என்னைப் பற்றி நான் விளக்கம் தந்தே ஆக வேண்டும்" என்று எண்ணினார் அவர்.

"பெருமகனாரே! 'இது இது இப்படி இப்படி' என்று நான் கட்டாயம் சொல்லியே ஆகவேண்டும்."

இந்தக் கட்டத்தில் அவர் குழப்பத்தோடு கீழே தரையை நோக்கிக் கண்களைத் தாழ்த்தியபோது மேலாளரின் காலணிகளின் மீது வெள்ளையாக ஏதோ தெரிவது கண்டு பெரிதும் வியப்படைந்தார்.

"அவற்றில் எப்படி பொத்தல் இருக்க முடியும்?" என்று ஒரு கணம் சிந்தித்தவர், மறு நொடியே அந்தக் காலணிகள் விரிசல் விடவில்லை என்பதையும், அத்தனை பிரகாசமாக அவை பளபளத்துக் கொண்டிருக்கின்றன என்பதையும் கண்டுகொண்டார். உயர் ரகத் தோலால் ஆன அவை மிக நேர்த்தியாக 'பாலிஷ்' செய்யப்பட்டிருந்ததால் ஏற்பட்டதே அந்த வெளிச்சம் என்பது அவருக்கு விளங்கியது.

"இதைத்தான் பிரதிபலிப்பு என்கிறார்கள்" என்று எண்ணிக் கொண்டார் நம் கதாநாயகர். "ஸ்டூடியோக்களில் அப்படிச் சொல்

வார்கள்" மற்ற இடங்களில் இப்படிப் பிரதிபலிக்கும் வெளிச்சத்தை ஒளிக்கீற்று என்போம்"

இந்தக் கட்டத்தில் கண்களை உயர்த்திப் பார்த்த கோலியாட்கின் தான் பேசியாக வேண்டிய நேரம் வந்துவிட்டதென்பதையும், இல்லையென்றால் விஷயம் சட்டென்று மோசமாக முடிந்துவிடக் கூடுமென்பதையும் கண்டு கொண்டார்.

ஓரடி முன்னால் சென்றார் நம் கதாநாயகர்.

"நான் சொல்லவந்த விஷயம் இதுதான் பெருமகனே" என்றார் அவர்.

"இப்போதெல்லம் ஆள்மாறாட்டம். செய்பவர்கள் இருக்கிறார்கள்; அவர்களை ஏற்றுக்கொள்ளக் கூடாது"

மேலாளர் எந்த பதிலும் கூறாமல் அழைப்புமணியை வேகமாக அடித்தார்; நமது கதாநாயகர் இன்னொரு அடி முன்னே நகர்ந்தார்.

"அவன் ஒரு கீழ்த்தரமான மோசமான மனிதன் பெருமகனே" என்றார் நமது கதாநாயகர். ஒரு புறம் பயங்கரமாக நடுங்கிக் கொண்டிருந்தாலும் மேலாளருக்கு அருகே பரபரப்போடு ஒடுங்கிக் கொண்டிருந்த தனது நகல்மனிதனை தைரியமாகவும், தீர்மானமான முடிவுடனும் சுட்டிக்காட்டியபடி இவ்வாறு கூறினார் அவர். "அது... அப்படித்தான்! எல்லோருக்கும் நன்றாகத் தெரிந்திருக்கும் ஒரு ஆளைப் பற்றித்தான் நான் சொல்லிக்கொண்டிருக்கிறேன்"

கோலியாட்கினின் வார்த்தைகளால் அங்கே மொத்தமாக ஒரு சலசலப்பு எழுந்தது. ஆந்திரேய் ஃபிலிப்போவிச்சும், சிகரெட் பிடித்துக் கொண்டிருந்த கனவானும் தலையை அசைத்துக் கொண்டார்கள். பொறுமையிழந்த மேலாளர், ஏவலர்களை வரச் சொல்லி மணியை பலமாக அடித்தார். அந்தக் கட்டத்தில் ஜூனியர் கோலியாட்கின் தன் பங்குக்குப் பேச முற்பட்டான்.

"மேன்மை தங்கிய பெருமகனாரே! என்னைச் சற்று பேச அனுமதிக்குமாறு பணிவோடு வேண்டுகிறேன்" என்று கேட்டுக் கொண்டான் அவன். ஜூனியர் கோலியாட்கினின் குரலில் ஏதோ ஒரு உறுதி தொனித்ததைக் காணமுடிந்தது; அவன் வரம்பு மீறாமல்தான் பேசிக்கொண்டிருக்கிறான் என்பதையும் அவனது நடத்தை வெளிக்காட்டிக் கொண்டிருந்தது.

"இதை மட்டும் உங்களிடம் கேட்டே ஆக வேண்டும்" என்று தொடங்கிய அவன், தன் பேச்சுக்கு மேலாளரின் பதில் என்னவாக இருக்கக்கூடும் என ஆர்வத்துடன் எதிர்பார்த்தபடி கோலியாட்கினின் பக்கம் திரும்பிக் கேட்கத் தொடங்கினான்.

"யார் முன்னிலையில் நீங்கள் இப்படியெல்லாம் விளக்கம் கொடுத்துக் கொண்டிருக்கிறீர்கள் தெரியுமா? யாருடைய அறையில் நீங்கள் நின்றுகொண்டு இருக்கிறீர்கள் என்பது தெரியுமா?"

ஜூனியர் கோலியாட்கின் எல்லை கடந்த உணர்வுக்கிளர்ச்சி யுடன் இருந்தான். கோபத்திலும்; வெறுப்பிலும் கொதித்துக் கொண்டிருந்த அவனது முகம் இரத்தச் சிவப்பாக இருந்தது, கண்களில் கூடக் கண்ணீர் அரும்பியிருந்தது.

அறைவாயிலில் வந்துநின்ற ஒரு பணியாள் "பேஸவ்ரியு கோவ்ஸ்" என்று உரத்தகுரலில் அடுத்துவரக் காத்திருந்த புதிய விருந்தினர்களை அறிவித்தான்.

"குட்டி ரஷ்யாவைச் சேர்ந்த கௌரவமான ஒரு குடும்பப் பெயர்" என்று எண்ணிக்கொண்டார் கோலியாட்கின். அதே நேரத்தில் அவரது முதுகின்மீது, மிகுந்த சிநேக பாவத்துடன் எவரோ கை வைப்பதை அவர் உணர்ந்தான்; பிறகு இன்னொரு கை ஒன்றும் அவரது முதுகின் மீது படிந்தது.

கோலியாட்கினின் இன்னொருவனாகிய இரட்டையாகிய அந்த இழிந்த மனிதன், தட்டுத்தடுமாறிக் கொண்டு அவர்களை வழிநடத்தியபடி முன்னால் சென்று கொண்டிருந்தான். அந்த அறை வாயிலிலிருந்த பெரிய கதவுகளை நோக்கியே தான் இட்டுச் செல்லப்படுகிறோம் என்பது நம் கதாநாயகருக்குத் தெளிவாகத் தெரிந்தது.

"ஒல்சுஃபி இவானோவிச் வீட்டில் நடந்தது போலவேதான்" என்ற நினைத்துக் கொண்டார் அவர். முன்னுள்ள கூடத்துக்கு வந்து சேர்ந்திருந்த அவர் சுற்றுமுற்றும் பார்த்தபோது மேலாளரின் இரண்டு பணியாட்களும், அவரது 'இன்னொரு'வனும் அங்கிருப் பதைக் கண்டார்.

"மேலங்கி! நண்பரே! உங்கள் மேலங்கியை எடுத்துக் கொள்ளுங்கள்" என்று பணியாள் ஒருவரிடமிருந்து மேலங்கியைப் பற்றி இழுத்தான் ஜூனியர் கோலியாட்கின். அது அருவருப்பான முறையில் அகௌரவமாக சீனியர் கோலியாட்கினை கேலி செய்வது போல அவரது தலைக்கு நேர் மேலே தொங்கிக் கொண்டிருந்தது. அந்த இரண்டு பணியாட்களும் இரகசியமான கள்ளக் குரலில் தன்னைப் பரிகாசம் செய்து சிரிப்பதை அவரால் கேட்கமுடிந்தது. ஆனால், எதையும் கேட்காமல் எதையுமே பொருட்படுத்தாமல் கூடத்திலிருந்து வெளியேறி வெளிச்சமாக இருந்த படிக்கட்டுகளை நோக்கிச் சென்றார் அவர். ஜூனியர் கோலியாட்கின் அவரைப் பின் தொடர்ந்து வந்துகொண்டிருந்தான்.

"சென்று வாருங்கள் பெருமகனே" என்று சீனியர் கோலியாட்கினின் பின்னாலிருந்து உரத்த குரலில் கத்தினான் அவன்.

"கயவன், வஞ்சகன்" என்று அவனைப் பார்த்துக் குறிப்பிட்டார் நம் கதாநாயகர்.

"நல்லது, கயவன், ம் அப்புறம்"

"கீழ்த்தரமானவன்"

"நல்லது, கீழ்த்தரமானவன், அப்புறம்...?"

மானம் மரியாதை சற்றுமில்லாத கோலியாட்கினின் அந்த எதிரி, தனக்கே உரித்தான கீழ்மையுடன் மாடிப்படி மேலிருந்து கோலியாட்கினின் முகத்தை நேருக்குநேர் பார்த்தான்; அவரை அங்கிருந்து போகச் சொல்லிக் கெஞ்சுவது போலிருந்தது அந்தப்பார்வை. வெறுப்போடு காறி உமிழ்ந்த நம் கதாநாயகர் முன் கதவு வழியே வெளியேறி ஓட்டம் பிடித்தார். உடைந்து நொறுங்கி சிதைந்துபோய்க் கிடந்த அவருக்குத் தான் எப்படி ஒரு வண்டியில் ஏறிக்கொண்டோம்... அதற்கு உதவியது யார் என்பதெல்லாம் கூட நினைவில் இல்லை. சுய நினைவுக்கு மீண்டபின் தான் ஃபாண்டேங் காவை நோக்கி சவாரி செய்து கொண்டிருப்பதை அவர் கண்டு கொண்டார்.

"அதற்கப்புறம் இசமைலாவ்ஸ்கி பாலத்துக்கு" என்று யோசித்தார். இந்தக் கட்டத்தில் வேறேதோ ஒன்றையும் கூட நினைவுகூர முயற்சி செய்தார் அவர்; ஆனால் அவரால் அது இயலவில்லை; இன்னதென்று விளக்கிச் சொல்லமுடியாத அளவுக்குக் கொடுமையானதாக அது இருந்தது... "சரி... போனால் போகட்டும் பரவாயில்லை" என்று தன் எண்ண ஓட்டத்தை அதோடு முடித்துக் கொண்ட நம் கதாநாயகர், இசமைலாவ்ஸ்கி பாலத்தை நோக்கி வண்டியில் சென்றார்.

7

பருவநிலை சிறிது தெளிவடைவதைப்போல் இருந்தது. மேகமூட்டம் போல அத்தனை நேரமும் அடர்த்தியாகப் பெய்து கொண்டிருந்த பனி விலகி எல்லாம் தெளிவாகத் தெரிய ஆரம்பித்திருந்தன. ஆங்காங்கே சின்னச் சின்ன நட்சத்திரங்கள் மின்னுவதைக்கூடப் பார்க்க முடிந்தது. ஈரமும், சகதியும், சொதசொதப்பும், புழுக்கமுமாக இருந்ததால் கோலியாட்கினுக்கு மூச்சு விடுவதே சிரமமாக இருந்தது. அவரது மேலங்கி முழுவதும் நனைந்து ஈரத்தில் கனத்தது; அதனால் சகித்துக்கொள்ளமுடியாத ஈரப்புழுக்கம் அவருள் பரவியது; களைத்துப் போயிருந்த அவரது கால்கள் கனத்தன. காய்ச்சல் வந்தது போன்ற நடுக்கத்தால் அவரது உடல் முழுவதும் ஊசிகுத்துவதுபோலக் கடுமையாக வலித்தது. பனியும் குளிரும் அவரைச் சக்கையாகப் பிழிந்துபோட்டிருந்ததால் வழக்கமாக ஒவ்வொரு முறையும் தனக்கே உரித்தான அழுத்தமான பாணியில் உறுதியோடு அவர் சொல்லும் அந்தத் தொடர் "ஒருவேளை பெரும்பாலும் எல்லாமே நல்லதற்காக இருக்கலாம்" என்ற அந்தத் தொடர் அதைச் சொல்லக்கூட கோலியாட்கின் மறந்திருந்தார். 'சரி சரி, இப்போது அதைப் பற்றியெல்லாம் ஒன்றுமில்லை' என்று தனக்குத்தானே திரும்பச் சொல்லிக் கொண்ட அவர் இன்னும் கூட மன உறுதியுடனும், அதைசற்றும் தளரவிடாமலும் இருந்தார். தான் அணிந்திருந்த வட்டமான தொப்பியின் விளிம்பிலிருந்து எல்லாத் திசைகளிலும் சிதறியபடி இருந்த குளிர்ச்சியான நீர்த்துளிகளை தன் முகத்திலிருந்து துடைத்துக் கொண்டிருந்தார் அவர். அந்தத் தொப்பியில் அதற்குமேல் நீர் தங்க இடமில்லாத அளவுக்கு அது நனைந்து போய்க் கிடந்தது. இத்தனையும் போதாதென்று ஓல்சுஃபி இவானோவிச் வீட்டு முன்பகுதியில் குவியலாய்க் கிடந்த மரக் கட்டைகளுக்கு அருகே இருந்த சற்றுக்கனமான மரக்கட்டையின் மீது அமர்ந்து கொண்டார் நம் கதாநாயகர்.

ஸ்பானிய காதல் பாடலையோ, பட்டுத் துணியால் செய்த ஏணியையோ அப்போது நினைக்க அவசியமில்லை. ஆனால் பத்திரமான இரகசியமான மூலை அப்போது கட்டாயம் அவசிய மாக இருந்தது. அது அத்தனை கதகதப்பாக இல்லாவிட்டாலும் கூடப் பாதுகாப்பாக, ஒளிந்துகொள்ள வசதியாக, இதமாக இருக்கவேண்டும். அவருக்கு அதைக்குறித்து இன்னொரு சபலமும் இருந்ததென்பதைப் போகிற போக்கில் நாம் சொல்லியாக வேண்டும். முன்னொரு சமயம் இந்த உண்மைக் கதையின் ஆரம்பத்

தில் ஓல்சுஃபி இவானோவிச் வீட்டின் பின்வாசல் பக்கத்தில் ஒரு அலமாரிக்கும், பழைய திரைக்கும் இடையே... பல தட்டுமுட்டு வீட்டுச் சாமான்கள் மற்றும் ஓட்டை உடைசல் குப்பைகூளங்களுக்கு நடுவே இரண்டு மணிநேரம் அவர் ஒளிந்து கொண்டிருந்தாரே அந்த மூலைதான் அவருக்கு இப்போது நினைவு வந்தது. இப்போதும் கூட ஓல்சுஃபி இவானோவிச் வீட்டு முன்பகுதியில் இரண்டு மணிநேரமாகக் காத்துக் கொண்டிருந்தார் அவர். ஆனால் இதற்கு முன்னால் அவர் ஒளிந்து கொண்டிருந்த இடத்தில் இல்லாத சில சிரமங்கள் அடக்கமான, கதகதப்பான இந்த சிறிய மூலையில் இருந்தன. முதல் சிரமம் என்னவென்றால், அது இப்போது எல்லோராலும் புள்ளி போடப்பட்டு கவனத்துக்குரியதாய் ஆகிவிட்ட ஓரிடம்! ஓல்சுஃபி இவானோவிச் வீட்டில் இறுதியாக நிகழ்ந்த 'பால்' நடனத்துக்குப் பிறகு ஏற்பட்ட புரளிகளால் அந்த இடத்தைப் பொறுத்தவரை சில முன்னெச்சரிக்கை நடவடிக்கைகள் மேற்கொள்ளப்பட்டிருந்தன; அடுத்ததாக கிளாரா ஓல்சுஃபியேவ்னா விடமிருந்து சமிக்ஞை கிடைக்கும் வரை அவர் காத்திருக்க வேண்டும்; ஆனால் ஏதாவது ஒரு சங்கேதம் கிடைத்தே தீருமென் பது உறுதி. "இப்படி செய்யத் தொடங்கியது நாம் இல்லை, இது நம்மோடு முடியப்போவதும் இல்லை" என்பதுதானே இப்படிப் பட்ட விஷயங்களில் வழக்கம்!

இந்தச் சந்தர்ப்பத்தில் வெகுநாட்களுக்கு முன்பு தான் படித்திருந்த நாவல் ஒன்று கோலியாட்கினுக்கு நினைவு வந்தது. அந்த நாவலில் கிட்டத்தட்ட இதே போன்ற ஒரு சூழ்நிலையில், தன் ஜன்னலில் இளஞ்சிவப்பு நிற ரிப்பன் ஒன்றைக் கட்டி வைத்தபடி தன் காதலன் ஆல்ஃபிரெட்டுக்கு சமிக்ஞை செய்வாள் அந்தக் கதாநாயகி. ஆனால் இப்போது இந்த இரவில் அதுவும் ஈரப்பதத்துக்கும் நம்பகத்தன்மை இல்லாத காலமாற்றத்துக்கும் பெயர்போன பீட்டர்ஸ்பர்க்கின் பருவநிலையில், இளஞ்சிவப்பு நிற ரிப்பன் என்பது கொஞ்சம் கூடப் பொருத்தமாக இருக்காது. அந்தக் கேள்விக்கே சுத்தமாக இடமில்லை.

"பட்டு நூலேணிகளுக்கான விஷயமுமில்லை இது" என்று நினைத்துக் கொண்ட நம் கதாநாயகர், 'பேசாமல் இங்கேயே அமைதியாக வசதியாக இருப்பதுதான் நல்லது, இங்கேயே நின்று கொள்ளலாம்' என்று சொல்லிக்கொண்டார். வீட்டின் முன் பகுதியில், ஜன்னலுக்கு நேர் எதிரே குவியலாக விறகுக் கட்டைகள் அடைக்கப்பட்டிருந்த ஓர் இடத்தைத் தேர்வு செய்து கொண்டிருந்தார் அவர். மாளிகைப் பணியாளர்கள், குதிரைக்காரர் கள், வண்டிக்காரர்கள் என்று பலரும் தொடர்ச்சியாக அந்த இடத்தைத் தாண்டிச் சென்றுகொண்டே இருந்தனர். வண்டிச்

சக்கரங்கள் உராயும் சத்தம், குதிரைகள் கனைக்கும் சத்தம் என்று பலவும் அங்கே கேட்டது. அவரை எவரும் கவனிக்கிறார்களோ இல்லையோ, ஆனாலும் அது சௌகரியமான ஒரு இடமாகத்தான் இருந்தது. எப்படியும் அந்த இடத்தில் ஓரளவு நிழலடர்ந்து இருந்ததால் தன்னை எவரும் பார்க்க முடியாதபடி கோலியாட்கினால் எல்லாவற்றையும் பார்க்க முடிந்தது.

ஜன்னல்களில் பிரகாசமான விளக்கு வெளிச்சம் தெரிந்தது. ஒல்சுஃபி இவானோவிச்சின் வீட்டில் ஏதோ ஒரு சம்பிரதாயமான விருந்து நடக்கிறதென்பது தெரிந்தது; ஆனால் இசை ஏதும் கேட்கவில்லை.

"அப்படியென்றால் அது 'பால்' நடனமாக இருக்காது. வேறு ஏதாவது ஒரு விருந்தாக இருக்கலாம்" என்று எண்ணிக்கொண்ட நம் கதாநாயகர் திடீரென்று நிலைகுத்தியவர் போல் ஆனார்.

'அது இன்றைக்குத்தானா' என்று ஒரு சந்தேகம் அவருள் ஓடியது. ஒரு வேளை தேதியில் நான் ஏதாவது தவறு செய்து விட்டேனோ? எப்படி வேண்டுமானாலும் இருக்கலாம். ஆம். நிச்சயமாக எதுவும் சாத்தியம்தான். ஒரு வேளை அந்தக் கடிதத்தை அவள் நேற்று எழுதி அது எனக்குக் கிடைக்காமல் போயிருந்தால்? ஒரு வேளை அந்த ராஸ்கல் பெட்ரூஷ்கா அதில் மூக்கை நுழைத்த தால் அது எனக்குக் கிடைக்காமல் போயிருந்தால்? அல்லது, அது நாளைய தேதியைக் குறிப்பதாக இருக்கலாமோ? வண்டியோடு காத்திருங்கள் என்று என்னை செய்யச் சொல்லி அவள் எழுதியதெல்லாம்?"

அந்த நிமிடத்தில் நம் கதாநாயகரின் உடல் ஒரு கணம் சில்லிட்டுப்போக, அதை உறுதி செய்து கொள்வதற்காகக் கடிதத்தை எடுக்கக் கோட்டுப் பைக்குள் கைவிட்டார்; ஆனால் அது அங்கே இல்லாமல் போனது அவருக்கு ஆச்சரியமூட்டியது.

"என்ன இது" என்று முணுமுணுத்துக் கொண்ட கோலியாட்கின் அரைப்பிணம் போல இருந்தார்.

"அதை எங்கே விட்டுவிட்டேன் நான்? அப்படியென்றால் நான் அதைத் தொலைத்திருக்க வேண்டும்! என் முதுகை முறிக்கும் கடைசித் துரும்பு!" என்று கடைசியாகத் தனக்குள் முனகிக் கொண்டார் அவர்.

"ஐயோ! அது யாராவது தீயவர்களின் கையில் போய்ச் சேர்ந்திருந்தால்? ஒரு வேளை ஏற்கனவே கூட அது போய்ச் சேர்ந்திருக்கலாம். கடவுளே! அதை வைத்து என்னவெல்லாம் நடக்குமோ? அது வேறெதிலாவது கொண்டு போய்விடப்போகிறது.

ஃபியோதர் தஸ்தயெவ்ஸ்கி ◆ 235

ஐயோ, என் கொடுமையான விதியே" 'ஒரு வேளை ஆபத்தான தனது எதிரி, மேலங்கியைத் தன் மீது தூக்கிப் போட்டது கூட அந்தக் கடிதத்தைத் திருடிக் கொள்ளும் எண்ணத்துடன்தானோ? தன் எதிரிகளிடமிருந்து அப்படி ஏதாவது ஒரு குறிப்புக் கிடைத்திருக்குமோ அவனுக்கு?' இப்படி ஒரு எண்ணம் உதித்ததும் நடுநடுங்கிப் போனார் கோலியாட்கின்.

'இன்னும் என்ன பாக்கி இருக்கிறது? அவன்தான் அதைத் திருடிக் கொண்டிருக்கிறான் ஒரு சாட்சியத்துக்காக. ஆனால் அப்படி ஒரு சாட்சியம் எதற்கு?' இவ்வாறெல்லாம் நினைத்துப் பார்த்தார் நம் கதாநாயகர்.

எடுத்த எடுப்பில் எற்பட்ட நடுக்கத்தைத் தொடர்ந்து கோலியாட்கினுக்கு இரத்தம் தலைக்கேறியது. பற்களைக் கடித்தபடி ஏதோ முனகிக் கொண்டு, சூடாகிக் கொதித்துக் கொண்டிருந்த தன் தலையைப் பிடித்தபடி மரக்கட்டை மீது சரிந்து கொண்டார்; திரும்பவும் ஏதேதோ எண்ணங்களில் அவர் சஞ்சரிக்கத் தொடங்கியபோதும் அவரது சிந்தனை ஓட்டம் தொடர்ச்சியாக இல்லை. அவரது மண்டைக்குள் ஏதேதோ உருவங்கள் வந்து வந்து போய்க்கொண்டிருந்தன; பல சம்பவங்கள். சிலசமயம் மங்கலாகவும், சில சமயம் தெளிவாகவும் நினைவுக்கு வந்துகொண்டிருந்தன. முட்டாள்தனமான ஏதோ பல பாடல்களின் ராகங்கள் அவரது காதுகளில் ஒலித்தபடி இருந்தன. அவர் பெரும் அவதியில் இயல்புக்கு மாறான பதட்டத்தில் இருந்தார்.

ஓரளவு தன்னை மீட்டுக்கொண்ட பிறகு, தன் குமுறலைக் கொஞ்சம் கட்டுப்படுத்திக் கொண்டு இவ்வாறு மனதுக்குள் எண்ணத் தொடங்கினார்.

"கடவுளே, என் கடவுளே! சிக்கல்களும் துன்பங்களும் இப்போது அளவுகடந்து பெருகி வரும் நிலையில் எனக்கு உரிய மனோபலத்தை அதைத் தாங்கும் உறுதியைத் தாருங்கள்! நான் அழிந்துபோனேன், நாசமாய்ப் போனேன். அதில் எந்த ஒரு சந்தேகமும் இல்லை. இயல்பாக என்ன நடக்க வேண்டுமோ அப்படித்தான் எல்லாமே நடந்திருக்கிறது; இது வேறு மாதிரி இருக்கவே முடியாது. முதலில் நான் என் வேலையைத் தொலைத்துக் கொண்டேன்; ஆமாம், நிச்சயமாக அதை நான் இழந்துதான் விட்டேன்! சரி, ஒரு வேளை இப்போது எல்லாவற்றை யும் சரி செய்ய முடிந்துவிட்டது என்றே வைத்துக்கொள்வோம்; எல்லாவற்றையுமே முதலிலிருந்து ஆரம்பிக்க என்னிடம் பணம் இருக்கிறதென்றும் வைத்துக் கொள்வோம். அப்படியானால் நான் குடியிருக்க வேறு இடம் பார்க்க வேண்டும், அதற்குரிய சாமானெல் லாம் வாங்க வேண்டும். முதலில் சொல்லப்போனால் பெட்ரூஷ்கா

என்னோடு இருக்க மாட்டான்; அந்த ராஸ்கல் இல்லாமலே என்னால் காலம் தள்ளமுடியும். குடியிருப்பிலிருக்கும் மற்றவர்கள் உதவி செய்வார்கள். ஆமாம், அது தான் சரியானது! வீட்டுக்கு எப்பொழுது நான் வர, போக வேண்டுமென்று நினைத்தாலும் என் விருப்பப்படி செய்யலாம்; நான் தாமதமாக வருவது பற்றி பெட்ரூஷ்கா முணுமுணுக்க மாட்டான். ஆமாம், அப்படித்தான். அதனால் வீட்டில் மனிதர்கள் இருப்பது நல்லது. ஒரு வேளை எல்லாம் சரியாக இருந்தால்? சே, என்ன இது? இதற்கு இப்போது என்ன அவசியம் வந்தது?"

இந்தக் கட்டத்தில் தான் இப்போது இருக்கும் உண்மையான நிலைமை கோலியாட்கினின் சிந்தையில் மீண்டும் உறைத்தது. அவர் சுற்றுமுற்றும் பார்த்தார்.

'கடவுளே! என் மீது கருணை காட்டுங்கள். தயவு செய்து கருணை காட்டுங்கள். சே, இப்போது போய் நான் எதைப் பற்றிப் பேசிக் கொண்டிருக்கிறேன்' என்று நினைத்தவராய் அடுத்து என்ன செய்வதென்று சிறிதும் அறியாத குழப்பத்துடன் சூடாகிப் போயிருந்த தன் தலையைக் கைகளால் பற்றிக் கொண்டார் அவர்.

"இங்கிருந்து சீக்கிரம் கிளம்பப் போவதில்லையா ஐயா" கோலியாட்கினுக்கு அருகிலிருந்து ஒரு குரல் கேட்டதும் அவருக்குத் தூக்கிவாரிப்போட்டது. அவருக்கு முன்னால் அவரது வண்டிக் காரன் நின்று கொண்டிருந்தான். அவனும் முழுக்க முழுக்க நனைந்து போய்க் குளிரால் நடுங்கிக் கொண்டிருந்தான். செய்வதற்கு வேறு ஒன்றுமில்லாததால் பொறுமையிழந்து போயிருந்த அவன் மரக்குவியல்களுக்கு அருகே இருந்த கோலியாட்கினை ஒருபார்வை பார்த்துவிட்டுப் போவதற்காக வந்திருந்தான்.

"எனக்கொன்றுமில்லை நண்பரே, நான் சீக்கிரம்... சீக்கிரம் வந்து விடுவேன்... வெகு சீக்கிரமாக வந்துவிடுவேன்! நீங்கள் காத்திருங்கள்"

வண்டிக்காரன் ஏதோ முனகிக்கொண்டே அங்கிருந்து சென்றான்.

"எதைப் பற்றி முனகுகிறான் அவன்" என்று தன் கண்ணீருக் கிடையில் நினைத்துக் கொண்டார் கோலியாட்கின்.

"இன்று மாலை முழுவதும் அவனை வாடகைக்கு எடுத்திருக்கிறேன் நான். என்னுடைய உரிமைதானே அது? ஆமாம் அப்படித்தான். மாலை முழுவதும் வாடகைக்கு எடுத்திருக்கிறேன் என்றால் அப்படித்தான் இருக்கவேண்டும். அவன் வெறுமனே நின்று கொண்டிருந்தாலும் அது என் விருப்பம். அதை

ஃபியோதர் தஸ்தயெவ்ஸ்கி ◆ 237

முடிவுசெய்ய வேண்டியது நான். வண்டியில் சவாரி செய்வதற்கும் செய்யாமல் இருப்பதற்கும் எனக்கு உரிமை இருக்கிறது. இந்த மரக்கட்டைகளுக்குப் பின்னால் நான் நின்று கொண்டிருப்பதற்கும் அவனுக்கும் எந்தச் சம்பந்தமும் இல்லை; அதைப் பற்றி எது சொல்லவும் அவனுக்கு உரிமை இல்லை. வண்டியை வாடகைக்கு எடுத்த கனவான் மரக்கட்டைகளுக்குப் பின்னால் நிற்க விரும்பு கிறார்; அதனால் நின்று கொண்டிருக்கிறார்! அப்படி நிற்பதால் யாருடைய பெருமையையும் அவர் ஒன்றும் குலைத்துக் கொண் டிருக்கவில்லை. ஆமாம், அப்படித்தான் அந்த விஷயத்தை எடுத்துக் கொள்ள வேண்டும்.

'மேடம்! நீங்கள் கொஞ்சம் கேட்க விரும்பினால் இதெல்லாம் என்னவென்று நான் சொல்கிறேன். இப்பொழுதெல்லாம் யாருமே குடிசையிலோ, அதைப் போன்ற ஒரு இடத்திலோ வசிக்க விரும்புவ தில்லை மேடம். நிச்சயமாக இல்லை! தொழில் வளர்ச்சியெல்லாம் அதிகமாக முன்னேற்றமடைந்திருக்கும் இந்தக் காலத்தில் ஒழுங்கான நடத்தை இல்லாமல் காலம் தள்ளுவது கஷ்டம். அதற்கு நீங்கள் ஒரு மோசமான உதாரணம் மேடம்! ஒரு பதிவுக் குமாஸ்தா வேலையைத் தேடிக்கொள்ள வேண்டுமென்றும் கடற்கரையில் ஒரு குடிசையில் வசிக்க வேண்டுமென்றும் சொல்கிறீர்கள். முதலாவதாக கடற்கரைப் பகுதிகளில் பதிவுக் குமாஸ்தாக்கள் இருப்பதில்லை; அடுத்ததாக நமக்கு பதிவுக்குமாஸ்தா வேலை கிடைக்கவும் கிடைக்காது. ஒரு வேளை ஒரு உதாரணத்துக்கு நான் பதிவுக் குமாஸ்தா வேலைக்கோ அதுபோன்ற ஒரு வேலைக்கோ ஒரு மனு அனுப்புகிறேன் என்றும் என்னை என் எதிரியிடமிருந்து காப்பாற்றச் சொல்லுகிறேன் என்றும் வைத்துக் கொள்வோம். அவர்கள் இப்படித்தான் சொல்வார்கள் மேடம். எங்களிடம் நிறைய பதிவுக் குமாஸ்தாக்கள் இருக்கிறார்கள் என்று அவர்கள் நிச்சயம் சொல் வார்கள் மேடம்! நீங்கள் இருக்கப்போவது ஒன்றும் 'மேடம் ஃபாப்லாஸி'டம் இல்லை. அங்கே கற்றுக்கொண்ட 'நல்ல' நடத்தைகள் என்ன என்பதற்கு நீங்கள் மோசமான ஒரு உதாரணம். நல்ல நடத்தை என்பது வீட்டில் தந்தைக்கு அடங்கிய பெண்ணாய் இருந்தபடி அவருக்கு கௌரவம் சேர்ப்பது; தனக்குப் பொருத்த மான ஜோடி யார் என்பது பற்றி அதற்குரிய காலம் வரும் முன் யோசிக்கக்கூடாது! உரிய நேரத்தில் பொருத்தமான மணமகன்கள் தாமாக வருவார்கள் மேடம். அது அப்படித்தான்! நிச்சயமாக உங்களுக்கென்று ஒரு சில திறமைகளை வளர்த்துக் கொண்டே இருக்க வேண்டும். சிலசமயம் பியானோ வாசிக்கலாம், ஃபிரெஞ்ச் பேசிப் பழகலாம்; வரலாறு, புவியியல், கணிதம், சமயப் புத்தகங்கள் படிக்கலாம்.

அதுதான் சரியானது, உங்களுக்குத் தேவைப்படுவது அதுதான். சமையலும் கூடத்தான். நல்ல நடத்தை கொண்ட ஒரு பெண் கற்றுக்கொள்ள வேண்டிய விஷயங்களில் சமையலுக்கும் ஒரு இடம் நிச்சயமாக உண்டு. சரி, அது எல்லாம் ஒரு பக்கம் இருக்கட்டும் என் அன்புப் பெண்ணே! முதலில் சொல்லப் போனால் அவர்கள் உன்னைப் போகவே விடமாட்டார்கள். கூச்சலும் ஆர்ப்பாட்டமும் செய்தபடி உன் பின்னால் துரத்திவந்து உன்னை ஒரு மடத்தில் அடைத்துவைத்து விடுவார்கள். அது எப்படி இருக்கப்போகிறது மேடம் ? நான் அப்போது என்ன செய்ய வேண்டுமென்று நினைக்கிறாய்? சில முட்டாள்தனமான நாவல்களில் வருவதைப் போல அருகிலிருக்கும் ஏதாவது மலைச் சிகரங்களின் மீது நின்றபடி கண்ணீர்விட்டுக் கொண்டு நீ சிறை வைக்கப்பட்டிருக்கும் இடத்தையே வெறித்துப் பார்த்துக் கொண்டு இறுதியில் மடிந்துபோக வேண்டுமா? மோசமான ஜெர்மானியக் கவிஞர்களும், நாவலாசிரியர்களும் காட்டியிருக்கும் அப்படிப்பட்ட உதாரணங் களைப் போலவா ஆவது? அப்படியா விரும்புகிறாய் பெண்ணே? ஒரு நல்ல நண்பனாக முதலில் என்னை இதைச் சொல்ல விடு. இவையெல்லாம் அப்படிச் செயல்படுத்தக்கூடியவை அல்ல. அடுத்ததாக எடுத்துக் கொண்டால் உன்னை ஃபிரெஞ்சு நூல்கள் படிக்க அனுமதித்ததற்காக உன் பெற்றோரையும், படித்ததற் காக உன்னையும் நன்றாக உதைக்க வேண்டும் போலிருக்கிறது எனக்கு. அதிலிருப்பதெல்லாம் வெறும் விஷம் தான், கெடுதலை உண்டாக்கும் விஷம் மேடம்!

சரி, இப்போது இப்படிக் கேட்கிறேன், நீ எப்படிக் கற்பனை செய்து கொண்டிருக்கிறாய்? நாம் எந்தத் தண்டனையுமே இல்லா மல் எளிமையாக ஏதோ ஒரு வகையில் ஓடிப்போய் விடமுடியுமென் றும் கடற்கரைப் பக்கத்தில் ஒரு குடிசையில் இருப்போமென்றும் அப்படியெல்லாம் கற்பனை செய்து கொண்டிருக்கிறாயா? அங்கே கொஞ்சிக் குலாவி நம் உணர்வுகளைப் பகிர்ந்தபடி, பலவற்றையும் பேசிக் களித்துக் கொண்டு, மகிழ்வாகவும், நிறைவாகவும் நம் வாழ்நாளைக் கழிப்போம்; பிறகு நமக்குக் குழந்தைகள் பிறக்கும்; நம் பெற்றோரை உன் தந்தையும் சிவில் கவுன்சிலருமான ஒல்கஃபி இவானோவிச்சைத் தேடிப் போவோம். 'எங்களுக்குக் குழந்தை பிறந்திருக்கிறது. இப்படிப்பட்ட நல்ல சந்தர்ப்பத்தில் எங்கள் மீது கோபம் கொண்டு சபிக்காமல் நீங்கள் வாழ்த்தி ஆசிகூற வேண்டும் என்று சொல்வோம்; இப்படியெல்லாம் கற்பனை செய்து கொண்டிருக்கிறாயல்லவா? இல்லை பெண்ணே இல்லை. இது சரியான வழி ஆகாது! முதலில் எடுத்துக்கொண்டால் அப்படிப் பட்ட கொஞ்சல், குலாவல்கள் எல்லாம் இருக்கும் என்று

மனதுக்குள் கணக்குப் போட்டுக் கொண்டிருக்காதே. இப்பொழு தெல்லாம் கணவன் என்பவன் ஒரு எஜமானனைப் போன்றவன்; நல்ல முறையில் வளர்க்கப்பட்ட ஒரு மனைவி எல்லாவகைகளிலும் அவனைத் திருப்திப்படுத்தவேண்டும். இயந்திரமாகிவிட்ட இந்தக் காலத்தில் கொஞ்சல் குலாவல்களெல்லாம் பழங்கதைகளாகி விட்டன மேடம்! 'ஜுன்ஜாக்யூஸ் ரூஸோவின் காலமெல்லாம் முடிந்துபோய்விட்டது.

இன்றைய சூழலில் அலுவலகத்திலிருந்து பசியோடு வரும் கணவன் 'அன்பே, சாப்பிட ஏதாவது இருக்கிறதா? மீன்துண்டு..? குடிக்க ஒரு துளி வோட்கா..?" என்றுதான் கேட்பான். நீ அவனுக்காகத் தின்பண்டங்களையும், வோட்காவையும் தயாராக வைத்திருக்க வேண்டும்; உன் கணவன் அவற்றை ரசித்து சாப்பிடுவான்.. உன்னைப் பார்க்கக்கூட மாட்டான், 'ஓடு ஓடு சமையலறைக்கு ஓடு, போய் இரவுச் சமையலைப் பார்' என்பான்; எப்பொழுதாவது வாரம் ஒரு தடவை உனக்கு முத்தம் தருவான், அதுவும்கூடப் போகிற போக்கில்!

நம் இருவருக்கிடையிலும் கூட அப்படிப்பட்ட உறவுதான் இருக்கும் இளம் பெண்ணே! அப்போதும் கூட அது சற்று விட்டேற்றியாகத்தான் இருக்கும். இந்த விஷயங்களையெல்லாம் இந்த முறையில் யோசித்துப் பார்த்தால், யதார்த்தம் அப்படித்தான் இருக்கும்!

சரி, இந்த விஷயத்தில் நான் எப்படி நுழைந்தேன்? உன்னுடைய தூண்டிலில் என்னை ஏன் இரையாக்கினாய்? உன் மனதுக்குப் பிரியமான மனிதன் என்றும் உனக்காகப் பல துன்பங்களைச் சுமந்துகொண்டிருக்கும் உன்னதமான மனிதன் என்றும் இப்படியெல்லாம் என்னைப் பற்றி ஏன் சொன்னாய்?

பெண்ணே, முதலில் சொல்லப்போனால் நான் உனக்குப் பொருத்தமில்லாதவன்; அது உனக்கே தெரியும். புகழ்மொழிகளும், பாராட்டு வார்த்தைகளும் சொல்வதில் நான் தேர்ந்தவன் இல்லை. அற்பத்தனமாக... வார்த்தைகளுக்கு வாசனையூட்டியபடி பெண்களை மயக்குவது எனக்கு விருப்பம் இல்லாதது. எனக்குப் பெண் பித்தர்களைக் கொஞ்சமும் பிடிக்காது.

பார்ப்பதற்கு நான் அழகாக இல்லை என்பதையும் நான் ஒத்துக் கொண்டாகவேண்டும். நான் வீண்பெருமைக்காகப் பேசுவ தாகவோ போலியான தற்கூச்சத்துடன் இப்படிச் சொல்லுவ தாகவோ நினைக்காதே. இப்போது நான் எது உண்மையோ அதை

ரூஸோ: மனித சமத்துவத்தை முன்னெடுத்தவர். பிரெஞ்சுப் புரட்சியாளர்களில் ஒருவரான ரூஸோ, அதில் ஆண் பெண் சமத்துவமும் அடக்கம்.

மட்டுமே மனமாரச் சொல்லிக் கொண்டிருக்கிறேன். சுருங்கச் சொன்னால் சாராம்சம் இதுதான். நேர்மையான வெளிப்படையான குணம், அனுபவ அறிவு இவை மட்டுமே நாம் பெருமையாகப் பேசிக் கொள்ளக்கூடிய இயல்புகள். சதி வேலைக்கும் அதற்கும் சம்பந்தமே இல்லை. நான் எந்த சதித்திட்டமும் தீட்டுபவன் இல்லை என்று என்னால் பெருமையாகச் சொல்லிக்கொள்ள முடியும்! விஷயம் அதுதான். நேர்மையான மனிதர்களுக்கு இடையே முகமூடி தரித்துக் கொண்டு நடமாடுபவன் இல்லை நான். உனக்கு உண்மையைச் சொல்ல வேண்டுமென்றால்...' கோலியாட்கினின் சிந்தனை ஓட்டம் இத்துடன் சட்டென்று தடைப்பட அவருக்குத் தூக்கி வாரிப்போட்டதைப் போலிருந்தது. வண்டிக்காரனின் ஈரமான தாடி, மரக்கட்டைகளுக்கு அருகில் மீண்டும் தென்பட்டது.

"இதோ வந்துவிடுகிறேன் நண்பனே, இப்போது உடனே வந்துவிடுகிறேன்" என்று நடுங்கும் தொனியில் நொந்துபோன குரலில் அவனுக்கு பதில் தந்தார் கோலியாட்கின்.

வண்டிக்காரன் தன் தலையைச் சொறிந்துகொண்டு, தாடியைச் சற்று நீவி விட்டுக் கொண்டான். ஓரடி முன் நோக்கி நகர்ந்தவன் சற்று அப்படியே நின்றபடி கோலியாட்கினை சந்தேகப் பார்வை பார்த்தான்.

"இதோ, இப்போது வந்து விட்டேன் நண்பரே, இதோ பாருங்கள் நண்பரே.. கொஞ்சம் கொஞ்சம். சிறிது நேரம்! ஒரே ஒரு வினாடி, அவ்வளவுதான்!"

"நீங்கள் வரப்போகிறீர்களா இல்லையா?" அவரை நெருங்கி வந்த வண்டிக்காரன் கடைசியாகக் கேட்டான்.

"இல்லை நண்பரே! இதோ வந்துவிடுகிறேன்! கொஞ்சம் காத்துக் கொண்டிருக்க வேண்டியிருக்கிறது"

"அப்படியா"

"ஆமாம் நண்பரே... நீங்கள் எந்த ஊர்க்காரர்?"

"நான் ஒரு அடிமை ஐயா"

"உங்கள் எஜமானர் எப்படி, நல்லவர்தானா?"

"ஏதோ பரவாயில்லை"

"நல்லது நண்பரே! கொஞ்ச நேரம் இங்கேயே காத்திருங்கள், சரியா? ஆமாம், நீங்கள் பீட்டர்ஸ்பர்க்கில் வெகு காலமாக இருக்கிறீர்களா?"

"இங்கே வந்து ஒரு வருஷமாயிற்று!"

"எல்லாம் சரியாக இருக்கிறதா, சந்தோஷமாக இருக்கிறீர்களா?"

"ஏதோ காலம் தள்ளிக் கொண்டிருக்கிறேன்"

"ஆமாம் நண்பரே, நிச்சயமாக இங்கெல்லாம் அப்படித்தான். நாட்டுப்புறப் பகுதிகளுக்குத்தான் நாம் நன்றி சொல்லியாக வேண்டும்! வெளிப்படையான நேர்மையான மக்களை அங்கே பார்க்கலாம். இப்போதெல்லாம் நேர்மையாக இருப்பவர்கள் அதிகம் கிடைப்பதில்லை. நாம் குளிக்கவும் சாப்பிடவும், குடிக்கவும் உதவுபவர்கள் நல்ல மனிதர்கள்தான், ஆனால் சில சமயம்.. தங்கத்துக்காகக் கண்ணீர் விடுபவர்களைக் கூடப் பார்க்க முடிகிறது நண்பரே, வருத்தத்தை உண்டாக்கும் சில உதாரணங்கள்! என்ன செய்வது, அப்படித்தான் இருக்கிறது நண்பரே"

வண்டிக்காரன் கோலியாட்கினைப் பார்த்து இரக்கப்படுப வனைப் போலத் தெரிந்தான்.

"சரி! ஐயா நான் இருக்கிறேன். நீங்கள் வெகுநேரம் காத்திருக்க வேண்டியிருக்குமோ?"

"இல்லை நண்பரே இல்லை! நான் இதற்கு மேலும் காத்திருக்க மாட்டேன் தோழரே! ஆனால் நீங்கள் என்ன நினைக்கிறீர்கள் சொல்லுங்கள், உங்கள் விருப்பம் எதுவோ அதை ஏற்றுக் கொள்கிறேன். நான் இதற்கு மேல் இங்கே காத்திருக்க மாட்டேன்."

"நீங்கள் எங்கும் போகப் போவதில்லையா?"

"இல்லை நண்பரே இல்லை, சரி, போகட்டும். உங்களுக்கு உரியதைத் தந்துவிடுகிறேன். நீங்கள் சென்றுவிடுங்கள். அவ்வளவு தான், நான் உங்களுக்கு எவ்வளவு தர வேண்டியிருக்கிறது நண்பரே?"

"நீங்கள் வாடகைக்கு எடுத்தபோது எவ்வளவு தொகை சொன்னீர்களோ அதை தயவு செய்து கொடுங்கள் ஐயா! நான் வெகுநேரமாகக் காத்திருக்கிறேன். பாவப்பட்ட மனிதனாகிய என்னிடம் போய்க் கடுமையாக நடந்து கொள்ளாதீர்கள் ஐயா"

"நல்லது, இதோ இதை எடுத்துக் கொள்ளுங்கள் அன்பரே" என்று கூறியபடி வண்டிக்காரனிடம் ஆறு ரூபிள்களைக் கொடுத்த கோலியாட்கின், அதற்கு மேலும் நேரத்தை வீணாக்கக் கூடாது என்று உறுதியாக முடிவு செய்தார். இனிமேல் நேராகப் போக வேண்டியதுதான். வண்டிக்காரனையும் அனுப்பியாகிவிட்டது, எல்லாம் முடிந்துவிட்டது. இனிமேலும் காத்திருப்பதில் பயன் இல்லை.

வீட்டின் முன் பகுதியிலிருந்து விரைந்து சென்று வாயில்

வழியே வெளியேறினார் அவர்; இடது பக்கம் திரும்பி சுற்று முற்றும் பார்க்காமல் குதிகால்களால் மூச்சிரைக்க ஓட்டம் பிடித்தபடி மகிழ்ச்சியோடு சென்றார்.

"ஒரு வேளை எல்லாமே நல்லதற்காகக்கூட இருக்கலாம்" என்று நினைத்துக் கொண்டார்.

"ஒரு வேளை இதன் மூலம் நான் சிக்கலிலிருந்து தப்பித்து ஓடுவதாகக் கூட இருக்கலாம்"

இப்படி நினைத்ததும், சட்டென்று கோலியாட்கினின் மனம் இலேசாகியது.

"ஐயோ, இது மட்டும். ஒரு நல்ல திருப்பத்தைக் கொண்டு வந்து சேர்க்குமானால்" என்று ஒரு பக்கம் எண்ணியபோதும் தன் வார்த்தைகளின் மீது நம் கதாநாயகருக்கு அத்தனை நம்பிக்கை ஏற்படவில்லை. 'என்ன செய்யவேண்டும் என்று எனக்குத் தெரியும்' என்று யோசித்தார். பிறகு "இல்லை இல்லை, நான் வேறு உபாயத்தை முயற்சி செய்வது நல்லதாக இருக்கும். ஒருவேளை இப்படிச் செய்வது சரியாக இருக்குமோ" என்று பலவாறு யோசித்து தயங்கி தன் சந்தேகங்களுக்குத் தீர்வுகாண முனைந்த நம் கதாநாயகர் செமியோனோவ்ஸ்கி பாலத்தை நோக்கி ஓடினார். ஆனால் அந்தப் பாலத்தை நோக்கி ஓடிக் கொண்டிருந்த அந்த நேரத்திலேயே அங்கிருந்து திரும்பி விட வேண்டுமென்றும் விவேகத்தோடும் இறுதியாகவும் முடிவு செய்து கொண்டு விட்டார் அவர்.

"இப்படிச் செய்தால் நன்றாக இருக்கலாமோ" என்று யோசித்துப் பார்த்தார்.

"வேறுவழியில் முயற்சித்துப் பார்ப்பது நல்லதென்று நினைக்கிறேன். அதாவது... நான் சும்மா போவது. அவ்வளவுதான்! ஒரு வெளியாளைப் போல என்ன நடக்கிறது என்று பார்ப்பது. வெளியாள்போல மட்டுமே. வேறெதுவும் இல்லை. அப்புறம் என்ன நடந்தாலும் அது என் தப்பு இல்லை, அவ்வளவுதான் விஷயம். இப்போது நடந்துகொள்ள வேண்டியது அப்படித்தான்"

அமைதியாக ஒரு வெளியாளைப் போலச் செயல்படுவது என்று இப்போது முடிவு செய்துவிட்டதால்.. அந்த மகிழ்ச்சியான யோசனையோடு திரும்பிச் செல்ல முடிவெடுத்த நம் கதாநாயகர் திரும்பிச் செல்லத் தொடங்கினார்.

"அதுதான் ரொம்ப நல்லது. அப்படிச் செய்தால் எதற்கும் பொறுப்பாக வேண்டியதில்லை. ஆனால் எது தேவையோ அதைப் பார்த்துவிட முடியும், அவ்வளவுதான்"

அது பாதுகாப்பான திட்டம் என்று பட்டதால் அவ்வாறே அவர் உள்ளத்தில் முடிவு செய்யப்பட்டது. தன்னைத்தானே நிதானப்படுத்திக் கொண்ட அவர், இதமான பாதுகாப்பான அமைதியான புகலிடமாகிய விறகுக் கட்டைகளுக்குப் பின்னால் புகுந்துகொண்டார்; அங்கிருந்து அந்த ஜன்னலை மட்டுமே ஆழ்ந்த கவனத்தோடு உற்றுப் பார்க்கத் தொடங்கினார். இம்முறை அதிகநேரம் அதைப் பார்த்தபடி காத்திருக்கும் நிலை அவருக்கு நேரவில்லை. திடீரென்று எல்லா ஜன்னல்களை ஒட்டியும் வித்தியாசமான சலசலப்புக்கள் எழ ஆரம்பித்தன. ஜன்னல் திரைகள் விலக்கப்பட்டுப் பல உருவங்கள் தெரியத் தொடங்கின. ஒல்சுஃபி இவானோவிச் வீட்டு ஜன்னல்களில் மக்கள் கூட்டம் கூட்டமாக நெருக்கியடித்துக் கொண்டிருந்தனர்: எல்லோருடைய கண்களும் வீட்டின் முன்பகுதியிலுள்ள எதையோ பார்த்துக் கொண்டிருந்தன. விறகுக் கட்டைகளின் மறைவில் பத்திரமாக இருந்த நம் கதாநாயகருக்கும் கூட இந்த சலசலப்பைக் கேட்டு ஆர்வம் எழத்தொடங்கியது. விறகுக் குவியலின் நிழலுக்குள் மறைந்து நின்றபடி, தன்னால் முடிந்தவரை கழுத்தை எட்டி வலப்புறமும் இடப்புறமும் பார்த்துக்கொண்டிருந்தார் அவர். திடீரென்று அவருக்குத் தூக்கிவாரிப்போட்டுவிட, மூச்சைப் பிடித்துக் கொண்டு நடுக்கத்தோடு உட்கார முயற்சித்தார்.

ஜன்னல் வழியே பார்த்துக் கொண்டிருந்தவர்களெல்லாம் வேறெதையும் வேறெவரையும் தேடவில்லை என்பதும் கோலியாட்கினை மட்டுமே அவர்கள் பார்த்துக் கொண்டிருந்தார்கள் என்பதும் அவருக்குப் புலப்பட்டுவிட்டதே அதற்குக் காரணம். எல்லோரும் அவர் இருந்த திசையிலேயே பார்த்துக்கொண்டிருந்ததால் தப்புவது கடினமாயிற்று; அவர்கள் அவரைப் பார்த்தே விட்டார்கள்! மிகுந்த படபடப்போடு விறகுக் கட்டைகளுக்கிடையே மிக நெருக்கமாகத் தன்னை ஒளித்துக்கொள்ள முயன்றார் அவர்; ஆனால், அந்த வஞ்சகமான மறைவிடம் அவரைக் கைவிட்டுவிட்டதென்பதையும் அது அவரை முழுமையாக மறைக்க உதவவில்லை என்பதையும் உடனே கண்டுகொண்டார். அந்த விறகுக் கட்டைகளின் ஊடே ஏதாவது ஒரு எலிப்பொந்து இருந்திருந்தால் அதில் நுழைவது சாத்தியமாக இருந்திருந்தால் நம் கதாநாயகர் அதற்குள் சாதுவாகப் புகுந்து கொண்டு அந்தநேரம் சந்தோஷமாக இருந்திருப்பார். ஆனால் அதற்குக் கொஞ்சம் கூட வாய்ப்பில்லை. இறுதியில் என்ன செய்வதென்று தெரியாத தவிப்புடன் ஜன்னல் பக்கத்தையே நேராக தைரியமாகப் பார்க்கத் தொடங்கினார் அவர்; அதுதான் அப்போது செய்யக்கூடிய உருப்படியான விஷயம். சட்டென்று கூச்சத்தால் சிவந்தார் அவர். மிகச்சரியாக அவர் இருக்கும் இடம்

கண்டுபிடிக்கப்பட்டு விட்டிருந்தது; உடனே எல்லோரும் அவரை உற்றுப் பார்த்துக் கொண்டும், கைகளை அசைத்துக் கொண்டும், தலையை அவரைநோக்கி ஆட்டியபடியும் அவரைக் கூவி அழைத்தனர். இன்னும் கூடப் பல ஜன்னல்கள் திறந்துகொண்டன; ஒரே நேரத்தில் நிறையக் குரல்கள் அவரைப் பார்த்து ஏதோ சத்தமிட்டன.

"இந்தக் குறும்புக்காரப் பெண்களையெல்லாம் அவர்கள் குழந்தைகளாக இருக்கும்போதே அடித்து உதைத்து வளர்க்காமல் இருப்பது ஏன், ஆச்சரியமாகத்தான் இருக்கிறது" மிகுந்த தலைக் குழப்பத்துடன் தனக்குள் முனகிக் கொண்டார் நம் கதாநாயகர். திடீரென்று படிகளில் வேகமாக இறங்கி வந்தான் அவன் (அவன் யாரென்பது நமக்குத் தெரியும்). சீருடை மட்டுமே அணிந்திருந்த அவன் மேலங்கி, தொப்பி என எதையும் போட்டுக் கொண்டிருக்கவில்லை. கைகளை ஒன்றோடு ஒன்று உரசிக் கொண்டு மூச்சு வாங்கியபடி, துள்ளிக்குதித்தோடி வந்த அவன், கோலியாட்கினை அங்கே பார்க்க நேர்ந்ததில் வஞ்சகமான மகிழ்ச்சியை வெளிப்படுத்திக் கொண்டிருந்தான்.

"யாகோவ் பெத்ரோவிச்" என்று கிசுகிசுத்தான் தன் உதவாக் கரைத்தனத்துக்குப் பெயர்போன அந்த மனிதன்.

"யாகோவ் பெத்ரோவிச்! நீங்கள் இங்கேயா இருக்கிறீர்கள்? சளி பிடித்துக்கொள்ளப்போகிறது, இந்த இடத்தில் மிகவும் குளிர்ச்சியாக இருக்கிறது யாகோவ் பெத்ரோவிச்! வீட்டுக்குள் வாருங்கள்" என்றான்.

"இல்லை யாகோவ் பெத்ரோவிச் வேண்டாம்... நான் நன்றாகத்தான் இருக்கிறேன் யாகோவ் பெத்ரோவிச்" என்று பணிவான குரலில் பதில் தந்தார் நம் கதாநாயகர்.

"இல்லை, இது சரியில்லை யாகோவ் பெத்ரோவிச். நான் மன்றாடிக் கேட்கிறேன். எங்களோடு வந்து இருங்கள். உங்களை வேண்டிக் கேட்டுக் கொள்கிறேன். 'அவரை வரவேற்று இங்கே அழைத்துக் கொண்டு வாருங்கள்' என்று என்னிடம் சொல்லியிருக்கிறார்கள்"

"இல்லை யாகோவ் பெத்ரோவிச், நான் என் வீட்டுக்குப் போகிறேன்.. ஆமாம் யாகோவ் பெத்ரோவிச் அதுதான் நல்லதாக இருக்கும்" இலேசான கோபத்துடன் இவ்வாறு கூறியபோதும் அதே சமயத்தில் கூச்சத்திலும் நடுக்கத்திலும் உறைந்திருந்தார் நம் கதாநாயகர்.

"இல்லை இல்லை. கூடாது. ஒருக்காலும் இல்லை." என்று அருவருப்பான அந்த மனிதன் மெல்ல முணுமுணுத்தான் "இல்லை

இல்லை. ஒரு போதும் இல்லை. என்னோடு வாருங்கள்” என்று தீர்மானமாகச் சொன்னபடி சீனியர் கோலியாட்கினைப் படிகளின் மீது பிடித்து இழுத்துக் கொண்டு சென்றான் அவன். கோலியாட்கினுக்கு அவ்வாறு செல்வதில் சிறிதும் விருப்பம் இல்லை; ஆனாலும் எல்லோரும் அவரையே பார்த்துக் கொண் டிருந்ததால் அவனது செயலை ஏற்காமல் அவனோடு சண்டை போடுவது மடத்தனமாக இருக்குமென்று எண்ணி நமது கதா நாயகரும் உடன் சென்றார். ஆனால் அவர் எப்படி எந்த நிலையில் சென்றார் என்பதை எவராலும் கூறமுடியாதுதான்; தனக்கு என்ன நிகழ்ந்து கொண்டிருக்கிறது என்பதை உணரும் நிலையில் அவர் இல்லை.

ஆனாலும் அதனால் எந்த வித்தியாசமும் ஏற்பட்டு விட வில்லை; அவர் சென்று கொண்டேதான் இருந்தார்.

தன்னைத் தானே மீட்டுக் கொண்டு சுயஉணர்வுக்கு வந்து சேரும் முன்பே தான் வரவேற்புக் கூடத்துக்கு வந்து சேர்ந்திருப்பதை உணர்ந்து கொண்டார் நம் கதாநாயகர்.

சித்திரவதைக்கு ஆட்படுத்தப்பட்டு அலங்கோலமான நிலையில் வெளிறிப் போய் இருந்தார் அவர். சோகையான கண் களோடு சுற்றியிருந்த கூட்டத்தை வெறித்தார். கொடுமை! வரவேற்புக் கூடம் மட்டுமல்லாமல் எல்லா அறைகளுமே முழுமை யாக நிரம்பி வழிந்து கொண்டிருந்தன. கூட்டம் கூட்டமாக மனிதர் கள்! அவர்களில் அதிகம் பேர் பெண்கள். எல்லோரும் கோலியாட் கினைச் சுற்றி மொய்த்துக் கொண்டிருந்தார்கள். குறிப்பிட்ட ஒரு திசையை நோக்கி அவர்கள் தன்னை வலுக்கட்டாயமாக இழுத்துக் கொண்டு போவதை கோலியாட்கினால் தெளிவாக உணரமுடிந்தது.

“ஆனால் கதவுப் பக்கமாக இல்லை” என்ற யோசனை அவரது உள்ளத்தில் ஓடியது.

உண்மையாகவே அவர்கள் அவரைக் கதவுப் பக்கம் இழுத்துச் செல்லவில்லை; ஓல்சுஃபி இவானோவிச் அமர்ந்திருக்கும் சாய்வு நாற்காலிக்கு அருகிலேதான் அவரைத் தள்ளிக் கொண்டு சென்றனர். வெளிறிப்போய் சோர்வுடனும் சோகத்துடனும் காணப் பட்ட கிளாரா ஓல்சுபியேவ்னா, சாய்வு நாற்காலியின் ஒருபுறம் நின்று கொண்டிருந்தாள்; ஆடம்பரமான ஆடை அலங்காரத்தோடு தோற்றமளித்துக் கொண்டிருந்தாள் அவள்; அவளது அழகான கூந்தலில் கொலுவிருந்த வெண்மையான சிறிய மலர் ஒன்று கோலியாட்கினைக் கண நேரம் அசர அடித்தது. சாய்வுநாற்காலி யின் மறுபுறம் விளாடிமிர் செமீனோவிச் அமர்ந்திருந்தான். அவன் அணிந்திருந்த கறுப்பு நிறக் கோட்டில் சமீபத்தில் அவன் பெற்றிருந்த

இராணுவத் தகுதிப் பதக்கம் வீற்றிருந்தது.

நாம் இதற்கு முன்பு விவரித்ததைப் போல கோலியாட்கின் நேரடியாக ஒல்சுஃபி இவானோவிச்சின் அருகில் அழைத்துச் செல்லப்பட்டார். அவரது ஒரு பக்கத்தில் ஜூனியர் கோலியாட்கின் அமர்ந்திருந்தான்.

மிகுந்த நாகரிகத்தோடும் நேர்மையோடும் இருப்பது போன்ற தொரு பாவனையை அவன் அப்போது புனைந்து கொண்டிருந்தது நம் கதாநாயகருக்குப் பெருத்த ஆறுதலளிப்பதாக இருந்தது. ஒல்சுஃபி இவானோவிச்சின் இன்னொரு பக்கத்தில் மிகவும் அமைதியான முகபாவனையுடன் அமர்ந்திருந்தார் ஆந்திரேய் ஃபிலிப்போவிச்.

“இதற்கெல்லாம் என்ன அர்த்தம்” என்று ஆச்சரியமடைந்தார் கோலியாட்கின்.

ஒல்சுஃபி இவானோவிச்சின் அருகே தான் அழைத்துச் செல்லப்படுவதைக் கண்டபோது மின்வெட்டுப் போல ஒரு எண்ணம் அவருள் உதித்தது. தன்னிடமிருந்து பறிக்கப்பட்ட அந்தக் கடிதம் குறித்த நினைவு அவரது மூளைக்குள் அப்போது மின்னலடித்தது. மிகுந்த மன வேதனையோடும், தவிப்போடும் ஒல்சுஃபி இவானோவிச்சின் நாற்காலி அருகே நின்றிருந்தார் அவர்.

‘அவர் இப்போது என்ன சொல்லப்போகிறாரோ’ என்று தன்னுள் யோசித்துக் கொண்டிருந்தார் அவர். ‘ஆனால் நிச்சயமாக அது வெளிப்படையானதாகத்தான் இருக்கும். ஒளிவு மறை வில்லாததாக இருக்கும்; ஆனாலும் கௌரவமானதாகவே இருக்கும். நிச்சயம் அது அப்படித்தான் இருக்குமென்று நினைக்கிறேன்.’

ஆனால் நம் கதாநாயகர் பயந்து கொண்டிருந்ததைப் போல எதுவும் நடக்கவில்லை. ஒல்சுஃபி இவானோவிச், மிகவும் நல்ல முறையில் கோலியாட்கினை எதிர்கொண்டு வரவேற்றார். கோலியாட்கினுடன் கைகுலுக்கவில்லையென்றாலும் கூட அவரைப் பார்த்து நரை படர்ந்த கௌரவமான தோற்றத்துடன் கூடிய தன் தலையை இலேசாக அசைத்தார். அமைதியான ஒரு சோக பாவனை அதில் பொதிந்திருந்தாலும் நல்லெண்ணத்தில் பழுதில்லாததாகவே அது இருந்தது. அல்லது, அது அப்படி இருந்ததாக கோலியாட்கினுக்குத் தோன்றி இருக்கலாம். ஒல்சுஃபி இவானோவிச்சின் ஒளியிழந்த கண்களில் கண்ணீர்த்துளி ஒன்று மின்னியதைப் போலக் கூட அவருக்கு பிரமை ஏற்பட்டது. அவர், தன் கண்களை உயர்த்திப் பார்த்தபோது அருகில் நின்றிருந்த கிளாரா ஒல்சுஃபியேவ்னாவின் இமைகளிலும் கூடக் கண்ணீர் தேங்கி நிற்பதைப் போலிருந்தது. விளாடிமிர் செமீனோவிச்சின்

கண்களிலும் அதேபோல ஏதோ இருப்பதாகத் தோன்றியது! எதற்குமே அசையாத உயரமான கம்பீரமான மனிதரான ஆந்திரேய் ஃபிலிப்போவிச்சிடமும் கூட அங்கே பொதுவாக அனைவரிடமும் தென்பட்ட கண்ணீரோடு கூடிய இரக்கமான அந்த பாவனை தெரிவது போலிருந்தது. தோற்றத்தில் சிவில் கவுன்சிலரைப் போலவே இருந்த அந்த இளைஞனும் கூட அந்த சந்தர்ப்பத்தைப் பயன்படுத்திப் பயங்கரமாக வெதும்பி அழுதுகொண்டிருந்தான் அல்லது ஒரு வேளை அது கோலியாட்கினின் கற்பனையாகவும்கூட இருக்கலாம்; காரணம் அவர் தன்னளவில் மிகவும் நெகிழ்ந்து போயிருந்தார். சூடான கண்ணீர் தன் கன்னங்களில் வழிந்தோடிக் கொண்டிருப்பதைப் போலவே உணர்ந்தார்.

அந்தத் தருணத்தில் மனித இனத்தோடும் தன் விதியோடும் கூட சமரசம் செய்து கொண்டார் கோலியாட்கின். அவரது உள்ளம் அன்பால் நிறைந்தது. ஒல்சுஃபி இவானோவிச்சின் மீதும், அங்கே கூடியிருந்த கூட்டத்தின் மீதும் மட்டுமல்ல; கொடுமையான நஞ்சை ஒத்த தன் இன்னொருவனான அந்த 'இரட்டையின் மீதும் கூடத்தான்! (இப்போது அந்த மனிதன் நச்சுத்தன்மை கொண்டவ னாக அவருக்குத் தெரியவில்லை, தனது இரட்டையாகக் கூட அவன் தெரியவில்லை. மிகவும் இணக்கமுள்ள ஒரு மனிதனாகவும், தனக்கும் அவனுக்கும் எந்த சம்பந்தமும் இல்லை என்றும் தோன்றியது அவருக்கு).

இப்படிப்பட்ட ஒரு மனநிலையில் பொங்கி வரும் விம்மல்க ளால் உடைந்த குரலுடன், ஒல்சுஃபி இவானோவிச்சிடம் தன் உணர்வுகளை வெளிப்படுத்த முற்பட்டார் அவர்; எனினும் இதுவரை அனுபவிக்க நேர்ந்தவற்றால் மிகுதியாக உணர்ச்சிவசப் பட்டிருந்த அவரால் ஒரு வார்த்தை கூடப் பேச இயலவில்லை. தன்னுடைய இதயத்தைப் பணிவோடு தொட்டுக்காட்டி சைகை செய்ய மட்டுமே அவரால் முடிந்தது.

வயதில் முதிர்ந்தவரான ஒல்சுஃபி இவானோவிச் அதற்கு மேல் உணர்ச்சி வசப்படக் கூடாதென்பதற்காக கோலியாட்கினை அங்கிருந்து சற்று விலக்கி அழைத்துப் போனார் ஆந்திரேய் ஃபிலிப்போவிச்; ஆனாலும் கோலியாட்கினின் விருப்பப்படி அவன் சுதந்திரமாக இருப்பதை அவர் தடுக்க முயலவில்லை. புன்னகை செய்தபடி தனக்குள் ஏதோ முணுமுணுத்துக் கொண்டிருந்த கோலியாட்கின் திகைத்துப் போயிருந்தார்; ஆனாலும் சக மனிதர் களோடும் தன் விதியோடும் முழுமையாக சமரசம் செய்து கொண்டுவிட்ட நம் கதாநாயகர், அங்கே கூடியிருந்த விருந்தாளி களுக்கிடையே நகர்ந்து செல்லத் தொடங்கினார்.

எல்லோருமே அவர் செல்வதற்கு வழியமைத்துத் தந்ததோடு, வினோதமான ஆர்வத்தோடும், மர்மம் பொதிந்த அளவிடமுடியாத இரக்கத்தோடும் அவரைப் பார்த்துக் கொண்டிருந்தனர். நமது கதாநாயகர் அடுத்த அறைக்குள் நுழைந்தார்; அங்கேயும் அதே போன்ற கவனம் அவர் மீது படிந்திருந்தது.

அங்கிருந்த கூட்டம் முழுவதுமே தான் எடுத்து வைக்கும் ஒவ்வொரு அடியையும் கவனித்தபடி தன்னையே பின் தொடர்ந்து கொண்டிருப்பதையும் தலையை ஆட்டி விவாதித்தபடி கீழ்க்குரலில் சுவாரசியமான ஏதோ ஒன்றைத் தங்களுக்குள் பகிர்ந்து கொண் டிருப்பதையும் நம் கதாநாயகரால் மங்கலாக உணர்ந்துகொள்ள முடிந்தது. அவர்கள் அப்படிக் கிசுகிசுப்பாகத் தங்களுக்குள் என்னதான் பேசிக்கொண்டிருக்கிறார்கள் என்பதை அறிய அவர் பெரிதும் விரும்பினார். சுற்றுமுற்றும் பார்த்தபோது தன் அருகில் ஜூனியர் கோலியாட்கின் இருப்பதைக் கண்டார். அவனுடைய கையைப் பற்றி இழுத்துக் கொண்டு தனியே வேறொரு பக்கம் அவனைக் கூட்டிச் செல்ல வேண்டும் என்பது போன்ற கட்டுக் கடங்காத உணர்வெழுச்சி அவருள் பொங்கியது. அந்த உணர்வு களின் பிடியிலிருந்த அவர் தன் எதிர்காலச் செயல்பாடுகளில் அவன் தன்னோடு ஆத்மார்த்தமாக ஒத்துழைக்க வேண்டுமென்றும், சிக்கலான தருணத்தில் தன்னைக் கைவிட்டு ஒதுங்கிவிடக்கூடா தென்றும் அவனிடம் மன்றாடிக் கேட்டுக் கொண்டார். ஜூனியர் கோலியாட்கினும் தன் தலையை ஆட்டி அதைத் தீவிரமாக ஆமோதித்தபடி சீனியர் கோலியாட்கினின் கையை இதமாகப் பற்றி அழுத்தினான். நமது கதாநாயகரின் இதயம் உணர்ச்சி மிகுதியால் படபடத்துக் கொண்டிருந்தது. மூச்சுவிடக்கூடத் திணறியபடி இருந்த அவர், தான் மிகவும் குன்றிப்போனது போல உணர்ந்தார். தன் மீது படிந்திருந்த எல்லோரது கண்களும் தன்னைச் சிறுமைப்படுத்தி சின்னாபின்னப்படுத்திக் கொண்டிருப்பதைப் போல அவருக்குத் தோன்றியது. தலையில் ‘விக்’ வைத்துக் கொண்டிருந்த கவுன்சிலரின் மீது கோலியாட்கினின் பார்வை ஒரு கணம் படிந்தது. கோலியாட்கினை அவர் கடுமையாகவும் பரிசோதிப்பதைப் போலவும் பார்த்துக் கொண்டிருந்தார்; அங்கே நிலவிய பொதுப்படையான இரக்க பாவத்தால் அவர் மனம் கொஞ்சம் கூட இளகியிருக்கவில்லை என்பதையே அது காட்டியது. அவரிடம் நேரே சென்று புன்னகை செய்யவேண்டுமென்றும், தன்னைப் பற்றி உடனடியாக ஒரு விளக்கத்தைத் தர வேண்டு மென்றும் தீர்மானம் செய்துகொண்டார் நம் கதாநாயகர்; ஆனால் ஏனோ அதை அவரால் செயல்படுத்த முடியவில்லை. ஒரு கணம் தனது பிரக்ஞையை இழந்தார் கோலியாட்கின்; தனது ஞாபகங்கள்

தனது உணர்வுகள் என கிட்டத்தட்ட எல்லாவற்றையுமே இழந்த நிலையை அடைந்தார் அவர்.

சுயநினைவுக்கு மீண்டபோது, தன்னைச் சுற்றி வட்டம் போட்டிருந்த விருந்தாளிகளுக்கு நடுவில் தான் இருப்பதை அவர் உணர்ந்து கொண்டார். திடீரென்று அடுத்த அறையிலிருந்து அவரது பெயர் கூவி அழைக்கப்பட்டது. பதட்டத்தோடும், ஓசை எழுப்பிக் கொண்டும் அந்த வரவேற்புக் கூடத்தின் கதவருகே அனைவரும் விரைந்தனர். கிட்டத்தட்ட நமது கதாநாயகரை அவர்கள் தூக்கிக் கொண்டு செல்வதைப் போலத்தான் இருந்தது. அந்தக் கூட்டநெருக்கடியில் 'விக்' வைத்துக் கொண்டிருந்தவரும் கல்மனம் கொண்டவருமான அந்த கவுன்சிலர், கோலியாட்கினின் அருகில், அவரது கையைப் பற்றியபடி உடன் வந்தார். ஓல்சூஃபி இவானோவிச்சுக்கு நேர் எதிரே சற்று தூரத்தில் அவரை உட்காரவும் வைத்தார். அறையிலிருந்த மற்ற எல்லோருமே அமர்ந்து கொண்டனர். விருந்தாளிகள் அனைவரும் கோலியாட்கினையும், ஓல்சூஃபி இவானோவிச்சையும் சுற்றி வரிசையாக உட்கார்ந்திருந் தனர். எல்லாமே அமைதியாக அசைவே இல்லாதது போல் இருந்தது. எல்லோரும் மிக அமைதியாக மௌனம் அனுசரித்தபடி இருந்தனர். எல்லோருமே ஓல்சூஃபி இவானோவிச்சைக் கவனித்துக் கொண்டும் வழக்கத்துக்கு மாறான ஏதோ ஒன்றை எதிர்நோக்கிய படியும் இருந்தனர்.

ஓல்சூஃபி இவானோவிச்சின் நாற்காலிக்கு அருகே கவுன்சிலரை நேருக்கு நேர் பார்த்தபடி ஜூனியர் கோலியாட்கின் அமர்ந்திருந் ததைக் கவனித்தார் கோலியாட்கின். அவனருகே ஆந்திரேய் ஃபிலிப்போவிச் இருந்தார். மௌனம் நீண்டு கொண்டே சென்றது; அவர்களெல்லாம் ஏதோ ஒன்றை உறுதியாக எதிர்பார்த்துக் கொண்டிருந்தார்கள்.

“யாராவது தொலைதூரப் பயணம் செல்லும்போது எல்லாக் குடும்பங்களிலும் நடப்பதைப் போல விடை கொடுத்து அனுப்புவது போல் அல்லவா இருக்கிறது இது? இனி எழுந்து நின்று பிரார்த்தனை செய்ய வேண்டியது ஒன்றுதான் பாக்கி” என்று நினைத்துக் கொண்டார் நம் கதாநாயகர்.

திடீரென்று அங்கே எழுந்த ஒட்டுமொத்தமான ஒரு சலசலப்பில் கோலியாட்கினின் எண்ண ஓட்டம் தடைபட்டது.. அவர்களெல்லாம் எதற்காகக் காத்துக்கொண்டிருந்தார்களோ அது நிகழ்ந்துவிட்டது.

“அவர் வந்துவிட்டார்... வந்துவிட்டார்” கூட்டத்தில் ஒவ்வொருவரும் மற்றவரிடம் இப்படிச் சொல்லிக்கொண்டார்கள்.

"அப்படி யார் வருவது" என்ற எண்ணம் கோலியாட்கினின் மனதுக்குள் ஓட... வினோதமான ஓர் உணர்வு அவரை உள்நடுங்க வைத்தது.

"மிகவும் பொருத்தமான நேரமும் கூட" ஆந்திரேய் ஃபிலிப்போ விச்சை ஆழமாகப் பார்த்தபடி கவுன்சிலர் இவ்வாறு கூற, தன் பங்குக்கு ஒல்சுஃபி இவானோவிச்சைத் திரும்பிப் பார்த்தார் ஆந்திரேய் ஃபிலிப்போவிச். ஒல்சுஃபி இவானோவிச் தீவிரமாக, அமைதியாகத் தலையசைத்தார்.

"எல்லோரும் எழுந்து நிற்கலாம்" என்று கூறிய கவுன்சிலர் கோலியாட்கினையும் நிற்கவைத்தார். அனைவரும் எழுந்து நின்றனர். பிறகு சீனியர் கோலியாட்கினின் கையை கவுன்சிலரும், ஜூனியர் கோலியாட்கினின் கையை ஆந்திரேய் ஃபிலிப்போவிச்சும் பற்றிக் கொண்டனர். ஒரே மாதிரி தோற்றமளித்த அந்த இரண்டு மனிதர்களையும் எதிர்பார்ப்போடு இருந்த கூட்டத்துக்கு நடுவே அருகருகே கூட்டிச் சென்றனர். நமது கதாநாயகர் குழப்பத்தோடு சுற்றுமுற்றும் பார்த்தார்; என்றாலும் ஜூனியர் கோலியாட்கின் அவரிடம் கைகுலுக்க முன்வந்ததில் அவரது கவனம் திரும்பிவிட தன்னைச் சுதாரித்துக் கொண்டார்.

"அவர்கள் எங்களை சமரசம் செய்து வைக்க நினைக்கிறார்கள் போலிருக்கிறது" என்று நினைத்த நம் கதாநாயகர் உணர்ச்சிப் பெருக்கோடு ஜூனியர் கோலியாட்கினுக்குக் கை கொடுத்தார்; பிறகு அவனை நோக்கி முன்புறமாகத் தலையை வளைத்தபடி வணக்கம் செலுத்தினார்; மற்றொரு கோலியாட்கினும் அவ்வாறே செய்தான்.

இந்தக் கட்டத்தில், துரோக சிந்தை கொண்டவனான தனது நண்பன் புன்னகை செய்து கொண்டிருப்பதைப் போலவும், சுற்றியிருந்த பார்வையாளர்களைப் பார்த்துக் கபடமான முறையில் வேகமாகக் கண்ணடித்தது போலவும் கோலியாட்கினுக்குத் தோன்றியது. உதவாக்கரையான அந்த ஜூனியர் கோலியாட்கினின் முகத்தில் வஞ்சகமான ஏதோ ஒரு எண்ணம் மறைந்திருந்தது போலவும், ஜூடாஸ் பாணியில் முத்தம் தந்த அந்தக் கணத்தில் அவன் தன்னைப் பார்த்துப் பழிப்புக் காட்டியது போலவும் கூட அவருக்குள் ஓர் எண்ணம் எழுந்தது.

கோலியாட்கினின் காதுகளுக்குள் ஏதோ ரீங்காரமிட்டது; அவரது கண்கள் இருட்டிக் கொண்டு வந்தன. ஒரே மாதிரி உருவம் கொண்ட எண்ணற்ற கோலியாட்கின்கள் முடிவே இல்லாமல் வரிசை வரிசையாக ஒவ்வொரு அறையிலிருந்தும் ஆரவாரமான இரைச்சலை எழுப்பிக்கொண்டு வெளிப்பட்டுக் கொண்டிருப்

பதைப் போல அவருக்குத் தோன்றியது. ஆனால் நேரம் கடந்துவிட்டிருந்தது. ஆரவாரமான அந்த துரோகத்தின் முத்தம் தரப்பட்டுவிட்டது!

அதன் பிறகு முற்றிலும் எதிர்பாராத ஒரு சம்பவம் நிகழ்ந்தது. வரவேற்புக் கூடத்தின் வாயிற்கதவு ஓசையுடன் திறந்து கொள்ள, கதவருகே நின்றுகொண்டிருந்தார் ஒரு மனிதர். அவரைப் பார்த்த மாத்திரத்திலேயே கோலியாட்கினின் இதயம் சில்லிட்டுப் போயிற்று. இருந்த இடத்திலேயே வேர்பிடித்துப் போனது போல அசையாமல் ஸ்தம்பித்து நின்றார் அவர். தொண்டை அடைத்துக் கொள்ள, நடுக்கத்தோடு பீறிட்டு வந்த அழுகை அதற்குள் அடங்கிப் போனது. ஆனாலும் நடப்பது எல்லாவற்றையம் கோலியாட்கின் முன் கூட்டியே அறிந்திருந்தார்; இவ்வாறு ஏதோ நடக்கப்போகிற தென்ற உள்ளுணர்வு வெகுகாலமாகவே அவருள் இருந்தது.

புதிதாக வந்த அந்த மனிதர் கோலியாட்கினைக் கடுமையாகப் பார்த்தபடி அமைதியாக அவரிடம் சென்றார். அவரை கோலியாட் கின் மிக நன்றாக அறிவார். இதற்கு முன்னாலும் கோலியாட்கின் அவரைப் பார்த்திருக்கிறார்; அடிக்கடி பார்த்திருக்கிறார்; அன்றைய தினத்திலுமே கூடப் பார்த்திருக்கிறார். உயரமும், பருமனுமான அந்த மனிதர் கறுப்பு கோட் அணிந்திருந்தார்; மிகப்பெரிய இராணுவத் தகுதிப் பதக்கம் ஒன்று அவரது மார்பை அலங்கரித்துக் கொண்டிருந்தது. அடர்த்தியான மீசை; வழக்கமாக அவர் வாயிலிருக்கும் சிகரெட் மட்டும்தான் அப்போது இல்லை. ஆனாலும் முன்பே விவரித்தபடி அந்த மனிதரின் கண்பார்வை கோலியாட்கினின் உள்ளத்தைச் சில்லிடவைத்துக் கொண்டிருந்தது.

நமது கதையின் பாவப்பட்ட கதாநாயகரைக் கடுமை கலந்த அமைதியான தோரணையுடன் நெருங்கி வந்தார் பயங்கரமான அந்த மனிதர்.

நம் கதாநாயகர் அவரை நோக்கித் தன் கைகளை நீட்டினார். அந்த மனிதர் அவரது கையைப் பற்றி இழுத்து தன்னோடு அழைத்துச் சென்றார். எல்லாமே நொறுங்கிப் போய்விட்டதைப் போல, எல்லாவற்றையுமே பறிகொடுத்துவிட்டது போன்ற ஒரு பாவனையுடன் நம் கதாநாயகர் சுற்றுமுற்றும் பார்த்தார்.

“அவர்தான் டாக்டர் கிறிஸ்தியன் இவானோவிச் ரூடென்ஸ பிட்ஸ். மருந்தியல் மற்றும் அறுவை சிகிச்சை நிபுணர்; உங்களுக்கு வெகு நாட்களாகப் பழக்கமானவர் யாகோவ் பெத்ரோவிச்” என்று அருவருப்பான குரல் ஒன்று கோலியாட்கினின் காதுக்குள் முணு முணுத்தது. அவர் தன்னைச் சுற்றிலும் நோக்கினார். அப்படிச் சொன்னது கோலியாட்கினின் ‘இரட்டை’தான்! அந்த ‘இன்

னொருவன்'தான். இழிவான மட்டரகமான அவனது ஆன்மாதான் அப்படி வெறுப்பூட்டியிருக்கிறது. அவனது முகத்தில் விஷமத்தன மான அநாகரிகமான மகிழ்ச்சி படர்ந்திருந்தது. தன்னுடைய கைகளை ஒன்றோடு ஒன்று உரசிக்கொண்டு தலையைப் இருபுறமும் ஆட்டியபடி ஏதோ பரவச நிலையில் இருப்பவனைப்போலத் தெரிந்தான் அவன். எல்லோரிடமும் போய்க் கொஞ்சிக் குழைந்து மகிழ்ச்சியோடு வாலாட்டிக் கொண்டிருந்த அவன் களிப்பின் உச்சத்தில் நடனமே ஆடி விடுவான் என்றுகூடத் தோன்றியது. இறுதியாக ஒரு பாய்ச்சலோடு முன்னால் வந்த அவன், அங்கிருந்த பணியாள் ஒருவனிடமிருந்து மெழுகுவர்த்தியை வாங்கிக் கொண்டு கோலியாட்கினுக்கும், கிறிஸ்தியன் இவானோவிச்சுக்கும் வழிகாட்டியபடி முன்னால் நடந்துசென்றான். வரவேற்புக் கூடத்தி லிருந்த எல்லோருமே கூட்டம் கூட்டமாக ஒருவரை ஒருவர் நெருக்கி யடித்து முண்டித் தள்ளிக்கொண்டு கோலியாட்கினுக்குப் பின்னாலிருந்தபடி அவன் சொன்னதையே ஒரே குரலில் இவ்வாறு திரும்பச் சொல்லிக் கத்திக் கொண்டிருந்ததை அவரால் கேட்க முடிந்தது.

"அதெல்லாம் ஒன்றுமில்லை பயப்படாதீர்கள் யாகோவ் பெத்ரோவிச்! அவர் உங்கள் பழைய நண்பர்தான். உங்களுக்கு மிகவும் பழக்கமான கிறிஸ்தியன் இவானோவிச்தான்"

கடைசியில் ஒருவழியாக பிரகாசமான வெளிச்சத்தோடு இருந்த மாடிப்படிகளை அவர்கள் வந்தடைந்திருந்தார்கள். அந்தப் படிகளி லும் கூட மக்கள் கூட்டமாக நின்றிருந்தனர்.

முகப்புக்கதவு ஓசையோடு திறந்துகொண்டது. தான் , வீட்டின் முன்பகுதியில் கிறிஸ்தியன் இவானோவிச்சுடன் நின்று கொண்டிருப்பதை உணர்ந்து கொண்டார் கோலியாட்கின். நுழை வாயிலுக்கு அருகே ஒரு வண்டி தயாராக நின்று கொண்டிருந்தது; அதில் பூட்டியிருந்த நான்கு குதிரைகளும் பொறுமையின்றிக் கனைத்தபடி இருந்தன.

தீமையே வடிவான ஜூனியர் கோலியாட்கின், மூன்றே தாவலில் படிகளில இறங்கிவந்து, வண்டிக் கதவை அவனாகவே திறந்துவிட்டான். வண்டிக்குள் ஏறுமாறு கோலியாட்கினைத் தன் பார்வையால் பணித்தபடி சைகை செய்தார் கிறிஸ்தியன் இவானோவிச். ஆனால் அப்படிப்பட்ட பார்வை எதுவும் தேவை யாக இருக்கவில்லை. அந்த வகையில் அவருக்கு உதவ ஏராளமான மனிதர்கள் அங்கே இருந்தனர். அச்சத்தால் மயங்கி விழுந்து விடுபவரைப்போல இருந்த கோலியாட்கின் திரும்பிப் பார்த்தார். பிரகாசமான வெளிச்சத்துடன் இருந்த படிக்கட்டு முழுவதும்

மக்கள் கூட்டம் மொய்த்திருந்தது.; எல்லாத் திசைகளிலிருந்தும் ஆர்வம் கலந்த பல கண்கள் அவரைப் பார்த்துக் கொண்டிருந்தன. படிக்கட்டின் உச்சியிலிருந்து தமது சாய்வு நாற்காலியில் அமர்ந்தபடி நடப்பதையெல்லாம் மிகுந்த ஆர்வத்தோடு ஒல்சுஃபி இவானோ விச்சும் கூடப் பார்த்துக் கொண்டிருந்தார். எல்லோரும் காத்துக் கொண்டிருந்தனர்.

கோலியாட்கின் திரும்பிப் பார்த்தபோது, பொறுமையிழந்த முணுமுணுப்பும் சலசலப்பும் கூட்டத்தினூடே பரவியது.

"நான் எந்தத் தவறும் செய்யவில்லை என்றே நம்புகிறேன். என்னைக் கண்டிக்கவோ, கடுமையாக நடத்தும் அளவுக்கோ அப்படி நான் எதுவுமே செய்யவில்லை. என் அலுவலகத் தொடர்பான செயல்களிலும் அப்படி ஒரு பெரிய குற்றத்தை நான் செய்யவில்லை" கைவிடப்பட்ட நிலையில் இவ்வாறு பேசினார் நம் கதாநாயகர். அவரைச் சுற்றிலும் பேச்சொலிகள் எழுந்தன. எல்லோரும் மறுப்பைத் தெரிவிக்கும் வகையில் தலையை ஆட்டினர்; கோலியாட்கினின் கண்களிலிருந்து கண்ணீர் வரத் தொடங்கியிருந்தது.

"அது உண்மையென்றால் கிறிஸ்தியன் இவானோவிச்சின் கரங்களில் முழுநம்பிக்கையோடு என்னை ஒப்படைத்துக் கொள்கிறேன். என் விதியையே அவரிடம் ஒப்படைக்கிறேன்"

தன் விதியை கிறிஸ்தியன் இவானோவிச்சிடம் ஒப்படைப்பதாக கோலியாட்கின் பிரகடனப்படுத்திய அடுத்த கணமே கட்டுக்கடங்காத மகிழ்ச்சியை பயங்கரமாக வெளிப்படுத்தும் ஆரவாரக் கூச்சல்கள் அவரைச் சுற்றிலும் எழுந்தபடி காதைச் செவிடாக்கத் தொடங்கின; எதிர்பார்ப்போடு காத்திருந்த கூட்டத்தினரும் கூட அந்தத் தீய எண்ணத்தையே எதிரொலித்தனர்.

பிறகு கிறிஸ்தியன் இவானோவிச்சும், ஆந்திரேய் ஃபிலிப்போ விச்சும் இரண்டு பக்கங்களிலும் நின்று கொண்டு வண்டிக்குள் ஏறிக்கொள்ள கோலியாட்கினுக்கு உதவி செய்தனர். தனது வழக்கமான அநாகரிகமான பாணியில் பின்புறம் இருந்து அவர் ஏற உதவினான் அவரது இன்னொருவனான 'இரட்டை'.

துரதிருஷ்டசாலியான சீனியர் கோலியாட்கின், எல்லோர் மீதும் எல்லாவற்றின் மீதும் இறுதியாக ஒரு முறை தன் பார்வையைச் செலுத்தினார். குளிர்ச்சியான தண்ணீருக்குள் முக்கி யெடுக்கப்பட்ட ஒரு பூனைக்குட்டியைப் போல நடுங்கிக் கொண்டிருந்த (அந்த உவமையைப் பயன்படுத்த இங்கே அனுமதி இருந்தால்) அவர் வண்டிக்குள் ஏறிக் கொண்டார். கிறிஸ்தியன் இவானோவிச்சும் அவரைத் தொடர்ந்து உடனே வண்டியில் ஏறிக்

கொள்ள வண்டிக் கதவு அறைந்து மூடப்பட்டது. குதிரைகளின் முதுகின் மீது சவுக்கடி விழுந்த மாத்திரத்தில் அவை குதித்துக் கொண்டு ஓடத் தொடங்கின.

கூட்டம் கோலியாட்கினைத் தொடர்ந்தபடி நெருக்கியடித்துக் கொண்டு சென்றது. காதைத் துளைப்பது போன்ற மூர்க்கமான கூச்சல்கள் அவரது எதிரிகளிடமிருந்து எழுந்து அவரை விரட்டிக் கொண்டு வந்தன; அது அவரது பயணத்துக்கு வாழ்த்துக் கூறுவது போல இருந்தது. கோலியாட்கின் சென்று கொண்டிருந்த வண்டியைப் பின் தொடர்ந்து கொஞ்ச நேரம் பல மனிதர்கள் ஓடிக் கொண்டிருந்தனர்; கொஞ்சம் கொஞ்சமாக அவர்கள் பின் தங்கிவிட, இறுதியில் எல்லோருமே மறைந்து போய்விட்டிருந்தனர். மற்றவர்களைவிட அவரை அதிக நேரம் பின்தொடர்ந்துகொண்டு போனவன் கண்ணியமில்லாத அவரது 'இரட்டையான இன்னொருவன்தான்! தான் அணிந்திருந்த பச்சைநிற சீருடையின் கால்சராய்ப் பைகளுக்குள் தன் கைகளை நுழைத்துக் கொண்டபடி வண்டியின் ஒவ்வொரு புறத்திலும் மாறி, மாறிச் சென்று குதித்துக் குதித்து மிகுந்த மகிழ்ச்சியுடன் ஓடிக்கொண்டிருந்தான் அவன். சில சமயம் வண்டியின் ஜன்னல் சட்டத்தைப் பிடித்துக் கொண்டு தொங்குவான்; ஜன்னலுக்குள் தலையை விட்டபடி, கோலியாட்கினை வழியனுப்பி வைக்கும் முறையில் அவரைநோக்கி முத்தங்களை வீசுவான். ஆனால், கடைசியில் ஒரு கட்டத்தில் அவனும் கூட்டத்தோடு சேர்ந்து பின் தங்கிப் போனான். அவ்வப் போது தென்பட்டுக் கொண்டிருந்த அவன், இறுதியில் முழுவது மாய் மறைந்து போனான்.

கோலியாட்கினுக்கு இலேசாக நெஞ்சு வலித்தது. சூடான இரத்தம் அவரது மூளைக்குள் குபீரென்று பாய்ந்தது. இறுக்கமாக உணர்ந்த அவர், சட்டைப் பொத்தான்களைக் கழற்றி நெஞ்சைத் திறந்துவிட்டுக் கொள்ள வேண்டுமென்றும் பனிக்கட்டிகளையும், குளிர் நீரையும் அதன்மீது தெளித்துக் கொள்ள வேண்டுமென்றும் ஏக்கம்கொண்டார். கடைசியில் அரைமயக்க நிலையில் அப்படியே சரிந்தார்.

அவர் சுயநினைவுக்கு மீண்டபோது தனக்கு முன்பின் அறிமுக மில்லாத ஏதோ ஒரு சாலை வழியாகக் குதிரைகள் தன்னை இட்டுச் சென்று கொண்டிருப்பதைக் கண்டார். பாதையின் இரு புறங்களி லும் புதர்கள் அடர்ந்த குறுங்காடுகள் தென்பட்டன. அந்த இடம் மிகத் தனியான ஒரு பாழ்நிலம் போல இருந்தது.

அவருக்கு சட்டென்று மயக்கம் வந்து விடும் போல் இருந்தது. அனலைக் கக்கிக் கொண்டிருந்த இரு விழிகள் இருளிலிருந்து

அவரை வெறித்து நோக்கிக் கொண்டிருந்தன. தீமை, கடுமை இவற்றோடு ஒருங்கிணைந்த ஒருவகையான களிப்பு அந்த விழிகளில் மின்னிக்கொண்டிருந்தது.

"அது கிறிஸ்தியன் இவானோவிச் இல்லைதானே? அவர் இல்லையென்றால் பிறகு அது யார்? இல்லை இல்லை, அது, கிறிஸ்தியன் இவானோவிச்சேதான்!... ஆனால் அந்தப் பழைய கிறிஸ்தியன் இவானோவிச் இல்லை இவர். இது வேறொரு கிறிஸ்தியன் இவானோவிச். பயங்கரமான கிறிஸ்தியன் இவானோவிச்"

"கிறிஸ்தியன் இவானோவிச்! நான் நன்றாகத்தான் இருக்கிறேன் கிறிஸ்தியன் இவானோவிச்! அப்படித்தான் எனக்குத் தோன்று கிறது" என்று பயந்து நடுங்கும் குரலில் சொல்லத் தொடங்கினார் நம் கதாநாயகர்; கடூரமாகவும், கொடுமையாகவும் இருக்கும் கிறிஸ்தியன் இவானோவிச்சைத் தன் பணிவாலும் அடக்கத்தாலும் கொஞ்சமாவது நெகிழ்த்திவிட முடியாதா என்று நம்பிக் கொண்டிருந்தார் அவர்.

"உங்களுக்கு அரசாங்கச் செலவில் இலவசமாகத் தங்குமிடம் கிடைத்திருக்கிறது. அடுப்பெரிக்க விறகு, வெளிச்சத்துக்கு விளக்கு, உதவிக்கு வேலையாள் என்று எல்லாமே!. ஆனால் அதற்கான தகுதிகூட உங்களுக்கு இல்லை" என்று ஒரு நீதிபதியின் இறுதித் தீர்ப்பைப் போன்ற கடுமையான மறுமொழி கிறிஸ்தியன் இவானோவிச்சிடமிருந்து பிறந்தது.

நமது கதாநாயகர் கூக்குரலிட்டுக் கதறியபடியே தன் தலையைக் கைகளில் ஏந்திக் கொண்டார். ஆனால்... ஐயோ பாவம்! இப்படி ஒன்று நடக்கக் கூடுமென்ற உள்ளுணர்வு அவரை வெகுகாலமாக அலைக்கழித்துக் கொண்டிருந்த ஒன்றுதான்!

■